காஷ்மீர் இந்தியாவுக்கே!

கேப்டன் S.P.**குட்டி,** B.E.

27-1-1940 -ல் கன்யாகுமரி மாவட்டத்தில் இருக்கும் புல்விளை கிராமத்தில் பிறந்தார். 1962-ல் பொறியியல் படித்துக்கொண்டிருந்த எஸ்.பி.குட்டி, சீனப் போர் நடந்த நேரத்தில் சீனாவின் அடாவடியால் கோபமுற்று பட்டப்படிப்பு முடிந்ததும் ராணுவத்தில் சேர்ந்தார். கமிஷண்ட் அதிகாரியாக காஷ்மீரில் நியமிக்கப்பட்டார். 1965 இந்தோ-பாக் போரின் கடைசிக் கட்டத்தில் பங்கெடுத்தார்.

1947-ல் பாகிஸ்தான் இந்தியா மீது தொடுத்த மறைமுகப் போரான காஷ்மீர் முதல் யுத்தம் தொடர்பாக இந்திய ராணுவத் தரப்பில் மேற்கொள்ளப்பட்ட போர் நடவடிக்கைகளைத் தொகுக்க விரும்பினார். 1947 அக்டோபரில் முஸாபராபாத்தில் நள்ளிரவில் சக முஸ்லீம் வீரர்களால் படுகொலை செய்யப்பட்ட டோக்ரா வீரர்களின் உறவினர்களைச் சந்தித்து உரையாடினார். 1947- ல் காஷ்மீரின் தித்வாலைக் கைப்பற்றி, தித்வால் வீரர் என்று பெருமைப்படுத்தப்பட்ட லெப்டினன்ட் கர்னல் ஹர்பக்ஷ் சிங்கைப் பார்த்துப் பேசிப் பழகும் வாய்ப்பைப் பெற்றார்.

பிற்பாடு, ராணுவத்தை விட்டு வெளியேவந்து, தமிழ்நாடு மின்சார வாரியத்தில் பொறியாளராகப் பணி புரிந்து 1993-ல் விருப்பு ஓய்வு பெற்றார். நமது ராணுவச் செயல்பாடுகள் பற்றியும், இந்து மத ஆன்மிகம் பற்றியும் 20-க்கும் மேற்பட்ட ஆராய்ச்சிபூர்வமான நூல்களை எழுதியுள்ளார்.

காஷ்மீர் இந்தியாவுக்கே!

கேப்டன் எஸ்.பி.குட்டி

கிழக்கு

காஷ்மீர் இந்தியாவுக்கே!
Kashmir Indiavukke!
Captain S.P. Kutty ©

First Edition: September 2015
304 Pages
Printed in India.

ISBN: 978-93-84149-35-2
Title No. Kizhakku 844

Kizhakku Pathippagam
177/103, First Floor,
Ambal's Building, Lloyds Road,
Royapettah, Chennai 600 014.
Ph: +91-44-4200-9603

Email : support@nhm.in
Website : www.nhm.in

Author's Email : captainspkuttybe@gmail.com

Printed in India by Repro India Ltd., Navi Mumbai

Kizhakku Pathippagam is an imprint of New Horizon Media Private Limited

ரத்தம் சிந்தி தேசத்தைக் காக்கும் ராணுவ வீரர்களுக்கும்

பாரதத்தை உலக அரங்கில் உயர்த்தப் பாடுபடுபவர்களுக்கும்

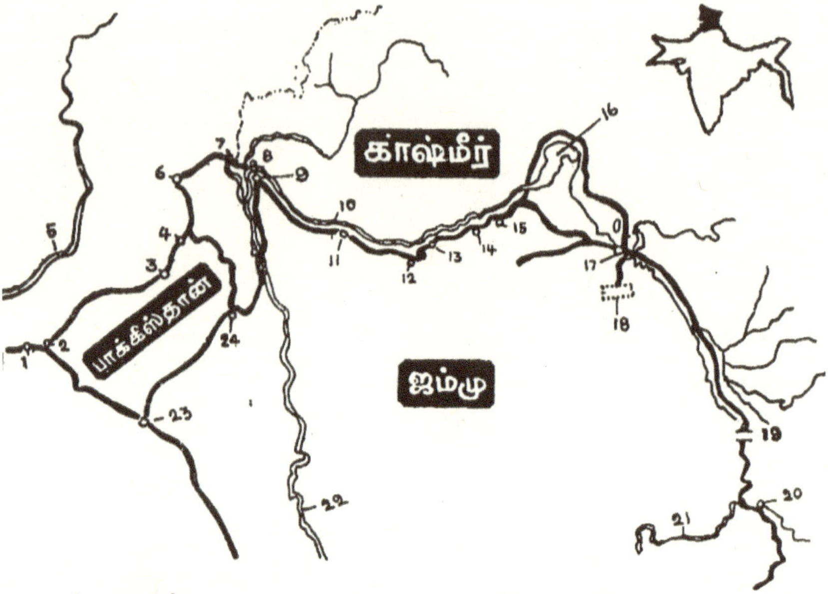

1. வாஹ்
2. ஹஸன் அப்டல்
3. ஹாவலியன்
4. அபோட்டாபாத்
5. சிந்தி நதி
6. மனஷேரா
7. காரி ஹபிபுல்லம்
8. முசாபராபாத்
9. டோமல்
10. ஜீலம் நதி
11. சினார்
12. ஊரி
13. மகுரா
14. டிவான் மந்திர்
15. பாராமுல்லா
16. உல்லூர் ஏரி
17. ஸ்ரீ நகர்
18. விமான தளம்
19. பானிஹால் கணவாய்
20. ராமபான்
21. செனாப் நதி
22. ஜீலம் நதி
23. ராவல் பிண்டி
24. முர்ரீ

உள்ளே

பாகம் 2: **வீர மைந்தர்களின் தீரப் போர்**

பாகம் 3: **இழப்பதற்கோ எங்கள் காஷ்மீரம்**

பாகம் 4: **காஷ்மீர் இந்தியாவுக்கே சொந்தம்**

1948ல் காஷ்மீரப் போரில் தித்துவால் வீரர் என்று
புகழப்பட்ட கர்னல் ஹர்பக்ஸ் சிங், லெப்.ஜெனரலாகி,
1968ல் கோர் கமாண்டராக ஓய்வுபெற்ற போது
கொடுக்கப்பட்ட பிரம்மாண்டமான வழியனுப்பு
பரேடில் ஜீப்பை இயக்கும் பணியில்
ஆசிரியர் கேப்டன். எஸ்.பி. குட்டி

நெற்றித் திலகத்துக்குப் பாத கமலத்தின் வந்தனம்

இல. கணேசன்

(பா.ஜ:க. தேசிய செயற்குழு உறுப்பினர்)

காஷ்மீர் பற்றிய இந்தப் புத்தகம் நாவலா கட்டுரையா ஆவணப் பதிவா? இது நாடு விடுதலை பெற்ற காலகட்டத்தில் காஷ்மீரில் நடைபெற்ற சம்பவங்களை நமக்கு காணொலிக் காட்சிபோலப் படம் பிடித்துக்காட்டும் அற்புத நூல். அரசியல்வாதிகள், ஆட்சியாளர்கள் என்ன செய்தார்கள் என்பதை விமர்சனம் செய்யவோ விளக்கவோ அல்ல; ராணுவத் தளபதிகள், வீரர்கள் களத்தில் காட்டிய வீர தீரச் செயல்கள் மற்றும் தேசபக்த உணர்வு இங்கு அதிகம் வெளிச்சம் போட்டு காட்டப்பட்டுள்ளது. இதை என்னால் சாதாரண வேகத்தில் படிக்க இயலவில்லை; படிக்கும்போது என்னுள் அவ்வப்போது எழுந்த உணர்ச்சிக் கொந்தளிப்புகள், எழுத்தைப் படிக்கவிடாமல் பொங்கி எழுந்து மறைந்த கண்ணீர்த் துளிகள் புத்தகத்தைப் படித்து முடிப்பதைத் தாமதப்படுத்திவிட்டன.

என்றோ சில நூற்றாண்டுகளுக்கு முன் அந்நியர் படையெடுத்து வந்து நமக்கு இழைத்த கொடுமைகள் அல்ல; 1947-க்குப் பிறகு நமது சொந்த நாட்டின் ஒரு பகுதியில் நமது சொந்த சகோதரர்கள் அனுபவித்த கொடூரங்கள் ரத்தக் கண்ணீர் சிந்தவைக்கின்றன.

சில விஷயங்கள் அன்றாடம் அடிக்கடிப் படிக்க நேரும்போது அதன் மீது அலுப்புத் தட்டும்; அலட்சியம் ஏற்படும். காஷ்மீர் குறித்த நமது மக்களது எண்ணமும் அப்படி மாறிவிட்டது. ஏன் அதைக் காப்பாற்ற இத்தனை கஷ்டப்பட வேண்டும் என்று திண்ணையில் அமர்ந்து கொண்டு பேசுபவர்கள் உண்டு.

பக்கத்து வீட்டுக்காரன் தன் வீட்டுச் சுற்றுச்சுவரை அரை அங்குலம் இவன் வீட்டுப் பக்கம் நகர்த்திக் கட்ட முனைந்தபோது அரிவாள் தூக்கியிருப்பான் இவன்! இந்தப் புத்தகம் படித்த எவரும் காஷ்மீர் குறித்து இனி பொறுப்பின்றிப் பேசமாட்டார்கள்.

எத்தனையோ கேள்விகளுக்கு இதில் விடை உள்ளது. எழுதியவர் ராணுவத்தில் பணியாற்றியவர் என்பதால் ராணுவ நடவடிக்கைகளைத்

தெளிவாக எழுத முடிந்துள்ளது. இவை கற்பனையாக எழுதப் பட்டதல்ல; சத்தியம். நடைபெற்ற சம்பவங்கள் குறித்து நடந்தது நடந்தபடி, சேகரித்த ஆவணங்கள் இவற்றைக் கலந்து குழைத்து தனது எழுத்தாற்றலால் தீட்டியுள்ள சித்திரம்.

இது மாணவர்கள் படிக்க வேண்டிப் பள்ளிகளிலும் கல்லூரிகளிலும் வைக்க வேண்டிய நூல்.

இந்தப் புத்தகம் தரும் அரிய விஷயங்கள்:

- எல்லோரும் நல்லவரே என நம்பிய நற்பண்பின் விளைவாக விளைந்த தீய விளைவுகள்.

- தலைவர்களது சுயநலத்தால் தாய்நாட்டுக்கு நேர்ந்த கேடுகள்

- பிரிகேடியர் ராஜேந்திர சிங், லெப்டினென்ட் கர்னல் ரஞ்சித் ராய், பிரிகேட் கமாண்டர் J.C. கட்டோச், பிரிகேடியர் எல்.பி.ஸென், மேஜர் சோமநாத் சர்மா, மேஜர் ரிக்கி ஆகியோருக்கு நாம் நன்றிக்கடன் பட்டுள்ளோம் என்பதை உணர்த்துவது.

- ஆங்கிலேயன் நமக்கு விடுதலை தருவதாக நிறைவேற்றிய தீர்மானத்தின் பின்னணியில் இருந்த சதி.

- காஷ்மீர் நம்முடன் அதிகாரபூர்வமாக இணைந்துவிட்டதன் நிரூபணம்.

- மௌண்ட்பேட்டனின் துரோகச் செயல்.

- காஷ்மீர் இணைப்பில் ஆர்.எஸ்.எஸ்-ன் பங்கு

- கருத்தறிய வாக்கெடுப்புத் தேவையில்லை என்பதற்கான விளக்கம்.

வடக்கே பாரதத்தாய் நெற்றியில் மங்கலமாய் வைத்ததொரு குங்குமத் திலகமான காஷ்மீர் குறித்து அவரது பாத கமலமாக உள்ள கன்னியாகுமரியிலிருந்து கேப்டன் S.P.குட்டி எழுதி அர்ப்பணித்துள்ள அரிய நூல்.

இதை கிழக்குப் பதிப்பகம் வெளியிட முன்வந்துள்ளதன் மூலம் தேசத்துக்கு ஒரு அரிய தொண்டினை ஆற்றியுள்ளது.

படிப்போம்; படித்தவர்கள் எண்ண அலைகளின் தாக்கம் தரும் சக்தியில் காஷ்மீரில் நிலவும் பிரச்னையை நிரந்தரமாக முடிப்போம்.

அன்புடன்
தாயகப் பணியில்
இல.கணேசன்

முன்னுரை

காஷ்மீர் பாகிஸ்தானின் உயிர் நரம்பு. காஷ்மீர் விஷயத்தில் விட்டுக் கொடுத்தலுக்கே இடமில்லை. அங்கே வாக்கெடுப்பு நடத்தி மக்கள் எந்த நாட்டுடன் சேரவேண்டும் என்று சொல்கிறார்களோ அந்த நாட்டுடன் காஷ்மீரைச் சேர்க்கவேண்டும். ஐக்கியநாட்டு சபையில் அப்படி ஒரு தீர்மானம் நிறைவேற்றப்பட்டிருக்கிறது; அதை இந்தியா கூட ஏற்றுக்கொண்டிருக்கிறது. எனவே, காஷ்மீரில் வாக்கெடுப்பு நடத்தியே தீரவேண்டும்.

- காஷ்மீர் விஷயத்தில் இதுதான் பாகிஸ்தானின் நிலைப்பாடு.

பிரதமர் ஜவாஹர்லால் நேரு காஷ்மீரில் வாக்கெடுப்பு நடத்தி அந்த மாநிலம் இந்தியாவுடன் சேரவேண்டுமா... பாகிஸ்தானுடன் சேரவேண்டுமா என்பதை முடிவுசெய்கிற ஐக்கிய நாட்டுச் சபை தீர்மானத்தை ஒரு சில நிபந்தனைகளின் பேரில் ஒப்புக்கொண்டிருக்கிறார். இந்தியாவின் காஷ்மீர் பகுதிக்குள் ஊடுருவி நிலை கொண்டிருக்கும் பாகிஸ்தானிய ஆக்கிரமிப்புப் படையினர் வெளியேறவேண்டும். ஐ.நா.வின் தலைமையில் தேர்தல் நடக்க வேண்டும். அதுவரை இந்திய ராணுவம் அங்கு இருக்கவேண்டும் என்ற நிபந்தனைகளின் பேரில்தான் ஐ.நா. அந்தத் தீர்மானத்தைக் கொண்டுவந்தது. பாகிஸ்தானிய ராணுவம் காஷ்மீரில் ஆஸாத் காஷ்மீர் பகுதியில் இருந்து வெளியேறவில்லை. எனவே இந்தியா வாக்கெடுப்பை நடத்தவில்லை. தவறு இந்தியா பக்கம் அல்ல.

இந்த வாக்கெடுப்பு தொடர்பாக இன்னொரு செய்தியையும் இந்த இடத்தில் சொல்லவேண்டும். பிரிட்டிஷார் இந்தியாவை விட்டு வெளியேறும்போதே பிரச்னைக்குரிய சமஸ்தானங்களில் மக்களிடம் வாக்கெடுப்பு நடத்தி இந்தியா, பாகிஸ்தான் இவற்றில் எந்த நாட்டுடன் சேரவேண்டும் என்பதைத் தீர்மானித்துக் கொள்ளலாம் என்று சொல்லியிருந்தார்கள். காஷ்மீர் இந்தியாவுடன் சேரவேண்டுமா பாகிஸ்தானுடன் சேரவேண்டுமா என்பதை மட்டுமல்ல ஜூனாகாட், ஹைதராபாத் பகுதிகளிலும்கூட வாக்கெடுப்பு நடத்தலாம் என்று இந்தியத் தரப்பில் சொல்லப்பட்டது. அதற்கு பாகிஸ்தான் அப்போது சொன்ன பதில் என்ன தெரியுமா? காஷ்மீரில் வாக்கெடுப்பு நடக்க

வேண்டுமென்றால், ஷேக் அப்துல்லாவும் அவருடைய கட்சியும் காஷ்மீர் மக்கள் பாகிஸ்தானுடன்தான் சேருவார்கள் என்று உத்தரவாதம் தரவேண்டும். இல்லையென்றால் வாக்கெடுப்பு நடத்தக்கூடாது என்று சொன்னார்கள். ஏனென்றால், காஷ்மீர் தானாக மடியில் வந்து விழும் கனி அல்ல... திருட்டுத்தனமாகப் பறித்துச் சென்றால்தான் முடியும் என்பது அவர்களுக்குத் தெரியும்.

காஷ்மீர் தொடர்பாக வேறு பல உண்மைகளையும் நாம் கவனத்தில் கொள்ளவேண்டும். காஷ்மீரை ஆண்ட மன்னர் ஹரி சிங் இந்தியாவுடன் காஷ்மீரைச் சேர்க்கும் ஒப்பந்தத்தில் 1947-ல் தன்னிச்சையாகவே கையெழுத்திட்டிருக்கிறார். காஷ்மீரின் முதல் மக்கள் பிரதிநிதியான முதலமைச்சர் ஷேக் அப்துல்லாவும் இந்தியாவுடன் சேரவேண்டும் என்று சொல்லித்தான் தேர்தலில் நின்றார். அவரை வெற்றி பெற வைத்ததன் மூலம் இந்தியாவுடன் சேர்வதை காஷ்மீர் மக்களும் ஏற்றுக் கொண்டிருக்கிறார்கள் என்றுதான் அர்த்தம். மக்களால் தேர்ந் தெடுக்கப்பட்ட காஷ்மீரத்து முதல் சட்ட சபை இந்தியாவுடன் சேர்ந்ததை வரவேற்று அங்கீகரித்து ஒரு தீர்மானத்தை இயற்றியிருக்கிறது. தொடர்ந்து சுமார் 68 ஆண்டுகளாக அங்கு இந்திய அரசு நடத்தும் தேர்தல்களில் மக்கள் வாக்களித்து வருகிறார்கள். காஷ்மீர், ஸ்ரீநகர், லடாக் மூன்று பகுதிகளைக் கொண்ட ஜம்மு காஷ்மீர் மாநிலத்தில் இஸ்லாமியர்கள் பெரும்பான்மையாக இருக்கும் காஷ்மீரில் மட்டும் அதுவும் ஒரு சில அடிப்படைவாதக் குழுக்கள் மட்டுமே பாகிஸ்தானின் தூண்டுதலுடன் பிரிவினை கோஷத்தை எழுப்பி வருகின்றன.

காஷ்மீர் தொடர்பான இந்த உண்மைகளில் எதுவும் எந்த வகுப்பிலும் நமக்குக் கற்றுத் தரப்படுவதில்லை. எந்த ஊடகத்திலும் பேசப் படுவதும் இல்லை.

இதில் இன்னொரு முக்கிய விஷயம் என்னவென்றால், இந்த காஷ்மீர் விவகாரத்தை அடிப்படையாக வைத்து பாகிஸ்தான் இந்தியாமீது 1947-ல் ஒரு தடவையும், 1965-ல் ஒரு தடவையும், 1971-ல் ஒருதடவையும் படையெடுத்திருக்கிறது. சமீபத்தில்கூட கார்கிலில் ஒரு போர். ஆயிரக்கணக்கான வீரர்கள் பலியாகியிருக்கிறார்கள். கோடிக்கணக்கான ரூபாய் விரயமாகியிருக்கிறது. நமது நாட்டின் பொருளாதாரமும் முன்னேற்றமும் இந்தப் போர்களினால் பாதிக்கப் பட்டிருக்கின்றன.

நம் நாட்டுக்கு இருக்கும், தீர்க்கப்படாத ஒரே உலகப் பிரச்னை காஷ்மீர்தான். இந்த முக்கியமான பிரச்னையினால் தான் நம்முடைய ராணுவத்தினுடைய பெரும்பகுதி பாகிஸ்தான் எல்லையில் நிறுத்தி வைக்கப்பட்டிருக்கிறது. இதற்காகத்தான் மிக நவீனமான போர் தளவாடங்களை ஒவ்வொரு ஆண்டும் வாங்க வேண்டியிருக்கிறது.

நம் நாட்டின் வளர்ச்சிப் பணிக்காகப் பயன்படவேண்டிய பல கோடி ரூபாய்கள் ராணுவத்துக்காகப் போய்க்கொண்டிருக்கிறது.

காஷ்மீர் பிரச்னையையே விடாப்பிடியாகப் பிடித்துக்கொண்டிருப்ப தால் பாகிஸ்தான் அமெரிக்காவிடமிருந்து கடனாகவும் இனாமாகவும் ஆயுதங்களை வாங்கிக் குவிக்கிறது. அதைச் சமாளிக்க நாமும் ரஷ்யாவிடமிருந்தும் ஃபிரான்ஸிடமிருந்தும் பிரிட்டனிடமிருந்தும் ஆயுதங்களை வாங்கிக்கொண்டிருக்கிறோம். அமெரிக்கா புதிதாக ஒரு விமானத்தையோ ஏவுகணையையோ கண்டுபிடித்தவுடனேயே பாகிஸ்தானுக்கு அதைக் கொடுத்துவிடுகிறது. வேறு வழியில்லாமல் நாமும் அதற்கு ஈடான ஆயுதத்தை ரஷ்யாவிடமிருந்து வாங்குகிறோம். அப்படியாக அமெரிக்காவும் ரஷ்யாவும் பிரிட்டனும் அவர்களின் ஆயுதங்களை விற்பனை செய்வதற்காகவேதான் இப்படி ஒரு ஏற்பாட்டைச் செய்திருக்கிறார்கள் என்றே தோன்றுகிறது.

இருநூறு ஆண்டுகாலமாக இந்தியாவைக் கொள்ளையடித்த வெள்ளை யர்கள் சுதந்தரம் கொடுப்பதாகச் சொல்லி பாகிஸ்தானைப் பிரித்தார்கள். ஒரே நாடாக இருந்த இந்தியா இரண்டு துண்டுகளாகியது. ஆங்கிலேயர்கள் அதோடு விடவில்லை. காஷ்மீரில் தீராத பிரச்னையை உருவாக்கி வைத்துவிட்டுப் போயிருக்கிறார்கள். இந்தியாவும் பாகிஸ்தானும் போட்டி போட்டுக்கொண்டு ஆயுதங்களை வாங்கிக் குவிக்கின்றன. பணத்தை வளர்ச்சியடைந்த மேல்நாடுகளிடம் கொண்டு சென்று கொட்டுகின்றன. நாம் அடிமையாயிருந்தபோது நம் பணம் வெள்ளையர்களால் கொள்ளையடிக்கப்பட்டது. இப்போது நாமே எடுத்துக்கொடுத்துக்கொண்டிருக்கிறோம்!

பாகிஸ்தானில் பள்ளிக்கூடங்களிலும் சரி, பள்ளி வாசல்களிலும் சரி காஷ்மீர் பாகிஸ்தானுக்குத்தான் சொந்தம் என்று அரசாங்கம் வலுக் கட்டாயமாகச் சொல்லிக்கொடுக்கிறது. ஆனால், நம் அரசாங்கமோ மக்களைப் பற்றியோ நாட்டைப்பற்றியோ கவலைப்படுவதாகத் தெரியவில்லை.

இங்கே உள்ள முஸ்லிம்கள் தமது பாசமும் பந்தமும் முஸ்லிம் நாடுகளோடுதான் என்று பலமுறை நிரூபித்துவிட்டார்கள். கேரளாவில் மலப்புரம் மாவட்டத்தில் முஸ்லிம்கள் காஷ்மீர் பாகிஸ்தானுக்குத் தான் சொந்தம் என்று பகிரங்கமாகவே பேசுகிறார்கள். காஷ்மீரில் அரசாங்கத் தலைமைச் செயலகத்தில் இருந்துகொண்டே முஸ்லிம் அரசு அலுவலர்கள் பாகிஸ்தான் வாழ்க என்று கோஷம் போடு கிறார்கள். 'ஜமாய்தே இஸ்லாமி' என்ற முஸ்லிம் அமைப்பு இந்தியா முழுவதும் இருக்கிறது. இந்த முஸ்லிம்கள் காஷ்மீரை பாகிஸ்தானோடு இணைத்தே தீருவோம் என்று கோஷமிட்டு அப்பட்டமான தேசத்துரோகத்தில் ஈடுபட்டிருக்கிறார்கள். தாய்

நாட்டை நேசிக்கிற இந்துவை விட இந்த நாட்டில் முஸ்லிம்களாக இருக்கிறவர்களுக்கு சிறுபான்மையினர் என்ற முறையில் விசேஷச் சலுகைகள்!

லடாக்கில் சீனா அக்கிரமமாகப் பிடித்து வைத்திருக்கும் 40,000 சதுர மைல் பரப்பளவு பூமியை சீனாவுக்குத்தான் சொந்தம் என்று சொல்லிவருகிறார்கள் நம்நாட்டு கம்யூனிஸ்டுகள்.

நாகாலாந்து, மிசோரம் எல்லாம் கிறிஸ்தவஸ்தான் என்ற தனி நாடுதான். அது இந்தியாவோடு சேர்ந்தது இல்லையென்று கிறிஸ்தவர்கள் பிரசாரம் செய்கிறார்கள்.

இல்லை, இல்லை இவையெல்லாம் அக்கிரமம். தேசத்துரோகம் என்று சொல்லவேண்டிய இந்து மட்டும் தன் சொந்த நாட்டிலேயே சலுகையிழந்து, பாதுகாப்பற்று வாழ்கிறான்.

அரசியல்வாதிகளுக்கு ஓட்டுத்தான் முக்கியம். அவர்களுக்கு காஷ்மீரைப் பற்றியோ லடாக்கைப் பற்றியோ உண்மை நிலையை நாட்டு மக்களுக்குச் சொல்லிக் கொடுக்கவேண்டும் என்ற அக்கறை இல்லை. ஆர்ட்டிகிள் 370 என்ன சொல்கிறது என்பது பற்றிய அக்கறை இல்லை. காஷ்மீரில் நாம் சிந்திய, சிந்திக் கொண்டிருக்கும் ரத்தம் கொஞ்ச நஞ்சமல்ல. இந்த உண்மைகள் உலகுக்குத் தெரியவேண்டும். குறிப்பாக இந்தியர்களுக்குத் தெரியவேண்டும். இந்தப் புத்தகம் அந்த நோக்கத்தில்தான் எழுதப்பட்டிருக்கிறது.

தாயகப்பணியில்
கேப்டன். எஸ்.பி. குட்டி.

பாகம் 1

முஸாஃபராபாத்தில் முதல் தாக்குதல்

1. திக்குத் தெரியாத காட்டில்...

1947 அக்டோபர் மாதம்.

இந்தியநாடு சுதந்தரம் பெற்று ஒன்றரை மாதங்களே ஆகியிருந்தது. இந்திய ராணுவத் தலைமையகத்தில் சிக்னல் ரெஜிமென்டின் ரேடியோவில் தற்செயலாக ஒரு செய்தி இடைமறிக்கப்பட்டது.

> **'சென்சாவில் கூர்க்கா வீரர்கள் இன்னும் தாக்குப்பிடித்துக் கொண்டிருக்கின்றனர்.'**

இதுதான் அந்தச் செய்தி. யாருக்கு யார் அனுப்பினார்கள்? தெரியாது. கூர்க்கா துருப்புகள் தாக்கப்படுகிறார்கள் என்று செய்தி சொல்கிறது. கூர்க்கா துருப்புகள் இந்திய ராணுவத்தில் பல இடங்களில் பெரும் எண்ணிக்கையில் இருக்கிறார்கள்.

இந்திய ராணுவம் எங்கேயாவது தாக்கப்படுகிறதா... எங்கே... யாரால்? நமது ராணுவத்தின் கூர்க்கா படையினர் தாக்கப்படுவதாக இதுவரை எந்தச் செய்தியும் ராணுவ அதிகாரிகளிடமிருந்து வரவில்லை. பின் இது என்ன செய்தி?

ராணுவத்தின் தலைமைச் செயலகம் அதிவேகமாகச் செயலில் இறங்கியது. இந்தச் செய்தியில் அடங்கியிருக்கும் உண்மை என்ன என்பதை உடனடியாகக் கண்டுபிடித்தாகவேண்டும்.

இந்திய ராணுவத்தின் கூர்க்கா படை எங்கெங்கெல்லாம் நிலை கொண்டிருக்கிறது என்ற விவரம் உடனடியாகத் தேவைப்பட்டது. அப்படி கூர்க்கா துருப்புகள் இருக்கும் இடங்களில் ஒன்று 'சென்சா' வாக இருக்கவேண்டும். ராணுவ உளவு அமைப்பின் ரகசிய ஆவணங்கள் அவசர அவசரமாக ஆராயப்பட்டன. சென்சா என்ற ஒரு இடமே இருப்பதாகத் தெரியவில்லை. கூர்க்கா வீரர்களும் யாரும் சென்சாவில் இருப்பதாகத் தெரியவில்லை.

இந்த சென்சா எங்கேயிருக்கிறது?

சென்சா இருக்கும் இடத்தைக் கண்டுபிடிப்பதற்காக ராணுவத் தலைமைச் செயலகம் முழுவதும் முடுக்கிவிடப்பட்டது. ரகசிய ஆவணங்கள் நுணுக்கமாகப் பரிசீலிக்கப்பட்டன. ராணுவ வரை படங்கள் அணு அணுவாக ஆராயப்பட்டன.

1947 ஆகஸ்டு 15-ல் இந்தியாவும் பாகிஸ்தானும், சுதந்தரம் அடைந்த போது ராணுவமும் இரண்டாகப் பிரிக்கப்பட்டது. பாகிஸ்தானுக்கு முழுமையாகக் கொடுப்பதற்காக முழுக்க முழுக்க பாகிஸ்தானிய வீரர்களே உள்ள பட்டாலியன்கள் எதுவுமே இல்லை.

இரண்டாவது உலகப்போர் முடிந்ததும் ஆங்கிலேய அரசு படை வீரர்களின் எண்ணிக்கையைக் குறைப்பதற்காகப் பல நூறு பட்டாலியன்களைப் பிரித்துவிட்டனர்.

சுதந்தரத்தின்போது இந்தியா, பாகிஸ்தான் இரண்டுக்கும் சேர்த்து இன்ஃபன்டரி பட்டாலியன்கள் மொத்தம் 152 மட்டுமே எஞ்சி யிருந்தன. இந்த 152 பட்டாலியன்களிலும் அதிகபட்சமாக 55 பட்டாலி யன்களில் மட்டும் 50 சதவீதம் பேர் பாகிஸ்தானிகளாக இருந்தனர். இன்னும் ஆறே ஆறு பட்டாலியன்களில் 70 சதவீதம் பாகிஸ்தானிகள் இருந்தனர். மீதியுள்ள எல்லா பட்டாலியன்களிலும் பெரும்பான்மை யாக இருந்தவர்கள் இந்தியர்கள்தான்.

பாகிஸ்தானியர்களையும் பாகிஸ்தானுக்குப் போக விரும்பிய இந்திய முஸ்லிம்களையும் படைகளிலிருந்து பிரித்துத் தனியான பாகிஸ்தான் ராணுவம் உருவாக்குவதற்காக வெவ்வேறு ராணுவ யூனிட்டுகள் பாகிஸ்தானுக்கு அனுப்பப்பட்டுக்கொண்டிருந்தன. ராணுவத்தைப் பிரிப்பதற்காகவே சுப்ரீம் கமாண்டராக இரண்டு நாட்டு ராணு வத்துக்கும் சேர்த்து ஃபீல்டு மார்ஷல் ஆச்சென்லெக் என்பவர் நியமிக்கப்பட்டார்.

சுதந்தரம் அடைந்து ராணுவம் பிரிக்கப்பட்டுக் கொண்டிருந்தபோது கூட எல்லா ராணுவப் பிரிவுகளின் உயர் அதிகாரிகளாக ஆங்கிலேயர்களே பதவி வகித்தனர். இந்த இக்கட்டான நேரத்திலும் முழுக்க முழுக்க இந்திய வீரர்கள் அடங்கிய இந்திய ராணுவ டிவிஷன்களில் பல, பாகிஸ்தானின் வடமேற்கு எல்லைப்புற மாகாணத்திலும், பலுசிஸ்தானிலும் வைக்கப்பட்டிருந்தன. இது போக முழுவதும் இந்திய வீரர்களே அடங்கிய பல ராணுவ யூனிட்டுகள் பாகிஸ்தானிய ராணுவத்தில் செயல்பட்டு வந்தன.

முழுக்க முழுக்க இந்திய வீரர்கள் அடங்கிய இந்த டிவிஷன்களையும் யூனிட்டுகளையும் உடனடியாக இந்தியாவுக்குத் திருப்பி அனுப்பி

இந்தியாவின் பாதுகாப்பைப் பலப்படுத்துவதற்கு சுப்ரீம் கமாண்டராக இருந்த ஆச்சென்லெக் மறுத்துவிட்டார். பாகிஸ்தானிய ராணுவம் முழுக்க உருவாகி ஓர் அமைப்பாக மாறும்வரை இந்திய ராணுவத்தைத் திருப்பி அனுப்பமுடியாது என்று உத்தரவிட்டுவிட்டார் அந்த ஆங்கிலேயர்.

அவர் செய்த இன்னொரு காரியமும் இந்திய ராணுவத்துக்குப் பெரும் இடைஞ்சலாக ஆனது. பிரிக்கப்பட்ட பாகிஸ்தானிய ராணுவம் மிக எளிதாகவும், மிகுந்த சக்தியுடனும், சுதந்தரமாகவும் ராவல்பிண்டியில் ஏற்கனவே முழு ஏற்பாடுகளுடன் இருந்த 'நார்தர்ன் கமான்ட்' தலைமையகத்தில் செயல்படத் தொடங்கியது.

ஆனால், இந்திய ராணுவம் அதன் டெல்லி ராணுவத் தலைமைய கத்தில் செயல்படுவதற்கு ஆச்சென்லெக் அனுமதிக்கவில்லை. எல்லா வசதிகளுடனும் கூடிய டெல்லி ராணுவத் தலைமையகத்தில் இரண்டு ராணுவங்களையும் பிரிக்கும் ஆச்சென்லெக்கின் சுப்ரீம் கமான்ட் செயல்பட்டதால் இந்திய ராணுவத்தின் தலைமையகத்தை 'ரெட்ஃ போர்ட்'க்கு போகச்சொல்லி உத்தரவிட்டார் ஆச்சென்லெக்.

டெல்லியில் செங்கோட்டை பார்ப்பதற்குத்தான் பெரிதாக இருக்கிறதே தவிர அது ஒரு மாபெரும் நாட்டின் ராணுவத் தலைமையகமாகச் செயல்படும் தகுதி கொஞ்சம்கூட இல்லாதது. பல ஆயிரம் டெலிபோன் களும், இருபத்தி நாலு மணி நேரமும் செயல்படும் ஒயர்லெஸ் சாதனங்களும், ரகசிய ஆவணங்களும் புழங்கவேண்டிய ராணுவத் தலைமையகம் நிர்கதியாக ரெட்ஃபோர்டில் விடப்பட்டிருந்தது. இந்த இக்கட்டான நேரத்தில்தான் இந்திய விமானப்படையின் ஒயர்லெஸ் செட்களின் மூலமாக 'சென்சாவில் கூர்க்கா வீரர்கள் தாக்குப்பிடித்துக் கொண்டிருக்கின்றனர்' என்ற செய்தி கிடைத்தது!

பலுசிஸ்தானத்தில் இரண்டு நாடுகளுக்கும் பொதுவான சுப்ரீம் கமாண்டின் அதிகாரத்துக்குள் இயங்கி வந்த இந்திய ராணுவத்தில் கூர்க்கா வீரர்கள் இருந்ததால் பலுசிஸ்தான் எல்லையில் சென்சா என்ற ஊர் ஏதாவது இருக்கிறதா என்று துருவித் துருவி வரைபடங்களில் ஆராய்ந்தனர். ம்கூம்! சென்சா கிடைக்கவே இல்லை. ஒருவேளை இந்த சென்சா என்பது சங்கேத வார்த்தையாக இருந்தால்?

சாதாரணமாகப் போர்க்காலங்களில் ஒயர்லெஸ் செய்திகள் எல்லாமே சங்கேத வார்த்தைகளில்தான் அனுப்புவார்கள். இந்த சென்சா என்ற சங்கேத வார்த்தைக்குப் பின்னால் வேறு ஏதோ ஒரு ஊரின் பெயர் இருக்கிறதோ? அந்த ஊர் பெயரென்ன? அங்கே உள்ள கூர்க்கா வீரர்கள் இன்னும் தாக்குப்பிடித்துப் போராடுகிறார்களா? ரெட்ஃ போர்டில் செயல்பட்ட அந்த இந்திய ராணுவத் தலைமையகத்தால் எந்த முடிவுக்கும் வரமுடியவில்லை.

விவரம் தெரியாதநிலையில், இந்தப் புரியாத செய்தியை அரசுக்குத் தெரியப்படுத்தினால் அது பல ஏடாகூடமான பிரச்னைகளை உருவாக்கிவிடும் என்பதால் இந்த அடையாளம் தெரியாத ஒயர்லெஸ் செய்தி ஒரேயடியாகக் கிடப்பில் போடப்பட்டது.

இதே நேரத்தில் இந்திய அரசின் உளவு ஸ்தாபனத்தின் தலைவராக இருந்த முஸ்லிம், பாகிஸ்தானுக்குப் போக விரும்பியதால் அவர் விடுவிக்கப்பட்டு அந்தப் பதவி காலியாக இருந்தது.

அந்த முஸ்லிம் பிரமுகர் பாகிஸ்தானுக்குப் புறப்பட்டுப் போவதற்கு முன்னால் ஒரு காரியம் செய்திருந்தார். உளவு ஸ்தாபனத்தின் பரம ரகசியமான ஆவணங்கள் அனைத்தையும் மூட்டை கட்டி பாகிஸ்தானுக்கு எடுத்துச் சென்றுவிட்டார். இந்த ரகசிய ஆவணங்களின் இழப்பு நமது ராணுவத்தை வெகுவாகப் பாதித்தது.

ஆச்சென்லெக்கின் கீழ் இயங்கிய சுப்ரீம் கமாண்டுக்கு உதவுவதற்காக ராணுவத் தலைமையகத்தின் தகவல் தொடர்புக்கான சிக்னல் ரெஜிமென்ட் அதன் எல்லா ஒயர்லெஸ் ரேடியோ செட்களையும் பயன்படுத்தியதால் தினசரி ஒவ்வொரு மணி நேரம் பெறவேண்டிய தும் அனுப்ப வேண்டியதுமான ஆயிரமாயிரம் ராணுவ ரகசியச் செய்திகளும் ரிப்போர்ட்களும் முடங்கிப்போயின.

இதற்கிடையில் பாகிஸ்தானில் படுகொலைகளுக்கு உள்ளாக்கப் பட்ட பல லட்சம் இந்துக்கள் அநாதைகளாக இந்தியாவுக்கு ஓடிவரத் தொடங்கியிருந்தனர். இப்படி வருகிற அகதிகளைப் பாதுகாக்கவும், உணவு கொடுக்கவும் ஏற்பாடு செய்யவேண்டிய அரசு ஊழியர்கள் பெரும்பாலும் கலவர நிலைமையினால் வேலைக்கு வராததால் அகதிகள் பொறுப்பு எல்லாமே இந்திய ராணுவத்தின் மேல் விழுந்தது.

சென்சா எங்கிருக்கிறது என்று தேடும் முயற்சியில் தொடர்ந்து ஈடுபட்டிருந்த இந்திய ராணுவத்தின் உளவுத்துறை, இந்திய வரை படங்கள் எல்லாமே பழைய உளவுத்துறை தலைவரால் பாகிஸ்தானுக்கு எடுத்துச் செல்லப்பட்டுவிட்டதால் செயலற்றுப் போயின. இவை அனைத்தும் போதாதென்று இந்திய ராணுவத்தில் பணிபுரிந்த ஏராளமான ஆங்கிலேய அதிகாரிகள் சுதந்தரத்துக்குப் பிறகு வேலையைவிட்டு இங்கிலாந்துக்குப் புறப்பட்டுச் சென்றபோது ஒவ்வொருவரும் தம்மிடமிருந்த ரகசிய ஆவணங்களையெல்லாம் எரித்து அழித்துவிட்ட பிறகே சென்றனர்.

பெயரளவுக்கு மட்டும் ராணுவமாகவும் உள்ளே வெறும் பொக்கை யாகவும் திண்டாடிக்கொண்டிருந்த இந்திய ராணுவத்தின் தலையில்

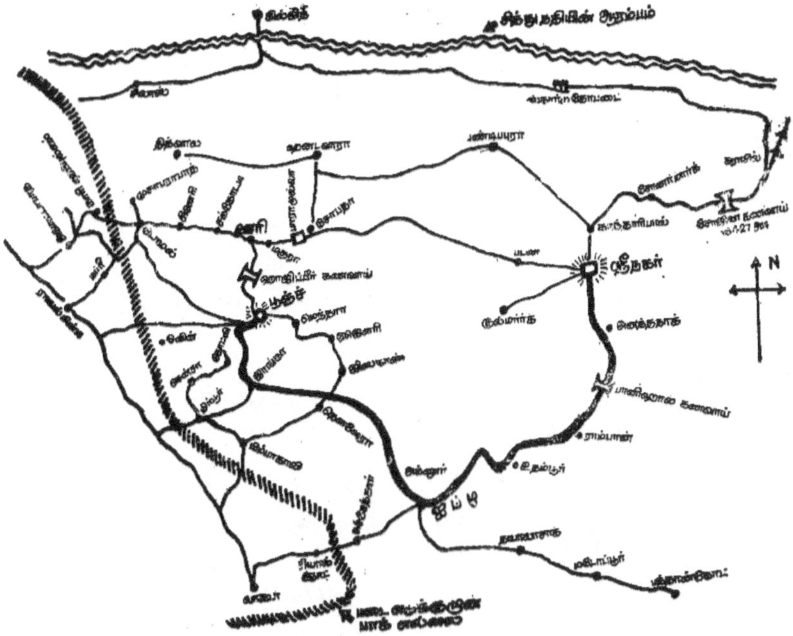

அடிப்பதுபோல், அடுத்த செய்தி நமது விமானப்படை சிக்னல் ரெஜிமெண்டால் இடைமறிக்கப்பட்டுக் கொண்டுவரப்பட்டது. அது, ‘சென்சா இன்னும் விடாமல் தாக்குப்பிடித்துப் போரிடுகிறது,’ இந்தச் செய்தியும் எதுவும் செய்யமுடியாத நிலையில் கிடப்பில் போடப் பட்டது. மூன்றாவதாக இன்னுமொரு செய்தி வந்தது: ‘ஓவின் தாக்கப்படுகிறது.’

இந்த ஓவின் எங்கே இருக்கிறது? இதைத் தாக்குவது யார்? யாருக்கும் எதுவும் புரியவில்லை.

அடுத்த செய்தியும் தொடர்ந்து வந்தது. ‘ஓவின் பிடிக்கப்பட்டு விட்டது. நான் வரும்வரை தாமதிக்கவும். நான் அங்கு வந்து சேர்ந்தபிறகு சென்சாமீது கூட்டுத் தாக்குதல் நடத்தலாம்’.

செய்திக்கு மேல் செய்தி. ஒன்றும் புரியாத செய்தி. ராணுவ நிலைகள் தாக்கப்பட்டுப் பிடிக்கப்படுகின்றன. யார்? எங்கே? ஒன்றும் புரிய வில்லை. இந்திய ராணுவ வல்லுநர்கள் தலைமுடியைப் பிய்த்துக் கொண்டனர்.

அப்போது கடைசியாக அந்தச் செய்தி வந்தது.

2. பாகிஸ்தானின் வெறியாட்டம்

அன்று பகல் 12 மணிக்கு அந்தக் கடைசி செய்தி நமது ஏர் ஃபோர்ஸ் ஒயர்லெஸ் செட்களின் மூலமாகப் பெறப்பட்டது:

> **கமாண்டரில் இருந்து கமாண்டருக்கு நூறு பூஞ்ச் வீரர்கள் வந்து சேர்ந்தனர். ரேஷன் ஏற்பாடு செய்யவும்.**

கடைசியாக வந்த செய்தி இதுதான். இந்தச் செய்தியில் ஒரு முக்கிய மான துப்புக் கிடைத்தது. அது பூஞ்ச் என்ற வார்த்தைதான். பூஞ்ச் டவுன் ஜம்மு காஷ்மீரில் உள்ள ஒரு நகரம். பாகிஸ்தானிலோ பலுசிஸ்தானிலோ அது இல்லை. அப்படியானால் சென்சாவும் ஒவினும்கூட ஜம்மு காஷ்மீர் மாநிலத்தில்தான் இருக்கவேண்டும்.

ஜம்மு காஷ்மீர் மாநில வரைபடம் வேண்டும். அதில் பார்த்தால் இந்த ஊர்களைக் கண்டுபிடித்துவிடமுடியும். ரெட்ஃபோர்ட் ராணுவ தலைமையகத்தைத் தலைகீழாகப் புரட்டி பார்த்த பிறகும் ஜம்மு காஷ்மீர் மாநிலத்தின் வரைபடம் கிடைக்கவில்லை.

இந்த மாநிலம் வெள்ளையரின் நேரடி ஆட்சியில் இல்லாமல் மன்னரின் ஆட்சியில் இருந்ததால் இந்திய ராணுவ உளவுத்துறை யிடம் ஜம்மு காஷ்மீர் வரைபடம் இருந்திருக்கவில்லை.

அவசர அவசரமாக ஓர் உயர் ராணுவ அதிகாரி இந்திய வரைபட ஆவணக்காப்பகத்துக்கு அனுப்பப்பட்டார். அங்கு துருவித் துருவி ஆராய்ந்தபோது ஒரேயொரு ஜம்மு காஷ்மீர் மாநில வரைபடம் இருப்பது மட்டும் கண்டுபிடிக்கப்பட்டது. ஆவணக் காப்பக நிர்வாகி களுக்குப் பெரிய ஆச்சரியம். இங்கேயிருந்த ஏராளமான வரை படங்கள் எங்கே போயின? அவையெல்லாம் குறிப்பாக ஜம்மு-காஷ்மீர் மாநிலத்தின் வரைபடங்கள் எல்லாமே பாகிஸ்தானுக்கு எடுத்துச் செல்லப்பட்டுவிட்டன.

பாகிஸ்தானிலோ இந்தியாவிலோ இதுவரை சேராமல் தனித்து இயங்கும் ஜம்மு காஷ்மீர் மாநில வரை படம் ஆகஸ்டிலேயே பாகிஸ் தானியர்களால் ஏன் எடுத்துச்செல்லப்பட்டது? அப்போது இதன் ரகசியம் யாருக்கும் புரியவில்லை. அதிர்ஷ்டவசமாக எஞ்சியிருந்த

ஒரேயொரு வரைபடம் ஆராயப்பட்டபோது, இதுவரையிலும் இந்திய ராணுவத் தலைமையகத்தைத் தலையைப் பிய்த்துக்கொள்ள வைத்த உண்மை வெளிப்பட்டது.

சென்சாவும் ஓவினும் ஜம்மு பாகிஸ்தான் எல்லையில் உள்ள இரு சிற்றூர்கள் என்று கண்டுபிடிக்கப்பட்டது. இந்த இரண்டு ஊர்களுமே ஜம்முவிலுள்ள பூஞ்ச் மாவட்டத்தைச் சேர்ந்தவை. அப்படியானால் இந்த இடங்களில் இருந்து போர் புரியும் படை ஜம்மு காஷ்மீர் மாநில மன்னரின் படைகளாக இருக்கவேண்டும். இப்போதுதான் இன்னொரு உண்மையும் தெளிவாகியது: ஜம்மு காஷ்மீர் மாநிலத்தில் மன்னரின் படையில் கூர்க்கா வீரர்கள் உள்ளனர்; அந்த வீரர்களையே சென்சாவில் எதிரிகள் தாக்கிக் கொண்டிருக்கின்றனர்!

மிகுந்த பரபரப்பைக் கொடுத்துவிட்ட இந்தச் செய்தியை நேரடியாக இந்திய ராணுவத்தின் வழக்கமான அறிக்கைகளுடன் அனுப்ப முடிய வில்லை. ஜம்மு காஷ்மீர் மாநிலம் இந்தியாவுடன் இணைந்திருக்க வில்லை; இந்திய ராணுவம் அங்கு இல்லை. எனவே, தனியாக ஒரு அறிக்கையாக இந்தச் செய்தியைத் தயார் செய்து ஜெனரல் சர் லாக் ஹார்ட்டுக்கு அனுப்பினார்கள்.

பிரிக்கப்பட்ட இந்திய ராணுவத்தின் முதல் தலைமைத் தளபதியாக இந்த ஜெனரல் லாக் ஹார்ட் நியமிக்கப்பட்டிருந்தார். ஜம்முவின் எல்லைப்புறக் காவல் நிலையங்கள் யாரோ எதிரிகளால் தாக்கப் படுகின்றன என்கிற செய்தி எவ்வளவு அக்கறையுடனும் அவசரத்துடனும் தலைமைத் தளபதிக்கு அனுப்பப்பட்டதோ அதற்கு நேர் மாறாக மிகுந்த நிதானத்துடன் அந்தக் குறிப்புத் திருப்பிவிடப் பட்டது. இந்தச் செய்தி அந்த ஆங்கிலேயருக்கு உப்புச் சப்பில்லாத தாகப்பட்டது. ஜம்மு காஷ்மீர் மாநிலம் இந்தியாவுடன் இணைய வில்லை; சென்சாவில் தாக்கப்படுவது இந்திய ராணுவம் இல்லை. பின் எதற்காக அலட்டிக் கொள்ளவேண்டும் என்று அலட்சியமாக அந்த மிக மிக முக்கியமான செய்தியை அந்த ஆங்கிலேயர் திருப்பி அனுப்பிவிட்டார். அந்தச் செய்தி அரசாங்கத்தின் காதுகளுக்கு எட்டாமல் அத்துடன் சாகடிக்கப்பட்டது.

இந்திய விமானப்படை மற்றும் கடற்படை ஒயர்லெஸ் செட்களில் இம்மாதிரியான செய்திகள் கிடைப்பதுடன் மட்டுமே நிற்கவில்லை. ஓவினையும் சென்சாவையும் போல இன்னும் பல எல்லைப்புறக் காவல் நிலையங்கள் தாக்கப்பட்டுப் பிடிக்கப்பட்ட செய்திகளும் தொடர்ந்து வந்தவண்ணம் இருந்தன.

ஆனால், இந்தக் காவல் நிலையங்களின் பரிணாமமோ அங்குள்ள ஜம்மு காஷ்மீர் மாநிலத் துருப்புகளின் எண்ணிக்கையோ சரியாகத்

தெரியாததால் அங்கு நடந்துகொண்டிருக்கும் போரின் அளவை டில்லியில் உள்ள ராணுவ அதிகாரிகளால் கணிக்க முடியவில்லை.

இன்னொரு விஷயமும் தெரியவில்லை. இந்தத் தாக்குதலை நடத்துவது யார்? நிச்சயமாக பாகிஸ்தானாகத்தான் இருக்கவேண்டும். வேறு எந்த நாடும் ஜம்முவில் உள்ள எல்லைக் காவல்நிலையங்களை வந்து தாக்கிப்பிடிப்பதற்கு எந்த அவசியமும் இல்லை. ஆனாலும் பாகிஸ்தான்தான் இதைச் செய்கிறது என்று கண்டுபிடிப்பதற்கு ஒரு வழியும் இல்லை.

இந்தத் தாக்குதல் ஜம்மு காஷ்மீரின் உள்நாட்டு விவகாரம் என்பதால் இந்திய ராணுவமும் நேரு அரசும் இத்தனை செய்திகள் கிடைத்த பிறகும் வெறுமனே கையைக் கட்டிக்கொண்டு இருந்தன.

எதிரிகள் ஜம்முவின் எல்லைகள் ஒவ்வொன்றாகப் பிடித்து கடைசியாக ஜம்முவின் பிம்பர் மாவட்டத்திலுள்ள பிம்பர் என்ற டவுணைத் தகர்க்கத் தொடங்கினர். ஒயர்லெஸ்ஸில் இடைமறித்துப் பிடிக்கப்பட்ட செய்திகளின்படி இந்த பிம்பர் மீது நடத்தப்பட்ட தாக்குதல் பலமுறை முறியடிக்கப்பட்டன. கடைசியாகக் கிடைத்த செய்தி: 'எரித்து நாசமாக்குங்கள்'.

பிம்பரைப் பிடித்துவிட்டார்களோ ஊரில் புகுந்து கொள்ளையடித்துக் கொலைகள் செய்து தீயிட்டுக் கொளுத்துகிறார்களோ. பிம்பரில் வாழ்ந்தவர்களில் 90 சதவிகிதம் பேர் இந்துக்கள். தீயிட்டு நாசமாக்குங்கள் என்று உத்தரவிட்டு ஒரு ராணுவம் நகருக்குள் புகுந்து பச்சிளம் குழந்தைகளையும் இந்துப் பெண்களையும் கொன்று பாலியல் பலாத்காரம் செய்து படுபாதகம் செய்தபோது அந்த இந்துக்களைக் காப்பாற்ற யாரும் எந்த முயற்சியும் எடுக்கவில்லை. அது வேறு நாடு, அங்குள்ள இந்துக்கள் எக்கதிக்கு ஆளானால் எனக்கென்ன என்பதுபோல இந்திய அரசு நேரு தலைமையில் சும்மா இருந்தது.

காஷ்மீர் மன்னரும் அந்தப் பரிதாபத்துக்குரிய இந்து பிரஜைகளைக் காப்பாற்ற எதுவும் செய்யமுடியாத நிலையில் அவரது ஜம்மு காஷ்மீர் ராணுவத்தை அவரது ஆங்கிலத் தளபதி மேஜர் ஜெனரல் எச்.எல். ஸ்காட் வைத்திருந்தார். பலமுறை தாக்குதல் நடத்தியும் பிடிக்க முடியாத பிம்பர் நகரத்தின் மீது பாகிஸ்தானிகள் டாங்கிகளைக் கொண்டுவந்து சரமாரியாகக் குண்டுமழை பொழிந்தனர். குடிமக்கள் உடைகளில் வந்த பாகிஸ்தானிய ராணுவ வீரர்கள் பிம்பரைத் தாக்கினர்.

மிகுந்த வீரத்துடனும் சாகசத்துடனும் போரிட்ட காஷ்மீரப் படைகள் வேறு துணையோ அதிகப் படைகளோ கிடைக்காததாலும்

பாகிஸ்தானிய டாங்கிகளை எதிர்த்துச் செயல்படச் சக்தி இல்லாத தாலும் பிம்பரில் இருந்து பின்வாங்கிச் சென்றன. பாகிஸ்தானிய முஸ்லிம் வெறியர்கள் பிம்பர் நகரைக் கொள்ளையடித்து சின்னா பின்னப்படுத்தினர்.

திட்டமிட்டு ஜம்முவை பாகிஸ்தான் தாக்கத் தொடங்கியதுமே தடை செய்யவும், புகார் சொல்லவும், உலகுக்கு எடுத்துக்காட்டவும் எந்த வழியும் இல்லாமல் போனது. அதனால் எந்தவித இடையூறுமில்லா மல் சர்வ சுதந்தரத்துடன் பாகிஸ்தானிய ராணுவம் ஜம்முவிலும் காஷ்மீரிலும் பெரும் பகுதியைப் பிடித்து முன்னேறியது.

பிம்பரில் தாக்குதல் நடத்திய பாகிஸ்தானிய டாங்குகள் வேலை முடிந்ததும் வந்த சுவடு தெரியாமல் திரும்பிப்போய்விட்டன. ஆனால், வந்துபோன பாதையில் பதித்திருந்த டாங்கு தடங்கள் இந்திய விமானப் படை விமானங்கள் பின்னால் எடுத்த புகைப்படங்களில் இருந்து தப்ப முடியவில்லை. ஜம்மு காஷ்மீர் மாநிலத்தின் படை சிறியதாக இருந்தாலும் அதைச் சரியானபடி இயக்கியிருந்தால் பாகிஸ்தானிய ஊடுருவலை ஆரம்பத்திலேயே தடுத்திருக்கமுடியும்.

ஆனால், ஜம்மு காஷ்மீர் தலைமை தளபதி மேஜர் ஜெனரல் ஸ்காட் வேண்டுமென்றே எதிரிகளைத் தாக்கமுடியாதபடி மாநிலத்தின் படைகளைப் பல சிறு சிறு பிரிவுகளாகப் பிரித்து நாடெங்கிலும் பரப்பிவைத்துவிட்டார். இந்திய ராணுவத்தின் தலைமை தளபதி ஜெனரல் லாக் ஹார்ட் கடைசிவரையிலும் காஷ்மீரில் பாகிஸ்தான்கள் புகுந்த விவரங்களை இந்திய அரசாங்கத்திடமிருந்து மறைத்து விட்டார். ஜம்முவில் நிலைமை நாளுக்கு நாள் மோசமாகிக் கொண்டிருந்தபோது காஷ்மீரில் மாபெரும் தாக்குதலுக்கு ஏற்பாடு நடந்துகொண்டிருந்தது.

3. படுகொலைத் திட்டம்

பிரித்துக் கொடுக்கப்பட்ட பாகிஸ்தானின் ஒரு பகுதிதான் வடமேற்கு எல்லைப்புற மாகாணம். இந்த வடமேற்கு எல்லைப்புற மாகாணத்துக்கும் ஆப்கானிஸ்தான் எல்லைக்கும் இடையே வால் போன்ற நீளமான ஒரு மலைப்பாங்கான பகுதி உண்டு. காடும் மலையும் சூழ்ந்த 24986 சதுர மைல் பரப்பளவுள்ள அந்த இடத்துக்கு அநாகரிகக் காட்டு வாசிகள் ஏரியா என்று ஆங்கிலேயர்கள் பெயர் வைத்திருந்தனர். இங்கே வாழ்ந்தவர்கள் பதான்கள். இந்த பதான்கள் எல்லோருமே வெறி பிடித்த முஸ்லிம்கள். மனித நாகரிகம் என்ன என்பதையே அறியாத காட்டுமிராண்டிகள்.

இந்தப் பகுதியில் 1947-ல் இவர்களது ஜனத்தொகை 2,37,000. இந்த பதான்கள் உயரமாகவும் நல்ல உடற்கட்டுடனும் இருப்பார்கள். சகலவிதமான ஆயுதங்களையும் கையாளுவதில் தேர்ந்தவர்கள். இவர்களுக்குச் சட்டென்று கோபம் வந்துவிடும். ஒரு பைசாவுக்கும் பிரயோசனம் இல்லாத காரியத்துக்கெல்லாம் வெட்டுப்பழி, குத்துப்பழி என்று சண்டையிட்டுக் கொள்வார்கள்.

இவர்களது ஒரே வேலை கொள்ளையடிப்பது, கொலை செய்வது. பிரிட்டிஷ் கிராமங்களுக்குள் திடீர் திடீரென்று புகுந்து ஆண்களையும், பெண்களையும், குழந்தைகளையும் கடத்திக்கொண்டு சென்று விடுவார்கள். பிறகு பெரும் பணம் கொடுத்தால் அரைகுறை உயிரோடும் அவமானப்படுத்தப்பட்டும் திருப்பிக் கொடுப்பார்கள். அவர்கள் கேட்ட பணத்தைக் கேட்ட நேரத்தில் கொடுக்கத் தவறினால் மனிதர்களை உருத்தெரியாமல் சிதைத்து, சித்ரவதை செய்து உடலை வீசிவிடுவார்கள். இவர்கள் என்னதான் சூரப்புலிகளாக இருந்தாலும் இவர்களைக் கோழிக்குஞ்சு இதயம் உள்ளவர்கள் என்கிறார் லெப்டினன்ட் ஜெனரல் எல்.பி.ஸென்.

யாரும் தனியாக மாட்டிக்கொண்டாலோ பலமில்லாத எதிரிகளாக இருந்தாலோ இந்த பதான்கள் எல்லா அட்டகாசமும் செய்வார்கள். இரவில் வீடு புகுந்து கொள்ளையடிக்கும்போதும் கொலைகள் செய்யும்போதும் இவர்கள் சூரப்புலிகள்தான். ஆனால் வலுவான

கட்டுப்பாடான எதிரியைச் சந்திக்க நேர்ந்தால் இவர்கள் நிலை தடுமாறித் தங்களுக்குள்ளேயே ஒருவரையொருவர் தள்ளிக்கொண்டு தலைதெறிக்க ஓடிவிடும் சுபாவம் உள்ளவர்கள்.

இவர்கள் பயிர் செய்தோ வியாபாரம் செய்தோ பிழைக்க முயற்சி செய்யாததால் பரம ஏழைகளாக இருந்தனர். கல்வியறிவு கிஞ்சித்தும் இல்லாதவர்கள். யாரும் சொல்லிக்கொடுக்கவும் முடியாது. சொல்லிக் கொடுத்தால் கேட்கவும் மாட்டார்கள். ஆரம்பத்தில் ஆங்கிலேயர்கள் இந்த பதான்களை அடிக்கடி சண்டையிட்டுத் தோற்கடித்து அடக்க முயன்றனர். ஆனால், எத்தனை தடவை இவர்கள் சண்டையில் தோற்று ஓடினாலும் கொள்ளையடிப்பதையும் ஆட்களைக் கடத்திச் செல்வதையும் நிறுத்தியபாடில்லை.

பிரிட்டிஷ் அரசு இவர்களை அடக்குவதற்காக ஒரு வழி கண்டு பிடித்தது. வருடா வருடம் கோடிக்கணக்கான ரூபாய்களை இந்த பதான்களுக்குக் கொடுத்து தாஜா செய்யத் தொடங்கினர். அப்படியாக இந்திய நாட்டில் வரி விதித்துப் பகல் கொள்ளையடித்த பணத்தில் ஒரு பகுதியை ஆங்கிலேயக் கொள்ளைக்காரன் பதான் கொள்ளைக் கூட்டத்துக்குத் தாரை வார்த்தான்! இப்படிப் பெரும்பணம் கொடுக்கத் தொடங்கிய பிறகு பதான்களின் பிரச்னை ஒரு வழியாக அடங்கியது.

இந்தியாவுக்கு சுதந்தரம் கொடுத்தபிறகு இந்த பதான்களுக்குப் பணம் கொடுப்பதற்கு ஆளில்லை. பழைய படியும் கொலை, கொள்ளைகளில் இறங்கினர். அதோடு பாகிஸ்தானுக்கு வேறொரு தலைவலியையும் கொடுக்கத் தொடங்கினர். அதுதான் பதான்களுக்குத் தனி நாடு வேண்டும் என்ற கோரிக்கை. வடமேற்கு எல்லை மாகாணமும், இந்தக் காட்டுக்கூட்டமான பழங்குடி பதான்களின் இடமும் சேர்ந்து எங்களுக்குத் தனி நாடு வேண்டும் என்று ‘எல்லை காந்தி’ என வர்ணிக்கப்படும் கான் அப்துல் காபர் கான் தலைமையில் போர்க்கொடி உயர்த்தினர்.

பிரிட்டிஷ் அரசைப் போன்று பெரும் பணம் கொடுத்து பதான்களைச் சரிக்கட்ட முடியாத பாகிஸ்தானிய அரசு இந்தப் பிரச்னையைத் தீர்க்க ஒரு புதுவழியைக் கையாள ஆரம்பித்தது. ஒரே கல்லில் பல மாங்காய்கள் என்பதுபோல பதான்கள் பிரச்னையைத் தீர்த்து வைப்பதற்கும், காஷ்மீர் மாநிலத்தைப் பிடிப்பதற்கும் திட்டம் தீட்டியது. காஷ்மீர் இந்தியாவுடன் சேரப் போகிறது. எனவே, அங்கு வாழும் முஸ்லிம்களுக்கு ஆபத்து என்று ஒரு புரளியை இந்த பதான்கள் மத்தியில் கிளப்பிவிட்டது பாகிஸ்தானிய அரசு. அது வெறிபிடித்த முஸ்லிம்களான பதான்கள் மத்தியில் உடனே வேலை செய்தது. அவர்கள் உடனே ஜிகாத் போருக்குத் தயாராயினர். பாகிஸ்தான் அரசு ஏராளமான ஆயுதங்களையும் உணவு ரேஷன்களையும் பதான்

பழங்குடிகளுக்கு வாரி வழங்கியது. மலைகளிலும், காடுகளிலும், மண் குடிசைகளிலும் வாழ்ந்த பதான்கள் காலம் காலமாகத் தயாரித்து வைத்திருந்த ஆயுதங்களைத் திரட்டினர்.

ரகசியமாகச் செய்தி ஒவ்வொரு சிற்றூருக்கும் அனுப்பப்பட்டது. காடுகளில் வாழ்ந்தவர்களும் கைபர் கணவாயின் இரு மருங்கிலும் வாழ்ந்தவர்களுக்கும் லன்டிகோட்டல் போன்ற கிராமங்களுக்கும் செய்தி கொண்டு செல்லப்பட்டது. பல்லாயிரக்கணக்கில் பதான்கள் பெஷாவரில் வந்து குவியத் தொடங்கினர்.

பாகிஸ்தான் அரசு இந்த பதான்களுக்கு ஒரு வாக்குறுதி கொடுத்தது. காஷ்மீரில் துன்பத்துக்குள்ளாகியிருக்கும் முஸ்லிம் சகோதரர்களைக் காப்பாற்றுங்கள். அதோடு காஷ்மீர் பள்ளத்தாக்கிலும், ஜம்முவிலும் உள்ள அனைத்து இந்து நகரங்களையும் கிராமங்களையும் கொள்ளை யடித்துக் கொள்ளுங்கள். கொள்ளையடித்த சொத்துக்களை நீங்களே வைத்துக்கொள்ளலாம். காஷ்மீரிய இந்துப் பெண்களை அடிமைப் படுத்தி அனுபவித்துக்கொள்ளலாம். வைப்பாட்டிகளாக பாகிஸ்தானுக்கு அழைத்துச் செல்லலாம்.

இப்படி ஆசை காட்டப்பட்ட பதான் வெறிக்கும்பல் ஸ்ரீநகரின் அழகான வீதிகளையும், பெருத்த பணம் படைத்த முதலாளிகளையும், மகாராஜா ஹரிசிங்கின் அழகு மிளிரும் அரண்மனையையும் கைப்பற்றத் திட்டமிட்டன. அங்குள்ள ஏராளமான செல்வங்களையும் காஷ்மீரப் பெண்களின் அழகையும் நினைத்து நினைத்து ஓநாய் போல் நாக்கில் நீர் வழிய காஷ்மீரில் புகுந்து கொள்ளையடிக்கும் நாளை ஆவலோடு எதிர்பார்த்திருந்தன.

ராவல்பிண்டியில் பாகிஸ்தான் ராணுவத் தலைமையகத்தில் மேஜர் ஜெனரல் அக்பர்கான் அவரது பொறுப்பிலிருந்து நீக்கப்பட்டு ரகசிய மாக வேறு பொறுப்பில் நியமிக்கப்பட்டார். புதிய பொறுப்பில் இவருடைய பெயர் ஜெனரல் ஜேபல் தாரிக். இவரது ஒட்டுமொத்த மான தலைமையின் கீழ் காஷ்மீர விடுதலைப்படை என்ற ஒரு ராணுவப் பிரிவு அமைக்கப்பட்டது. ஏராளமான தளவாடங்களும், ரேஷன்களும் குளிர் கால உடைகளும் தயார் செய்யப்பட்டு பதான்களிடம் கொடுக்கப்பட்டன.

பெஷாவரில் கூடிய பல்லாயிரம் பழங்குடி பதான்கள் பாகிஸ்தான் ராணுவ வண்டிகள் மூலமாகப் பலநூறு மைல்கள் பாகிஸ்தானுக்குள் பிரயாணம் செய்து ஜம்மு காஷ்மீர் எல்லைக்குக் கொண்டுவரப்பட்டனர். பாகிஸ்தானிய ராணுவம் ஜம்முவை ஒட்டி முர்ரீ என்ற இடத்திலும் கோலா என்ற இடத்திலும் சகல ஆயத்தங்களுடனும் தயார்நிலையில் வைக்கப்பட்டிருந்தது.

முதலில் பதான்கள் ஜம்மு காஷ்மீருக்குள் புகுந்து கொலை, கொள்ளை போன்ற அக்கிரமங்களில் ஈடுபடவேண்டியது. பின்னர் காஷ்மீர் முஸ்லிம்கள் வேண்டுகோள் விடுத்தார்கள் என்று சொல்லிக்கொண்டு பாகிஸ்தான் ராணுவம் காஷ்மீருக்குள் உள்ளே நுழைந்து கைப்பற்ற வேண்டியது. இதுதான் பாகிஸ்தானின் திட்டம்.

இதில் மிகப்பெரிய வேதனை என்னவென்றால் எல்லா இடங்களிலும் தலைமைப்பதவிகளில் இருந்த ஆங்கிலேய அதிகாரிகள் பாகிஸ்தானின் இந்தப் போர் முயற்சியைக் கண்டுகொண்டதாகவே காட்டிக்கொள்ள வில்லை. இந்திய அரசாங்கத்தையும், காஷ்மீர் மகாராஜாவையும் எச்சரிக்கை செய்யவேண்டிய பொறுப்பில் இருந்த ஆங்கிலேயர்கள் எதுவும் சொல்லாமல் சும்மாவே இருந்துவிட்டனர்.

பல்லாயிரக்கணக்கில் பதானியர்கள் ஆயுதபாணிகளாக பெஷாவர் நகரில் கூடியதையும், அங்கிருந்து வண்டிகளின் மூலம் புறப்பட்டு சென்றதையும் அந்த வடமேற்கு எல்லைப்புற மாகாணத்தின் கவர்னராக இருந்த கன்னிங்காம் பிரபு அறியாமல் இருந்திருக்க முடியாது. அவர் இப்படிப்பட்ட ஒரு பெரிய அளவிலான பதானிய ஆயுதபாணிகளின் நடமாட்டத்தை சுப்ரீம் கமான்டரான ஆச்சென் லெக்குக்கு சொல்லவேண்டிய கடமைப்பட்டவர். ஆனால் இவர் மூலமாக இந்திய அரசுக்கோ காஷ்மீர மகாராஜாவுக்கோ எந்தத் தகவலும் தெரியப்படுத்தப்படவில்லை.

ஜெனரல் மெஸ்ஸார்வி பாகிஸ்தானின் தலைமைத் தளபதியாக இருந்தவர். இவர் லண்டனுக்குப் போயிருந்தபோது தலைமைத் தளபதி பொறுப்பு வகித்தவர் மேஜர் ஜெனரல் டுக்ளாஸ் கிரேசி. பாகிஸ்தானிய ராணுவத் தலைமையகத்தில் இவர்களது அலுவலகக் கட்டடத்திலேயே இயங்கிய ஜெனரல் ஜேபல் தாரிக்கின் நடவடிக்கை களைப்பற்றி இந்த இரு ஆங்கிலேய ஜெனரல்களும் மூச்சுவிட வில்லை.

இவ்வளவு பெரிய ராணுவ நடவடிக்கை எடுக்கப்பட்டுக் கொண்டி ருப்பது அந்த ராணுவத்துக்கே தலைமை தாங்கும் தளபதியான ஜெனரல் மெஸ்ஸார்விக்கே தெரியாது என்று சொன்னால் அது காதில் பூவை அல்ல பூக்கடையையே சுற்றுகிற வேலையே தவிர வேறல்ல. ஆக ஒட்டுமொத்தமாக எல்லா ஆங்கிலேய அதிகாரிகளும் ரகசியத்தைக் காப்பாற்றி பாகிஸ்தானுக்கு உதவிபுரிந்தனர். பெஷாவரில் வைத்து இரண்டாகப் பிரிக்கப்பட்ட பதானிய பழங்குடிப் படையின் ஒரு பகுதி காஷ்மீரின் முஸாஃபராபாத் நோக்கிச் சென்றது. இன்னொரு பகுதி ஜம்மு பகுதியின் பூஞ்ச் நோக்கி நகர்ந்தது.

4. முஸ்லிம்களை நீங்கள் எப்படி சந்தேகிக்கலாம்?

ஜம்மு காஷ்மீர் ராஜ்யத்தின் மிக அழகான பகுதிகள் மூன்று: ஜம்மு, காஷ்மீர் பள்ளத்தாக்கு, லடாக். தெற்கில் இருப்பது ஜம்மு. இது பெரும்பாலும் இந்துக்கள் பெரும்பான்மையாக வாழ்கிற இடம். பாகிஸ்தானிய தலைநகர் ராவல்பிண்டியில் இருந்து ஜம்முவுக்கு நல்ல அகலமான சாலைகள் உண்டு. ராவல்பிண்டியிலிருந்து ஜம்முவில் உள்ள சென்சா காவல்நிலையம் சுமார் 25 மைல்கள்தான். ஓவின் காவல்நிலையம் வெறும் 20 மைல் தூரத்துக்குள்ளேயே இருக்கிறது. பாகிஸ்தானின் இன்னொரு நகரமான முர்ரீயிலிருந்து ஜம்முவின் எல்லா ஊர்களுக்கும் நல்ல சாலைகள் உண்டு.

அடுத்ததாக காஷ்மீரத்தின் முக்கியமான மத்திய பகுதி காஷ்மீரப் பள்ளத்தாக்கு. இதுதான் உலகிலேயே மிக அழகான கோடைவாசஸ் தலம். வருடம்தோறும் பல லட்சம் ரூபாய்களை வெளிநாட்டு உல்லாசப் பயணிகள் மூலம் ஈட்டித் தருவது. காஷ்மீர் பள்ளத்தாக்கின் மிக முக்கிய நகரங்களில் சில ஸ்ரீநகர், பாரமுல்லா, முஸாஃபராபாத்.

இந்தப் பள்ளத்தாக்குக்கு பாகிஸ்தானிய ராவல்பிண்டியில் இருந்து முர்ரீ வழியாக ஒரு நல்ல சாலை உண்டு. முர்ரீ, ஃபோட்டாபாத், மன்ஷேரா, கர்ரீ அபீபுல்லம் ஊர்கள் வழியாக முஸாஃபராபாதுக்கு இன்னொரு சாலையும் உண்டு. இந்த முஸாஃபராபாத்திலிருந்து தெற்கே ஜம்மு பகுதி முழுவதையும் உத்தேசமாக சிந்துவின் கிளைநதியான ஜீலம் நதி குறுக்கே ஓடி பாகிஸ்தானையும், ஜம்மு காஷ்மீரையும் பிரிக்கிறது. ஜீலம் நதியின் மேற்குப்புறம் பாகிஸ்தானின் காரி ஹபிபுல்லம் என்ற ஊரும் ஆற்றுக்குக் கிழக்குப் பக்கம் முஸாஃராபாத் நகரமும் உள்ளன. முஸாஃராபாத் நகரை ஒட்டி உள்ள இன்னொரு காஷ்மீர நகரம் டோமல்.

ஸ்ரீநகருக்கு நேர் வடக்கிலுள்ள உல்லார் ஏரியிலிருந்து புறப்படுகிற ஜீலம் நதிதான் பாரமுல்லா, திவான் மந்திர், மஃபுரா, ஊரி, சினாரி, டோமல் போன்ற ஊர்கள் வழியாக முஸாஃபராபாத் நகரத்தின் தென்புறமாகப் பாய்ந்து மீண்டும் தெற்கு நோக்கி பாகிஸ்தான், ஜம்மு காஷ்மீர் நாடுகளிடையே ஓடுகிறது. முஸாஃபராபாத் நகரிலிருந்து

டோமல் வழியாக ஜீலம் நதிக்கரையோரமாக இந்தச் சாலை போவதால் சிறிதும், பெரியதுமாக ஏராளமான பாலங்கள் இந்த வழியில் குறுக்கிடும். இவற்றில் பெரும்பாலானவை வெறும் மரப்பாலங்களே. உல்லார் ஏரியிலிருந்து டோமல் வரை பாயும் ஜீலம் நதிதான் காஷ்மீர் மாநிலத்தின் ஜம்மு பகுதியையும் காஷ்மீர் பள்ளத்தாக்குப் பகுதியையும் பிரித்து நிற்கிறது.

இந்த மாநிலத்தின் மூன்றாவது முக்கியமான பகுதி லடாக். இது ஸ்ரீநகருக்கு நேர் வடக்கே பிரம்மாண்டமான இமயமலையின் மலை முகடுகளில் பரவிக் கிடக்கும் ஒரு பகுதி. லடாக்கின் மேற்குக் கரையில் கில்ஜித் பகுதியும் கிழக்கே திபெத்தும் உள்ளன. ஸ்ரீநகரிலிருந்து லடாக் போவதற்கு 1947-ல் சாலை எதுவும் கிடையாது. ஆனால் பாகிஸ்தானிலிருந்து கில்ஜித் வருவதற்கு நல்ல பாதை உண்டு. பாகிஸ்தானிலிருந்து கில்ஜித் வழியாக ஸ்கார்டு, கார்கில் போன்ற மலைநகரங்களைத் தாண்டி லடாக்கின் தலைநகரான லே-யை வந்தடைவது எளிது. இந்தப் பாதை முழுவதும் சிந்து நதியின் முதல் கிளைநதி பாய்கிறது. லே-யை ஸ்ரீநகரிலிருந்து அடையவேண்டுமானால் ஸோனா மார்க் வழியாக பதினாலாயிரத்து நானூற்றி இருபத்தேழடி உயரமுள்ள ஸோஜிலா கணவாயைத் தாண்டி கார்கில் வழியாகச் செல்லவேண்டும். ஆனால், இந்த ஸோஜிலா கணவாயை கோடைக்காலத்தில் மட்டுமே கடக்கமுடியும். அதுவும் மலைவாசிகள் கால்நடையாகச் சென்றால்தான் உண்டு. குளிர்காலத்தில் ஸோஜிலா கணவாயைத் தாண்டுவது என்பது இதுவரை யாரும் கற்பனைகூடச் செய்து பார்க்காத ஒன்று. ஸ்ரீநகரிலிருந்து 'லாகுல்' வழியாக லே-க்கு இன்னொரு கால்நாடைப் பாதையும் உண்டு. இதுவும் கூட காட்டுவாசிகள் மட்டுமே கோடைக்காலத்தில் மட்டுமே பயன்படுத்தி வந்தனர்.

சுமார் இருபதினாயிரம் பதானிய பழங்குடிகள் முழு ஆயுதபாணிகளாக இரண்டு பிரிவுகளாக்கப்பட்டு பெஷாவரிலிருந்து காஷ்மீரை நோக்கிப் புறப்பட்டனர். இவர்களுக்கு பாகிஸ்தானிய அரசு நவீன ஆயுதங்களான ஸ்டென்கன், பிரென்கன், லைட் மெஷின்கன், 2 அங்குல மார்ட்டர் பீரங்கிகள், கை வெடிக்குண்டுகள், தொலைநோக்கிக் கருவிகள் பல நாட்களுக்குத் தேவையான உணவுப் பொருட்கள் மற்றும் ஏராளமான பணம் முதலியவற்றைத் தந்தது.

இந்த ஆயுதம் தாங்கிய கும்பலில் ஒரு பிரிவு பாகிஸ்தான் ராணுவ லாரிகளில் ஏற்றப்பட்டு ஜீலம் நதிக்கரையில் முஸாஃபராபாத்துக்கு நேர் எதிரிலுள்ள காரி கபிபுல்லத்துக்கு வந்து சேர்ந்தனர். இந்த பதான்களுக்கு தலைமை தாங்குவதற்காக நூற்றுக்கணக்கான பாகிஸ்தானிய ராணுவ அதிகாரிகள் நியமிக்கப்பட்டனர். இவர்களுக்குத் தலைமைத்

தளபதியாக பாகிஸ்தானிய ராணுவத்தைச் சேர்ந்த 43 வயதான முஸ்லிம்களின் வெறிபிடித்த சைரப் ஹயத்கான் நியமிக்கப்பட்டான்.

காரி கபிபுல்லத்திலிருந்து பார்த்த இந்த வெறிக்கும்பலுக்கு எதிரே காஷ்மீர் மாநிலம் ரம்யமாகப் பரந்து விரிந்து காட்சியளித்தது. சைரப் ஹயத்கானின் கண்கள் கபிபுல்லத்துக்கும் முஸாஃபராபாத்துக்கும் இடையிலிருந்த பாலத்தின் மீது நிலைத்து நின்றன. அவனது ஏற்பாட்டின்படி காஷ்மீர் மாநிலத்தில் பணிபுரியும் முஸ்லிம்கள் செயல்பட வேண்டும். அவர்கள் தங்களது முயற்சியில் வெற்றிபெற்று ஹயத்கானுக்கு சூசகமான தகவல் கொடுக்கவேண்டும். அதன் பிறகு அவன் அந்தப் பாலத்தைக் கடக்கவேண்டும்.

முஸாஃபராபாத் நகரம் ஏகதேசம் ஐம்பதினாயிரம் பேரைக் கொண்டது. ஜீலம் நதியோரத்தில் அற்புதமான அழகுடன் விளங்கிய அந்த நகரத்தில் இந்துக்களும் முஸ்லிம்களும் பல நூற்றாண்டுகளாக ஒற்றுமையுடன் வாழ்ந்தனர். காஷ்மீர் மாநிலத்தில் உற்பத்தியாகும் கம்பளியும் ஆப்பிளும் இந்த முஸாஃபராபாத் நகரத்தின் வழியாக பாகிஸ்தானுக்கு வியாபாரம் செய்யக் கொண்டுசெல்லப்பட்டதால் தான் இந்த ஊரில் உள்ள பலர் பெரிய வியாபாரிகளாகவும் கொழுத்த பணக்காரர்களாகவும் இருந்தனர். வியாபாரப் போக்குவரத்தும் சந்தடியும் எப்போதும் இங்கு நிரம்பியிருக்கும்.

முஸாஃபராபாத்-டோமல் பகுதிகளைப் பாதுகாப்பதற்காக ஜம்மு காஷ்மீர் மாநிலத்தில் மிக சக்தி வாய்ந்த நாலாவது ஜே அன்ட் கே இன்பென்டரி படைப்பிரிவு நிறுத்தி வைக்கப்பட்டிருந்தது. அமைதி யான வியாபார வாழ்க்கை மிக நிதானமாக நடந்துகொண்டிருந்ததால் இந்தப் படைப்பிரிவுக்கு ஏதும் வேலை இருக்கவில்லை.

எல்லைப் பாதுகாப்பு நிலைகளிலும் பதுங்குகுழிகளிலும் இவர்கள் வருடத்தில் எப்போதாவது ஒரு நாள், பழக்கம் விட்டுப் போகக்கூடாது என்பதற்காக மட்டுமே இருந்தனர். மற்ற நாட்களில் அவர்களுக்கு கொடுக்கப்பட்டிருந்த பாரெக்குகளில் உண்டு உறங்கி சுகமாக வாழ்ந்து வந்தனர். இந்த பட்டாலியனுடைய தலைவர் காஷ்மீர் இந்து வம்சாவழியான டோக்ரா பிரிவைச் சேர்ந்த லெப்டினென்ட் கர்னல் நாராயண்சிங். இந்த பட்டாலியனில் இருந்த வீரர்களில் 50 சதவிகிதம் பேர் டோக்ராக்களான ஜம்மு இந்துக்கள். மீதி 50 சதவிகிதம் பேர் ஜம்முவில் உள்ள பூஞ்ச் மாவட்டத்தைச் சேர்ந்த முஸ்லிம்கள்.

அவசர நிலை ஏற்படுகிறபோது எடுத்துக்கொள்வதற்காகவே இந்த பட்டாலியனில் உள்ள ஆயுதங்கள் அனைத்தும் அங்குள்ள ஆயுதக் கிடங்குகளில் ஒன்றாக வைக்கப்பட்டிருக்கும். ஜம்மு பாகிஸ்தான் எல்லைப் பகுதியில் உள்ள சில எல்லைக் காவல் நிலையங்கள் தாக்கப்

படுவதும் அழிக்கப்படுவதும் தொடர்பான செய்திகள் ஸ்ரீநகருக்கு எட்டிக்கொண்டிருந்தாலும் டோமல், முஸாஃபராபாத் எல்லையில் தாக்குதலுக்கான எந்தவித சிறு அறிகுறியும் தென்படவில்லை.

ஆனால், ஒரு விஷயத்தைக் குறிப்பாகக் கவனித்த ஜம்மு காஷ்மீர் ராணுவத் தலைமையகம் லெப்டினன்ட் கர்னல் நாராயண் சிங்குக்கு ஓர் ஆலோசனை கூறியது. முன்பு, ஜம்மு பகுதியில் சில எல்லைக் காவல் நிலையங்கள் தாக்கப்பட்டபோது பாதுகாத்து நின்ற காஷ்மீர் ராணுவத்தினரின் முஸ்லிம்கள் பல இடங்களில் பாகிஸ்தானியர்களுடன் சேர்ந்துகொண்டனர். இப்படி எதிரிகளிடம் சேர்ந்துகொண்டவர்கள் பெரும்பாலும் பூஞ்ச் முஸ்லிம்கள். இது பூஞ்ச் முஸ்லிம்களின் வழக்கமாக இருக்கிறது.

இந்த ஆபத்தை லெப்டினன்ட் கர்னல் நாராயண் சிங்குக்குச் சுட்டிக்காட்டிய மகாராஜாவின் ராணுவத் தலைமையகம் முஸாஃபராபாத்தைக் காத்து நிற்கும் நாலாவது ஜே அன்ட் கே பட்டாலியனில் உள்ள 50% பூஞ்ச் முஸ்லிம்களை ஸ்ரீநகருக்குத் திருப்பி அனுப்பிவிடும்படியும் அவர்களுக்குப் பதிலாக டோக்ரோ வீரர்களைப் பெற்றுக்கொள்ளும்படியும் அறிவுறுத்தியது.

இந்தச் செய்தியைக் கேட்டதும் லெப்டினன்ட் கர்னல் நாராயண் சிங்குக்கு எல்லையில்லாத கோபம் பொத்துக்கொண்டு வந்தது. அந்த ஆலோசனையை உடனடியாக நிராகரித்தார். இந்த பட்டாலியனோடு பல ஆண்டுகள் சேவை செய்திருக்கிறேன். எனக்கு இங்குள்ள முஸ்லிம் வீரர்கள் மீது டோக்ரா இந்துக்களைவிட அதிகமான நம்பிக்கையும் பற்றும் இருக்கிறது. இப்படி பூஞ்ச் முஸ்லிம்களைத் திருப்பி அழைத்துக்கொள்ளக் கோருவது அவர்களுக்கு இழைக்கப்படும் பெரும் அவமானம். நான் இதை எக்காரணம் கொண்டும் ஏற்றுக்கொள்ளமாட்டேன் என்று கர்ஜித்தார். ஆனால், முஸ்லிம்களுக்கும் அவர்களது மதத்துக்கும் உள்ள தொடர்பை அறிந்திராத நாராயண்சிங் முஸ்லிம்கள் மீது வைத்திருந்த நம்பிக்கையினால் இந்திய நாடு பயங்கர விலை கொடுக்க நேர்ந்தது.

5. நாங்களா எங்களை நம்பச் சொன்னோம்

22ம் தேதி அக்டோபர் மாதம் 1947ம் வருடம் நள்ளிரவு.

முஸாஃபராபாத் நகரம் அமைதியில் ஆழ்ந்து கிடந்தது. குளிரின் பிடியில் மனிதர்கள் கம்பளிப் போர்வைக்குள் தங்களைப் புதைத்துக் கொண்டிருந்தனர். எங்கும் படர்ந்திருக்கும் பனிமூட்டம் எதிரே வருபவர்களைக்கூடப் பார்க்கமுடியாதபடி அடர்ந்திருந்தது. குளிர் காலத்தின் தொடக்கமானதால் இன்னும் பனிப் பொழிவு தொடங்க வில்லை. ஆகையால், சாலைகளும் வீதிகளும் போக்குவரத்துக்கு இடைஞ்சலாக இருக்கவில்லை.

முஸஃபாபராபாத் கடை வீதியில் வசித்தவர்களும், வியாபாரம் செய்த வர்களும் பெரும்பாலும் இந்துக்கள்தான். நடு இரவில் வீல் என்று கத்தும் பச்சிளம் குழந்தைகளை மார்போடு அணைத்துப் பாலூட்டிய தாய்மார்களும் உலக இன்பங்களை எல்லாம் அனுபவிக்கத் துடிக்கும் வாலிபத்தின் விளிம்பில் நின்ற இந்துப் பெண்களும் இளைஞர்களும் எந்தக் கவலையும் இன்றி உறக்கத்தில் ஆழ்ந்திருந்தனர்.

வழக்கம் போல நாலாவது ஜே அன்ட் கே இன்பென்டரி பட்டாலியன் வீரர்களும் பாரக்குகளில் நிம்மதியாக உறங்கிக்கொண்டிருந்தனர். பூஞ்ச் முஸ்லிம்களின் மீது அளவற்ற நம்பிக்கை வைத்திருந்த பட்டாலியன் கமான்டர் லெப்டினன்ட் கர்னல் நாராயண்சிங்கும் கவலையற்று ஆழ்ந்த தூக்கத்தில் இருந்தார்.

நள்ளிரவில் அந்த பாரக் சுவரில் மாட்டியிருந்த பழைய காலத்து சுவர்க் கடிகாரம் பன்னிரண்டு தடவை மணியடித்து ஓய்ந்தது. நாலாவது ஜே அன்ட் கே இன்பென்டரி பட்டாலியனின் பூஞ்ச் முஸ்லிம் வீரர்கள் சந்தடி இன்றி ஒவ்வொருவராக எழுந்தனர். ஓசைப்படாமல் வெளியே வந்து பட்டாலியனின் ஆயுதங்கள் வைக்கப்பட்டிருக்கும் ஆர்மரிக்குள் நுழைந்து துப்பாக்கிகளையும் பயனட்டுகளையும் இன்னும் புழக்கத்திலிருந்த கனத்த வாள்களையும் எடுத்துக்கொண்டனர்.

டோக்ரா இந்து வீரர்களுக்குள்ள ஆயுதங்கள் அனைத்தையும் ஓர் அறைக்குள் எடுத்துப்போட்டு அதன் கதவைப் பத்திரமாகப் பூட்டினர்.

அவை எக்காரணம் கொண்டும் டோக்ரோ வீரர்கள் கையில் கிடைத்து விடக்கூடாது என்று இரட்டிப்பு உறுதிக்காக அந்த அறையைச் சுற்றிலும் எந்திரத் துப்பாக்கிகளைக் கையிலேந்திய வண்ணம் சிலர் பாதுகாத்து நின்றனர்.

கும்மிருட்டில் பனிமூட்டத்தினூடே பிசாசுகளைப்போலச் செயல் பட்ட இந்த முஸ்லிம்கள் முழு ஆயுதபாணிகளாக அனைவரும் ஒரே நேரத்தில் டோக்ரா இந்து வீரர்கள் தூங்கிக்கொண்டிருந்த பாரக் களுக்குள் நுழைந்தனர். ராணுவத்தில் பல ஆண்டுகளாக உடலாலும் உள்ளத்தாலும் இணைந்து இன்பத்தையும் துன்பத்தையும் பகிர்ந்து கொண்டு தோளோடு தோள் நின்று போர் செய்த இந்து வீரர்கள் உறங்கிக் கொண்டிருந்தனர்.

ஜம்மு காஷ்மீர் மாநிலத்துக்குப் பெரும்புகழ் சேர்ந்துத் தந்த தங்களது தோழர்களும் தூங்கப்போகும் வரை ஒருவரோடு ஒருவர் பேசி லூட்டியடித்த நண்பர்களுமான அந்த டோக்ரா இந்து வீரர்கள் அனைவரையும் தூக்கத்தில் படுக்கையிலேயே கழுத்தை வெட்டிக் கொன்றனர். விழித்தெழுந்து சத்தம் போடுவதற்குக்கூட வாய்ப்பில்லாமல் அந்த இந்து வீரர்கள் அனைவர்களின் தலைகளும் துண்டிக்கப்பட்டதால் பீறிட்டுப் பாய்ந்த ரத்தம் அந்த பாரக்கின் சுவர்களில் அலங்கோலம் இட்டது. அந்த உடல்கள் மேலும் கீழும் துள்ளி விழுந்து புரண்டன.

என்னுடைய முழு நம்பிக்கைக்குரிய பூஞ்ச் முஸ்லிம்களையா என்னிட மிருந்து பிரிக்கப் பார்க்கிறீர்கள். அதற்குச் சம்மதிக்கமாட்டேன். அவர்கள் எனக்கும் இந்த நாட்டுக்கும் ஒருபோதும் துரோகம் செய்ய மாட்டார்கள் என்று கர்ஜித்த லெப்டினன்ட் கர்னல் நாராயண்சிங்கின் தலையையும் தூக்கத்தில் வைத்தே துண்டித்தனர் பூஞ்ச் முஸ்லிம்கள்.

காரிஹபிபுல்லத்திலிருந்து முஸாஃபராபாத்துக்குப் போகும் பாலத்தையே உற்று நோக்கிக்கொண்டிருந்த மேஜர் சைரப் ஹயத்கான் கண்கள் திடீரென்று பிரகாசமடைந்தன. பனிமூட்டத்தையும் இருட்டையும் கிழித்துக்கொண்டு மகாராஜாவின் நான்காவது ஜே அன்ட் கே இன்பென்டரி பட்டாலியனின் பாரக்கிலிருந்து ஒளிப்பிழம் பாக பிஸ்டலில் இருந்து வெடிக்கப்பட்ட குண்டு ஆகாயத்தில் பாய்ந்து மத்தாப்புபோல் வெளிச்சம் காட்டியது.

தான் சொன்ன வேலையை பூஞ்ச் முஸ்லிம்கள் கச்சிதமாக முடித்து விட்டார்கள் என்பதை சிக்னல் பிஸ்டல் வெடித்ததைப் பார்த்துப் புரிந்துகொண்ட சைரப் ஹயத்கான் இருட்டில் வெறிநாய்களைப் போல் பதுங்கிக் கிடந்த பழங்குடிப் பட்டாலியன்களுக்கு முஸாஃ

பராபாத்தை நோக்கி முன்னேறும்படி உத்தரவிட்டான். தயார் நிலையில் வைக்கப்பட்டிருந்து 300 ராணுவ லாரிகளும் எஞ்சின்களை ஸ்டார்ட் செய்து உறுமியபடி முன்னேறின.

பாலத்தைக் கடந்து இருட்டில் யாரோ வருகிறார்கள் என்பதைப் பார்த்த மகாராஜாவின் கஸ்டம்ஸ் செக்போஸ்ட் வீரர்கள், நில்லுங்கள் என்ன கொண்டுபோகிறீர்கள் என்று அதிகாரத் தோரணையில் அதட்டினர். அடுத்த சில விநாடிகளுக்குள் அவர்கள் மீது பாய்ந்து விட்ட பதான்கள் அந்த கஸ்டம்ஸ் வீரர்களைப் பிடித்து கோழிக் குஞ்சுகளின் கழுத்தைத் திருகுவதுபோல் அவர்களின் கழுத்தைத் திருகிக் கொன்றனர். எதிர்பாராமல் தங்கள் மீது தொடுக்கப்பட்ட தாக்குதல்களைப் புரிந்துகொண்ட கஸ்டம்ஸ் வீரர் அவசர அவசரமாக டெலிபோனைக் கையிலெடுத்து அதன் மேக்னெட்டோலிவரைப் பதற்றத்துடன் சுழற்றினார். அதைப் பார்த்த பதான்கள் அவர் மீது பாய்ந்து அந்த டெலிபோன் ஒயரை அறுத்தெறிந்து அதை வைத்தே அவரைக் குண்டுக்கட்டாகக் கட்டி ஜீலம் நதியில் வீசியெறிந்தனர்.

இந்த சந்தடியிலும் தப்பிப் பிழைத்த கஸ்டம்ஸ் வீரர் ஒருவர் இருட்டில் மறைந்தபடி தலைதெறிக்க ஓடினார். அடுத்த செக்போஸ்டை அடைந்து அந்த வீரர் அங்கிருந்து ஸ்ரீநகருக்குத் தகவல் அனுப்பினார். தன்னுடைய வாழ்க்கையின் மாபெரும் கடமையைச் செய்து முடித்து விட்ட பெருமையில் போனைக் கீழே வைத்துவிட்டுத் தலை நிமிர்ந்த அவருடைய நெஞ்சில் பதானியர்களின் எந்திரத் துப்பாக்கியின் குண்டுகள் சரமாரியாகப் பாய்ந்தன.

முஸாஃபராபாத்தின் தலைவாசலில் நின்றிருந்த சைரப் ஹயத்கானின் சந்தோஷத்துக்கு அளவே இல்லை. எதிரே நீண்டுகிடந்த சாலை அடுத்த 112-வது மைல் தூரத்தில் அழகு கொஞ்சும் ஜம்மு காஷ்மீர் நகரத்தின் தலைநகரான ஸ்ரீநகருக்கு அவனை அழைத்துச் சென்று விடும். இந்த 112 மைல் தூரத்தையும் அவனுடைய முதல் பிரிவின் 300 ராணுவ லாரிகள் கடந்து ஸ்ரீநகரை அடைவதற்கு மிஞ்சிப் போனால் 5 அல்லது 6 மணி நேரமே ஆகும். எப்படி இருந்தாலும் மறுநாள் நண்பகல் 12 மணிக்கு அவனும் அவனுடைய பத்தாயிரம் பதானிய பழங்குடி வீரர்களும் ஸ்ரீநகரின் தலைவாயிலில் நிற்பார்கள். ஸ்ரீநகர் அவனது கையில். ஜம்மு காஷ்மீர் மாநிலம் பாகிஸ்தானின் பிடியில். காயிதே ஆசம் முகமது அலி ஜின்னா அந்த ஸ்ரீநகர் ராஜபாட்டையில் பவனி வருவது அவன் கண் முன்னே தெரிந்தது.

கற்பனைக் கடலில் ஆழ்ந்து புளகாங்கிதம் எய்தி நின்ற மேஜர் ஹயத்கான் திரும்பிப் பார்த்தபோது இருட்டில் பதுங்கிக் கிடந்த பதானிய வீரர்கள் அனைவரும் முஸாஃபராபாத்தில் இருந்த

இந்துக்களின் கடை வீதிகளை நோக்கி வேகமாக முன்னேறிக் கொண்டிருப்பதைப் பார்த்தான். அவனுடைய முகத்தில் புன்னகையின் சிறு கீற்று ஒன்று லேசாக வெடித்தது.

நட்ட நடுநிசியில் நடப்பது என்ன என்பதை நிதானிக்க முடியாமல் தாங்கள் காண்பது கொடுங்கனவா நனவா என்று அதிர்ச்சியில் ஆழ்ந்த முஸாஃபராபாத் நகர இந்து ஆண்வர்க்கம் பூண்டோடு அழிக்கப் பட்டது. அதிர்ஷ்டம் உள்ளவர்கள் தப்பிப் பிழைத்துக் காடுகளுக்குள் அலறியபடியே ஓடி ஒளிந்தனர். அமைதிப் பூங்காவாகச் சிறிது நேரத்துக்கு முன்னால் வரை தூக்கத்தில் ஆழ்ந்திருந்த முஸாஃபராபாத் நகரம் சரித்திரத்திலும் கற்பனையிலும் காணாத கொடுமைக்குள்ளாக் கப்பட்டுத் தீயிட்டுக் கொளுத்தப்பட்டது.

நேரம் ஓடிக்கொண்டிருந்தது. சைரப் ஹயத்கான் கையைப் பிசைந் தான். பதானிய வீரர்கள் முஸாஃபராபாத் கொள்ளையை முடித்து விட்டுத் திரும்பும்படித் தளபதிகளை ஏவினான். மறுநாள் மாலைக்குள் ஜம்மு காஷ்மீர் மாநிலம் பாகிஸ்தானுக்கு சொந்தமானது என்று உலகுக்கு அறிவிக்கத் துடித்த அவன் இங்கே காலதாமதம் ஆவதைச் சிறிதும் விரும்பவில்லை. ஆனால் அவனுடைய உத்தரவையும் அவனுடைய தவிப்பையும் பதானிய காட்டுமிராண்டிகள் புரிந்து கொள்ளவில்லை.

முஸாஃபராபாத் நகரத்தைக் கொள்ளையடித்து முடித்ததில் திருப்தி அடையாத அந்தக் கூட்டம் அதையொட்டி பக்கத்திலிருந்த பல கிராமங்களையும் நோக்கி இருட்டில் விரைந்தது.

6. அந்த மாவீரனின் இறுதி மூச்சு

பிரிகேடியர் ராஜேந்திர சிங் ஜம்மு காஷ்மீரின் தலைமை தளபதி பொறுப்பை மேஜர் ஜெனரல் ஸ்காட்டிடமிருந்து 1947 ஆகஸ்ட் 14-ம் தேதிதான் ஏற்றிருந்தார். ஜாம்பால் ராஜபுத்திர பரம்பரையில் 1899ம் ஆண்டு பிறந்தார் ராஜேந்திர சிங். தனது நான்காவது வயதிலேயே பெற்றோர்களை இழந்து உறவினர் ஒருவரால் வளர்க்கப்பட்டார்.

ஜம்மு. பி.டபிள்யூ கல்லூரியில் பட்டம் பெற்று தனது 22-வது வயதில் கமிஷன்ட் ஆபீஸராக மாநில ராணுவத்தில் பொறுப்பேற்றார். தனது உண்மையான உழைப்பினாலும் சாமர்த்தியத்தாலும் நாற்பத்தெட்டாவது வயதிலேயே மாநில ராணுவத்தின் தலைமைத் தளபதியாக நியமிக்கப் பட்டார்.

மேஜையிலிருந்த டெலிபோன் விடாமல் ஒலிக்கத் தொடங்கியதும் அலுவலில் மூழ்கியிருந்த பிரிகேடியர் ராஜேந்திரசிங் தாமே நேரடியாக போனைக் கையிலெடுத்து மேக்னட்டோலிவரைச் சுற்றிய படி காதில் வைத்தார். மிகுந்த பதற்றத்துடன் எதிர் தரப்பிலிருந்து சொல்லப்பட்ட செய்தி தூக்கிவாரிப்போட்டது: முஸாஃபராபாத் நகரத்துக்குள் எதிரிகள் பத்தாயிரம் பேர் புகுந்துவிட்டனர். நான்காவது ஜே அன்ட் கே பட்டாலியனின் பூஞ்ச் முஸ்லிம்கள் எதிரிகளுடன் சேர்ந்துகொண்டார்கள். டோக்ரா வீரர்களின் கதி என்னவாயிற்று என்று தெரியவில்லை.

பதற்றத்துடன் கோர்வையின்றி டெலிபோனில் சொல்லப்பட்ட செய்தியை பிரிகேடியர் ராஜேந்திரசிங் ஒரு நிமிடம் நிதானித்துப் பார்த்த போது நிலைமையின் தீவிரத்தைப் புரிந்துகொள்வதற்கு அதிக நேரம் வேண்டியிருக்கவில்லை. எதிரிகளின் ஊடுருவலை உடனடியாகத் தடுத்து நிறுத்தியாக வேண்டும். முஸாஃபராபாத்துக்கும் டோமலுக்கும் மிடையே தங்கியிருக்கும் மாநிலத்தின் நான்காவது ஜே அன்ட் கே இன்பென்டரி பட்டாலியனை விட்டால் ஸ்ரீநகர் வரை இடையில் வேறு பாதுகாப்புப் படைகள் ஏதும் கிடையாது.

உடனடியாக ஏதாவது செய்யவேண்டும். தேவையான படை வலிமையுடன் டோமலுக்கு விரைந்து சென்று அங்கேயே எதிரியைத்

தடுத்து நிறுத்தியாகவேண்டும். ஆனால் படை எங்கே இருக்கிறது? மாநிலத்தின் தலைநகரான ஸ்ரீநகரில் ஆபத்து நேரத்தில் உதவுவதற்குக் கூட எந்தச் சிறுபடையும் வைக்கப்பட்டிருக்கவில்லை. ஒரு நிமிடம் அவர், முன்னாள் தளபதியான மேஜர் ஜெனரல் ஸ்காட்டை நினைத்துக் கொண்டார். என்ன மனிதர் இந்த ஸ்காட். மாநிலத்தி லுள்ள ராணுவம் அத்தனையையும் சிறுசிறு துண்டுகளாகப் பிரித்து ஆபத்து நேரத்தில் ஒருவரையொருவர் எட்டிப் பிடித்துவிடமுடியாத தூரத்தில் மாநில மெங்கும் சிதறடித்துப் பரப்பி வைத்திருக்கிறாரே!

அவர் ஏன் அப்படிச் செய்தார்? எதிரியின் படையெடுப்பை முறியடிப் பதற்கு ஆயத்தநிலையில் தலைநகரத்தில் ஒரு சிறு படையைக்கூட வைக்காதிருந்த அந்த ஆங்கிலேய தளபதியின் நோக்கம்தான் என்ன? பிரிகேடியர் ராஜேந்திர சிங் இருந்த அந்தக் குழப்பமான நேரத்தில் ஆங்கிலேயத் தளபதியின் செயல் குறித்து நிதானமாக விவாதிப்பதற்கு வாய்ப்பில்லை. ஆனால், அந்த ஆங்கிலேய மேஜர் ஜெனரல் ஸ்காட்டின் உள்நோக்கம் என்னவென்பதைப் புரிந்துகொள்வதற்கு சிரமப்படவேண்டியதில்லை.

இரண்டும் இரண்டும் நான்கு!

எந்தக் காரணம் கொண்டும் எதிரியை டோமலுக்கு மேலே முன்னேற விடக்கூடாதென்று முடிவு செய்த பிரிகேடியர் ராஜேந்திரசிங் கைக்குக் கிடைத்த வீரர்களையெல்லாம் ஒன்று சேர்த்தார். குறுகிய காலத்தில் அவசர அவசரமாக அவர் சேர்த்த நூற்றைம்பது வீரர்களில் ராணுவச் சமையல்காரர்கள், நாவிதர்கள், தோட்டிகள் போன்ற போர்ப் பயிற்சியில்லாத பலர் இருந்தனர்.

இந்த நூற்றைம்பது பேர்களையும், வண்டிகளில் ஏற்றிக்கொண்ட ராஜேந்திர சிங் போதிய அளவு ஆயுதங்களையும் வெடிபொருட் களையும் எடுத்துக்கொண்டதோடு வழி நெடுகிலுமுள்ள பாலங் களைத் தகர்ப்பதற்குத் தேவையான ஏராளமான வெடிமருந்துகளையும் குண்டுகளையும் எடுத்துக்கொண்டார். மிக வேகமாக டோமலை நோக்கி விரைந்த ராஜேந்திரசிங்கின் சிறிய படை டோமலுக்கு 16 மைல் முன்னாலுள்ள காரி என்ற இடத்தை அடைந்தபோது எதிரிகளைச் சந்தித்தது.

அவசர அவசரமாகத் தன்னுடைய வீரர்களைக்கொண்டு வியூகம் அமைத்த அவர் எதிரிகளை நோக்கிச் சரமாரியாகச் சுடத் தொடங்கினார். பதானிய பழங்குடிப் படையின் முன்னோடியாக வழிகாட்டிக் கொண்டிருந்தனர் முன்னாள் 4-வது ஜே அன்ட் கே இன்பென்டரி பட்டாலியனின் பூஞ்ச் முஸ்லிம்கள்! நேற்று மாலைவரை எந்தத் தளபதியின் ஆணைக்குக் கட்டுப்பட்டிருந்தார்களோ அதே தளபதி

ராஜேந்திர சிங்கின் சிறிய படையை எதிர்த்துத் தாக்கத் தொடங்கினர் அந்த பூஞ்ச் முஸ்லிம்கள். மறைவில் வசதியாக அமர்ந்து போரிட்ட ராஜேந்திரசிங்கின் படையை நேரடித் தாக்குதலில் முறியடிப்பதில் தாமதமாவதை உணர்ந்த சைரப் ஹயத்கான் பதானியர்களைக் கொண்டு அவர்களைச் சுற்றி வளைக்க உத்தரவிட்டான். இதற்கு மேலும் அங்கிருந்து போரிடுவது புத்திசாலித்தனமல்ல என்பதைப் புரிந்து கொண்ட ராஜேந்திரசிங் தனது படையைப் பின்வாங்கி நகர்த்தி துரத்தலுக்கு அகப்படாமல் வேகமாக ஊரியைத் தாண்டி பாரமுல்லாவை அடைந்தார்.

தங்கள் ஊடுருவலைத் தடைசெய்த காஷ்மீரப் படையின் எண்ணிக் கையையும் திறமையையும் அறிந்து கொள்ள முடியாத பழங்குடிகள் ஆரம்பத்தில் சஞ்சலப்பட்டனர். ஆனால் சுற்றி வளைக்கப்பட்டபோது பின்வாங்கி ஓடிவிட்ட ராஜேந்திரசிங்கின் படையின் சக்தி புரிந்து விட்ட பிறகு அவர்களுக்குப் பயம் சுத்தமாகத் தெளிந்து போயிற்று. பின்வாங்கிச் செல்லும் காஷ்மீரப் படைகளை மிகுந்த உற்சாகத்துடன் துரத்தத் தொடங்கினர். ஆயினும் பெரும் எண்ணிக்கையிலிருந்த பழங்குடிப் படையினரின் வாகனங்களையும், பீரங்கி வண்டிகளையும், ஆயுதங்களையும் ரோட்டில் வேகமாக நகர்த்த முடியாததால் தப்பி ஓடும் காஷ்மீரப் படைகளை எட்டிப் பிடிக்க முடியவில்லை.

பாரமுல்லாவை அடைந்த ராஜேந்திரசிங் காயமுற்ற தனது வீரர்களை அங்கேயே விட்டுவிட்டு எஞ்சியிருந்தவர்களைத் தயார் செய்து கொண்டு மீண்டும் ஊரியை நோக்கித் துணிச்சலுடன் முன்னேறினார். எதிரிகள் ஊரியை வந்தடைவதற்கு முன்னால் ஸ்ரீநகரிலிருந்து 62 மைல் தூரத்திலுள்ள ஊரியில் மறுபடியும் வியூகம் அமைத்து தனது வீரர்களை நிறுத்தினார். ஊரியில் ஜீலம் நதியின் மீது கட்டப்பட்டிருந்த பாலத்தின் இரும்பு கர்டர்களின் அடியில் ஏராளமான வெடிமருந்துகளை கச்சித மாகப் பொருத்தி, கொளுத்திவிடும் சூட்சுமங்களை அமைத்து வைத்துக்கொண்டார்.

ஏகதேசம் மதியவேளையில் ஊரியை நெருங்கிய பதானிய முஸ்லிம்கள் ராஜேந்திரசிங்கின் படைகளின் குறி தவறாத துப்பாக்கிச் சூட்டுக்கு இரண்டாம் முறை இலக்காயினர். மிகச் சாமர்த்தியமாகத் தனது வீரர்களின் நிலைகளை மாற்றி மாற்றி அமைத்த ராஜேந்திரசிங் பல தடவை தன்னைச் சுற்றி வளைக்க முயன்ற எதிரிகளை ஒவ்வொரு முறையும் முறியடித்தார். நேரம் ஆக ஆக எதிரிகளின் தாக்குதல் வேகம் அதிகரிக்கத் தொடங்கியது. இதற்கு மேலும் இங்கு தாமதிப்பது புத்திசாலித்தனமல்ல என்பதைப் புரிந்துகொண்ட ராஜேந்திரசிங் பாலத்தைத் தகர்த்து விடும்படி உத்தரவிட்டார்.

அற்புதமான முறையில் வெடிமருந்துகளை பாலத்தின் இரும்புப் பாளத்தின் அடியில் பொருத்தியிருந்த அவரது எஞ்சினியர்கள் உத்தரவு

கிடைத்த சில நிமிடங்களுக்குள் ஊரி நதியின் குறுக்கே நின்ற நீண்ட பாலத்தைக் கச்சிதமாக உடைத்தெறிந்தனர். தங்களுக்கு முன்னால் நின்ற பாலம் மிக முக்கியமான நேரத்தில் தகர்த்தெறியப்பட்டதைக் கண்ட பாகிஸ்தானிய பழங்குடிகள் கடும் எரிச்சலுக்குள்ளாயினர். இந்நேரம் பாலத்தைக் கடந்து மறுபக்கத்தை அடைத்திருந்த பழங் குடிகளின் முன்னணிப் படைவீரர்கள் ராஜேந்திர சிங்கின் வீரர்களைத் துரத்த முயன்றனர். ஆனால் அதற்குள் இருட்டத் தொடங்கி விட்டதாலும் தங்கள் வண்டிகளை பாலத்தின் மறுபக்கம் கொண்டு வர முடியாததாலும் அடுத்த நடவடிக்கைகளை மறுநாள் காலைவரை ஒத்திவைத்தனர்.

அக்டோபர் 24ம் தேதி காலையில் ஆற்றை கால்நடையாகக் கடக்க முயன்ற பதானியர்களை ஊரி நகரத்தின் மறுபுறம் உயர்ந்த மலைச் சரிவுகளில் ஒளிந்திருந்த ராஜேந்திரசிங்கின் வீரர்கள் மீண்டும் தாக்கினர். நேரடித் தாக்குதலில் உயரத்தில் மறைந்திருந்து போரிட்ட ராஜேந்திர சிங்கின் சிறிய படையை முறியடிக்க முடியாத பதான்கள் ஊரி நகரத்தின் வடக்குப்புறமாகச் சிறிது தூரம் நகர்ந்து அங்கிருந்து கால்நடை பாலம் வழியாக ஆற்றைக் கடந்தனர்.

அங்கிருந்து மேலும் வடக்காக முன்னேறி மஹுராவை அடைந்து இன்னொரு பாலத்தையும் கடந்தனர். இப்போது பாகிஸ்தானின் பழங்குடிகள், ஒளிந்திருந்த ராஜேந்திரசிங்கின் வீரர்களுக்கு நேர் பின்புறமாக வந்துவிட்டனர்! அதைக் கவனித்துவிட்ட மாநிலப் படைகள் வேறுவழியின்றி எதிரியை நோக்கிச் சுட்டுக்கொண்டே பின்வாங்கியது. முஸ்லிம் பழங்குடிகள் பெரும் எண்ணிக்கையில் அவர்களைத் துரத்தினர். இந்த பயங்கரத் துரத்தல் போராட்டம் நெடுந்தூரத்துக்கு நடந்தது. கொண்டு வந்த 150 வீரர்களில் ஏகதேசம் பாதிக்கு மேல் வீரர்களை இழந்துவிட்ட பிரிகேடியர் ராஜேந்திர சிங் சிறிதும் மனம் தளர்ந்து போனதாகத் தெரியவில்லை. பின்வாங்கி ஓடும் தனது வீரர்களை முன்னால் விட்டுவிட்டு அவர் படையின் கடைசியில் விடாமல் சுட்டுக்கொண்டே எதிரியின் ஊடுருவலைத் தடுத்தபடியே பின்னுக்கு நகர்ந்து கொண்டிருந்தார்.

பிரிகேடியர் ராஜேந்திரசிங்கின் கற்பனைக்கெட்டாத சாகசமும் தேசபக்தியும் அந்த ஜீவ மரணப் போராட்டத்தை ராம்பூர் வரைக்கும் இழுத்துச் சென்றது. இங்கே மறுபடியும் எஞ்சியிருந்த தனது வீரர் களைக்கொண்டு வியூகம் அமைத்த அவர் மிக மிக இக்கட்டான பதினொரு மணி நேரங்களுக்கு எதிரியின் ஊடுருவலைத் தடுத்து நிறுத்தினார்.

மறுபடியும் ராம்பூரிலிருந்து பின்வாங்க முயன்றபோது தன்னந் தனியே பின்வாங்கி நகர்ந்துகொண்டே எதிரிகளைச் சரமாரியாகச்

சுட்டார். திவான் மந்திர் என்ற இடத்தில் இவரது காலிலும் கைகளிலும் எதிரியின் குண்டுகள் பாய்ந்தன. மேற்கொண்டு நகர முடியாமல் கீழே விழுந்துவிட்ட அவரை அவரது வீரர்கள் பாதுகாத்து தூக்கிச்செல்ல முயன்றபோது அவர்களைத் தடுத்துவிட்டார். காயம்பட்ட அவரைத் தூக்கிச் செல்ல முயன்றால் கண்டிப்பாக எஞ்சியிருக்கிற ஒரு சில வீரர்களும் எதிரிகளிடம் மாட்டிக்கொள்வார்கள் என்பதால் தன்னை அங்கேயே போட்டுவிட்டு வீரர்களைப் பின்வாங்கும்படி உத்தர விட்டார்.

மனம்பொறுக்காத அவரது வீரர்கள் குண்டடிபட்டுக் குற்றுயிராகக் கிடந்த தங்களது தளபதியை எதிரிகளின் பார்வையில் பட்டுவிடக் கூடாது என்று ஒரு பாலத்தின் அடியில் மறைத்து வைத்துவிட்டு மனமின்றிப் பிரிந்து சென்றனர். தனது கடைசி மூச்சுவரை எதிரியின் ஊடுருவலைத் தடுத்து நின்ற அந்த மாவீரன் பிரிகேடியர் ராஜேந்திர சிங்கை அதன் பிறகு நமது தரப்பில் யாருமே பார்க்கவில்லை.

7. பாரமுல்லாவில் நடந்த பயங்கரம்

முஸாஃபராபாத் நகரத்தையும் அதன் சுற்று வட்டார கிராமங் களையும் சுத்தமாகக் கொள்ளையடித்து நிர்மூலமாக்கிய அந்தக் காட்டு மிராண்டிக் கூட்டம் பாகிஸ்தானின் உத்தரவைக் கேட்டு ஸ்ரீநகர் நோக்கி மீண்டும் முன்னேற முயன்றபோது நிறைய காலதாமதம் ஆகிவிட்டது.

சைரப் ஹயத்கான், 'சீக்கிரம் வாருங்கள். சீக்கிரம் வாருங்கள். இங்கே இந்தச் சிறு கிராமங்களில் புகுந்து கொள்ளையடித்து நேரத்தை வீணாக்கவேண்டாம். விரைவில் ஸ்ரீநகரை அடைந்து அங்குள்ள இந்துப் பெண்களை அனுபவித்து மகாராஜா ஹரிசிங்கின் அரண் மனையையும் இந்து பஜார்களையும் கொள்ளையடித்து நீங்கள் கனவில்கூடக் காண முடியாத ஏராளமான செல்வங்களைத் திரட்டலாம். புறப்படுங்கள்' என்று கத்தியது அந்தப் பழங்குடிகளின் காதில் விழுந்ததாகவே தெரியவில்லை. முஸாஃபராபாத்துக்குப் பிறகு டோமலைக் கொள்ளையடித்து முடித்தபின் அந்த பாகிஸ்தானிய பழங்குடிப் படை தேர்ச்சி பெற்ற கைதேர்ந்த பாகிஸ்தானிய ராணுவத் தளபதிகளின் மேற்பார்வையில் ஸ்ரீநகரை நோக்கி நகர்ந்தபோதுதான் டோமலிருந்து 16-வது மைலில் காரி என்ற இடத்தில் பிரிகேடியர் ராஜேந்திர சிங்கின் சிறுபடையின் எதிர்ப்பைச் சந்தித்தனர்.

அந்தச் சிறு போராட்டத்தில் வெற்றி பெற்று ஊடுருவிய பதான்கள் மறுபடியும் ஊரியில் தடுத்து நிறுத்தப்பட்டதோடு மட்டுமல்லாது பாலம் தகர்க்கப்பட்டுவிட்டதால் தற்காலிகமாக அவர்களது ஊடுருவல் தடைப்பட்டது. கால்நடையாக ஜீலம் நதியை 'ஊரி'யில் கடந்து மஹுரா வழியாக ஊடுருவிய சைரப் ஹயத்கானின் பதான் பழங்குடி படையின் முன்னோடிப் பகுதி பிரிகேடியர் ராஜேந்திர சிங்கின் சிறுபடையைச் சுற்றி வளைத்துப் பிடிக்க முயன்று முடியாமல் போகவே பின்னோக்கித் துரத்தியது.

கடைசியாக திவான் மந்திர் என்ற இடத்தில் பிரிகேடியர் ராஜேந்திரசிங் விழுந்துவிட்டதால் மேற்கொண்டு துரத்துவதை நிறுத்திவிட்டு ஊரிக்குத் திரும்பி தங்களது பிரதான படையணியுடன் சேர்த்து

கொண்டனர். முந்திய நாள் பிற்பகலிலேயே ஸ்ரீநகரை அடைந்துவிட வேண்டுமென்று கற்பனைக் கோட்டை கட்டியிருந்த சைரப் ஹயத் கானின் எதிர்பார்ப்புப்படி நடக்காமல் அவனது பெரும்படை ஊரியில் தேங்கிவிட்டதால் பெரும் எரிச்சலடைந்தான். பாலத்தைப் பின்னால் கட்டிக்கொள்ளலாம். உடனடியாக முடிந்தவரை ஆயுதங்களையும் தளவாடங்களையும் ஆற்றைக் கடந்து மறுபக்கம் எடுத்துக்கொண்டு தனது படையைக் கால்நடையாக ஸ்ரீநகருக்குக் கொண்டு செல்ல முயன்றான்.

ஆனால், படை வீரர்களின் போக்கு அவனுக்குப் பெரும் திகைப்பைக் கொடுத்தது. அவனது எதிர்பார்ப்பும் பாகிஸ்தானிய அரசின் திட்டமும் கண்முன்னாலேயே சிதறும் அறிகுறி தோன்றத் தொடங்கியது. கொலை கார கொள்ளைக் கும்பலான அந்த பதான் பழங்குடிகள் ஊரி பாலத்தைச் சரி செய்யாமல் மேற்கொண்டு முன்னேற மறுத்துவிட்டன.

அவர்களது மறுப்புக்குக் காரணம் மிகத் தெளிவானது. பார முல்லாவிலும், ஸ்ரீநகரிலும் கொள்ளை அடிக்கும் செல்வத்தைக் கொண்டுவருவதற்கு லாரிகள் இல்லாமல் அங்கே போய் என்ன பயன்? 62 மைல்களுக்கு இங்கே ஊரியில் உடைந்த பாலத்தின் பின்னால் நிற்கும் அவர்களது 300 லாரிகளிலும் கொள்ளைப் பொருட்களை எப்படிக் கொண்டுவந்து ஏற்ற முடியும். ஒன்றும் அவசரமில்லை. காஷ்மீர் மாநிலத்தின் தலைமைத் தளபதியைக் கொன்றாயிற்று. அவர் கொண்டு வந்த 'மிகப் பெரிய' காஷ்மீர மாநிலத்தின் 150 வீரர்கள் கொண்ட படை ஏகதேசம் அழிக்கப்பட்டுவிட்டது. மேலும் மாநிலத்தில் ஆங்காங்கே சிதறிக் கிடக்கும் சிறிய சிறிய ஜே அன்ட் கே படைப் பிரிவுகளை அவர்களுடனேயே இருக்கும் முஸ்லிம் வீரர்கள் கவனித்துக்கொள்வார்கள். பின் ஏன் அவசரப்படவேண்டும்?

ஸ்ரீநகர் தங்களது கைகளில் வந்துவிட்டதாகவே முடிவு செய்துவிட்ட அந்த பதான் படை ஊரியில் ஒரு மாற்றுச் சாலை அமைக்கும் ஏற் பாட்டைச் செய்துவிட்டுச் சாவகாசமாகப் பக்கத்தில் உள்ள சிறு சிறு கிராமங்களில் புகுந்தனர். காலம் காலமாக அமைதியுடனும் ஆபத்தில்லா மலும், அழகிய காஷ்மீரப் பள்ளத்தாக்கின் மலைமுகடுகளிலும் நதியோரங்களிலும் வாழ்ந்திருந்த எளிய காஷ்மீர கிராம மக்கள் ஈவிரக்கமின்றிக் கொள்ளையடித்துக் கொலை செய்யப்பட்டனர்.

சுமார் ஒரு மைல் நீளத்துக்குப் பாலத்தைச் சுற்றி வளைத்து ஒரு மாற்றுப் பாதையை பாகிஸ்தானிய ராணுவப் பொறியாளர்கள் அவசர அவசர மாகக் கட்டி முடித்தனர். இத்தனை வேகத்துடனும் பொறியியல் திறமையுடனும் மலைச்சரிவை வெட்டிப் போடப்பட்ட அந்த மாற்றுப் பாதை மூன்றே நாட்களுக்குள் முடிக்கப்பட்டது.

1947 அக்டோபர் 24. மஹுரா மின் உற்பத்தி நிலையம். ஏதோ சத்தம் கேட்கிறதே என்று மின் நிலைய ஆப்பரேட்டர்கள் வெளியே வந்து பார்த்தனர். சுற்றிலும் இருந்த மலைகளில் மறைந்தபடி பதான்கள் எந்திரத் துப்பாக்கிகளால் சுட்டுக்கொண்டிருந்தனர். தொழிலாளர்கள் அனைவரும் மஹுரா மின் உற்பத்தி நிலையத்தை அம்போ என்று விட்டுவிட்டுத் தலைதெறிக்கக் காட்டுக்குள் ஓடி மறைந்தனர். சாவகாசமாக மின் உற்பத்தி நிலையத்துக்குள் நுழைந்த பதான்களுக்கு அங்கிருந்த பல்வேறு எந்திரங்களில் எதை உடைப்பது என்று தெரிய வில்லை. துப்பாக்கிகளாலும் கடப்பாறைகளாலும், மீட்டர்களையும் பேனல்களையும் குத்தி உடைத்தனர். ஒயர்களை இழுத்து அறுத்தனர். கையில் கிடைத்ததை எல்லாம் ஒன்றின் மேல் ஒன்று எறிந்தனர்.

இதற்குள்ளாக அங்கு வந்துவிட்ட பாகிஸ்தானிய ராணுவ எஞ்சினியர்கள் ஜெனரேட்டர்களின் அடியில் பெரும் வெடி குண்டு களைப் பொருத்தினர். மிக நீண்ட ஒயர்கள் மூலம் புதைக்கப்பட்ட குண்டுகளை இணைத்த அவர்கள் எல்லோரையும் வெளியேற்றி விட்டு டிரிகரை அழுத்தினர். அடுத்த கணம் காதைச் செவிடாக்கும் பயங்கர ஓசையுடன் காஷ்மீர மாநிலத்தின் பெரும்பகுதிக்கும், ஸ்ரீநகருக்கும் மின்சாரம் வழங்கிய அந்த மின் உற்பத்தி நிலையம் வெடித்துச் சிதறியது. ஸ்ரீநகரின் மின்சாரம் முழுவதுமாக நின்று போனது. அதிகாரிகள் மஹுரா மின் நிலையம் பழங்குடிகளால் உடைக்கப்பட்டுவிட்டது என்பதைப் புரிந்துகொண்டனர். பொது மக்கள் மின்சாரம் ஏன் நின்று போயிற்று என்று தெரியாமல் மின்வாரிய அதிகாரிகளையும் தொழிலாளிகளையும் சபிக்கத் தொடங்கினர்.

மஹுராவிலிருந்து புறப்பட்ட சில மணி நேரங்களுக்குள்ளாக அந்த வெறிக்கும்பல் பாரமுல்லாவைச் சுற்றி வளைத்துக்கொண்டது. இந்நேரம் மேலும் பாகிஸ்தானிலிருந்து வந்து குவிந்து கொண்டிருந்த பதான்களின் கூட்டமும், பாகிஸ்தானிய ராணுவத்தின் சிவில் உடையில் இருந்த அதிகாரிகளும் அந்தப் பழங்குடி படையைப் பல மடங்காகப் பெருக்கினர்.

அக்டோபர் 26ம் தேதி 1947ம் ஆண்டு எந்தப் பாதுகாப்புமின்றி அநாதையாகத் தனித்துவிடப்பட்ட அந்த பாரமுல்லா என்ற அழகு கொஞ்சும் காஷ்மீர நகருக்குள் புகுந்தனர்.

அதில் தப்பிப் பிழைத்த ஒருவர் சொல்கிறார்: 27ம் தேதி பிற்பகல் வரை எல்லாம் அமைதியாகவே இருந்தது. திடீரென நூற்றுக்கணக்கான லாரிகளில் பழங்குடிகள் பாரமுல்லா நகரின் தென்பகுதிக்குள் புகுந்தனர். நகரத்தின் முக்கியமான இடங்களை ஆக்கிரமித்த பிறகு அவர்களின் காட்டுமிராண்டித்தனம் ஆரம்பமானது. எதிர்ப்புத் தெரிவிக்க முயன்ற அனைவரும் ஈவு இரக்கமின்றிச் சுட்டுக் கொல்லப்பட்டனர்.

பயங்கர பீதியில் அகப்பட்டுக்கொண்ட பாரமுல்லாவின் தென்பகுதி மக்கள் குழந்தைகளையும் நோயாளிகளையும் தூக்கிக்கொண்டு பாரமுல்லாவின் வடபகுதிக்கு ஜீலம் நதியைக் கடந்து தலைதெறிக்க ஓடினர். அன்று இரவு முழுவதும் துப்பாக்கி வெடிக்கும் சத்தமும், பயங்கரமாகக் கொல்லப்படுபவர்களின் மரண ஓலமும், பலவந்தமாகக் கற்பழிக்கப்படும் இளம் பெண்களின் பரிதாபமான வேதனை ஒலியும் கேட்டுக்கொண்டேயிருந்தன. 28ம் தேதி காலையில் நகரின் வடபகுதிக்குள் பழங்குடிகள் புகுந்தனர். ஏராளமான பெண்களைச் சுற்றி வளைத்துப் பிடித்து வடபகுதியிலிருந்து தென்பகுதிக்குக் கொண்டுவந்தனர். மக்களை அவரவர் வீடுகளிலேயே இருக்கும்படி உத்தரவிட்டனர். மீறியவர்களையும் வேதனையால் கதறியவர்களையும் ஈவு இரக்கமின்றிச் சுட்டுத் தள்ளினர்.

நேரில் பார்த்த அவர் மேலும் சொல்கிறார். 'நான் என்னுடைய சீருடையை மண்ணுக்குள் புதைத்து வைத்துவிட்டு ஒரு முஸ்லிம் நண்பரின் வீட்டில் ஒளிந்திருந்து உயிர் தப்பினேன். அந்த முஸ்லிம் வீட்டினுள் மட்டும் நான் ஒளிந்திருக்காவிட்டால் ஆயிரக் காணக்கானவர்களை அனுப்பி வைத்த பரலோகத்துக்கு என்னையும் அனுப்பி வைத்திருப்பார்கள்'.

பதான் பழங்குடிகள் என்னதான் காட்டுமிராண்டித்தனமான கொலைகாரர்களாகவும், கொள்ளைக்காரர்களாகவும் இருந்தாலும் அவர்கள் எதிர்ப்புத் தெரிவிக்காத காஷ்மீர முஸ்லிம்கள் எவரையும் தாக்கவில்லை என்பதற்கு இந்தச் சம்பவம் சான்று. அவர்களது கொலைவெறியும், அயோக்கியத்தனமும் காஃபிர்களான இந்துக்கள்மீது தானே தவிர சக மதத்தவரான முஸ்லிம்கள் மீது அல்ல.

மொத்தத்தில் பாரமுல்லா நகரில் கொல்லப்பட்டவர்கள் மூவாயிரம் பேர்கள். ஒரு இந்து வீடுகூட எரிக்கப்படாமலோ உடைக்கப்படாமலோ கொள்ளையடிக்கப்படாமலோ தப்பவில்லை. இங்கு இருந்த கிறிஸ்தவ மிஷனரி ஆஸ்பத்திரியிலுள்ள நோயாளிகள் கொல்லப்பட்டு தரையில் போட்டு இழுத்து செல்லப்பட்டிருந்தனர். அங்கிருந்த கிறிஸ்தவ கன்னிமார் மூவரும் அவர்கள் தலைவியும் ஒரு ஆங்கிலேயரின் மனைவியும் கொல்லப்பட்டிருந்தனர்.

பாரமுல்லா நகரில் பயங்கர படுபாதகங்களை பாகிஸ்தானிய பழங்குடி படையினர் புரிந்துகொண்டிருந்த அதேநேரத்தில் இந்திய ராணுவத்தின் 161-வது பிரிகேடின் முதல் சீக்கிய பட்டாலியன் வீரர்கள் டெல்லியில் இருந்து புறப்பட்டு ஆகாயமார்க்கமாக ஸ்ரீநகர் விமானதளம் நோக்கி வேகமாகப் பறந்து வந்துகொண்டிருந்தனர்.

8. படேல் என்ற இரும்பு மனிதர்

ஆகஸ்ட் 15 1947-ல் நள்ளிரவு ஆங்கிலேயர் சுதந்தரம் கொடுத்தது, இந்தியா என்று பெயரளவில் சொல்லிக்கொண்ட ஒரு சிறு பகுதிக்குத் தான். மதராஸ், கல்கத்தா, பாம்பே, டெல்லி போன்ற நகரங்களும் அவற்றை ஒட்டிய சிறு சிறு பகுதிகளும் மட்டுமே ஆங்கிலேயரின் நேரடி ஆட்சியில் இருந்தன.

நூறாண்டு காலம் போராடிய இந்திய சுதந்தரப் போராட்ட வீரர் களுக்குக் கடைசியில் ஆங்கிலேயர் கொடுத்த சுதந்தரம் கேவலம் இப்போது உள்ள இந்தியாவில் பத்தில் ஒரு பகுதிகூட இருக்காது. அந்தச் சிறு பகுதியையும்கூட இரண்டாக வெட்டிப் பிளந்து ஒரு பகுதியை முகமது அலி ஜின்னாவிடம் முஸ்லிம்களின் பாகமாகக் கொடுத்து விட்டார்கள்.

எஞ்சியிருந்தது இந்துக்களின் பகுதி.

ஆங்கிலேயரின் நேரடி ஆட்சிக்கு உட்படாத 565 மகாராஜாக்கள் இந்தியா முழுவதும் சிறு சிறு ராஜ்ஜியங்களாக ஆண்டுவந்தனர். இந்த 565 ராஜாக்களும் அவர்களது சிறிய காவல் படையை வைத்துக் கொள்ளலாமேதவிர அவர்களுடைய ராஜ்ஜியத்தின் பாதுகாப்புக்காக ராணுவத்தை வைத்துக்கொள்ளக்கூடாது.

இந்த மகாராஜாக்களின் நாடுகளில் வைக்கப்பட்டிருக்கும் ராணுவம் அனைத்தும் ஆங்கிலேயர் நிர்வகிக்கும் படைகள்தான். இந்தப் படைகளின் எல்லாவிதமான செலவுகளும் அந்த மகாராஜாதான் கொடுக்கவேண்டும். ஆனால், மகாராஜாவின் கட்டளைக்கு அவர் சோற்றைத் தின்னும் ராணுவம் கீழ்படியாது. இப்படிப்பட்ட ராணுவங்கள் அனைத்தும் ஆங்கிலேயரின் நேரடி ஆட்சியில் உள்ள ஆங்கிலத் தளபதிகளாலேயே நிர்வகிக்கப்பட்டன.

இதுதவிர இந்த மகாராஜாக்களின் ஆட்சியைத் தங்களுடைய கட்டுப் பாட்டுக்குள் வைத்துக்கொள்வதற்காக ஆங்கிலேய ரெசிடென்ட் ஒருவர் நியமிக்கப்பட்டிருந்தார். மகாராஜா பெயரளவுக்கு இருந்தாலும், அதிகாரம் முழுவதும் இந்த ரெசிடென்ட் கையில்தான் இருந்தது.

இந்த ஆங்கிலேய ரெசிடெண்டுகளின் முக்கிய வேலை மகாராஜாவிட மிருந்து ஆண்டுதோறும் கப்பம் என்ற பெயரில் லட்சக்கணக்கான ரூபாய்களைக் கொள்ளையடிப்பது, கிறிஸ்தவ பாதிரிகளுக்கு அவர்களது மதமாற்ற நடவடிக்கைகளில் உதவி செய்வது முதலியவை தான்.

அதிகாரம் ஏதுமற்ற நிலையில் மகாராஜாக்களாலும் ஏதும் செய்ய முடியாததால் அவர்கள் ஆடம்பரமாக சுகபோக வாழ்க்கை மட்டுமே நடத்தினர். நாய் வளர்ப்பதிலும், வேட்டையாடுவதிலும் விதவித மான பெண்களை நாடுவதிலும் மட்டுமே இந்த மகாராஜாக்களால் கவனம் செலுத்தமுடிந்தது. அப்படியாக, அதிகாரத்தைக் கையில் வைத்திருந்த ஆங்கிலேயர் கொள்ளையடிப்பதிலும், பாதிரிகளுக்கு உதவுவதிலும் குறியாக இருந்தான். மகாராஜா சுகபோகத்தில் மூழ்கிக் கிடந்தார். மக்களைப் பற்றிக் கவலைப்பட மட்டும் யாருமே இல்லை.

தலைமுறை தலைமுறையாக வளர்க்கப்பட்டு வந்த இந்து கலாசாரமும் விஞ்ஞான அறிவும் சீண்டுவாரற்று விடப்பட்டன. மூலிகைகளை வைத்து அற்புதமான மருந்துகளைத் தயாரித்த சித்த மருத்துவர்கள் கவனிப்பாரற்றுப் போனதால் அவர்களுடைய மருத்துவ அறிவு அவர்களுடனேயே அழிந்தது. உலகம் போற்றும் உன்னதக் கருத்துகளை உடைய வேதங்களும் உபநிடதங்களும் படிப் பாரில்லாததால் குப்பையில் விழுந்த கோமேதகங்கள் போலாயின. ஆங்கிலக் கல்வி திணிக்கப்பட்டது. பாதிரிகளின் அபரிமிதமான செல்வாக்கினால் ஆங்கிலேய கலாசாரமும் கிறிஸ்தவ சமயமும் வேகமாகப் பரப்பப்பட்டன. ஆங்கிலம் பேசுவதுதான் நாகரிகம் என்றும், பெற்றோர் முதியோரை மதிப்பது, ராமாயணம், மகாபாரதம் படிப்பது எல்லாமே பழைய பஞ்சாங்கம் என்றும் சொல்லத் தொடங்கினர், பாதிரிகளின் பள்ளிகளில் கல்வி கற்ற இளைஞர்கள்.

அப்படி அதிகாரத்திலும் கலாச்சாரத்திலும் திசை மாறிப்போன 565 மகாராஜாக்களுக்குத்தான் ஆங்கிலேயர் தனித்தனியாக சுதந்தரம் கொடுத்துவிட்டான். காந்தியும், நேருவும், சுபாஷ் சந்திர போஸும் போராடினார்கள் என்றால் கஷ்டப்பட்ட சுதந்தர போராட்ட வீரர்களுக்கு சுண்டைக்காயளவு நாட்டைக் கொடுத்துவிட்டு மீதிப் பகுதியை எல்லாம் சொகுசு வாழ்க்கையில் மூழ்கிக்கிடந்த 565 மகாராஜாக்களுக்கும் சுதந்தரத்துக்கு எதிராகவே இயங்கிய முஸ்லிம் லீகுக்கும் தாரை வார்த்துவிட்டான் ஆங்கிலேயன்.

'பாரமௌண்டசி' என்ற கொள்கையின் அடிப்படையில் மகாராஜாக் களை ஆண்டு வந்த ஆங்கிலேயன் 15 ஆகஸ்ட் 1947 முதல் இந்த பாரமௌண்டசி என்ற கொள்கையை வாபஸ் பெற்றுக்கொண்டதால்

அத்தனை மகாராஜாக்களும் முழுச் சுதந்தரம் அடைந்துவிட்டனர். அதோடு விட்டுவிடவில்லை இந்த ஆங்கிலேயன். இந்தியா பாகிஸ்தான் என்று இருவேறு நாடுகள் தோன்றிவிட்டதால் இந்த மகாராஜாக்கள் அவர்களது இஷ்டம்போல் எந்த நாட்டுடன் வேண்டு மானாலும் சேர்ந்துகொள்ளலாம் என்று உரிமை அளித்துவிட்டான். இந்தியா, பாகிஸ்தான் ஆகிய இரு நாடுகளில் எதனுடன் வேண்டு மானாலும் சேர்ந்துகொள்ளலாம். யாருடனும் சேர விருப்பம் இல்லை யென்றால் சுதந்தர நாடாகவும் இருக்கலாம் என்று சொல்லிவிட்டான். இன்று ஆப்பிரிக்காவில் ஒவ்வொரு இனமும் தமக்குள் சண்டை யிட்டுக் கொண்டிருப்பது போன்றநிலை இந்தியாவில் உருவாக வேண்டும் என்று தெளிவாகத் திட்டமிட்டுதான் ஆங்கிலேயன் இப்படிச் செய்தான்.

சுதந்தரம் கிடைத்ததும் ஒவ்வொரு மகாராஜாவும் ஒவ்வொரு திசையில் போவார். ஒருவரை ஒருவர் அடித்துக் கொள்வார்கள். நதி நீருக்கும் ரயில் பாதைக்கும் சண்டையிட்டுக் கொள்வார்கள். மதத்துக்கும் மொழிக்கும் தீர்வு காண இயலாமல் ஒருவரையொருவர் அடித்துக்கொண்டு சமாதானம் பேசவோ சண்டைக்கு உதவி செய்யவோ மீண்டும் ஆங்கிலேயரிடம் இந்த ராஜாக்கள் ஒவ்வொரு வராகப் போவார்கள். அப்போது இந்த நாடுகள் அனைத்தும் அல்லது பல மறுபடியும் ஆங்கிலேயரிடமே அடிமையாகும். வேறு சில நாடுகள் முஸ்லிம்களிடம் அடிமையாகும். இன்னும் சில ரஷ்யா, சீனாவிடம் அடிமையாகும். ஆக இந்தியா முழுவதும் சின்னா பின்னமாகி, சிதறி, நாசமாகி உருத்தெரியாமல் போய்விடும்.

இதுதான் ஆங்கிலேயரின் திட்டம். ஆனால், ஒற்றை மனிதராக அதைத் தவிடுபொடியாக்கினார் 'இரும்பு மனிதர்' சர்தார் வல்லபபாய் படேல். 500க்கும் அதிகமான ராஜாக்களை அன்பினாலேயே இந்தியாவுடன் இணைத்தார். திருவிதாங்கூர், கொச்சி திவானாக இருந்த சர்.சி.பி. ராமசாமி ஐயர் சிறிது பூசலைக் கிளப்பி இந்தியாவுடன் அந்த நாட்டை இணைக்க மறுத்தார். ஆனால், படேல் தனது உறுதியில் சிறிதைக் காட்டியதும் அந்த நாடும் இணைந்தது.

பாகிஸ்தானுக்குள்ளும் பல ராஜாக்கள் பாகிஸ்தானுடன் இணைந்தனர். ஆங்கிலேயர்கள், முழுக்க முழுக்க மதத்தின் அடிப்படையிலேயே பாகிஸ்தானைப் பிரித்துக் கொடுத்த பிறகு ஒவ்வொரு ராஜாக்களும் தங்கள் சொந்த விருப்பப்படி மத, மொழி அடிப்படையில்லாமல் ஆனால் இருக்கும் இடத்துக்கு ஏற்ப எந்த நாட்டுடன் வேண்டு மென்றாலும் சேர்த்துக்கொள்ளலாம் என்றனர்.

எந்த இந்திய ராஜ்ஜியமும் இந்தியாவோடோ பாகிஸ்தானோடோ சேர்த்துவிட முடிவு செய்யும்போது அந்த ராஜ்ஜியத்தின் மகாராஜா

எழுதிக்கொடுத்தால் போதும். மகாராஜாவின் விருப்பத்தை கவர்னர் ஜெனரல் ஏற்றுக்கொண்டால் அந்த ராஜ்ஜியம் இந்தியாவோடோ பாகிஸ்தானோடோ சேர்ந்துவிடும்.

இப்படித்தான் இந்தியாவிலுள்ள 500க்கும் மேற்பட்ட தனி ராஜ்ஜியங்கள் இந்தியாவுடனும் பல ராஜ்ஜியங்கள் பாகிஸ்தானோடும் இணைக்கப்பட்டன. ஆனால், இப்படித் தகராறில்லாமல் இணைக்கப் பட்ட ராஜ்ஜியங்கள் எல்லாமே ஒன்று பாகிஸ்தானுக்கு உள்ளேயோ இந்தியாவுக்கு உள்ளேயோ அல்லது தரைத்தொடர்புடன் ஒட்டியோ இணைத்த பிறகு ஒரே நாடாக மாறக்கூடியவகையில் இருந்தன. சில ராஜ்ஜியங்கள் பிரச்னையை உருவாக்கின. அவற்றில் முக்கிய மானவை மூன்று மட்டுமே. கத்தியவாரில் உள்ள ஜுனாகட் என்ற குட்டி ராஜ்ஜியம், ஹைதராபாத், ஜம்மு காஷ்மீர். இந்த மூன்று நாடுகளும் முக்கியமாக 15 ஆகஸ்ட் 1947 வரை இந்தியாவுடனும் பாகிஸ்தானுடனும் இணைய மறுத்தன. இவற்றில் ஜுனாகட்டும் ஹைதராபாத்தும் பாகிஸ்தானுடன் இணைவதுதான் நல்லது என்று முஸ்லிம் நாடுகளும், மறைமுகமாக பிரிட்டிஷ் அரசும் தூண்டின.

9. நாய்க்கு மணம் முடித்த நவாப்!

ஜூனாகட்டுக்கும் பாகிஸ்தானுக்கும் தரைவழியாக எந்தவிதத் தொடர்பும் கிடையாது. ஜூனாகட்டைச் சுற்றிலும் தரைப்பகுதியில் குஜராத் மாநிலம் இருந்ததால் சாலை மூலமாக இந்த ராஜ்யத்தில் உள்ளவர்கள் பாகிஸ்தானுடன் எந்தவிதத் தொடர்பும் வைத்துக்கொள்ள முடியாது. ஆனால் கடற்கரை பகுதியில் சிறிது இந்த ஜூனாகட் ராஜ்யத்தில் இருந்ததால் கடல்வழியாக பாகிஸ்தானுடன் இணைய நினைத்தது.

இந்த ஜூனாகட்டில் வசித்த மக்களில் 90% பேர் இந்துக்கள். பாகிஸ்தானுடன் சேருவதை இந்துக்கள் மட்டுமல்லாது முஸ்லிம் களும் சேர்ந்து எதிர்த்தனர். இந்த நாட்டின் திவானாக இருந்த கான் பகதூர் அப்துல்காதர் முகமது ஹுசைன் என்பவர் ஜூனாகட் பாகிஸ்தானுடன் இணைய நினைத்திருப்பதை வேகமாக மறுத்தார். ஆனால், 15 ஆகஸ்ட் 1947 அன்று கராச்சியில் உள்ள ஒரு முஸ்லிம் லீக் தலைவரான ஷா நவாஷ் பூட்டோவை (அவர் பாகிஸ்தானின் தலைவராக இருந்து தூக்கிலிடப்பட்ட பூட்டோவின் தந்தை) ஜூனா கட்டின் திவானாக்கி ஜூனாகட் பாகிஸ்தானுடன் இணைந்து விட்டதாக அறிவித்தனர் பாகிஸ்தானியர்கள்.

ஜூனாகட் இந்தியாவுடன் இணைந்த விவரம் சொல்லப்போனால் நிறைய இருப்பதால் இங்கு சுருக்கமாக முடிக்கிறேன்.

பாகிஸ்தானுடன் ஜூனாகட் இணைந்துவிட்டதாக அறிவிப்பு வந்தவுடன் ஜூனாகட்டைச் சுற்றியுள்ள சிறுசிறு ராஜ்யங்கள் அனைத்துமே அதனுடன் வியாபாரத்தை நிறுத்திவிட்டன. மக்களும், அரசியல் கட்சிகளும் பெரும் புரட்சி செய்து ஆட்சிக்கு நெருக்கடி உண்டாக்கியதால் ஜூனாகட் நவாபான மகமத் ராஸீல்கான் பாகிஸ்தானுக்குத் தப்பி ஓடிவிட்டார்.

வேடிக்கை என்னவென்றால் இந்த முஸ்லிம் நவாப் மிகுந்த கவனமாக ஜாக்கிரதையுடன் பாகிஸ்தானுக்குப் புறப்பட்டுச் சென்றபோது தனக்குப் பிரியமான இருபது நாய்களை விமானத்தில் ஏற்றிக்கொண்டு சென்றார். ஆனால், முஸ்லிம் முறைப்படி மணந்துகொண்ட பல மனைவிகளை அழைத்துச் செல்ல மறந்துவிட்டார்!

முன்பு ஒருமுறை இவர் செய்த காரியம் இன்னும் வேடிக்கையானது. இந்த நவாப் வளர்த்த இரண்டு நாய்களுக்கு கல்யாணம் செய்து வைத்தார். மிகுந்த ஆடம்பரத்துடன் நடந்த இந்தக் கல்யாணத்துக்கு மூன்று லட்சம் ரூபாய் (அந்தக் காலத்தில்) செலவானது. நாடு முழுக்க நாய் கல்யாண விடுமுறை வேறு விடப்பட்டது!

கடைசியாக ஜுனாகட் அரசின் முக்கிய முஸ்லிம்களின் ஆலோசனையின் பேரில் ஷா நவாஸ் பூட்டோ இந்தியாவுடன் இணைவதற்கு விருப்பம் தெரிவித்தார். அதன்படி ஜுனாகட்டை இணைத்துக்கொண்ட இந்தியா, பாகிஸ்தானிடமிருந்து எந்த ஒப்புதலும் வராததால் ஜுனாகட்டில் முழு அமைதி திரும்பியதும் 20 பிப்ரவரி 1948-ல் வாக்கெடுப்பு நடத்தியது. இரண்டு லட்சம் வாக்காளர்களில் ஒரு லட்சத்து 90 ஆயிரம் பேர் வாக்களித்தனர். இதில் ஒரு லட்சத்து 80 ஆயிரத்துத் தொள்ளாயிரத்து ஒன்பது ஓட்டுக்கள் இந்தியாவுக்காகவும் வெறும் தொண்ணூற்றொரு ஓட்டுக்கள் பாகிஸ்தானுக்காகவும் கிடைத்தன.

இதேபோன்று சச்சரவுகளெல்லாம் அடங்கிய பிறகு மாங்க்ரோல், மனவடார் போன்ற ஜுனாகட்டை ஒட்டிய குட்டி ராஜ்யங்களிலும் ஓட்டெடுப்பு நடந்தபோது பதிவான 31 ஆயிரத்து 434 ஓட்டுகளில் பாகிஸ்தானுக்கு ஆதரவாக வெறும் 39 ஓட்டுகளே கிடைத்தன.

ஜுனாகட்டைப்போன்று தகராறு செய்த ஹைதராபாத்தும் 1948 போலீஸ் நடவடிக்கைக்கு பின்னால் இந்தியாவுடன் இணைந்தது. (இந்த இடைக்காலத்தில் ஹைதராபாத்தில் வாழ்ந்த இந்துக்களுக்கு, காஸிம்ரஜ்வி என்ற முஸ்லிம் ராசாக்கர்களின் தலைவன் இழைத்த கொடுமைகள் ஒரு பயங்கர சரித்திரம்).

காஷ்மீர் மாநில மன்னர் ஹரிசிங் பாகிஸ்தானுடன் சேர விரும்பாமல் தனித்திருக்க விரும்பினார். ஆனால், இவர் தன் எண்ணத்தின் பலனை வெகு சீக்கிரமே மிகப்பெரிய விலை கொடுத்து அனுபவிக்க வேண்டியிருந்தது.

தான் பிடித்த முயலுக்கு மூன்றுகால் என்று சாதிக்க முயன்ற ஜின்னாவின் குருட்டுத்தனமானவாதத்துக்கு இதோ ஒரு சான்று. ஜுனாகட்டில் 90% மக்கள் இந்துக்களாக இருந்தாலும் அதன் மன்னன் முஸ்லிம் என்றதால் அது பாகிஸ்தானோடுதான் இணையவேண்டும் என்றார். இதேபோன்று மிகப் பெரும்பான்மையான மக்கள் இந்துக்களாக இருந்தபோதிலும் ஹைதராபாத்தை ஆண்ட நிஜாம் முஸ்லிம் என்பதால் ஹைதராபாத்தும் பாகிஸ்தானோடுதான் இணையவேண்டும் என்றார். ஆனால், காஷ்மீர் மட்டும் அங்கு வாழ்கிற மக்களில் 80% முஸ்லிம் என்பதால் அதுவும் பாகிஸ்தானோடு இணைய

வேண்டுமென்றார். காஷ்மீர் மன்னன் ஹரிசிங் ஒரு இந்து என்பது ஜின்னாவின் கண்களுக்குத் தெரியாமலேயே போய்விட்டது. முஸ்லிம்கள் மக்களாக இருந்தாலும் மன்னனாக இருந்தாலும் ஜின்னாவின் கண்களில் பளிச்சென்று பட்டுவிடுகிறார்கள். ஆனால் இந்துக்கள் அவரது கண்களில்படுவதே இல்லை. இது ஜின்னாவின் குற்றம் மட்டுமல்ல. அவர்களது மதமே அப்படித்தான் சொல்கிறது.

சுதந்தரத்துக்குப் பிறகும் காஷ்மீர் மகாராஜா இந்தியாவுடனோ அல்லது பாகிஸ்தானுடனோ இணையவில்லை. ஆனால், இந்தியாவும் பாகிஸ்தானும் தனித்தனி ராஜ்யங்களாகப் பிரிந்துவிட்ட பிறகு ஆங்கிலேயர் ஆண்டபோது ஒன்றாக இருந்த தகவல் தொடர்பு, ரயில்வே, தபால் தந்தி போன்ற இலாகாக்கள் தனியாக காஷ்மீரில் மட்டும் இயங்கமுடியாததால் அருகிலுள்ள பாகிஸ்தானுடன் இவற்றுக்கான ஒப்பந்தம் செய்துகொண்டார். ஜம்மு காஷ்மீர் மாநிலத்தின் பாதுகாப்பு மட்டும் இந்தியாவின் பொறுப்பாக இருந்தது. ஆங்கிலேயரின் பாரமௌண்டஸி கொள்கை வாபஸ் பெறப்பட்டதும் இதுநாள் வரை ஆங்கிலேயரின் வாரிசாக வந்த இந்திய அரசாங்கத்தின் பாதுகாப்புக் கட்டுக்குள் காஷ்மீர் தானாகவே வந்துவிட்டது.

பிரிட்டிஷ் அரசாங்கத்தின் வாரிசாக ஐக்கியநாட்டு சபையும் இந்தியா வையே ஏற்றுக்கொண்டு ஆங்கிலேய பிரிட்டிஷ் இந்திய அரசுக் குண்டான உறுப்பினர் தகுதியை சுதந்தர இந்திய அரசுக்குக் கொடுத்தது. ஆனால், பாகிஸ்தான் ஐக்கிய நாட்டு சபையில் சேர முயன்றபோது அதை ஒரு புதிய நாடாகவே மனுச் செய்ய வைத்து உறுப்பினராக ஏற்றுக்கொண்டது.

இந்த காஷ்மீர், மற்ற நாடுகளைப்போல் இந்தியாவுடனோ பாகிஸ்தானுடனோ சேர ஏன் மறுத்தது? காஷ்மீர் மாநிலம் உலகத்தில் ஒரு தனிச்சிறப்பு வாய்ந்தது. ஐரோப்பாவில் சுவிட்சர்லாந்தைப்போல் ஆசிய நாடுகளனைத்துக்குமாகச் சேர்த்து காஷ்மீர் கவர்ச்சி வாய்ந்த ஒரு கோடை வாசஸ்தலம். ஜம்முவில் இந்துக்களும், காஷ்மீரில் முஸ்லிம்களும், லடாக்கில் புத்த லாமாக்களும் இணைந்து நூற்றுக் கணக்கான ஆண்டுகளாக சுமுகமாக வாழ்ந்த நாடு. இங்கு கிடைக்கும் கம்பளியும் ஆப்பிள்களும் உலகப் புகழ் பெற்றவை.

ஆண்டுதோறும் பல லட்சம் பயணிகள் வந்து போவதால் கிடைக்கும் வருமானம் மட்டுமே இந்த நாட்டின் பெரும்பான்மையான செலவு களுக்குப் போதுமானதாக இருந்தது. ஜம்மு காஷ்மீர் மாநிலத்தின் எல்லைகள் தெற்கே இந்தியாவுடனும் மேற்கே பாகிஸ்தானுடனும் வடமேற்கில் ஆப்கானிஸ்தான் மற்றும் ரஷ்யாவுடனும் வடக்கே திபெத் மற்றும் சீனாவுடனும் நேரடித் தனித்தொடர்பு கொண்டு இருந்தன.

இப்படி ஆறு நாடுகளுடன் சர்வதேச எல்லைத் தொடர்புடைய நாடு காஷ்மீரைப்போன்று வேறெதுவும் இல்லை. ஐரோப்பாவில் சிறு நாடுகள் எத்தனையோ இருந்தாலும் அவை அனைத்தும் தனிச் சிறப்புடன் வாழ்வதுபோல காஷ்மீரத்தையும் ஒரு தனி நாடாக உலகம் அனைத்திலிருந்தும் வரும் உல்லாசப் பயணிகளை வரவேற்கும் சொர்க்க பூமியாக ஆக்கவேண்டும் என்று ராஜா ஹரிசிங் விரும்பினார்.

காஷ்மீருக்கு ஜூன் 19 1947-ல் விஜயம் செய்த முதல் கவர்னர் ஜெனரல் மௌண்ட்பேட்டன் காஷ்மீரை பாகிஸ்தானுடன் இணைத்து விடும்படி ஆலோசனை கூறினார். காஷ்மீர் பாகிஸ்தானுடன் இணைந் தால் அதை இந்தியா ஆட்சேபிக்காது என்று உத்திரவாதத்தையும் கொடுத்தார்.

விஷயம் என்னவென்றால், சுதந்தரத்துக்கு பிறகு இந்தியாவுக்கும், பாகிஸ்தானுக்கும் சேர்ந்து முதன்முதலில் கவர்னர் ஜெனரலாக இருக்க விரும்பிய இந்த மௌண்ட்பேட்டனின் ஆசையில் பாகிஸ்தான் அரசு முதலில் மண்ணை அள்ளிப்போட்டது. இந்திய அரசுதான் இரக்கம் காட்டி ஆங்கிலேய மௌண்ட்பேட்டனை முதல் கவர்னர் ஜெனரலாக ஏற்றுக்கொண்டது. இந்தியா காட்டிய அந்த இரக்கத்துக்கு பதிலாக அவருடைய முதல் நன்றிக்கடன் என்ன தெரியுமா? ஜம்மு காஷ்மீரை பாகிஸ்தானுடன் இணைத்துவிடும்படி ஆலோசனை கூறியதுதான்! இவருடைய வற்புறுத்தலைச் சகிக்க முடியாமல் தப்பித்துக் கொள்வதற்காக டெல்லிக்கு புறப்படுவதற்கு முன்னால் கடைசியாக ஏற்பாடு செய்திருந்த சந்திப்பில் உடல்நிலை சரியில்லையென்று சொல்லி தப்பித்துக்கொண்டார் ராஜா ஹரிசிங்.

ராஜாவின் பிரதான ஆசை ஜம்மு காஷ்மீர் மாநிலம், ஒரு தனி நாடாக இருக்கவேண்டும் என்பது. ஆனால், யாருடனாவது இணைந்தே ஆகவேண்டுமென்று வந்துவிட்டால் இந்தியாவுடன் மட்டுமே இணைய விரும்பினார். பாகிஸ்தானோடு இணைவதற்கு சர்வ நிச்சய மாக விரும்பாத ராஜா ஹரிசிங்குக்கு இந்தியாவோடு இணைவதிலும் சிறு மனக்கசப்பு இருந்தது.

ஜம்மு காஷ்மீர் மாநிலத்தில் ஆரம்பத்தில் 'முஸ்லிம் கான்ஃபிரன்ஸ்' என்றும் பின்னால் 'நேஷனல் கான்ஃபிரன்ஸ் என்றும் இயங்கிவந்த பிரதான அரசியல் கட்சியின் தலைவர் ஷேக் அப்துல்லா. அவர் ஆரம்ப காலத்திலிருந்தே மன்னராட்சியை ஒழிக்கவேண்டும் என்று ராஜா ஹரிசிங்குக்கு எதிராகப் போராடிவந்தவர்.

ஷேக் அப்துல்லாவின் நடவடிக்கையினாலும் அரசியல் காழ்ப்புணர்ச் சியினாலும் அவரை மன்னருக்கு என்றுமே பிடித்ததில்லை. ஆனால், இந்த ஷேக் அப்துல்லா ஜவாஹர்லால் நேருவுக்கு அரசியல்

ரீதியாகவும் குடும்பரீதியாகவும் மிக மிக நெருங்கிய நண்பர். ஜவாஹர்லால் நேரு இப்போது இந்தியாவின் பிரதமராகிவிட்டார். ஜம்மு காஷ்மீர் மாநிலம் இந்தியாவுடன் இணையுமானால் நேரு செய்யும் முதல் காரியம் ஷேக் அப்துல்லாவை காஷ்மீருக்கு முதல்வராக்குவதாகத்தான் இருக்கும். ஷேக் அப்துல்லா காஷ்மீருக்கு முதல்வராவார் என்ற எண்ணமே ஹரிசிங்குக்குப் பிடிக்கவில்லை.

ஆனால், இந்திய அரசு ராஜா ஹரிசிங்குக்கு எந்தவிதமான வேண்டுகோளும் விடுக்காமல் ஹைதராபாத்திலும் ஜுனாகாட்டிலும் தனக்கிருக்கும் பிரச்னையே போதுமென்று நிம்மதியாக இருந்தது. இப்படியான நிலையில்தான் பாகிஸ்தானின் தாக்குதலை முன்னதாகவே யூகித்து ஷேக் அப்துல்லா ஸ்ரீநகரிலிருந்து டெல்லிக்கு நேரடியாகப் பறந்துவந்து இந்திய ராணுவத்தை அனுப்பி காஷ்மீரத்தைக் காப்பாற்றும்படி கேட்டுக்கொண்டார். மகாராஜா ஹரிசிங் பதானியர்களின் அட்டகாசம் ஆரம்பித்ததும் அக்டோபர் 24ம் தேதி இந்தியாவின் ராணுவ உதவி கேட்டு வேண்டுகோள் விடுத்தார்.

10. குருஜி கோல்வல்கரின் வெற்றி

ஜம்மு காஷ்மீர் மாநிலத்தின் எல்லையோரங்களில் பாகிஸ்தானிகள் பெருமளவில் தாக்கத் தொடங்கியிருக்கிறார்கள் என்று செப்டம்பர் 4ம் தேதி ஜம்மு காஷ்மீர் மாநிலத்தின் ஒட்டுமொத்த பாதுகாப்புப் பொறுப்பிலிருந்த மேஜர் ஜெனரல் ஸ்காட் என்ற ஆங்கிலேயர் மகாராஜாவுக்கு அறிக்கை கொடுத்தார். இதன் அடிப்படையில் ஜம்மு காஷ்மீர் அரசாங்கம் ராவல்பிண்டி மாவட்டத்திலிருந்து ஏராளமான முஸ்லிம்கள் காஷ்மீருக்குள் புகுந்து கொலை கொள்ளைகளில் ஈடுபடுகிறார்கள் என்று பாகிஸ்தான் அரசாங்கத்துக்கு எதிர்ப்புத் தந்தி ஒன்று அனுப்பியது. இந்த தந்திக்கு கைமேல் பலன் கிடைத்தது. அதுதான் தந்தி கொடுத்த இரண்டு நாட்களுக்குள்ளாக ஊடுருவல் காரர்களின் எண்ணிக்கை பல மடங்கு அதிகரித்தது!

பாகிஸ்தானிய ராணுவ வீரர்களும் ஆயுதம் தாங்கிய ஊடுருவல் காரர்களும் ஜம்மு காஷ்மீர் எல்லைக் காவல் நிலையங்களை செப்டம்பர் 13, 17, 18, 28ம் தேதிகளில் பெரும் எண்ணிக்கையில் தாக்கினார்கள் என்று மேஜர் ஜெனரல் ஸ்காட் மறுபடியும் அறிக்கை சமர்ப்பித்தார்.

நூற்றுக்கணக்கான ஆயுதம் தாங்கிய பாகிஸ்தானிய முஸ்லிம்கள் பாகிஸ்தான் முர்ரீ மலைப்பகுதிகளிலிருந்து ஜம்முவின் பூஞ்ச் மாவட்டத்தைத் தாக்குகிறார்கள் என்று அக்டோபர் 3ம் தேதி பாகிஸ்தானுக்கு காஷ்மீர் அரசு மீண்டும் எதிர்ப்பு தெரிவித்தது. ஆனாலும் அக்டோபர் மாதம் முழுவதிலும் பாகிஸ்தானியர்களின் தாக்குதல்கள் தொடர்ந்து நடந்தன.

பெருமளவிலான ஆயுதம் தாங்கிய ஊடுருவல்காரர்களின் தாக்குதல் மட்டுமின்றி பாகிஸ்தான் அரசு ஜம்மு காஷ்மீர் மாநிலத்துக்கு எதிராகப் பொருளாதாரத் தடையை ஏற்படுத்தியது. உணவுப் பொருட்களும் அத்தியாவசியமான பொருட்களும், காஷ்மீருக்குக் கொண்டுவருவதை மறைமுகமாகத் தடைசெய்தது. தபால், தந்தி, டெலிபோன் வசதிகள் துண்டிக்கப்பட்டன. ஜம்மு காஷ்மீர் அரசு பாகிஸ்தானுக்கு பொருளாதாரத் தடையை விலக்கிக்கொள்ளும்படியும், தாக்குதல்களை நிறுத்தும்படியும் வேண்டுகோள் விடுத்தது.

ஆனால் ஒவ்வொருமுறையும் பாகிஸ்தான் அரசு நாங்கள் அப்படி ஒன்றும் செய்யவில்லை என்று மொட்டையாக பதிலளித்து வந்தது. பாகிஸ்தானிய அரசுக்கு பலமுறை வேண்டுகோள் விடுத்தும் எந்த பலனையும் கண்டறியாத மகாராஜா பிரிட்டிஷ் பிரதமராவது ஏதாவது செய்யமாட்டாரா என்று நினைத்துக்கொண்டு அக்டோபர் 15ம் தேதி தங்களைக் காப்பாற்றும்படி தந்தி கொடுத்தார்:

'குர்தாஸ்பூர் முதல் கில்ஜித் வரையிலுள்ள காஷ்மீர் பாகிஸ்தான் எல்லையில் வாழும் முஸ்லிம்களுக்கு மிக நவீன ஆயுதங்களை பாகிஸ்தான் அரசு வழங்கியிருக்கிறது. எது எதற்கெல்லாமோ ராணுவ பாதுகாப்பு கொடுக்கிற பாகிஸ்தானிய அரசு காஷ்மீருக்கு வருகிற பாகிஸ்தானிய பெட்ரோலுக்கும், உணவுப் பொருட்களுக்கும் மட்டும் எந்தப் பாதுகாப்பும் கொடுக்க மறுக்கிறது.

எதிர்ப்புத் தெரிவிக்கும் போதெல்லாம் உடனடியாக கவனிக்கிறோம் என்று சொல்லுகிறார்களே தவிர உண்மையில் கவனிப்பதில்லை. எல்லையோரம் காஷ்மீரைத் திட்டமிட்டுத் தாக்க பாகிஸ்தான் முயற்சி செய்கிறது. உண்மையில் பூஞ்ச் மாவட்டத்தில் படையெடுப்பு ஆரம் பித்துவிட்டது. அக்டோபர் 15ம் தேதி நவீன ஆயுதம் தாங்கிய ஐயாயிரம் பேர் கொண்ட பாகிஸ்தானிய கும்பல் ஜம்முவில் 'ஓவின்' கோட்டையைத் தாக்கி முற்றுகையிட்டது.'

இதற்கிடையே நேஷனல் கான்ஃபிரன்ஸ் தலைவர்கள் ஒன்றுகூடி ஆலோசித்தனர். மன்னர் ஆட்சியின் பிடியிலிருந்து விடுபடப் போராடிக்கொண்டிருந்த அவர்கள் பாகிஸ்தானியர்களிடம் அடிமை யாக விரும்பவில்லை. ஸ்டான்ட் ஸ்டில் (Stand Still) ஒப்பந்தத்தை ஏற்றுக்கொண்ட பாகிஸ்தானிய அரசு அதன் பின்னாலேயே ஊடுருவல் காரர்களை அனுப்பியதைக் கண்டு எரிச்சலடைந்த அவர்களது தலைவர் களில் ஒருவரான ஜி.எம்.சாதிக் என்பவர் இரண்டு முறை பாகிஸ் தானுக்கு சென்று பாகிஸ்தானிய பிரதமர் லியாகத் அலிகானைச் சந்தித்தார்.

'எங்கள்மீது ஒரு கட்டாயத்தை உருவாக்கவேண்டாம், எந்த நாட்டுடன் சேரவேண்டும் என்று நாங்கள் முடிவு செய்வதற்கு எங்களுக்கு அவகாசம் கொடுங்கள்' என்று கேட்டுக்கொண்டார்.

இவருடைய வேண்டுகோளுக்கு பாகிஸ்தானிய அரசாங்கம் காஷ்மீர் மீது பொருளாதாரத் தடை விதித்ததன் மூலம் பதில் கூறியது. அக்டோபர் 17ம் தேதி வல்லபபாய் படேல், ராஷ்ட்ரீய ஸ்வயம் சேவக் சங்கத்தின் அகில இந்திய தலைவரான குருஜி கோல்வல்கரைக் கூப்பிட்டு அனுப்பினார். மகாராஜாவுக்கு பாரதத்திடம் எந்தெந்த

இடங்களில் கருத்து வேற்றுமை உண்டு என்பதைப் புரிந்து வைத்திருந்த படேல் அந்த வேறுபாடுகளை நீக்குவதற்கும் காஷ்மீரத்தை இந்தியாவுடன் இணைய வைக்க மகாராஜாவைச் சம்மதிக்க வைப்பதற்கும் குருஜி கோல்வல்கரே சரியான நபர் என்று முடிவு செய்து அவரை ஸ்ரீநகருக்கு அனுப்பினார்.

மகாராஜாவைச் சந்தித்த குருஜி கோல்வல்கர் காஷ்மீரம் தனி நாடாக இயங்க முடியாது; அப்படி இயங்குவதை பாகிஸ்தான் ஒரு நாளும் பொறுத்துக்கொள்ளாது; காஷ்மீர் மாநிலத்தின் பாதுகாப்புப் படை முஸ்லிம்களைத் தங்களுடன் சேர்த்துக்கொண்டு பாகிஸ்தான் பெரும் கலவரத்தைத் தூண்டிவிடும் என்றெல்லாம் ஆணித்தரமான ஆதாரங்களுடன் விளக்கினார்.

பாரதத்தைப் பொறுத்தவரையில் மகாராஜாவுக்கு எந்தவிதமான சந்தேகமும் வேண்டாமென்றும் காஷ்மீரின் உணவு, பெட்ரோல், தகவல் தொடர்பு ஆகிய எல்லாவற்றையும் இந்தியா உடனடியாகக் கொடுக்க ஏற்பாடு செய்ய முடியுமென்றும் காஷ்மீரிலுள்ள எல்லா சமூகத்தவருக்கும் வல்லபபாய் படேல் முழு பாதுகாப்பு கொடுக்கும் சக்தி படைத்தவர் என்றும் எடுத்துக் கூறினார்.

மிகுந்த குழப்பத்துக்கு உள்ளாகியிருந்த மகாராஜா குருஜியைச் சந்தித்த பிறகு தெளிவடைந்து ஜம்மு காஷ்மீர் மாநிலத்தை இந்தியாவுடன் உடனடியாக இணைப்பதற்கு முழு விருப்பம் தெரிவித்தார். மகாராஜாவின் இந்த ஒப்புதலைப் பெற்றுக்கொண்டு குருஜி கோல்வல்கர் அக்டோர் 19ம் தேதி டெல்லிக்கு பறந்து வந்து பட்டேலிடம் மகாராஜாவின் சம்மதத்தைத் தெரிவித்தார்.

இந்தியாவுடன் இணைவதற்கு விருப்பம் தெரிவித்த மூன்றாவது நாள் அக்டோபர் 22ம் தேதி முஸாஃபராபாத் நகரில் பாகிஸ்தானிய படைகள் புகுந்தன. அக்டோபர் 24ம் தேதி மகாராஜாவின் ராணுவ உதவி கேட்டு வேண்டுகோள் வந்ததும் இந்திய பாதுகாப்பு கவுன்சில் காஷ்மீர் விவகாரம்பற்றி முடிவு செய்ய அவசரமாகக் கூடியது.

அக்டோபர் 25ம் தேதி பாதுகாப்பு கவுன்சில் கூடியது. இந்தக் கூட்டத்துக்கு மௌண்ட்பேட்டன் தலைமை தாங்கினார். இந்தக் கூட்டத்தில்கூட இந்தியா, பாகிஸ்தான் இரு நாடுகளின் ராணுவத்துக்கும் கூட்டுத்தளபதியாகவும், ராணுவ பரிவர்த்தனைக்காக நியமிக்கப்பட்ட சுப்ரீம் கமான்டின் தலைவராகவும் இருந்த ஃபீல்டு மார்ஷல் ஆச்சென்லெக் பாகிஸ்தானின் படையெடுப்புபற்றி இந்திய அரசாங்கத்துக்கு எந்த அறிக்கையும் கொடுக்கவில்லை.

இந்திய தலைமைத் தளபதியாக இருந்த ஜெனரல் லாக்ஹாட் பாதுகாப்பு கவுன்சில் கூட்டத்தில் 5000 பழங்குடிகள் முஸாஃபரா

பாத்தையும் டோமலையும் பிடித்துவிட்டார்கள் என்றும் இன்னும்கூட ஏராளமான பழங்குடிகள் அங்கு குவியக்கூடும் என்றும் எதிர்பார்ப்ப தாக அறிக்கை வாசித்தார். இந்தத் தகவல் பாக் தளபதியிடமிருந்து வந்தது என்றார்.

அக்டோபர் மாதத்தில் சென்சாவில் கூர்க்கா வீரர்கள் தாக்குப் பிடிக்கிறார்கள்; ஓவின் பிடிக்கப்பட்டுவிட்டது; இன்னும் ஜம்மு எல்லை முழுவதும் ஏராளமான காவல் நிலையங்கள் பிடிக்கப் படுகின்றன என்றெல்லாம் செய்திகள் கிடைத்தபோதும் இந்த ஆங்கிலேய தலைமைத் தளபதிக்கு அவற்றை முன்கூட்டியே இந்திய அரசுக்கு சொல்லவேண்டுமென்று தோன்றவில்லை.

அக்டோபர் 22ம் தேதி பல்லாயிரம் பாகிஸ்தானிய துருப்புகள் காஷ்மீருக்குள் புகுந்து முஸாஃபராபாத்தைப் பிடித்த செய்தியைக் கூட அந்த பாகிஸ்தான் தளபதி ஜெனரல் மெஸ்ஸார்வி மூன்று நாள் கழித்து அக்டோபர் 25ம் தேதிதான் இந்தியாவுக்கு சொல்லியிருக்கிறார். இத்தனைக்கும் ஜெனரல் மெஸ்ஸார்வி சுப்ரீம் கமான்டரான ஆச்சென் லெக்குக்கு எல்லா தகவல்களையும் உடனுக்குடன் சொல்லக் கடமைப்பட்டவர்.

அது மட்டுமல்ல. இந்திய தளபதி லாக்ஹாட்டும் பாக் தளபதி மெஸ்ஸார்வியும் ஒரே கல்லூரியில் படித்த நண்பர்கள். இவர்கள் தினசரி பலதடவைகள் டெலிபோனில் மணிக்கணக்காக பேசிக் கொள்பவர்கள். இப்படி இருந்தும் 22ம் தேதி படையெடுப்பை 25ம் தேதி வரை ஏன் சொல்லாமல்விட்டார்?

பாக்கின் தளபதி ஜெனரல் மெஸ்ஸார்விக்கேகூட முஸாஃபராபாத் படையெடுப்பு 25ம் தேதிதான் தெரியும் என்று சொன்னால் அது அவர் வகிக்கும் படைத்தளபதி பதவிக்கு அவமானம். அது சர்வ நிச்சயமாக உண்மையாக இருக்கமுடியாது. பாக் படைத் தளபதிக்கு பெஷாவரில் இருந்து நூற்றுக்கணக்கான மைல்கள் தூரத்துக்கு பல ஆயிரக் கணக்கான பழங்குடிகள் முழு ஆயுதபாணிகளாக ராணுவ லாரி மற்றும் சிவில் வாகனங்களில் அழைத்து வந்ததும், அதற்கு ஏற்பாடுகள் அனைத்தையும் பாகிஸ்தானிய ராணுவமே செய்ததும் தெரியவில்லை என்று சொன்னால் அது மெஸ்ஸார்விக்கு மட்டுமல்ல. அவரை படிப்பித்த பிரிட்டிஷ் சாம்ராஜ்யத்துக்கே அவமானம்.

ஆக அதுவும் உண்மையல்ல. ஜெனரல் மெஸ்ஸார்விக்கு மட்டுமல்ல. ஆச்சென்லெக்குக்கும் லாக்ஹார்ட்டுக்கும்கூட பாகிஸ்தானின் எல்லா விவரங்களும் தெரிந்துதான் இருக்கவேண்டும். ஆனால், அவர்கள் இந்த உண்மைகளை இந்திய அரசிடம் சொல்லவில்லை. அவர்கள், அக்டோபர் 25ம் தேதிக்குள்ளாக ஸ்ரீநகர் பாகிஸ்தானியர்களால்

பிடிக்கப்பட்டுவிடும் என்று மனப்பால் குடித்தனர். ஆனால், அவர்கள் எதிர்பார்த்தபடி காரியங்கள் நடைபெறாததால் வேறு வழியின்றித் தங்களை பாக்கின் ஏஜென்டுகள் என்று நினைத்துவிடக்கூடாதே என்பதால் கடைசி நேரத்தில் அறிக்கை படித்தனர்.

இந்த ஆங்கிலேயர்களின் துரோகம் இதோடு நிற்கவில்லை. அக்டோபர் 25ம் தேதி பாகிஸ்தானிய பழங்குடிகள் பாரமுல்லாவினுள் நுழைந்துவிட்டனர் என்பது தெரிந்தபோது எப்படியாவது இன்னும் ஒரு நாள் இந்திய ராணுவத்தை தாமதப்படுத்தினால் போதும். எப்படியும் ஸ்ரீநகருக்குள் பாக் படைகள் நுழைந்துவிடும். காஷ்மீரம் பிடிக்கப்பட்டுவிடும் அதற்கு என்ன செய்யலாம் என்று யோசித்தனர்.

உடனடியாக காஷ்மீருக்கு இந்திய ராணுவத்தை அனுப்பவேண்டும் என்று பட்டேலும் நேருவும் உட்பட அனைவரும் ஒத்துக்கொண்டனர். நடவடிக்கையும் எடுக்க முயன்றனர். ஆனால், அக்கூட்டத்துக்குத் தலைமை தாங்கிய ஆங்கிலேய மௌண்ட்பேட்டன் காஷ்மீருக்கு இந்திய ராணுவம் இப்போது போகக்கூடாது என்றார்.

11. மௌண்ட்பேட்டன் நடித்த நாடகம்

ஸ்தம்பித்துப்போன இந்திய பாதுகாப்புக் கவுன்சில் உறுப்பினர்கள் செய்வதறியாது திகைத்தனர். சுதந்தரம் வாங்கிய பிறகும் இந்த ஆங்கிலேய மௌண்ட்பேட்டனை கவர்னர் ஜெனரலாக ஏற்றுக் கொண்ட புத்திகெட்டதனத்தை நினைத்து மனதுக்குள்ளேயே வருந்தினர். காஷ்மீரத்தை இந்தியாவுடன் முதலில் சட்டப்படி இணைக்காமல் இந்தியப் படைகள் காஷ்மீரத்துக்குள் போவது உலக அரங்கில் இந்தியாவுக்கு நெருக்கடியை உண்டாக்கிவிடும் என்று காரணம் காட்டினார் மௌண்ட்பேட்டன்.

ஏற்கெனவே ஆங்கில மாயையில் மயங்கிப்போன நேரு, மௌண்ட் பேட்டன் சொன்னதை ஏற்றுக்கொண்டார். ஆனால் பாதுகாப்புக் கோரி பயங்கர ஆபத்து நேரத்தில் உதவி கேட்டிருக்கும் ஒரு தனி நாட்டுக்கு அந்த நாட்டின் சகல அதிகாரத்தையும் கையில் வைத்திருக்கும் மன்னரின் வேண்டுகோளின் பேரில் போவதில் என்ன தவறு இருக்க முடியும். அதுவும் ஆக்கிரமிக்க அல்ல, அங்கு படுகொலைகளுக்கு உள்ளாகும் அப்பாவி மக்களை காப்பாற்றப் போனால் அது எப்படித் தப்பாகும்?

போகட்டும், மகாராஜாவின் அழைப்பின் பேரில் மக்களைக் காப்பாற்ற இந்திய ராணுவம் காஷ்மீருக்கு போனால் உலகம் வசைபொழியும் என்று சொன்னாரே இந்த மௌண்ட்பேட்டன்... அக்கிரமமாக காஷ்மீர் மீது படையெடுத்த பாகிஸ்தானைத் தடுத்து நிறுத்தவோ கண்டிக்கவோ உலக நாடுகள் மத்தியில் பாகிஸ்தான் புரியும் அக்கிர மத்தை அம்பலப்படுத்தவோ செய்தாரா? இல்லையே. இத்தனைக்கும் பாகிஸ்தான் ராணுவ தளபதி மட்டுமல்ல எல்லா பிரிகேடியர், மேஜர் ஜெனரல், லெப்டினென்ட் ஜெனரல்கள் அனைவருமே சுப்ரீம் கமான்டர், ஆச்சென்லெக் உட்பட பிரிட்டிஷ் பிரஜைகளாகவும், பிரிட்டிஷ் அரசின் ரெப்பரசென்டேட்டிவான மௌண்ட்பேட்டனின் அதிகாரத்துக்குட்பட்டுத்தானே செயல்பட்டனர்? இவர் நினைத் திருந்தால் பாகிஸ்தானிய ராணுவத்தையும், அந்த ராணுவம் திட்ட மிட்டு செயல்படுத்தும் காஷ்மீரத் தாக்குதலையும் மிக எளிதாகத் தடுத்திருக்கலாமே. ஏன் செய்யவில்லை? ஏன்? ஏன்?

இந்தியா சக்தியுள்ள நாடாக மாறுவதை ஆங்கிலேயர்கள் நிச்சயமாக விரும்பவில்லை. எப்படியாவது பாகிஸ்தானுக்கு கொம்பு சீவிவிட வேண்டும். இந்தியாவும் பாகிஸ்தானும் என்றென்றும் அடித்து மண்டையை உடைத்துக்கொள்ளவேண்டும். இதுதான் ஆங்கிலேயர் களின் ஆசை.

இன்னொரு முக்கியமான கருத்தையும் இந்த மௌண்ட்பேட்டன் காற்றில் பறக்கவிட்டுவிட்டார். பிரிட்டிஷ் அரசின் பாராமௌண்ட் கொள்கை விலக்கிக்கொள்ளப்பட்டதுமே இந்தியா பிரிட்டிஷ் அரசின் வாரிசாகிவிட்டதால் காஷ்மீரம் இந்தியாவுடன் இணையாமல் தனித் திருந்தபோதும்கூட அந்த நாட்டை பாதுகாக்கும் பொறுப்பு இயல் பாகவே இந்தியாவுக்கு வந்துவிடுகிறது. பின் ஏன் மௌண்ட்பேட்டன் காஷ்மீர் இந்தியாவுடன் இணைவதற்கு முன்னால் இந்திய ராணுவம் அங்கே செல்லக்கூடாது என்றார்? வேறு எந்தக் காரணமும் இல்லை. காஷ்மீர் பாகிஸ்தானுக்கு கிடைக்கவேண்டும். அதற்கு இந்தியப் படைகள் காஷ்மீருக்கு போவதைத் தாமதப்படுத்த வேண்டும். இதுதான் காரணம்.

மௌண்ட் பேட்டனின் உள்நோக்கத்தையும் திட்டத்தையும் அறியாத நேரு. ஆஹா... மௌண்ட்பேட்டனைப்போல நேர்மையான ராஜதந்திரி இந்த உலகத்தில் உண்டா? காஷ்மீரை இந்தியாவுடன் இணைய வைப்பதில் இவர்தான் எவ்வளவு அக்கறை காட்டுகிறார் என்று மகிழந்து போனார். ஆனால், ஆங்கிலேயர்களின் இந்த பயங்கர திட்டத்தின் ஆழத்தைப் புரிந்துகொண்ட பட்டேலால் நேரடியாக நேருவின் செல்வாக்குக்கு எதிராகவோ மௌண்ட்பேட்டனுக்கு எதிராகவோ எதுவும் செய்ய இயலவில்லை.

எக்காரணம் கொண்டும் நேரத்தை வீணடிக்க விரும்பாத படேல், உடனடியாக நிலைமையை அறிந்துவர தனது அமைச்சரவை செயலாளரான வி.பி.மேனனை காஷ்மீருக்கு அனுப்பினர். அவருடன் அங்குள்ள ராணுவநிலையை அறிந்துவர கர்னல் சாம் மானெக்ஷாவும் (பின்னால் ஃபீல்டு மார்ஷல் மானெக்ஷாவும்) சென்றார். ஏற்கெனவே குருஜி மூலம் காஷ்மீர் மகாராஜாவின் மனத்தை அறிந்திருந்த பட்டேலுக்கு அவரை இந்தியாவுடன் இணைய வைப்பதொன்றும் பெரிய பிரச்னை இல்லை என்பது தெரியும்.

மகாராஜாவைச் சந்தித்துவிட்டு அன்று மாலையே திரும்பி வந்த மேனன், மகாராஜா காஷ்மீரத்தை இந்தியாவுடன் இணைப்பதற்கு பூரண சம்மதம் தெரிவித்துவிட்டதாகவும் உடனடியாக இந்தியப் படைகள் காஷ்மீரத்தைக் காப்பாற்ற விரைய வேண்டுமென்றும் இந்திய பாதுகாப்பு கமிட்டியிடம் அறிக்கை கொடுத்தார்.

வி.பி.மேனனுடன் காஷ்மீர் முதலமைச்சர் மகாஜனும் டெல்லி வந்திருந்தார். அக்டோபர் 23ம் தேதி பட்டேலுக்கு மகாஜன் மிக உருக்க மான ஒரு கடிதம் எழுதியிருந்தார். 'நீங்கள் அன்புடன் வாக்களித்தபடி எங்களைப் பாதுகாக்க பாரதப் படைகள் இன்னும் வரவில்லை. எதிரிகள் எங்களை எல்லா பக்கங்களிலிருந்தும் சூழ்ந்து கொண்டிருக் கிறார்கள்.'

இந்தக் கடிதத்துக்கு மௌண்ட்பேட்டன் போட்ட தடைகளினால் பட்டேலால் உடனடியாக ஏதும் செய்ய முடியவில்லை. இம்முறை நேரடியாகவே டெல்லிக்கு வந்துவிட்ட மகாஜன் சற்று கோபத் துடனேயே பேசினார். 'மகாராஜா ஜம்மு காஷ்மீர் மாநிலத்தை உடனடியாக இந்தியாவுடன் இணைத்துவிட்டு ஜம்முவில் சென்று ஒதுங்கியிருக்க விரும்புகிறார். எங்களுக்கு ஆயுதம் கொடுத்துவிட்டு காஷ்மீர் இணைப்பை ஏற்றுக்கொள்ளுங்கள். இல்லாவிட்டால் நான் நேரடியாக ஜின்னாவுடன் சென்று பேசப் போகிறேன்' என்றார்.

பட்டேல் தனது அறிக்கையில் பாகிஸ்தானிய பழங்குடி ராணுவம் ஸ்ரீநகரிலிருந்து 35 மைல் தூரத்துக்குள்ளாக வந்துவிட்டது இனியும் தாமதம் செய்தால் காஷ்மீரை ஒட்டுமொத்தமாக இழந்துவிடுவோம் என்றும் எல்லாவற்றுக்கும், மேலாக நம்மை மலைபோல் நம்பிய காஷ்மீர் மன்னருக்கு நம்பிக்கை துரோகம் செய்த மாபெரும் பாதகத்துக்குள்ளாவோம். அவர்களைக் காப்பது நம் தர்மம் என்றார்.

இந்த அறிக்கையைக் கேட்டு மௌண்ட்பேட்டன் மனதுக்குள்ளேயே சிரித்திருக்கவேண்டும். தர்மம் என்பது ஆங்கில சரித்திரத்தில் இல்லாத சொல். பாதகம் என்பதும் மாபாதகம் என்பதும்தான் அதன் அஸ்திவாரக் கற்கள். புழு சேற்றைக் கண்டு எப்படி மகிழ்ந்து போகுமோ அப்படி மௌண்ட்பேட்டன் படேல் சொன்ன மாபாதகம் என்பதைக் கேட்டு மகிழ்ந்து போயிருக்கவேண்டும்.

இம்முறை எப்படியாயினும் உடனடியாக ராணுவத்தை அனுப்பியே ஆகவேண்டும் என்று முடிவு செய்த பாதுகாப்பு கமிட்டியின் முடிவை தலைமை தாங்கிய மௌண்ட்பேட்டன் மறுபடியும் நிராகரித்தார். இந்தியாவுடன் காஷ்மீரை இணைக்கும் பத்திரத்தில் மகாராஜா கையெழுத்து போடாதவரையிலும் இந்திய ராணுவம் காஷ்மீருக்குள் நுழையக்கூடாது என்று கண்டிப்பாகச் சொல்லிவிட்டார். இன்னும் ஒருநாள் பொழுதுக்குள்ளேயாவது இந்த முட்டாள் பாகிஸ்தானிகள் ஸ்ரீநகரை அடைந்துவிடமாட்டார்களா என்று மனப்பால் குடித்தார் அந்த ஆங்கிலேயரான மௌண்ட்பேட்டன். மீண்டும் வேறு வழியில்லாததால் மறுபடியும் வி.பி.மேனன் காஷ்மீருக்குப் பறந்தார். இம்முறை மன்னர் ஸ்ரீநகர் அரண்மனையைக் காலிசெய்துவிட்டு

ஜம்முவுக்கு வந்திருந்தார். ஜம்மு காஷ்மீர் முழுவதிலும் அப்பாவி மக்கள் பயமும் பீதியுமாக காலத்தைக் கழித்தனர்.

பரிதாபம் என்னவென்றால் காஷ்மீர மக்கள் தப்பி ஓடி உலகத்தின் கண்களில் படவேண்டும் என்றால் அவர்களுக்குள்ள ஒரே பாதை டோமல் வழியாகவும், ஹாஜிப்பூர் பூஞ்ச் வழியாகவும்தான் இருந்தது. ஆனால், இந்தப் பாதைகளில்தான் பாகிஸ்தானிய பழங்குடிகள் வந்து கொண்டிருக்கிறார்களே. இந்தியாவுக்கு தப்பி ஓடுவதற்கு சாலை கிடையாது. பானிஹால் கணவாய் வழியாக இந்தியாவுக்கு வரும் முந்நூறு மைல் தூரம் உள்ள பாதையில் எந்தவித வாகனமும் போக முடியாது. வடக்கே இமயமலை கடக்கமுடியாத தூரம். என்னதான் செய்வார்கள் இந்த அப்பாவி காஷ்மீர் மக்கள்?

ஆயுதங்களுடனும் படைகளுடனும் வருவாரென்று காத்திருந்த மகாராஜாவின் முன்னால் மேனன் மறுபடியும் வந்து வெறும் காகிதத்தை நீட்டிக்கொண்டு நின்றது அவருக்கு எரிச்சலை உண்டாக்கியது. இந்த இக்கட்டான நேரத்தில் யாருக்குத்தான் இந்தியாவின் கையாலா காத்தனத்தைப் பார்த்து எரிச்சல் வராது?

'இதோ பாருங்கள் மிஸ்டர் மேனன்' என்று கோபமாகப் பேச ஆரம்பித்த மகாராஜாவைத் தனது சாதுர்யத்தால் சமாதானப்படுத்திய மேனன் இணைப்பு உடன்படிக்கையில் கையெழுத்தை வாங்கிவிட்டு 25ம் தேதி அக்டோபர் 1947-ல் டெல்லி திரும்பினார். இதற்கு மேலும் ஏதாவது சமாதானம் சொன்னால் படேல் தன்னை கடித்தே குதறி விடுவார் என்பதை உணர்ந்திருந்த மௌண்ட்பேட்டன் கவர்னல் ஜெனரல் என்கிற முறையில் காஷ்மீர் இணைப்புக்குத் தனது ஒப்புதலைக் கொடுத்தார்.

அக்டோபர் மாதம் 26ம் தேதி இந்திய ராணுவம் உடனடியாக காஷ்மீருக்குச் செல்லவேண்டுமென்று உத்தரவிட்டது இந்திய அரசு. இந்த உத்தரவைத் தொடர்ந்து இன்னொரு உத்தரவும் இந்திய ராணுவ தலைமையகத்துக்கு வந்து சேர்ந்தது. அது பிரிட்டிஷ் அரசாங் கத்திடமிருந்து வந்தது. இந்த அரசு உத்தரவு இந்திய ராணுவத்துக்குப் பெரும் அதிர்ச்சியை கொடுத்தது.

12. பிரிட்டிஷ் அரசின் மாய்மாலம்

இந்திய அரசின் உத்தரவு கிடைத்த சில மணி நேரங்களுக்குள்ளாகவே பிரிட்டிஷ் அரசாங்கத்தின் உத்தரவும் வந்து சேர்ந்தது: 'காஷ்மீர் போரில் பிரிட்டிஷ் வீரர்களும் தளபதிகளும் யாரும் கலந்துகொள்ளக்கூடாது.' இந்தியா பாகிஸ்தான் இரு ராணுவங்களிலும் ஏராளமாகப் பணிபுரியும் ஆங்கிலப் பிரஜைகளான இவர்கள் தமக்குள் எதிர்த்துப் போரிடுவதை பிரிட்டிஷ் அரசு விரும்பவில்லை. அதன் இந்த உத்தரவு இந்திய ராணுவத்துக்குப் பெரும் அடியாக விழுந்தது.

இந்திய ராணுவத்தில் மிகப் பெரும்பான்மையில் கமான்டிங்க் ஆபீஸர்களாகவும், சிறிய ஆபீஸர்களாகவும் ஆங்கிலேயர்கள் இருந்தார்கள். இரண்டாம் உலகப்போருக்கு *(1939-45)* முன்பிருந்தே பல ஆண்டுகளாகவும் இரண்டாம் உலகப்போரின் போதும் தளபதிகளாக இருந்த இவர்கள் தங்கள் கமான்டில் உள்ள ஒவ்வொரு வீரனுடனும் தனித்தனியே பழகியும் பாசம் வைத்தும் அவர்களுடைய குணங்களையும், கோபதாபங்களையும் குடும்ப விவகாரங்களையும் அறிந்தவர்களாகவும் இருந்தனர்.

ஒரு ராணுவத் தளபதிக்கு தன்னுடைய வீரர்கள் மத்தியில் நல்ல செல்வாக்கு இருக்கவேண்டும். அவர்களுடைய மரியாதைக்கும் மதிப்புக்கும் உரியவராக இருக்கவேண்டியது மிக மிக அவசியம். இந்த நன் மதிப்பை ஒரு தளபதி ஒன்றிரண்டு நாட்களில் பெற்றுவிட முடியாது. பல ஆண்டுகள் பழக்கம் தேவை. இப்படிப்பட்ட பழக்கமும் வீரர்களிடம் பிடிப்பும் எல்லா ஆங்கில தளபதிகளுக்கும் இருந்தன. இப்படிப்பட்ட கமான்ட் செய்யும் வாய்ப்பும் பதவியும் இந்தியத் தளபதிகளுக்குக் கொடுக்கப்படாததால் ஆங்கில தளபதிகள் போரிட மறுத்துவிட்ட இந்த கடைசி நேரத்தில் வீரர்களுக்குப் பரிச்சயம் இல்லாத புத்தம் புதிய இந்தியத் தளபதிகளை நியமிக்க வேண்டியிருந்தது.

ஒரு படையின் வலிமையும் அது செயல்படும் திறமையும் அதன் தளபதிக்கும் வீரர்களுக்கும் இடையில் இருக்கும் உறவைப்

பொறுத்தே அமைந்திருக்கும் என்பது ராணுவத்தின் ஆரம்ப பாடம்.

இப்போது அவசர அவசரமாகப் புதிய தளபதிகளை நியமிக்க வேண்டும். அதுவும் காஷ்மீரின் தலைநகரான ஸ்ரீநகரின் 35 மைல் தூரத்துக்குள் எதிரிகள் வந்துவிட்டனர். இந்நிலையில், 300 மைல் தூரத்திலிருக்கும் டெல்லியிலிருந்து செல்லவேண்டிய ராணுவத்துக்குப் புதிய தளபதிகளை நியமித்து அவர்கள் துருப்புகளுடன் பழகி, அதன் பிறகு போரிட்டு, காஷ்மீர் மக்களைக் காப்பாற்றியாகவேண்டும்.

இப்படியான பரபரப்பான நிலையில் மகாராஜா ஹரிசிங்கின் சிறிய கான்வாய் (வண்டி தொடர்) காஷ்மீரப் பள்ளத்தாக்கிலிருந்து ஜம்முவை நோக்கி நகர்ந்துகொண்டிருந்தது.

அவசர அவசரமாகப் பொறுக்கி எடுக்கப்பட்ட மிக அத்தியாவசிய மான சாமான்களை மட்டும் வண்டிகளில் ஏற்றிக்கொண்ட மகாராஜா ஹரிசிங் கனத்த நெஞ்சுடன் ஜம்மு நோக்கி ஓடிக்கொண்டிருந்தார். பாரமுல்லா எதிரிகளிடம் விழுந்துவிட்டது; எதிரிகள் மிகவேகமாக ஸ்ரீநகர் நோக்கி முன்னேறிக்கொண்டிருக்கிறார்கள். தலைநகரைக் காப்பாற்ற முயன்ற பிரிகேடியர் ராஜேந்திரசிங்கும், 150 வீரர்களும் வீரமரணமடைந்துவிட்டனர். திறந்து போட்ட வீடுபோல ஸ்ரீநகர் எதிரிகளின் வரவுக்காக வாய்பிளந்து காத்துக் கிடக்கும் இந்த நேரத்தில் மகாராஜா ஸ்ரீநகரில் தங்கியிருப்பது சரியில்லை என்று அங்கு வந்த மேனன் வற்புறுத்திய பிறகுதான் ஜம்முவை நோக்கிப் புறப்பட சம்மதித்தார்.

தலைமுறை தலைமுறைகளாக தனது முன்னோர்கள் ஆண்ட அந்த அரண்மனையையும், அழகு கொஞ்சும் தோட்டங்களையும், ஏரிகளையும், பின்னால் விட்டுவிட்டு அவர் இதோ ஜம்மு நோக்கி ஓடிக்கொண்டிருக்கிறார். முழு ஆயுதபாணிகளாக அவரது மெய்க் காவலர்கள் மட்டுமே அவருடன் பிரயாணம் செய்கின்றனர்.

மகாராஜாவின் மகனான இளம் கரன்சிங் காலில் பட்டிருந்த காயத்துக்குப் போடப்பட்ட பலத்த கட்டுடன் ஆடி ஆடிச் சென்று கொண்டிருந்த கான்வாயிலுள்ள வண்டி ஒன்றில் ஒண்டிக்கொண்டி ருந்தார். அவரது அந்தச் சிறிய வயதில் என்ன நடந்துகொண்டி ருக்கிறது என்பதை அவரால் புரிந்துகொள்ள முடியவில்லை. தனது தந்தையின் அரச பதவி பறிக்கப்படப்போவதையும் அவரது இளவரசர் பட்டம் இல்லாமல் ஆக்கப்படப்போவதையும் அறியாத கரன்சிங் வண்டியின் மூலையில் வேதனையுடன் கொட்டக்கொட்ட விழித்துக் கொண்டிருந்தார். கான்வாய் அனந்தநாகைக் கடந்து 9290 அடி

உயரமுள்ள பானிஹால் கணவாயைத் தாண்டி ஜம்முவுக்குள் நுழைந்தது.

பாகிஸ்தானிய பழங்குடி படை இடைப்பட்ட கிராமங்களை ஒன்று விடாமல் கொள்ளையடித்தபடி ஸ்ரீநகரை நோக்கி வேகமாக நகர்ந்து கொண்டிருந்தது. ஜம்மு காஷ்மீருக்கு உடனடியாகப் படைகளை நகர்த்தச் சொல்லி ராணுவத் தலைமைக்கு உத்தரவு கிடைத்தபோது டெல்லி - கிழக்கு பஞ்சாப் ஏரியா கமாண்டரான ஆங்கிலேய தளபதி மேஜர் ஜெனரல் ரஸ்ஸலின் கைவசம் எந்தப் படையும் இருக்க வில்லை. பாகிஸ்தானிலிருந்து தப்பி ஓடிவந்த இந்துக்களின் பாது காப்புக்காக அவரது படைகள் சிறுசிறு பிளட்டூன்களாகவும், கம்பெனி களாகவும் பிரிக்கப்பட்டு மாநிலம் முழுவதும் சிதறிக்கிடந்தன. போர்த்தளவாடங்கள் அனைத்தும் டெல்லியிலிருந்து 600 மைல் தூரம் உள்ள ராஞ்சியில் கிடந்தன.

13. சிங்கங்கள் சீறின

இந்திய ராணுவத்தின் 5-வது டிவிஷன் கமாண்டர் மேஜர் ஜெனரல் ரஸ்ஸல் என்ற ஆங்கிலேயர். காஷ்மீருக்குப் படைகளை நகர்த்தும்படி இந்திய ராணுவத்துக்கு உத்தரவு கொடுக்கப்பட்டபோது டெல்லி மற்றும் கிழக்கு பஞ்சாப் ஏரியா கமாண்டராக இருந்த இந்த ரஸ்ஸலிடம்தான் அந்தப் பொறுப்பு வந்து சேர்ந்தது. வேடிக்கை என்னவென்றால் போரிட உத்தரவு கிடைத்துள்ள இவரது படைகள் தான் காஷ்மீருக்கு செல்ல முடியுமே தவிர படைத்தளபதிகளான இவர்கள், படையை நடத்துவதற்கு காஷ்மீர் செல்ல முடியாது.

இந்திய ராணுவத்தின் 5-வது டிவிஷனின் தலைநகர் உத்தர பிரதே சத்திலுள்ள ராஞ்சி நகர், பஞ்சாபில் தேசப் பிரிவினையால் நிலைமை கட்டுக்கடங்காமல் போனதால் இந்த 5-வது டிவிஷன் வீரர்கள் பெரும்பாலானோர் டெல்லி கிழக்கு பஞ்சாப் ஏரியாவுக்கு நகர்த்தப் பட்டு சிவில் நிர்வாகத்துக்கு உதவிக்கொண்டிருந்தனர். சிவில் நிர்வாக உதவியில் ஈடுபட்டிருந்ததால் பெரும் பீரங்கிகளும் மார்டர்களும் தேவைப்படாததால் அவை அனைத்தும் தலைமை யிடமான ராஞ்சியிலேயே வைக்கப்பட்டிருந்தன.

5-வது டிவிஷனில் உள்ள பிரிகேட்களில் ஒன்றுதான் 161-வது பிரிகேட். இதற்கு அப்போதுதான் பதவி உயர்வு பெற்றிருந்த பிரிகேடியர் ஜே.சி.கட்டோச் என்பவர் தளபதிப் பொறுப்பேற்றிருந்தார். இந்த 161-வது பிரிகேடின் வீரர்களும் பஞ்சாபின் குர்காவுன் பகுதியில் சிதறிக் கிடந்தனர். சிவில் நிர்வாகத்தில் உதவிசெய்து வந்தனர். 161-வது பிரிகேடின் பட்டாலியன்களில் ஒன்றான 1-வது சீக்கிய பட்டாலியன் இந்திய தளபதியான லெப்டினென்ட் கர்னல் ரஞ்சித்ராய் என்பவரின் தலைமையில் குர்காவுனில் இருந்தது.

அக்டோபர் 26 1947-ல் ராணுவத்துக்குக் கொடுக்கப்பட்ட உத்தரவுப்படி அக்டோபர் 27ம் தேதி காலையில் லெப்டினென்ட் கர்னல் ரஞ்சித்ராயும் அவரது 1-வது சீக்கிய பட்டாலியனும் டெல்லியிலிருந்து விமானம் மூலம் காஷ்மீரத்துக்குப் பறக்கவேண்டும். மிகவும் நெருக்கடியான அந்த நேரத்தில் உத்தரவு கிடைத்தபோதும் லெப்டினன்ட் கர்னல் ரஞ்சித்ராய் கையில் உடனடியாக அகப்பட்ட தனது துருப்புக்களில் மூன்று ரைஃபில் கம்பெனிகளையும் ஒரு ஹெட்குவார்டர்ஸ்

கம்பெனியையும் சேர்த்துக்கொண்டு குர்காவுனிலிருந்து டெல்லி நோக்கி விரைந்தார். எஞ்சியுள்ள தனது பட்டாலியன் வீரர்கள் குர்காவுன் வந்து சேர்ந்ததும் காலதாமதமில்லாமல் டெல்லி வந்து சேரவேண்டுமென்று உத்தரவிட்டார்.

அதிகாலை நான்கு மணிக்கு டெல்லி ஏரியா கமாண்டர் மேஜர் ஜெனரல் ரஸ்ஸலிடம் ரிப்போர்ட் கொடுத்த கர்னல் ரஞ்சித்ராய் உடனடியாக ராணுவ ரகசிய உளவுத்துறையின் தலைமையகத்துக்கு அழைத்துச் செல்லப்பட்டார். எதிரிகள் ஊரி ஏரியாவிலும் அதைத் தாண்டியும் பெரும் எண்ணிக்கையில் சகல ஆயுதங்களுடனும் வந்து கொண்டிருக்கிறார்கள். எப்போது ஸ்ரீநகரை அடைவார்கள் என்று சொல்லமுடியாது. ஒருவேளை கர்னல் ரஞ்சித் ராய் டெல்லியிலிருந்து புறப்பட்டுப்போகும் முன்னால் எதிரிகள் ஸ்ரீநகருக்குள் புகுந்து விட்டிருந்தாலும் ஆச்சரியப்படுவதற்கில்லை.

இந்த நிலைமையில் DC - 3 டக்கோட்டா விமானங்களிலேறி லெப்டி னென்ட் கர்னல் ரஞ்சித்ராயும் அவரது முன்னணி துருப்புகளும் ஸ்ரீநகர் விமான தளத்திலிறங்கி அந்த விமான தளத்தை எதிரிகளிடமிருந்து பாதுகாத்து மேலும் அங்கு வந்திறங்கும் இந்திய விமானங்களுக்குப் பாதுகாப்பு கொடுக்கவேண்டும். பிரிகேட் கமான்டர் J.C.கட்டோச்சும் அவருடன் மேலும் அதிகப்படியான துருப்புகளும் காஷ்மீர் வந்து சேரும்வரை எக்காரணம் கொண்டும் காஷ்மீர் விமான தளத்தை எதிரிகள் கைப்பற்றிவிடாத வண்ணம் ரஞ்சித் ராய் தனது 1-வது சீக்கிய பட்டாலியன் துருப்புக்களை வைத்துப் பாதுகாக்கவேண்டும்.

இதுதான் உத்தரவு. சவாலை ஏற்றுக்கொண்ட ரஞ்சித் ராய் டெல்லி சப்தார்ஜங் விமானதளத்தை அடைந்தபோது சாதாரணமாக போருக்கு போகும் துருப்புகளுக்குச் செய்யப்பட்டிருக்கும் ஏற்பாடுகள் எதுவும் அங்கிருக்கவில்லை. எதைப்பற்றியும் கவலைப்படாத ரஞ்சித் ராயும் அவரது சீக்கிய துருப்புகளும் ஒவ்வொரு விநாடி நேரத்தையும் பொன்னுக்கு மேலாகக் கருதியதால் தங்களுக்காகக் காத்திருந்த DC - 3 டக்கோட்டா விமானத்திலேறி ஆகாயத்தில் அதிவேகமாக ஸ்ரீநகரின் பத்காம் விமான தளத்தை நோக்கிப் பறந்தனர்.

அக்டோபர் 27ம் தேதி காலையில் ஒன்பதரை மணிக்கு பத்காம் விமான தளத்தில் ரஞ்சித் ராயின் பட்டாலியனின் முதல் பகுதியை ஏற்றி வந்த முதல் விமானம் தரையிறங்கியது. சங்கிலித் தொடர்போல் ஒன்றன்பின் ஒன்றாக வந்த இந்திய டக்கோட்டா விமானங்களில் பத்காம் விமான தளத்திலிறங்கிவிட்ட 1-வது சீக்கிய பட்டாலியனின் முன்பகுதி, மதியம் 12-க்குள்ளாக விமானத்தளத்தின் முக்கியமான பகுதிகளில் நிலைகொண்டு பத்திரப்படுத்தத் தொடங்கியது.

இதற்குள்ளாக குர்காவுனில் வந்து கூடிய ஒன்றாவது சீக்கிய பட்டாலியனின் விடுபட்டுப்போன எஞ்சிய பகுதியும் டெல்லிக்கு வந்து உடனடியாக விமானம் மூலம் காஷ்மீருக்கு அனுப்பப்பட்டது. அக்டோபர் 27ம் தேதி பிற்பகலில் 1-வது சீக்கிய பட்டாலியனின் முழுசக்தியும் பத்காம் விமானத்தளத்தின் பாதுகாப்பைக் கைவசப் படுத்தி ஸ்திரமாக நிலைகொண்டுவிட்டது. பத்காம் விமானதளத்தின் பாதுகாப்பு ஏற்பாடுகளைத் திருப்திகரமாக செய்து முடித்த லெப்டி னென்ட் கர்னல் ரஞ்சித்ராய் ஸ்ரீநகருக்குள் ஆள் அனுப்பி அங்கு மகாராஜாவின் ராணுவம் ஏதும் எஞ்சியிருக்கிறதா என்று விசாரித்தார்.

காஷ்மீர ராணுவத்தின் வீரர்கள் என்று ஒரு ஈ காக்கைகூடத் தலைகாட்டவில்லை. அங்கொன்றும் இங்கொன்றுமாக இருந்த சில வீரர்களும் இந்திய ராணுவத்தின் மீது நம்பிக்கை வராததால் பிற்பாடு பழங்குடிகளிடம் மாட்டிக்கொள்ள நேரிடுமென்று பயந்து போய் தலைக்காட்டாமல் ஒளிந்துகொண்டனர். ஆனால், லெப் கர்னல் ரஞ்சித்ராய்க்கு ஷேக் அப்துல்லா தலைமையிலிருந்த காஷ்மீர் அவசர கால அரசு சில பஸ்களையும் ஜீப்களையும் கொடுத்து உதவியது.

ஸ்ரீநகரில் விசாரித்தவரையிலும் அவருக்கு யாரும் எதிரியைப் பற்றி சரியான தகவல் கொடுக்கமுடியவில்லை. எதிரிகள் இன்னும் பாரமுல்லாவுக்குள் நுழையவில்லை என்று அவர்கள் நினைத்துக் கொண்டிருந்ததால் பதான்கள் இன்னும் ஊரி பகுதியிலேயே இருக்கிறார்கள் என்றனர். எதிரிகளின் நடமாட்டத்தைத் திட்டவட்ட மாக அறிந்துகொள்வதற்கு வேறு எந்த வழியும் இல்லை. டெல்லி யோடு தொடர்பு கொள்வதற்கும்கூட ஒயர்லெஸ் செட்டோ டெலி போனோ ஏதுமில்லாததால் துருப்புகளை ஏற்றி வந்துகொண்டிருந்த விமான பைலட்கள் மூலமாக 1-வது சீக்கிய பட்டாலியன் பத்காம் விமானத்தளத்தில் நிலைகொண்டுவிட்ட செய்தியை டெல்லிக்குச் சொல்லி அனுப்பினார்.

விமான நிலையப் பாதுகாப்பில் முழு திருப்தியடைந்த லெப். கர்னல் ரஞ்சித் ராய் எதிரிகளின் வரவை எதிர்நோக்கி விமான நிலையத்தில் காத்திருப்பது சரியல்ல என்ற முடிவுக்குவந்தார். பத்காமிலிருந்து ஸ்ரீநகர் ஏழு மைல் தூரத்திலிருந்தது. 34 மைல் தூரத்திலுள்ள பாரமுல்லாவிலிருந்து எதிரிகள் பத்காமிலிருக்கும் இந்திய துருப்பு களுக்குத் தெரியாமலேயே ஸ்ரீநகருக்குள் நுழைந்துவிட முடியும்.

பதான் பழங்குடிகள் பாகிஸ்தான் ராணுவ தளபதிகளின் தலைமையில் ஸ்ரீநகருக்குள் புகுந்துவிட்டால் அந்தக் காட்டுமிராண்டி கொள்ளைக் கூட்டத்திடமிருந்து ஸ்ரீநகரைக் காப்பாற்ற முடியாமல் போய்விடும். ஜம்மு-பானிஹால் வழியாக ஸ்ரீநகருக்குள் நுழையும் சாலையில்தான் பத்காம் விமானதளம் இருந்தது. பாரமுல்லாவிலிருந்து ஸ்ரீநகருக்கு

வரும் வேறு சாலைவழியாக எதிரிகள் நுழைந்தால் அது இந்தியத் துருப்புகளுக்கு தெரியாமலேயே போய்விடும்.

விமானத்தளத்தைப் பாதுகாப்பதுதான் அவருக்கு கிடைத்த உத்தரவாக இருந்தபோதுகூட களத்தில் நிலவிய சூழ்நிலையின் அடிப்படையில் இயங்க முடிவு செய்த லெப் கர்னல் ரஞ்சித் ராய் எதிரியை நேருக்கு நேராக டோமல், ஊரி, பாரமுல்லா, ஸ்ரீநகர் சாலையில் சந்திக்க முடிவு செய்தார். ஒருவேளை எதிரிகள் இன்னும் பாரமுல்லாவை அடையாதிருக்கும் பட்சத்தில் பாரமுல்லாவுக்கு மேற்கே சென்று சிக்கிய துருப்புகளின் ஒரு பகுதியை நிலைகொள்ளச் செய்துவிட்டால் அழகு கொஞ்சும் பாரமுல்லாவை அழிவிலிருந்து காப்பாற்றமுடியுமே என்றெண்ணினார். எடுத்த தீர்மானத்தை உடனே செயல்படுத்த முடிவு செய்த ரஞ்சித் ராய் விமான தள பாதுகாப்பு போக எஞ்சியிருந்த ஒரு கம்பெனி வீரர்களுடன் ஷேக் அப்துல்லா அரசு கொடுத்த சிவில் வண்டிகளில் ஏறி பாரமுல்லாவை நோக்கி வேகமாக முன்னேறினார்.

பிரிகேடியர் ராஜேந்திர சிங் இரண்டே நாட்களுக்கு முன்னால் தன் உயிரைத் துச்சமென மதித்து வெறும் நூற்றைம்பது வீரர்களுடன் இதே சாலையில்தான் முன்னேறிச்சென்று கடும் போர் புரிந்திருந்தார். எதிரிகளின் ஊடுருவலை முழு மூன்று நாட்களுக்குத் தடைசெய்து விட்டு தனது இன்னுயிரைத் தியாகமும் செய்திருந்தார். அதே சாலையில் லெப். கர்னல் ரஞ்சித் ராய் பாரமுல்லா நகரைக் காப்பாற்றிவிட வேண்டுமென்ற தணியாத ஆசையுடன் வேகமாக முன்னேறினார். விமானத்தளத்திலிருந்து ஸ்ரீநகர் வழியாக பதினேழு மைல் தூரத்திலுள்ள படன் வரையிலும் சென்றார். எதிரிகள் யாரும் கண்ணில் படாததால் மேலும் தொடர்ந்து முன்னேறி 34 மைல்களைக் கடந்து பாரமுல்லா நகரின் கிழக்கு எல்லையைக் கடந்தார்.

பாரமுல்லாவுக்கு இன்னும் ஒன்றரை மைல் தூரம் இருந்தபோது ரஞ்சித் ராய் தனது வீரர்களை வண்டியிலிருந்து இறங்கி மலைப்பாங்கான அந்த பகுதியில் சாலையின் குறுக்கே பாதுகாப்பு நிலைகளை உருவாக்கி நிலைகொள்ளச் செய்தார். இவ்வளவு தூரம் வந்த பிறகும்கூட எதிரிகள் எங்கிருக்கிறார்கள் என்று அனுமானிக்க முடியாததால் பாரமுல்லாவுக்குள் மிகுந்த எச்சரிக்கையுடன் நுழைய முடிவுசெய்தார்.

பாதுகாப்பு நிலைகளைச் சாலையின் குறுக்கே உருவாக்கி வைத்து விட்டு ஒரு சில வீரர்களை மட்டும் தன்னுடன் அழைத்துக்கொண்டு ஒன்றரை மைல் தூரத்திலிருந்த பாரமுல்லாவை நோக்கி நகர்ந்தார். கிட்டத்தட்ட பாதி தூரம் கடந்ததும் பாரமுல்லா நகரின் தெற்கே அமைந்திருந்த சிறு குன்றிலிருந்து எதிரிகளின் நடுத்தர துப்பாக்கி அவர்களைத் தாக்க தொடங்கியது.

14. லெப். கர்னல் ரஞ்சித்ராயின் களப்பலி

சற்றும் எதிர்பாராத நேரத்தில் எதிரியின் தாக்குதல் வந்தாலும் ஒரு விதத்தில் ரஞ்சித்ராய் எதிரிகளின் இருப்பிடத்தைக் கண்டுவிட்டதில் திருப்தியடைந்தார். ஆனால் மறுபக்கம் பாரமுல்லாவைக் காப்பாற்ற முடியவில்லையே; அந்நகரத்து மக்கள் இந்த பதானிய காட்டு மிராண்டிகளிடம் அகப்பட்டுக்கொண்டு என்ன பாடுபடுகிறார்களோ என்ற வேதனையும் அவருக்கு ஏற்பட்டது. எதிரிகள் சுடும் எல்லைக் குள்ளிருந்து வெளியேறிவிடுவதற்காகத் திருப்பிச் சுட்டபடியே அவசரமாக மறுபக்கம் திரும்பினார். ஆனால் அதற்குள்ளாக அவரது வீரர்களில் சிலரது உடம்புகளில் எதிரியின் குண்டுகள் பாய்ந்து விட்டன. அவர்களது ஜீப்பும் குண்டுகளால் துளைக்கப்பட்டு நகராமல் நின்றுவிட்டது. ஜீப்பை அங்கேயே விட்டுவிட்டு காயம்பட்ட வீரர்களைக் கைத்தாங்கலாக அழைத்துக்கொண்டு ஒரு கையால் எதிரிகளைத் தொடர்ந்து சுட்டபடியே பக்கத்திலிருந்த வயலில் குதித்து ஓடினார் ரஞ்சித்ராய்.

முக்கால் மைல் தூரத்தில் நிலை கொண்டிருக்கும் தனது வீரர்களை அடைந்துவிடும் நோக்கத்தில் மறைந்து மறைந்து எதிரிகளைக் கடுமையாகத் தாக்கியபடியே பின்வாங்கிய ரஞ்சித்ராயின் முகத்தில் நேர் எதிரே இன்னொரு சிறிய குன்றிலிருந்து சுடப்பட்ட தானியங்கி இயந்திர துப்பாக்கியின் குண்டுகள் பல பாய்ந்து துளைத்துச் சென்றன. லெப்டினென்ட் கர்னல் ரஞ்சித்ராய் காஷ்மீரைக் காக்கும் போரில் அடுத்த களபலி ஆனார்.

பக்கத்தில் இருந்த அவரது பிளட்டூன் கமாண்டரும் மற்ற வீரர்களும் குண்டுகளால் துளைக்கப்பட்ட மாவீரன் ரஞ்சித்ராயின் உடலைச் சுமந்தபடி தரையோடு தரையாக ஊர்ந்து கம்பெனியை அடைந்தனர். தளபதியை இழந்துவிட்ட சீக்கிய துருப்புகள் அவசரமாக வண்டிகளில் ஏறி ஸ்ரீநகருக்குத் திரும்பி விமான நிலையத்தை அடைந்தனர்.

லெப். கர்னல் ரஞ்சித் ராய், தான் எடுத்த முயற்சியில் மரணத்தை தழுவினாலும்கூட அது எதிரிகளை ஒரு கலக்கு கலக்கிவிட்டது. இரண்டே மணி நேரத்தில் ஸ்ரீநகரை அடைந்துவிடக்கூடிய அந்தச்

சாலையில் சீக்கிய வீரர்களைப் பார்த்துவிட்ட பாகிஸ்தானிய முஸ்லிம் துருப்புகள் பெரும் அதிர்ச்சிக்குள்ளாயினர். காஷ்மீர் மகாராஜாவின் ராணுவத்தில் சீக்கியர்கள் கிடையாது. திடீரென்று இந்த சீக்கிய வீரர்கள் எங்கிருந்து தோன்றினார்கள்? ஒருவேளை இந்தியாவிலிருந்து வந்திருப் பார்களோ? எப்படி வந்தார்கள்? பாகிஸ்தானிய எல்லைக்குள் நுழையாமல் இந்தியாவிலிருந்து காஷ்மீருக்கு ராணுவ லாரிகள் வருவதற்கு எந்தப் பாதையும் கிடையாதே? விமானத்தில் வந்திருப்பார்களோ... அப்படி யானால் எத்தனை பேர் வந்திருப்பார்கள்... வந்து எத்தனை நாட்கள் ஆயிற்று என்று பதிலே இல்லாத பல கேள்விகள் எழுந்தன. அவை எதிரிகளின் அடுத்தகட்டத் தாக்குதலைத் தாமதப்படுத்தின. லெப்.கர்னல் ரஞ்சித்ராய் பாரமுல்லாவுக்குப் போகாமலிருந்தால் நிச்சயமாக எதிரிகள் அன்றிரவுக் குள்ளாக ஸ்ரீநகருக்குள் நுழைந்திருப்பார்கள்.

குறைந்தபட்சம் குண்டடிபட்ட ரஞ்சித்ராயைப் பின்தொடர்ந்து தாக்கி முன்னேற முயன்றிருந்தால்கூட தளபதியை இழந்துவிட்ட சீக்கிய துருப்புகளின் எதிர்ப்பை முறியடித்துவிட்டு ஸ்ரீநகருக்குள் அவர்கள் நுழைந்திருக்க முடியும். தன்னலம் கருதாத மாவீரனான ரஞ்சித்ராயின் துணிந்த நடவடிக்கையாலும் தியாகத்தாலும் நிலைகலங்கிப்போன எதிரிகள் தாக்குதலை மேலும் தாமதப்படுத்தினர். அது ஸ்ரீநகரைக் காப்பாற்ற இந்திய ராணுவத்துக்குப் பெரிதும் உதவியது.

எஞ்சியிருந்த சீக்கியத் துருப்புகள் வேகமாகப் பின்வாங்கி விமான தளத்திலிருந்த தங்களது தாய் பட்டாலியனுடன் வந்து சேர்ந்தன. நிலைமையைப் புரிந்துகொண்டதும் எதிரியின் இருப்பிடத்தைத் துல்லியமாகக் கணக்கிட்டுவிட்டதால் ஒன்றாவது சீக்கிய பட்டாலி யனின் இரண்டாம் தளபதியாக (செகன்ட் இன் கமான்ட்) இருந்த சம்பூரன் பச்சன்சிங் பட்டாலியனுக்குத் தலைமை தாங்கி மேலும் துருப்புகளுடனும் பாரமுல்லாவை நோக்கிச் சிறிதும் அஞ்சாமல் மறுபடியும் விரைந்தார்.

ஸ்ரீநகருக்கும் பாரமுல்லாவுக்கும் இடையில் பாதுகாப்பு அரண் அமைப்பதற்கு வாய்ப்பாக குன்றுகள் நிறைந்திருந்த படன் என்ற இடத்தில் ஒன்றாவது சீக்கிய பட்டாலியனை முழுவதுமாக நிலை நிறுத்தி எதிரியின் வரவுக்காக காத்திருந்தார் மேஜர் சம்பூரன் பச்சன்சிங். ஸ்ரீநகர் வந்து சேர்ந்த முதல் நாளிலேயே முதல் பட்டாலியனாக வந்திறங்கிய சீக்கிய பிரிவின் கமான்டர் கொல்லப்பட்டது டெல்லி ராணுவ வட்டாரத்தை அதிர்ச்சிக்கு உள்ளாக்கியது.

காஷ்மீர் நடவடிக்கைக்காக உத்தரவு கொடுக்கப்பட்டிருந்த 161-வது பிரிகேடின் கமான்டர் பிரிகேடியர் ஜே.ஸி.கட்டோச் காஷ்மீருக்கு உடனடியாகப் பறந்து செல்லும்படி உத்தரவிடப்பட்டார். ராணுவ உளவுத்துறையின் உதவி டைரக்டராகப் பணிபுரிந்த கர்னல் ஸென்னும்

காஷ்மீருக்குச் சென்று நிலைமையை நேரடியாக அறிந்து வரச் சென்றார். இந்த இரு உயர் அதிகாரிகளும் ஒரே விமானத்தில் ஸ்ரீநகருக்குப் பறந்தனர். இதற்கிடையில் சுதந்தரத்துக்கு முன்னாலேயே பாகிஸ்தானிய பகுதியில் பணிபுரியச் சென்றிருந்த இந்திய ராணுவத்தின் பிரிவுகளான சில சீக்கிய ரைஃபில் கம்பெனிகளும் டோக்ரா ரைஃபில் கம்பெனிகளும் டெல்லிக்கு வந்துசேர்ந்திருந்தன.

இந்த ரைஃபில் கம்பெனிகளில் சிலவும் உடனடியாக ஸ்ரீநகருக்குச் செல்ல உத்தரவிடப்பட்டது. பீரங்கிப் படையின் சீக்கிய வீரர்களில் 100 வீரர்கள், பாகிஸ்தானிய மௌண்டன் ஆர்ட்டிலரி ரெஜமென்டில் பணிபுரிந்துவிட்டு டெல்லி திரும்பியிருந்தனர். இவர்களுடைய பீரங்கிகளை விமானத்தில் எடுத்துச்செல்ல முடியாததால் வெறும் ரைஃபில் கம்பெனிகளாக படனில் பாதுகாப்புப் பரண் அமைத்து நிலைகொண்டிருக்கும் ஒன்றாவது சீக்கிய பட்டாலியனுடன் சேர்ந்து கொள்வதற்கு அனுப்பப்பட்டது. காஷ்மீரில் ராணுவ நிலைமையை நேரடியாகக் கண்டறிந்துவிட்டுத் திரும்பிய ஸென் ராணுவ நடவடிக்கையின் டைரக்டராக இருந்த பிரிகேடியர் தாப்பரைச் சந்தித்து நிலைமையை விளக்கினார்.

காஷ்மீரின் நிலைமை மிக மிக மோசமாக இருக்கிறது. பட்காம் விமான நிலையத்திலும் படனிலுமாகச் சேர்த்து ஒன்றாவது சீக்கிய பட்டாலியன் ஒன்று மட்டுமே இப்போது காஷ்மீரத்திலிருக்கிறது. அதுவும் அங்கு சென்ற அதேநாளே கமாண்டரை இழந்துவிட்டது. காஷ்மீர் விமானத்தளத்தை எல்லா பக்கங்களிலிருந்தும் பாதுகாக்க வேண்டுமென்றால்கூட குறைந்தது ஐந்து ஆறு கம்பெனி வீரர்களாவது வேண்டும் (நான்கு கம்பெனிகள் சேர்ந்தது ஒரு பட்டாலியன். ஒரு கம்பெனியிலுள்ள வீரர்கள் சுமார் நூற்றைம்பது பேர்) என்று வற்புறுத்தினார்கள்.

பாரமுல்லா - ஸ்ரீ நகர் சாலையில் பதினேழு மைல் தூரத்திலுள்ள 'படன்' என்ற இடத்தில் எதிரிகளை முன்னேறவிடாமல் தடுத்து நிறுத்துவதற்காக நிலைகொண்டு காத்திருக்கும் ஒன்றாவது சீக்கிய பட்டாலியனின் ஒரு பகுதி எதிரிகளின் நேரடித் தாக்குதலை மட்டும் வேண்டுமானால் முறியடிக்குமே தவிர எதிரிகள் சாலையின் இருபுறங்களிலுமிறங்கி குன்றுகளின் மறைவில் பதுங்கி சுற்றி வளைக்க ஆரம்பித்தால் அங்கிருக்கும் சீக்கிய துருப்புகள் பாதுகாப்பின்றி அநியாயமாகக் கொல்லப்பட்டுவிடும்.

ஸ்ரீநகருக்கு பல திசைகளிலிருந்தும் சாலைகள் வந்து சேருகின்றன. விமான தளத்திலிருந்தும் பட்காம் ஊரிலிருந்தும் தனித்தனியே புறப்பட்டு வரும் இரண்டு சாலைகளும் ஒன்றாக இணைந்து தென்மேற்கு திசையில் ஸ்ரீநகரை வந்தடைகிறது. ஜம்மு - பானிஹால்

கணவாய் வழியாக வரும் சாலை தென்புறம் வந்து சேருகிறது. காந்தர்பால் வழியாக வரும் சாலை மூன்றாகப் பிரிந்து, நகரின் வடக்கு எல்லையில் மூன்று இடங்களில் வந்து சேருகிறது. பண்டிபுரா திஷ்யு வழியாக வரும் சாலை சும்பால் என்ற இடத்தில் ஜீலம் நதியை குறுக்காகத் தாண்டி அந்நதியின் கரையோரமாக வருகிறது.

இன்னொரு சாலை ஸ்ரீநகரின் மேற்குபுறத்தில் பாரமுல்லா-ஸ்ரீநகர் சாலையில் வந்திணைகிறது. இதே போல் குல்மார்க்கிலிருந்து வரும் சாலையும் 'மகம்' என்னும் ஊர் வழியாக படனுக்கும் ஸ்ரீநகருக்கும் இடையில் பிரதான சாலையில் வந்திணைகிறது. இப்படி ஏகதேசம் ஒன்பது தனித்தனி சாலைகள் ஸ்ரீநகரை வந்தடைவதால் ஸ்ரீநகரை முழுமையாகப் பாதுகாக்க வேண்டுமானால் இந்த ஒன்பது சாலைகளிலும் துருப்புகளை நிறுத்தவேண்டும். அப்படிச் செய்யும் பட்சத்தில் ஸ்ரீநகரின் பாதுகாப்புக்காக மட்டுமே ஒரு முழுமையான பிரிகேட் தேவைப்படும்.

பதினாயிரக்கணக்கில் காஷ்மீருக்குள் புகுந்து இருக்கிற பதானிய பழங்குடிகளையும் அவர்களுக்கு தலைமை தாங்குகிற பாகிஸ்தானிய ராணுவத்தையும் துரத்தி அடிக்கவேண்டும்; ஒரேயடியாக பாரமுல்லா, ஊரி, டோமல் முஸாஃபராபாத், ஹாஜிப்பூர், பூஞ்ச் ஆகிய இடங்களிலிருந்து வெளியேற்றி காஷ்மீர் எல்லையை விட்டு பாகிஸ்தானுக்குள் துரத்தி அடிக்க வேண்டும். இதற்கெல்லாம் குறைந்தபட்சம் ஒரு டிவிசன் இந்திய ராணுவம் காஷ்மீருக்குள் உடனடியாக அனுப்பப்படவேண்டும்.

கர்னல் ஸென் சொன்ன இந்த விபரங்களைக் கேட்ட பிரிகேடியர் தாப்பர் சிரித்துக்கொண்டார். ஸென் சொல்லுவதில் முழுக்க முழுக்க நியாயம் இருந்தபோதிலும் அன்றைய சூழ்நிலையில் ஜுனா கட்டிலும், ஹைதராபாத்திலும், பஞ்சாபிலும் இருந்த பயங்கர நிலைமைகளுக்கிடையில் ஒரு டிவிசன் வீரர்களை காஷ்மீருக்கு அனுப்புவது சர்வ நிச்சயமாக முடியாதென்பது அவருக்குத் தெரியும்.

ஆயினும் அக்டோபர் 30, 31 தேதிகளில் இந்திய ராணுவத்திலும் சிவில் சர்வீஸிலும் உள்ள சுமார் ஐம்பது டக்கோட்டா விமானங்கள் இடைவிடாமல் பயங்கரமான இக்கட்டுகளையும் பொருட்படுத்தாமல் வீரர்களையும் ராணுவத் தளவாடங்களையும் காஷ்மீருக்கு ஏற்றிச் சென்றவண்ணமிருந்தன. 31ம் தேதி மாலையில் இன்னொரு திடுக்கிடும் செய்தி வந்தது.

காஷ்மீருக்குள் அனுப்பப்பட்டுக் கொண்டிருக்கும் முதலாவது 161-வது பிரிகேடின் கமாண்டர் பிரிகேடியர் ஜே.ஸி.கட்டோச் ஸ்ரீநகருக்கு சென்ற 2-வது நாளிலேயே எதிரிகளின் தாக்குதலினால் படுகாயமடைந்தார்.

15. விமானப்படையின் அசுர சாதனை

பிரிகேடியர் கட்டோச் பட்காம் விமானத்தளத்திலுள்ள தனது பிரிகேட் தலைமையகத்திலிருந்து படனில் நிலைகொண்டிருக்கும் 1-வது சீக்கிய பட்டாலியனை நோக்கி ஜீப்பில் விரைந்துகொண்டிருந்தார். இன்னும் போதுமான துருப்புகள் வந்து சேராத நிலையில் அங்கொன்றும் இங்கொன்றுமாகச் சில சாலைகளை மட்டும் குறுக்கே தடுத்து இந்தியத் துருப்புகள் காவல் காத்து நின்றன. அவற்றை ஒன்றாக இணைத்து அவர்கள் செய்யவேண்டிய காரியங்களை உத்தரவுகளாகப் பிறப்பித்துக் கொண்டிருந்த பிரிகேடியர் கட்டோச்சின் ஜீப் எதிரியின் தாக்குதலுக்குள்ளானது.

படனைச் சுற்றிலுமிருந்த சிறுசிறு குன்றுகள் எதிரிகளுக்கு மறைவிடமாகப் பயன்பட்டது. இன்னும் சிறிது தூரத்தில் சீக்கிய பட்டாலியன் சாலையைத் தடுத்து நிலைகொண்டிருக்கும்போது அவர்களைத் தாண்டி இந்தப் பக்கமாக எதிரிகள் எப்படி வரமுடிந்ததென்று திகைத்துப்போன கட்டோச் எதிரியின் தாக்குதலிலிருந்து தப்பித்துவிட ஜீப்பைப் படுவேகமாக முன்னோக்கிச் செலுத்தினார்.

எதிரிகளால் சீக்கிய பட்டாலியனைக் கடக்க முடியவில்லை; கணிசமான எண்ணிக்கையில் வசதியான பாதுகாப்பு நிலைகளில் நிலைகொண்டிருந்த இந்தியத் துருப்புகளை தாக்க அவர்களுக்குத் துணிச்சல் இல்லை. எனவே, சிறு சிறு அணிகளாகச் சாலையைத் தவிர்த்து காடுகளிலெல்லாம் முன்னேறி வந்திருந்தனர். அங்கொன்றும் இங்கொன்றுமாக தூரத்திலிருந்த குன்றுகளில் அமர்ந்துகொண்டு சாலையில் வருவோர் போவோரைத் தாக்கத் தொடங்கியிருந்தனர்.

பிரிகேடியர் கட்டோச்சியின் ஜீப்பை நோக்கிச் சுடப்பட்ட குண்டுகள் ஏகதேசம் 1800 அடிகளுக்கு அப்பாலிருந்து வந்ததால் அவற்றால் ஜீப்புக்கு ஒரு சேதமும் உண்டாக்க முடியவில்லை. மிகவும் தூரத்திலிருந்து சுடப்பட்ட எதிரியின் துப்பாக்கி கோணத்தின் எல்லைக்குள்ளிருந்து வெளியேறித் தப்பித்துவிட முயன்ற கட்டோச்சின் கால்களில் கடைசி நேரத்தில் குண்டுகள் பாய்ந்துவிட்டன. ஒழுகிக் கொண்டிருந்த ரத்தத்தைப் பார்த்து சிறிதும் கவலைப்படாமல்

படனுக்குச் சென்று ஒன்றாவது சீக்கிய பட்டாலியனுக்குக் கொடுக்க வேண்டிய உத்தரவுகளைக் கொடுத்துமுடித்தார்.

பட்டாலியனிலுள்ள சிறிய மருத்துவக்குழு குண்டு பாய்ந்த காயத்துக்கு முதலுதவி செய்தது. எனினும், ஏராளமாக ரத்தம் ஒழுகி விட்டதால் தாக்குப்பிடிக்க முடியாமல் மயக்கத்தில் சாய்ந்துவிட்டார். மேற்கொண்டு எதுவும் செய்ய இயலாத பிரிகேட் கமாண்டர் ஜே.ஸி.கட்டோச்சை உடனடியாக டெல்லிக்குக் கொண்டுசெல்ல ஏற்பாடுகள் நடந்தன.

போர் தொடங்கிய முதல் நாளே மிகுந்த சாமர்த்தியசாலியன லெப்.கர்னல் ரஞ்சித்ராயை இழந்துவிட்டது. அந்த அதிர்ச்சியிலிருந்து மீள்வதற்கு முன்னால் மூன்றாவது நாளே பிரிகேட் கமான்டரின் சேவையையும் இழந்துவிட்டது.

எதிரியின் தாக்குதல் பெரும் எண்ணிக்கையில் எந்த நேரத்திலும், எந்தத் திசையிலிருந்தும் வரலாம் என்று எதிர்பார்த்துக் கொண்டிருந்த அந்த மிக இக்கட்டான நேரத்தில் மிக மிக அவசரமாக வேறு ஒரு கமாண்டர் காஷ்மீரத்துக்கு அனுப்பப்பட்டாகவேண்டும். புதிய கமாண்டராக வருகிறவர் உடனடியாக காஷ்மீருக்கு வந்துவிட்டாலும் கூட நிலைமையைப் புரிந்துகொள்வதற்கும் திட்டங்களை வகுப்பதற்கும் அவரது நோக்கப்படி துருப்புகளின் நிலைகளை மாற்றியோ திருத்தியோ அமைப்பதற்கும் போதிய அவகாசம் வேண்டும்.

வெவ்வேறு இடங்களில் நிலைகொண்டிருக்கும் துருப்புகளை யார் யார் எந்தெந்த நேரத்தில் எப்படி எப்படிச் செயல்படவேண்டும் என்று உத்தரவிடுவதற்கு எல்லா பகுதிகளையும் நிலைமையும் துல்லியமாக அறிந்த பிரிகேட் கமாண்டர் வேண்டும். ஆனால் புதிதாக வரும் கமாண்டருக்குக் கள நிலைமையைப் புரிந்து செயல்பட எதிரிகள் அவகாசம் கொடுப்பார்களா? அடுத்த கமாண்டர் வந்து சேர்வதற்கு முன்னாலேயேகூட எதிரிகளின் தாக்குதல் தொடங்கக்கூடும். அது நடந்தால் படனில் இருக்கும் சீக்கிய துருப்புகள் கடைசி வீரன் உள்ளவரை போரிட்டு மடிய நேரிடும். விமான தள பாதுகாப்புக்காக அப்போதுதான் வந்து இறங்கி இருந்த, இன்னும் பாதுகாப்பு நிலைகளில் நிறுத்தப்படாத நாலாவது குமாவுன் பட்டாலியன் வீரர்கள் முடிந்தவரை போரிட்டு மடியத்தான் வேண்டும்.

விமானதளம் எதிரியின் வசமான பிறகு புதிய கமாண்டரோ மேலும் துருப்புகளோ வந்தாலும்கூட ஆகாயத்திலேயேதான் வட்டமடிக்க முடியுமே தவிர கீழே இறங்கமுடியாது. ஆங்கிலேயர்கள் இதுநாள் வரையிலும் இந்திய வீரர்களுக்கு உயர் பதவிகளை அளிக்காமலும் படைகளை நடத்திச்செல்லும் வாய்ப்பு கொடுக்காமலும் இருந்து

விட்டனர். போர் மூண்டுவிட்ட இந்த இக்கட்டான சூழ்நிலையில் போரில் கலந்துகொள்ளமுடியாது என்று பிரிட்டிஷ் அரசாங்கத்தின் உத்தரவின் பேரில் ஒதுங்கியும்விட்டனர்.

இந்திய கமாண்டர்கள் அதிகம் இல்லாத காரணத்தால் கர்னலாக இருந்த கட்டோச்சுக்கு அவசர அவசரமாக பிரிகேடியராகப் பதவி உயர்வு கொடுத்து காஷ்மீருக்கு அனுப்பியிருந்தது இந்திய அரசு. இப்போது அவரும் குண்டடி பட்டு டெல்லிக்குச் சிகிச்சைக்கு எடுத்துச் செல்லப்பட்டுவிட்டார். அடுத்த கமாண்டர் யாரென்று இந்திய ராணுவத் தலைமை சல்லடை போட்டுத் தேடியது. ஒரே ஒரு பகல் பொழுதுமட்டுமே காஷ்மீருக்கு வந்த நிலைமையை ஆராய்ந்து சென்ற உளவுத்துறையின் உதவி டைரக்டரான கர்னல் எல்.பி.ஸென் ஒருவரே தென்பட்டார். அவருக்கு உடனே பிரிகேடியராகப் பதவி உயர்வு கொடுத்து காஷ்மீர் போரை நடத்தும்படி அனுப்பியது இந்திய அரசு!

பிரிகேடியர் ஸென் காஷ்மீருக்குப் புறப்படுவதற்கு முன்னால் மகாத்மா காந்தியின் அழைப்பை ஏற்று அவரைப் பார்க்கச் சென்றார். அவரிடம், அன்றைய நிலையில் (1.11.1947) தனக்கு காஷ்மீர், பற்றித் தெரிந்த அனைத்தையும் சுருக்கமாகச் சொன்னார் பிரிகேடியர் ஸென். மேலும் ஏதாவது என்னிடம் கேட்கவோ சொல்லவோ விரும்பு கிறீர்களா என்று காந்தியிடம் கேட்டார்.

காந்தி சொன்ன பதில்: போர்கள் மனித சமுதாயத்தின் சாபக்கேடு. அவை சுத்தமாகப் புத்தியற்றவை. அவை துன்பத்தையும் அழிவு களையும் தவிர வேறெதையும் கொடுப்பதில்லை என்றார்.

இதைக் கேட்ட ஸென் என்ன செய்வது என்று அறியாமல், இன்னும் சில மணி நேரங்களில் காஷ்மீர் சென்று நேரடிப் போரில் ஈடுபட இருக்கும் நான் என்ன செய்யவேண்டும் என்று கேட்டார்.

அதற்கு காந்தி புன்சிரிப்புடன், அப்பாவி மக்களைப் பாதுகாக்கச் செல்கிறீர்கள். துன்பத்திலிருந்தும், அழிவிலிருந்தும் பாதுகாக்கப் போகிறீர்கள். இதைச் சாதிக்க உங்கள் வசமிருக்கும் அனைத்து சக்திகளையும் நீங்கள் முழு அளவில் பயன்படுத்தவேண்டும் என்றார். இதன் பிறகு ஸென் காந்தியை உயிருடன் பார்க்கவில்லை.

பிரிகேடியர் ஸென் காஷ்மீரில் பணிபுரியும் 161-வது பிரிகேடின் கமாண்டர் பொறுப்பை ஏற்று ஸ்ரீநகருக்கு புறப்படுவதற்காக டெல்லி சப்தர்ஜங் விமானதளத்துக்கு வந்தார். விமானத்தளத்தில் அவரிடம் சொல்லப்பட்ட செய்தி அவரைத் திடுக்கிட வைத்தது. ஸ்ரீநகரில் பட்காம் விமானத்தளத்தில் எதிரிகள் புகுந்துவிட்டனர். இந்திய விமானங்கள் அங்கே இறங்கமுடியாது என்பதுதான் அந்தத் தகவல்.

நவம்பர் 2ம் தேதி காலை 6.00 மணிக்கு டெல்லியிலிருந்து கிளம்பும் முதல் விமானத்தில் புறப்பட்டு காஷ்மீருக்குச் செல்லவிருந்த பிரிகேடியர் ஸென்னின் காதுகளில் விழுந்த இந்தத் தகவல்கள் ஒரு விநாடி அவரை நிலைகுலைய வைத்தாலும் சுதாரித்துக்கொண்டார். அவரை ஏற்றிச்சென்ற விமானம் காஷ்மீர் பள்ளத்தாக்கில் நுழைவதற்கு மிகக்குறைந்த உயரமான 9000 அடி உயரத்திலிருந்து பானிகால் கணவாயைத் தாண்டியதும் சிறிது நேரத்தில் காஷ்மீரத்தின் பட்காம் விமானத் தளம் சிறுபுள்ளியாகத் தரையில் தெரிந்தது. விமானத்தை ஓட்டிக்கொண்டிருந்த பைலட், பிரிகேடியரை விமானத்தின் கட்டுப் பாட்டு அறைக்கு அழைத்தார். சுமார் 8000 அடிகளுக்குக் கீழே தரையைச் சுட்டிக்காட்டியபடியே பைலட் கேட்டார்: சார் அதோ தெரிவதுதான் பட்காம் விமானதளம். இன்று காலையில் எதிரிகள் காஷ்மீருக்குள் புகுந்துவிட்டதாகவும் விமானத்தளம் அவர்கள் கையில் சிக்கிவிட்ட தாகவும் டெல்லியில் பேச்சு அடிபட்டது. விமானதளத்தில் எதிரிகள் புகுந்திருந்தால் நாம் என்ன செய்ய?

கேள்விக்குறியுடன் பிரிகேடியரைப் பார்த்துக் கேட்ட விமானிக்கு அவரிடமிருந்து தீர்க்கமான பதில் வந்தது: 'நாம் கீழே இறங்கியாக வேண்டும்.'

அடுத்த சில நிமிடங்களில் சரியாக காலை 9.05க்கு அந்த விமானம் பட்காம் விமானத் தளத்தில் தரையிறங்கியது. நல்லவேளையாக விமானத்தளம் எதிரியின் கையில் சிக்கியிருக்கவில்லை. காஷ்மீருக்குள் இந்திய ராணுவம் போவதற்கு தரைமார்க்கமாக எந்த வழியும் இல்லாதபோது துருப்புகளை விமானத்தில் ஏற்றிச்செல்ல இந்திய அரசு முடிவு செய்தது. ஆனால், அப்போதுதான் இரண்டாகப் பிரிக்கப் பட்டிருந்த இந்திய விமானப் படையிடம் போதுமான போக்குவரத்து விமானங்கள் இருக்கவில்லை.

இரண்டாவது உலகப்போரில் மிகச் சிறந்த பணியாற்றிய டி.சி.3 டக்கோட்டா விமானங்கள் கொஞ்சம் இந்திய விமானப் படையிலும், இந்தியன் ஏர்லைன்ஸிலும் இருந்தன. அத்தனை விமானங்களையும் இருக்கிற இடத்திலிருந்து பிரயாணிகளையோ பொருட்களையோ அங்கேயே இறக்கி விட்டுவிட்டு உடனே டெல்லி வந்து சேரும்படி உத்தரவிட்டது இந்திய அரசு. இப்படி வந்து சேர்ந்த சுமார் 50 டக்கோட்டா விமானங்கள் காஷ்மீருக்கு துருப்புகளை ஏற்றிச் செல்லும் பணியில் அமர்த்தப்பட்டன.

மிகக் குறுகிய காலத்தில் அதிவேகமாகச் செயல்படவேண்டிய நிர்ப்பந்தம் இருந்ததால் விமானிகளுக்குப் பெரும் சோதனை உண்டானது. அங்கு விமானம் இறங்கி ஓடுவதற்கு சிமெண்ட்டினாலோ

தாரினாலோ அல்லது கற்களினாலோ கூட அமைக்கப்பட்ட ஓடு தளம் கிடையாது. விமானம் இறங்கி ஏறும்போது அவற்றைக் கட்டுப் படுத்துவதற்குத் தேவையான கட்டுப்பாட்டு அறையும் தந்தி இல்லா தொடர்பு சாதனங்களும் தரையில் கிடையாது. குறிப்பாக எந்த இடத்தில் தரையைத் தொடவேண்டும்... எந்தப் பாதையில் விமானம் ஓடவேண்டும் என்று காட்டுவதற்குத் தேவையான விளக்குகளோ அடையாளங்களோ கிடையாது. ஒரு விமானம் தரையிறங்கி ரன்வேயில் ஓடும்போது கிளப்பப்படும் புழுதி விமானத்தளம் முழுவதும் நிறைந்து ஒருவரையொருவர் பார்க்கமுடியாத அளவுக்குப் பறந்தது.

சாதாரண நாட்களில் இம்மாதிரி ஆபத்தான தளங்களில் இறங்க நேரிடும்போது ஆகாயத்திலிருந்து விமானத்திலிருக்கும் உபரி பெட்ரோலையும் பொருட்களையும் விட்டெறிந்துவிட்டு விமானத்தின் எடையைப் பாதியாகக் குறைத்த பிறகுதான் தரையிறங்கு வார்கள். ஆனால், போர்க்கால நடவடிக்கையில் ஈடுபட்டிருந்த இந்திய விமானிகள் இந்திய வீரர்களையும், ஆயுதங்களையும் விமானம் முழுவதும் நிரப்பிக்கொண்டு எந்தவிதப் பாதுகாப்பும் வழிகாட்டியும் இல்லாத காஷ்மீர் விமானதளத்தின் புழுதித் தரையில் தொடர்ந்து தரையிறங்கினர். ஒரே நாளில் ஒவ்வொரு விமானியும் தயக்கமோ சோர்வோ இன்றி பல தடவை காஷ்மீருக்கு சென்று திரும்பினார்கள்.

இத்தனைக்கும் அந்தப் புழுதி மண்டலத்துக்குள் இறங்கும்போது ஒரே ஒரு விமானம் மட்டும் திசை தவறியோ ரன்வேயில் விழுந்தோ நொறுங்கியிருக்குமானால் ஓடு தளம் மேலும் பாதிக்கப்பட்டு நம் ராணுவத்தின் அனைத்து திட்டங்களும் தவிடுபொடியாகி இருக்கும். கொஞ்சம்கூடச் சோர்வின்றி அயராதுழைத்த இந்திய விமானிகள் இந்தப் போரில் புரிந்த அந்தச் சாதனை உலகிலேயே ஈடு இணையற்றது. தரையிறங்கிய புதிய கமாண்டர், பிரிகேடியர் எல்.பி. ஸென் விமான தளத்தினுள்ளேயே அமைக்கப்பட்டிருந்த பிரிகேட் தலைமையகத்துக்குள் நுழைந்தபோது திகைத்து நின்றார்.

16. பிரிகேடியர் ஸென் திகைத்து நின்றார்

விமான தளத்தின் கண்ட்ரோல் டவர் என்று பெயரில் இருந்த அந்த கட்டடத்தினுள் ஏறி பிரிகேடின் தலைமையகம் செயல்படும் அறையினுள் நுழைந்தார் பிரிகேடியர் ஸென்.

அவரது கால்கள் அறையினுள் நுழைந்த அதே நேரம் அடுத்த விமானம் ஒன்று தளத்தில் வந்து இறங்கியது. விமானம் ரன்வேயில் ஓடியபோது புகைத்துக் கிளம்பிய புழுதி மண்டலம் விமானத்தளத்தின் எல்லா பகுதிகளையும் நிறைத்து கண்ட்ரோல் டவரிலும் நுழைந்து பிரிகேட் தலைமையகத்தின் அறையினுள்ளும் பரவியது. உள்ளே யாரிருக் கிறார்கள் என்று பார்க்க முயன்றார். புழுதி மண்டலம் முழுவதுமாக மறைத்துவிட்டதால் சுத்தமாக ஒரு நிமிட நேரம் அசையாமல் நின்ற இடத்திலேயே அவர் நிற்க வேண்டியதாயிற்று.

ஒரு வழியாக புழுதி மறைந்ததும் அறையை நோட்டம்விட்டார். அது ஒரு மிகச் சிறிய அறை. நடுவில் ஒரே ஒரு மேஜை. மேஜையை சுற்றிலும் பிரிகேட் மேஜர் மேஜர் டிப்பாக்சிங்கும், ஸ்டாஃப் கேப்டனும், ராணுவம் மற்றும் விமானப்படையின் நடுவே செயல்படும் லியேசன் ஆபிஸரும் அவரவர் வேலையில் மூழ்கியிருந்தனர். ஒவ்வொரு விமானமும் இறங்கும் போதும் ஏறும் போதும் கிளம்பிய புழுதி அந்த சிறிய பிரிகேட் தலைமையகத்தில் செயல்பட்டுக் கொண்டிருந்த அதிகாரிகளைச் சிறிதும் பாதிக்கவில்லை. கவனம் முழுவதும் வேலையிலும் ஆங்காங்கே எதிரிகளின் தாக்குதல்களை எதிர்நோக்கி நிற்கும் இந்திய ராணுவத்தின் மாவீரர்களின் பாதுகாப்பிலும் முழுவதுமாகக் குவிந்திருந்தது.

தனது முதல் கவனத்தை விமானத் தள பாதுகாப்பில் செலுத்திய பிரிகேடியர் ஸென் உடனடியாகத் துருப்புகளின் நிலையை ஆராய முற்பட்டார். லெப்டினன்ட் கர்னல் ப்ரீதம்சிங்கின் தலைமையில் இருந்த ஒன்றாவது குமாவுன் பட்டாலியன் முழு அளவில் இருந்ததால் விமானதளத்தின் சுற்றிலுமுள்ள பாதுகாப்பு பொறுப்பு அதனிடம் கொடுக்கப்பட்டது.

விமானதளத்திலிருந்து அதிகமாக வெளியில் நகர்ந்துவிட்டாலும் பாதுகாப்பின் சக்தி குறைந்துவிடும். அதே நேரத்தில் தளத்தில் மிக

நெருக்கமாக இருந்தாலும் அங்கிருந்து அடிக்கொரு தரம் கிளம்பும் புழுதியும் ஓசையும் தாங்க முடியாததாக இருந்ததால் லெப்.கர்னல் ப்ரீதம்சிங் தனது 1-வது குமாவுன் பட்டாலியனின் கம்பெனிகளை 'ஸ்ட்ராட்டஜிக்' (ராணுவ தந்திரமான) இடங்களில் நிறுத்தினார்.

இந்த 1-வது குமாவுன் பட்டாலியன் ஒரு பாராசூட் பட்டாலியனாக இருந்ததால் பிரிகேடியர் ஸென் இதை வெளியே வேறெங்கும் கொண்டுசெல்ல விரும்பவில்லை. ஏற்கெனவே விமானதள பாதுகாப்பில் ஈடுபட்டிருந்த 4-வது குமாவுன் பட்டாலியன் இரண்டு ரைஃபில் கம்பெனிகளையும் அவர்களது பணியிலிருந்து விடுவித்து பிரிகேடின் ரிசர்வ் படையாக வைக்கப்பட்டது.

இந்த ரிசர்வ் படை எந்தப் பகுதிக்கு அவசரமாகத் தேவைப்பட்டாலும் அனுப்பும்வகையில் பிரிகேட் தலைமையகத்திலேயே நிலைநிறுத்தப் பட்டது. காஷ்மீரப் பகுதியில் செயல்படும் இந்திய வீரர்களின் மருத்துவ வசதிக்காகச் செயல்பட்டுக்கொண்டிருந்த ராணுவ மருத்துவக் குழு ஒன்று விமானத்தளத்தின் ஓரத்தில் தளத்தை விட்டு சற்று தள்ளியிருந்த ஒரு பழைய கட்டிடத்தில் இருந்தது.

இந்தக் கட்டடம் விமானதளத்தைச் சுற்றிலும் இருந்த பாதுகாப்பு எல்லைக்கு அப்பால் இருந்ததால் இரவில் மிக எளிதாக அங்குள்ள டாக்டர்களும் சிப்பந்திகளும் எதிரிகளுக்குப் பலியாகிவிடக்கூடும். ஆதலால் அவர்கள் உடனடியாகப் பாதுகாப்பு வளையத்தின் எல்லைக் குள்ளேயே கொண்டுவரப்பட்டனர். ஆனால், விமானத் தளத்தினுள் எங்கேயிருந்தாலும் அங்கு பறக்கும் புழுதியில் எல்லா மருந்துகளும் புழுதியின் நிறமாக மாறிவிடுவதால் அந்த மருத்துவக்குழு படாதபாடு படவேண்டியிருந்தது.

லெப்.கர்னல் குல்லர் கமாண்டில் ஒன்றாவது பஞ்சாப் பட்டாலியன் ஒன்று ஏற்கெனவே காஷ்மீர் வந்து சேர்ந்திருந்தது. இந்த பட்டாலியன் கூட பாரசூட் பட்டாலியன்தான். ஆனால் இதன் எண்ணிக்கையில் சரியாக பாதி பேர் ஆகஸ்ட் 15-க்கு பின் பாகிஸ்தான் பிரஜைகளாகிப் பிரிந்துசென்றுவிட்டதால் இந்த பட்டாலியனில் மொத்தம் 450 பேர் மட்டுமே இருந்தனர். இந்த ஒன்றாவது பஞ்சாப் ரெஜிமென்டின் பாதி பேர் பாகிஸ்தானுக்கு பிரிந்து சென்ற பிறகு இந்நேரம் அங்கே என்ன செய்துகொண்டிருப்பார்கள்? இந்தியப் பகுதி வீரர்கள் காஷ்மீர் போரில் ஈடுபடுத்தப்பட்டிருப்பது போல அவர்களும் பாகிஸ்தான் அரசால் அங்கிருந்து காஷ்மீரத்துக்கு அனுப்பப்படுவார்களோ... யார் கண்டது? அப்படி அவர்கள் எதிரிகளாக வந்து இந்த ஒன்றாவது பஞ்சாப் ரெஜிமென்டோடு மோதும் நிலை ஏற்பட்டால்! குரூரமான வேடிக்கைதான்.

ஒரே பட்டாலியனில் காலகாலமாகப் பழகி, உண்டு உறங்கி, தோளோடு தோள் நின்று இரண்டாம் உலகப்போரில் போரிட்டுவிட்டு இன்று ஆங்கிலேயனின் சூழ்ச்சியால் இரண்டாகப் பிளக்கப்பட்டு விட்ட இந்தியாவின் இருபுறமிருந்தும் இவர்கள் ஒருவரை ஒருவர் தாக்கிக்கொண்டால் அதை என்னவென்று சொல்வது? இந்துகளை சகித்துக்கொள்ள முடியாத முஸ்லிம்களின் வெறித்தனம்தானே பாகிஸ்தானைப் பிரிப்பதற்கு ஆங்கிலேயனுக்கு சாதகமாக இருந்தது? இதே முஸ்லிம் வெறித்தனம்தானே ஒரே பட்டாலியனில் இருந்த இந்து டோக்ரா வீரர்களை முஸாஃபராபாத்தில் தூக்கத்திலேயே வெட்டிக் கொல்லவைத்தது.

மனிதனுக்கு மனிதன் சகிப்புத்தன்மையும் மத சிநேகத்தையும் ஆயிரமாயிரம் ஆண்டுகளாக வளர்த்து வந்த இந்து தர்மத்தின் ஆணிவேரையே இந்த முஸ்லிம், கிறிஸ்தவ மதங்கள் தகர்த்துவிட முயல்கின்றனவே. இந்தப் போர் மனிதாபிமானத்துக்கும் காட்டு மிராண்டித்தனத்துக்கும் நடக்கும் போர்; இதில் மனிதாபிமானம் வென்றே தீரவேண்டும்.

பாதி எண்ணிக்கையே உள்ள 1-வது பஞ்சாப் பட்டாலியன் குல்மார் ரோடில் நிலைநிறுத்தப்படுகிறது. ஸ்ரீநகரிலிருந்து 'படன்' போகும் பாதி தூரத்தில் இடப்புறமாகத் திரும்பிப் பிரிந்து செல்கிறது குல்மார்க் செல்லும் சாலை. இந்தப் பாதையில் ஏகதேசம் 5 மைல் தூரத்தில் 'மகம்' என்ற இடத்தில் நிறுத்தப்பட்டிருந்த 1-வது பஞ்சாப் பட்டாலியனுக்கு பழைய பிரிகேட் கமாண்டர் கொடுத்திருந்த வேலைகள் இரண்டு.

ஒன்று, எதிரிகள் ஊரியிலிருந்து நேர்வழியாக பாரமுல்லாவைத் தாண்டி வரும்போது 'படனில்' இருக்கும் 1-வது சீக்கிய பட்டாலி யனுடனான மோதலைத் தவிர்க்க முடிவெடுக்கக்கூடும்; அப்படி வலப்புறமாக இறங்கி குல்மார்க்கை அடைந்து அங்கிருந்து 'மகம்' வழியாக முன்னேறி ஸ்ரீநகரை அடைய முயற்சிக்கும் பட்சத்தில் அதை முறியடிப்பது.

இரண்டாவது மகமுக்கும்-படனுக்கும் குறுக்காக வயல்வெளி வழியாக உள்ள தூரம் சுமார் 5 மைல்கள். இந்த 5 மைல் இடைவெளி வழியாக எதிரி ஸ்ரீநகர் சாலையை அடைய முயற்சி செய்தால் அதைத் தடுப்பது. அதோடு படனில் இருக்கும் ஒன்றாவது சீக்கிய பட்டாலி யனை எதிரி தாக்க முயன்றால் படனின் இடதுபக்கமாகச் சுற்றி வளைக்க முயலும் எதிரியை மகம்மில் இருந்து சிறிது தூரம் முன்னேறிச் சென்று பின்புறமாகத் தாக்குவது.

இப்படி ஒரு திட்டத்தின் அடிப்படையில் மகம் என்ற இடத்தில் வைக்கப்பட்டிருந்த ஒன்றாவது பஞ்சாபை பிரிகேடியர் ஸென் மாற்ற

விரும்பினார். ஏனெனில், எதிரி ஊரி, படன் சாலையை விட்டுவிட்டு குல்மார்க் வழியாக முன்னேற வேண்டுமானால் நூற்றுக்கணக்கான லாரிகளையும் பஸ்களையும் ஊரியிலிருந்தும், பாரமுல்லாவி லிருந்தும் குல்மார்க்குக்குக் கொண்டு வருவதற்கு பாரமுல்லாவி லிருந்தோ ஊரியிலிருந்தோ சரியான சாலை கிடையாது. இந்த நிலையில் குல்மார்க் வழியாகத் தாக்குதலை எதிர்பார்ப்பது தவறு என்றே அவருக்குத் தோன்றியது. மேலும் படனில் இருக்கும் 1-வது சீக்கிய துருப்புகள் தாக்கப்படுமானால் 5 மைல் தூரமுள்ள மகமில் இருந்து உதவிக்கரம் நீட்டுவது உடனடியாக முடியாத காரியம். இரவில் மகத்துக்கும் படனுக்கு இடையில் உள்ள இந்த 5 மைல் இடைவெளியைப் பயன்படுத்தி எதிரிகள் இரு பட்டாலியன்களுக்கும் இடையே ஊடுருவி உள்ளே வந்துவிட முடியும்.

இப்படி சிந்தனையை ஓட்டிய பிரிகேடியர் ஸென் 1-வது பஞ்சாபை வேறு இடத்துக்கு நகர்த்த முயன்று பிரிகேட் மேஜரைக் கூப்பிட்டு உத்தரவு கொடுத்தார். மகம்மில் இருக்கும் 1-வது பஞ்சாப் ஒரு மணி நேர அவகாசத்தில் வேறிடத்துக்கு நகர ஆயத்தமாக இருக்க வேண்டும் என்பதே அந்த உத்தரவு. எதையும் எதிர்பார்க்காமல் மாற்றுத்திட்டம் வகுப்பதற்கு முன்னாலேயே தற்காலிகமாகக் கொடுக்கப்பட்ட இந்த உத்தரவு ஸ்ரீநகரையே காப்பாற்றுவதற்கு ஒரு முக்கிய காரணமாக அமைந்துவிடும் என்று அப்போது யாரும் எதிர்பார்க்கவில்லை. துருப்புகளைக் கிடைத்தவரையிலும் சரியான பாதுகாப்பு நிலைகளில் நிறுத்திவிட்டபிறகு திருப்தியுடன் தலை நிமிர்ந்த பிரிகேடியர் ஸென் எதிரே தூரத்தில் தெரிந்த அந்தப் பயங்கர காட்சியைப் பார்த்து அதிர்ச்சியடைந்தார்.

17. விமானத்தளம் காக்கக் கடும்போர்

1947 நவம்பர் 2ம் தேதி மாலை பிரிகேட் அறையிலிருந்து வெளியே வந்து மேற்கு நோக்கி சிறிது தூரம் நடந்த பிரிகேடியர் ஸென்னின் கண்களில் தெரிந்த காட்சி அவரது ரத்தத்தைக் கொதிக்க வைத்தது.

தூரத்தில் தெரிந்த கிராமங்கள் பலவற்றில் இருட்டத் தொடங்கியிருந்த அந்த நேரத்தில் வீடுகள் பற்றி எரிகின்ற ஜுவாலை வானில் எழும்பித் தெரிந்தது. அங்கு நடக்கும் படுகொலைகளும் பயங்கரங்களும் அந்த வீடுகளை எரிப்பதன் மூலம் அவருக்குத் தெரியப்படுத்தப் படுகிறதோ?

உண்மையில் அதுதான் நடந்தது. நாங்கள் உங்களைச் சுற்றி கிராமங்கள் அனைத்திலும் புகுந்திருக்கிறோம். நாங்கள் எப்படிப் பட்டவர்கள் என்பதை இந்த வீடுகள் கொளுத்தப்படுவதன் மூலம் தெரிந்து கொள்ளலாம். நாளை இதே வேளையில் ஸ்ரீநகருக்குள் நாங்கள் புகுந்த பிறகு நீங்களும் இந்த கதிக்குத்தான் ஆளாகவேண்டி வரும். கையாலாகாத இந்திய ராணுவத்தை நம்பி ஏமாறவேண்டாம் என்று ஸ்ரீநகர் மக்களுக்கு எச்சரிக்கைவிடுவதே பாகிஸ்தானிய பதானிகளின் நோக்கம். அதற்காக ஒவ்வொரு கிராமங்களையும் கொளுத்தினர். கொள்ளையடித்தனர். பெண்களின் மானத்தைப் பறித்தனர். சிறிது தள்ளித் தெரிந்த குல்மார்க் நகரில் உள்ள ஒரு குன்றிலிருந்து புதிதாக பயங்கர தீ ஜுவாலை கிளம்பி வானளாவி எரியத் தொடங்கியது. மலையுச்சியிலுள்ள வீடுகளைக் கொளுத்தினால்தான் ஸ்ரீநகரிலிருந்து பார்ப்பவர்களுக்கு அது சரியாகத் தெரியுமென்று எதிரிகள் நினைத்திருக்கவேண்டும்.

முஸஃபராபாத்தில் தொடங்கி முக்கிய நகரங்களான டோமல், ஊரி, பாரமுல்லா அனைத்தும் கொள்ளையடிக்கப்பட்டுவிட்டன. இப்போது அந்த வரிசையில் குல்மார்க்கும் சேர்ந்துகொண்டது. பாரமுல்லாவிலிருந்து சாலை வழியாக படனைக் கடந்து முன்னேறமுடியாத பாகிஸ்தானிகள் வயல் காடுகளில் இறங்கி கிராமங்களனைத்திலும் புகுந்துவிட்டதைத் தன் கண்களாலேயே அமைதியாகப் பார்த்துக் கொண்டிருந்த பிரிகேடியர் ஸென்னின் உள்ளத்தில் பல சிந்தனைகள் ஓடின.

நவீன ஆயுதங்களுடனும் மார்டர் பீரங்கிகளுடனும் ஸ்ரீநகரைச் சுற்றி வளைக்க முயலும் இந்தப் பத்தாயிரம் பதானியர்களிடமிருந்து ஸ்ரீநகரை எப்படிக் காப்பாற்றப் போகிறோம் என்ற பிரமிப்புதான் அவருக்கு மிஞ்சியது. அவரிடம் இருப்பதெல்லாம் முழுமையாக இரண்டு பட்டாலியனும் இன்னொரு அரைகுறை பட்டாலியன் துருப்புகளும்தான்.

எல்லோரையும் சேர்த்து மொத்தமாகக் கூட்டினாலும்கூட இந்தியத் துருப்புகளின் எண்ணிக்கை 2500ஐத் தாண்டவில்லை. மைதானத்தில் கொண்டுவந்து இறக்கப்பட்ட இந்திய வீரர்களிடம் வெறும் துப்பாக்கி களைத்தவிர பீரங்கிகளோ மார்டர் பீரங்கிகளோ கிடையாது. எதிரிகளின் நடமாட்டத்தைத் துல்லியமாகக் கணக்கிட்டு அறிந்து கொண்டால் இருக்கிற வீரர்களைவைத்து ஒருவாறு சமாளிக்கலா மென்று முடிவுக்கு வந்த பிரிகேடியர் ஸென் இரவு நெடுநேரம் விழித்திருந்து தனது சகாக்களுடன் நிலைமையை விவாதித்தார்.

மறுநாள் காலை நவம்பர் 3ம் தேதி 8 மணிக்கு விமானதளத்திலிருந்து மேற்காக குறுக்கே இறங்கி பட்காம் வழியாக மகம் வரை சென்று இடைப்பட்ட தூரத்தில் எதிரிகளின் நடமாட்டத்தைக் கண்காணிப் பதற்காக ரோந்துபடை ஒன்று புறப்பட்டது. இந்த ரோந்துப் படையில் மூன்று ரைஃபில் கம்பெனிகள் இருந்தன. பிரிகேடின் ரிசர்வில் வைக்கப்பட்டிருந்த 4-வது குமாவுன் பட்டாலியனின் இரண்டு கம்பெனிகளும் விமானதள பாதுகாப்பில் ஈடுபட்டிருந்த ஒன்றாவது குமாவுன் பட்டாலியனிலிருந்து எடுக்கப்பட்ட ஒரு கம்பெனியும் சேர்ந்து அந்த ரோந்துப் படை உருவாக்கப்பட்டிருந்தது.

இந்த ரோந்துப்படைக்கு மேஜர் சோம்நாத் சர்மா தலைமை தாங்கினார். மேஜர் சோமநாத் சர்மா பிரின்ஸ் ஆஃப் வேல்ஸ் கல்லூரியில் படித்து முடித்தபின் டேராடூனிலுள்ள இந்திய ராணுவக் கல்லூரியில் சேர்ந்தார். இந்திய ராணுவத்தின் மருத்துவப் பிரிவில் மிக உயர்ந்த பதவி வகித்த அதிகாரி ஒருவரின் மகனான சர்மா டேராடூனில் வெற்றிகரமாகத் தனது ராணுவப் படிப்பை முடித்து 1942ம் ஆண்டு இந்திய ராணுவத்தில் செகன்ட் லெப்டினென்டாகப் பதவியேற்று 4-19 ஹைதராபாத் ரெஜிமென்டில் சேர்ந்தார். இந்த ஹைதராபாத் ரெஜிமென்ட் பின்னால் குமாவுன் ரெஜிமென்ட்டின் ஒரு பட்டாலியனானது.

இரண்டாவது உலகப்போரில் அரக்கான் மலைப்பகுதியில் மிகச்சிறந்த போர்புரிந்த சர்மா எல்லோருடைய மதிப்புக்கும் பெருமைக்கும் உரியவராக இருந்தார். சிறிது நாட்களுக்கு முன்னால் ஹாக்கி விளையாடியபோது கீழே விழுந்துவிட்டதால் வலது கை தோள் எலும்பு நழுவி அதற்காக பெரிய பிளாஸ்டர் போட்டு கட்டியிருந்தார்.

கையில் இப்படிக் கட்டு அவிழ்க்கப்படாத நிலையில் இந்த ரோந்துப் படையில் கலந்துகொள்ளவேண்டாம் என்று பிரிகேடியர் ஸென் அவரைத் தடுத்துப்பார்த்தார். ஆனால் மேஜர் சர்மாவோ எனது வீரர்கள் சண்டையில் ஈடுபடப்போகும் இந்த நேரத்தில் அவர்களை விட்டுப் பிரிந்து என்னால் தனியாக இருக்க முடியாதென்று சொல்லிவிட்டார். ரோந்துத் திட்டத்தில் மேஜர் சர்மா இரண்டு கம்பெனிகளை அழைத்துக்கொண்டு விமானத் தளத்துக்கு நேர்மேற்காக வயல்களின் குறுக்கே இறங்கிச் செல்லவேண்டும். பட்காம் கிராமம் வந்ததும் அங்குள்ள சிறு சிறு குன்றுகளில் பாதுகாப்பு அரண் அமைத்து அந்த இரு கம்பெனிகளும் அங்கே நிலைகொள்ள வேண்டும்.

மேஜர் சர்மா பட்காம் நிலையை அடைந்ததும் 3-வது கம்பெனி புறப்பட்டு பட்காமைக் கடந்து சென்று 8 மைல் தூரத்திலுள்ள மகமை யடைந்து அங்கு நிலைகொண்டுள்ள 1-வது பஞ்சாப் வீரர்களைச் சந்திக்கவேண்டும். மொத்தமுள்ள 8 மைல் தூரத்தை நான்காகப் பிரித்து ஒவ்வொரு இரண்டு மைல் கடந்ததும் பாதுகாப்பு நிலைகளை அமைத்து அங்கு சிறிது நேரம் தங்கிவிட்டு மேலும் முன்னேற வேண்டும்.

பட்காமிலிருந்து முன்னேறும்போது பாதிதூரம் வரையிலும் அந்த கம்பெனி எதிரியின் தாக்குதலுக்கு உள்ளாகுமானால் பட்காமில் நிலைகொண்டுள்ள இரண்டில் ஒரு கம்பெனி அதன் உதவிக்கு விரையவேண்டும். பாதி தூரத்தைக் கடந்ததற்கு பிறகு எதிரிகள் தாக்கினால் மகமில் நிலைகொண்டுள்ள 1-வது பஞ்சாபின் கம்பெனி ஒன்று அதன் உதவிக்கு விரையவேண்டும். எதுவும் நடக்காத பட்சத்தில் ரோந்துப் படையின் அந்த கம்பெனி மகமை அடைந்ததும் வண்டிகளில் ஏறி சாலை வழியாகப் பழையபடி விமானதளம் வந்துவிடவேண்டும். ரோந்து வேலை முடிந்து அந்த கம்பெனி விமானதளத்தை அடைந்துவிட்ட பிறகு பட்காமில் நிலைகொண்டிருக்கும் மேஜர் சர்மா ஒவ்வொரு கம்பெனிகளாக தனது வீரர்களைத் திருப்பி அனுப்பவேண்டும்.

இந்த ரோந்துத் திட்டம் காலையில் எட்டு மணிக்கு ஆரம்பிக்கப்பட்டு மிகுந்த கவனத்துடன் செயல்படுத்தப்பட்டது. மேஜர் சர்மாவின் இரண்டு கம்பெனிகளும் பட்காமையடைந்து நிலைகொண்டதும் 3-வது கம்பெனி பட்காமைக் கடந்து மகமையடைந்து அங்கிருந்து சாலை வழியாக விமான தளத்துக்குத் திரும்பிவந்தது. வழியில் பிரச்னை எதுவுமில்லை என பிரிகேடியர் ஸென்னுக்கு ரிப்போர்ட்டும் கொடுத்துவிட்டது.

பட்காமிலிருக்கும் குமாவுன் கம்பெனிகளில் ஒன்றைச் சரியாக பிற்பகல் இரண்டு மணிக்கு திருப்பி அனுப்பும்படி மேஜர் சர்மாவுக்கு

உத்தரவிட்டார் பிரிகேடியர் ஸென். சரியாக 2.30 மணிக்கு எஞ்சியிருக்கும் ஒரே கம்பெனியையும் விமானத் தளத்துக்குத் திருப்பியனுப்பிட அனுமதி கேட்டார் சோம்நாத் சர்மா.

பிரிகேடியர் ஸென் குறிப்பாக எந்த காரணமும் இல்லாமலேயே கடைசி கம்பெனியை திருப்பியனுப்புவதை மேலும் அரைமணி நேரம் தாமதிக்கும்படி உத்தரவிட்டார். அங்கு ஏதும் பிரச்னையில்லை என்றும் பட்காம் கிராமத்து மக்கள் அவர்களது அன்றாட வேலைகளில் ஈடுபட்டிருக்கிறார்கள் என்றும் ஒயர்லெஸ்ஸில் பதில் சொன்ன மேஜர் சர்மாவின் குரல் அடுத்த பத்தாவது நிமிடம் மீண்டும் ஒயர்லெஸ்ஸில் அவசரமாக ஒலித்தது: பட்காம் கிராமத்திலிருந்து எங்களைச் சுடுகிறார்கள்...அவர்கள் சுட்டது தாறுமாறாகக் குறிதவறிச் சென்றதால் சேதம் ஏதுமில்லை என்றார் பதறியபடியே. ஆனால் அந்த கிராமத்து மக்கள் சுடுகிறார்களா என்று சர்மாவால் நிதானிக்க முடியவில்லை.

எப்படியிருந்தாலும் கிராமத்தில் பெண்களும் குழந்தைகளும் இருக்க வாய்ப்பிருந்ததால் அந்த கிராமத்தை நோக்கிச் சுட தனது வீரர்களுக்கு அனுமதிகொடுக்க மறுத்துவிட்டார். அப்போது அவரது கம்பெனியில் விமானத்தளத்துக்குத் திரும்பிப் போனவர்கள் போக எஞ்சியிருந்த வர்கள் மொத்தம் 80 பேர்கள் தான். மேஜர் சர்மாவின் முழு கவனமும் பட்காம் கிராமத்தை நோக்கியிருந்தபோது அவரது நிலைக்கு நேர் வடமேற்காக ஒரு பள்ளத்தாக்கிலிருந்து மிக அருகில் எதிரிகள் முன்னேறி வந்துவிட்டதை திடீரெனக் கவனித்துவிட்டார்.

ஏழுநூற்றைம்பது பேருக்கும் அதிகமாக இருந்த அந்த எதிரிப் படை மிக அருகில் நெருங்கும் வரை அவர்களைக் கண்டுகொள்ளக்கூடாது என்பதற்குதான் கிராமத்திலிருந்து சுட ஏற்பாடு செய்திருப்பார்கள்; தனது கவனத்தை திசை திருப்பியிருக்கிறார்கள் என்பதையெல்லாம் புரிந்துகொண்ட மேஜர் சர்மா மேலும் தாமதிப்பதற்கு சிறிதும் அவகாச மில்லாமல் தங்களைவிட ஒன்பது மடங்கு எண்ணிக்கையில் அதிகமிருந்த எதிரிகளைத் துணிந்து தாக்குமாறு தனது வீரர்களுக்கு உத்தரவிட்டார்.

மிகப் பயங்கரமான போர் ஒன்று அங்கே தொடங்கிவிட்டது. பல எந்திரத் துப்பாக்கிகளையும் மார்ட்டர் பீரங்கிகளையும் எதிரிகள் பயன் படுத்தத் தொடங்கினர். மிக அதிக எண்ணிக்கையிலிருந்த எதிரிகள் மேஜர் சர்மாவின் கம்பெனியை மூன்று பக்கங்களிலிருந்தும் சுற்றி வளைக்கத் தொடங்கினார்கள்.

இந்த நிலையில், மேஜர் சோம்நாத் சர்மாவுக்கு இரண்டே இரண்டு வழிகள்தான் இருந்தன. ஒன்று எக்காரணத்தினாலும் முறியடிக்க முடியாத இந்தப் பெரிய எதிரிப் படையுடன் கடைசி வீரனின்

உயிருள்ளவரை போராடி ஸ்ரீநகர் விமான தளத்தைக் காப்பாற்ற முயல்வது. இரண்டாவது வழி எஞ்சியுள்ள வீரர்களை வைத்து கொண்டு உயிர்பிழைத்துப் பின்வாங்கிச் செல்வது. அவர் பின்வாங்கிச் சென்றால் விமானதளம் எதிரியின் கையில் நிச்சயமாகட் சிக்கிவிடும்.

நான் உயிரோடிருக்கும்வரை தன்னை மீறி விமானதளம் எதிரியின் கையில் அகப்படக்கூடாது என்று முடிவு செய்த சர்மா தனது நிலையி லேயே நின்று உதவி வந்து சேரும் வரை எதிரிகளின் ஊடுருவலைத் தடுக்க முடிவு செய்து கடுமையாகப் போரிட்டார். சர்மாவின் கம்பெனி தாக்கப்படுவதை அறிந்த பிரிகேடியர் ஸென் மகம்மில் நிலை கொண்டிருந்த 1-வது பஞ்சாப் பட்டாலியனை உடனடியாகப் புறப்பட்டு பட்காம் நோக்கி விரையும்படி உத்தரவிட்டார். ஏற்கெனவே 1 மணி நேர அவகாசத்தில் நகரவேண்டிய உத்தரவுக்குள்ளிருந்த 1-வது பஞ்சாப் பட்டாலியன் எதிரிகளால் சுற்றிவளைக்கப்பட்டுவிட்ட மேஜர் சர்மாவுக்கு உதவ பட்காம் நகரை நோக்கி பயங்கர வேகத்தில் நகர்ந்தது.

18. சுதந்தர இந்தியாவின் முதல் பரம் வீர்சக்கரா

பட்காமில் மேஜர் சோம்நாத் சர்மாவின் கம்பெனி நிலைகொண்டிருந்த இடத்திலிருந்து காஷ்மீர விமானதளம் வெறும் அரை மைல் தூரமே இருந்தது. இந்தப் போரில் சர்மா பின்வாங்கவோ உடனடியாகத் தோல்வியடையவோ கூடுமானால் கண்டிப்பாக விமானதளம் எதிரிகளின் கைகளில் மாட்டிக்கொள்ளும். விமானதளம் எதிரிகளிடம் சிக்கிக்கொண்டால் அதன் பிறகு என்ன நடக்கும் என்பதை கற்பனை செய்வது கூட கடினம். மேற்கொண்டு இந்தியத் துருப்புகள் எதுவும் வந்து இறங்கமுடியாத நிலை ஏற்படும். காஷ்மீரில் இருக்கும் 161-வது பிரிகேடின் நிலை அதோகதி ஆகிவிடும். பதானிய முஸ்லிம் கைகளில் அகப்பட்டு ஸ்ரீநகர் குரங்கு கை பூமாலை ஆகிவிடும்.

மேஜர் சோம்நாத் சர்மா மலைபோன்று அசையாது நின்றார். எதிரிகளின் தாக்குதல் நிமிடத்துக்கு நிமிடம் ஆவேச நிலையை எட்டிக்கொண்டிருந்தது. 2 இஞ்ச் 3 இஞ்ச் மார்ட்டர் பீரங்கிகளை பாகிஸ்தானிகள் தாராளமாகப் பயன்படுத்தினர். சர்மாவின் முன்னணி பிளட்டூன்கள் இரண்டை எதிரிகள் மிக சமீபத்தில் நெருங்கிவிட்டனர்.

விமானதள பாதுகாப்புக்காக 1-வது குமாவுன் பட்டாலியன் நிலை கொண்டிருந்த போதிலும்கூட பட்காமில் மேஜர் சர்மா முறியடிக்கப் பட்டுவிடுவாரேயானால் மேலும் அதிக படைபலத்துடன் வந்து உற்சாகத்துடன் போரிட்டு விமான தளத்தை பிடித்துக்கொள்வது எதிரிகளுக்கு ஒன்றும் கஷ்டமாக இருக்கப்போவதில்லை. ஒருவேளை விமானதள பாதுகாப்புக்காக நிற்கும் 1-வது குமாவுன் வீரர்கள் எதிரி தாக்குதலை முறியடித்து விமானதளத்தைப் பாதுகாத்தாலும்கூட அதிக பலன் ஏற்படப்போவதில்லை.

ஏனென்றால் விமானத்தளத்திலிருந்து அரைமைல் தூரத்துக்குள்ளாக இருக்கும் எதிரியின் மார்ட்டர் பீரங்கிகளும் எந்திரத் துப்பாக்கிகளும் தளத்தில் இறங்கவோ ஏறவோ முயலும் இந்திய விமானங்களை எளிதில் தாக்க முடியும். ஆக எவ்விலை கொடுத்தும் மேஜர் சர்மா தாக்குப்பிடித்து எதிரிகளின் ஊடுருவலைத் தடுத்து நிறுத்தியே ஆகவேண்டும்.

தனது முன்னணி பிளட்டூன்கள் இரண்டும் எதிரிகளின் கடும் தாக்குதலுக்கு நேரடியாக உள்ளாகியிருந்தபோது வீரர்களின் உற்சாகத்தை மேலும் அதிகப்படுத்துவதற்காக பிளாஸ்டர் போடப்பட்டிருந்த தனது கை பயங்கரமாக வலிப்பதையும் பொருட்படுத்தாது அவர்களை நோக்கித் தரையோடு தரையாக ஊர்ந்து நகர்ந்தார் மேஜர் சர்மா. நகர்ந்து கொண்டே இடது கையிலிருந்த ஸ்டென்கன்னால் எதிரிகளின் மீது சரமாரியாகச் சுட்டார்.

கம்பெனி கமாண்டர் மேஜர் தங்களை நோக்கி வருவதை உணர்ந்த முன்னணி பிளட்டூனின் இந்திய வீரர்கள் தங்கள் உடல்களில் பல இடங்களில் பாய்ந்துவிட்ட எதிரிகளின் குண்டுகளைச் சிறிதும் லட்சியம் செய்யாது எதிரிப்படைகளை ஆவேசமாகத் தாக்கினர். பின்வாங்கி நகர்ந்து தங்கள் உயிரை காப்பாற்றிக் கொள்ளும் வாய்ப்பு எவ்வளவோ இருந்தும்கூட அதைப்பற்றி கிஞ்சித்தும் சிந்திக்காது எதிரிகளின் கடும் தாக்குதலை எதிர்த்து நின்று போரிட்டனர். அசுரத்தன மாக இருதரப்பு படைகளும் போரிட்டு ஒன்றையொன்று அழித்துவிட முயன்ற அந்தப் போரில் பாகிஸ்தானிகளின் எண்ணிக்கை மிக அதிகமாக இருந்ததால் எதிரிகள் படிப்படியாக முன்னேறினர்.

நமது முன்னணி பிளட்டூனின் வீரர்கள் பதினைந்து பேர்கள் வீரமரணம் எய்திவிட்டனர். 32 பேர்கள் படுகாயம் அடைந்துவிட்டனர். ஆனாலும் போர் தொடர்ந்தது. மேஜர் சர்மாவின் அந்தச் சிறு படை, எண்ணிக் கையிலும் ஆயுதத்திலும் மிக அதிகமாக இருந்த பாகிஸ்தானிகளை எதிர்த்து ஆறுமணி நேரம் கடுமையாகப் போரிட்டு எதிரிகளைத் தடுத்து நிறுத்தியது.

மேஜர் சர்மா பிரிகேட் கமாண்டர் ஸென்னுக்கு அனுப்பிய செய்தியில் 'நான் ஒரு அங்குலம்கூடப் பின்வாங்கமாட்டேன். என்னுடைய கடைசி வீரன் உள்ளவரையும் கடைசி குண்டு உள்ளவரையும் போரிடுவேன்.'

இதுவே அவர் அனுப்பிய கடைசி செய்தி. ஒயர்லெஸ்ஸில் அவர் பேசிக்கொண்டிருந்தபோதே பெரும் வெடிச்சத்தம் கேட்டது. அதன் பின் ஒயர்லெஸ் ஸெட் அமைதியடைந்துவிட்டது.

மேஜர் சர்மாவின் மிக அருகில் விழுந்து வெடித்த எதிரியின் மார்ட்டர் பீரங்கி குண்டு அவரது உடலைச் சின்னாபின்னமாகச் சிதைத்து ஆகாயத்தில் தூக்கி எறிந்தது. எண்ணற்ற கூறுகளாகப் பிரிந்துவிட்ட தனது உடலை அந்த மாவீரன் இந்த இந்திய அன்னையின் திருவடியில் விதைத்துவிட்டான். தனது கடமையில் எள்ளளவும் தவறாது போரிட்டு உள்ளம் முழுவதும் நிறைந்து நின்ற தேசபக்தியின் உச்ச கட்ட

நிலையில் பரமானந்தமான திருப்தியோடு அந்த மாவீரனின் உயிர் பிரிந்தது.

முன்னணி பிளட்டூன்கள் இரண்டும் எதிரியின் இரும்புப் பிடிக்குள் அகப்பட்டுக்கொண்ட நிலையில் தளபதியை இழந்துவிட்ட அந்த குமாவுன் கம்பெனியின் மூன்றாவது பிளட்டூன் எதிரியின் ஊடுருவலைத் தடுத்துநிறுத்தியபடியே மெதுவாகப் பின்வாங்கி அடுத்த பாதுகாப்பான நிலையில் பதுங்கிப் போரிட முயற்சி செய்தது. இதற்கிடையில் 'மகம்' மிலிருந்து பட்காம் நோக்கி அதிவேகமாக முன்னேறிய ஒன்றாவது பஞ்சாப் பட்டாலியன் பட்காமுக்கு பின்னால் வந்து சேர்ந்தது.

தனது புதிய நிலை எப்படியிருக்கும் என்றோ அங்கு போய் உடனடி யாகச் செய்யவேண்டியது என்ன என்பது பற்றியோ பிரிகேட் கமாண்டி லிருந்து துல்லியமாக உத்தரவு ஏதும் கிடைத்திருக்கவில்லை. எனினும் ஒன்றாவது பஞ்சாப் பட்டாலியன், போரிட்டபடியே பின்வாங்கி நகரும் மேஜர் சர்மாவின் எஞ்சிய வீரர்களைத் தன்னுள்ளே அணைத்துக் கொண்டு முன்னேறி வரும் எதிரிகளைத் தடுத்து நிறுத்தும் பாறை போல் குறுக்கே நின்றது.

புதிதாக வந்த 1-வது பஞ்சாப் வீரர்களின் எதிர் தாக்குதல் தொடங்கியதும் எதிரிகள் தங்களது முன்னேற்றத்தை நிறுத்தினர். அவர்களது முன்னேற்றம் தடைபட்டதுமல்லாமல் விமானதளத்தைப் பிடித்தே தீருவது என்ற தீர்மானத்துடன் வந்த பாகிஸ்தானிகள் தங்கள் எண்ணத்தைக் கைவிட்டுப் பின்வாங்கத் தொடங்கினர். இந்தப் போரில் கொல்லப்பட்ட பாகிஸ்தானிய பதானிகள் மொத்தம் 200 பேர். அவர்களது தளபதியான குர்ஷாத்கான் காலில் குண்டடிபட்டு உயிர் பிழைத்தால் போதும் என்று செத்தவர்களை அங்கேயே போட்டு விட்டு ஓட்டமெடுத்தான். ஸ்ரீநகர் விமானதளம் கடும் போருக்குப் பின் காப்பாற்றப்பட்டது.

எதிரிகளின் அடுத்த குறி ஸ்ரீநகர்.

19. பிரிகேடியர் ஸென்னின் பிரமிக்க வைத்த திட்டம்

நவம்பர் 3ம் தேதி இரவு கடுமையான போருக்குப் பிறகு பின்வாங்கிச் சென்ற எதிரிகள் மீண்டும் என்ன செய்யப் போகிறார்கள் என்பதைச் சரியாக முடிவு செய்ய இயலவில்லை. மேஜர் சோமநாத் சர்மாவின் கம்பெனி பின்னுக்குத் தள்ளப்பட்டு வெற்றி கைகூடும் கடைசி நேரத்தில் 1-வது பஞ்சாப் பட்டாலியனின் வீரர்கள் இடையில் திடீரென்று புகுந்து எதிரியின் ஊடுருவலைத் தடுத்தது. அதனால் கதிகலங்கிப்போன எதிரிகள் ஒரேயடியாகப் பின்வாங்கிப் போய் விட்டார்களா இன்னும் அதிகமான வீரர்களுடன் இரவில் மறு தாக்குதல் தொடங்கப்போகிறார்களா என்பதைக் கண்டுபிடிப்பதற்கு எந்த வழியும் இல்லை.

அதிகப்படியான வீரர்கள் ரிஸர்வில் இருந்திருந்தால் ஒன்றிரண்டு ரோந்துப்படைகளை அனுப்பி எதிரியின் மேல்நடவடிக்கைகளைக் கண்காணித்திருக்கமுடியும். அதற்கு வழியில்லாததால் இரவு முழுவதும் எதிரிகளின் தாக்குதலை எதிர்பார்த்து விமானதளத்தில் 1-வது குமாவுன் பட்டாலியனும் பட்காமுக்கு பின்புறமாக ஹம்ஹோம் ஏரியாவில் 450 வீரர்களை கொண்ட பஞ்சாபும் விழித்துக் காத்திருந்தனர். இந்த இரவில் மட்டும் சுமார் பத்தாயிரம் எண்ணிக்கை யிலிருந்த முஸ்லிம்கள் மறுபடியும் தாக்க முயற்சித்திருந்தால் குறுக்கே தடுத்து நின்ற 1-வது பஞ்சாபும் அதற்கு பின்னால் எல்லாரு மாக சேர்ந்து வெறும் இருபத்தைந்தே வீரர்களை மட்டும் கொண்ட பிரிகேட் தலைமையகமும் எதிரியின் தாக்குதலைச் சமாளித்திருக்க முடியாது.

படனில் நிலைகொண்டிருந்த 1-வது சீக்கிய பட்டாலியன் இவர்களது உதவிக்கு வருவதாக இருந்தாலும்கூட அதற்குள்ளாக எதிரிகள் ஸ்ரீநகருக்குள் புகுந்துவிட முடியும். ஆனால் ஏனோ பாகிஸ்தானிய முஸ்லிம் பதானிகள் ஸ்ரீநகரை நோக்கி முன்னேறத் துணியவில்லை.

இதற்கு முக்கிய காரணம் வெறும் எண்பதே பேர்களைக் கொண்ட மேஜர் சோமநாத் சர்மாவின் குமாவுன் கம்பெனியிடம் வாங்கிய அடியேயாகும். 200-க்கும் அதிகமான பேர்களை இழந்துவிட்ட

முஸ்லிம் பதானிகள் அடுத்தபடியாக சீக்கியத் துருப்புகளைச் சந்திக்க வேண்டிய சூழ்நிலை ஏற்பட்டபோது இந்திய வீரர்கள் சங்கிலித் தொடர்போல் ஸ்ரீநகரைச் சுற்றிலும் மிக ஆழமாக ஊடுருவி நிலை கொண்டிருக்கிறார்கள் என்று நினைத்து பயந்துவிட்டார்கள்.

அவர்களுக்குக் கிடைத்த மிக அருமையான இந்த சந்தர்ப்பத்தை பயன் படுத்திக் கொள்ளாததற்கு இன்னொரு காரணமும் உண்டு. இந்தக் காரணம் இந்திய ராணுவத்தின் வீரத்தையும் தளபதியின் தியாகத்தையும் வெளிச்சம் போட்டுக் காட்டுவதாக அமைந்துவிட்டது.

தாக்குதல் நடத்திய பாகிஸ்தான் பதானிகளின் தளபதி குர்ஷாத்கான் ஆரம்ப வெற்றி கிடைத்து இரண்டாவது நிலைக்கு முன்னேறியபோது அவன் காலில் குண்டு துளைத்தது. தனது காயத்தையே பெரிதாக நினைத்த இந்த குர்ஷாத்கான் உடனடியாக வெளியேறி போர்க் களத்தை விட்டு மறைந்துவிட்டான். தளபதியைக் காணாத முஸ்லிம் கொள்ளைக் கும்பல் மீண்டும் தாக்குவதற்கு துணியவில்லை.

மறுநாள் காலை நவம்பர் 4ம் தேதி எதிரிகளின் நடமாட்டம் விமான தளத்தைச் சுற்றியுள்ள கிராமங்கள் அனைத்திலும் இன்னும் அதிகமாக இருந்தது. எப்படியாயினும் சாலை வழியாக 'படனைக்' கடந்து வர முடியாத முஸ்லிம்கள் மிக அதிக எண்ணிக்கையில் ஸ்ரீநகரைச் சுற்றிலும் நாலாபக்கமும் பரந்து சுற்றி வளைக்க முயற்சி செய்வது கண்கூடாகத் தெரிந்தது.

படனிலிருக்கும் சீக்கிய பட்டாலியன் ஆறு ரைஃபில் கம்பெனிகளைக் கொண்டு மிகவும் சக்தி வாய்ந்ததாக இருந்தது. எனினும் எதிரிகள் அந்த பட்டாலியனைச் சுற்றி வளைத்துத் தாக்குவார்களேயானால் அவர்களை முறியடிக்க முடியாமல் போனாலும்கூட சீக்கியத் துருப்பு களை அங்கிருந்து நகரவிடாமல் செய்துவிட முடியும். ஹம்ஹோமி லிருக்கும் 1-வது பஞ்சாபுக்கு வலப்புறமாகப் பரந்துவிரிந்து கிடந்த வயல்காடுகளில் இறங்கி எதிரிகள் மிக எளிதாக ஸ்ரீநகருக்குள் நுழைந்துவிடமுடியும். இந்நிலையில் எப்படிப் பார்த்தாலும் இருக்கின்ற வீரர்களை வைத்துக்கொண்டு ஸ்ரீநகரைக் காப்பாற்றுவது முடியாத காரியம். மேலும் வீரர்கள் வேண்டும். அதுவும் மிகமிக அவசரமாக வேண்டும்.

இந்த இக்கட்டான நேரத்தில் உதவிப் பிரதமர் சர்தார் வல்லபபாய் பட்டேலும் பாதுகாப்பு அமைச்சர் பல்தேவ் சிங்கும் காஷ்மீருக்கு வந்து சேர்ந்தனர். நெருக்கடியான அந்த நேரத்தில் நிலைமையின் இறுக்கத்தை இறக்கி வைப்பதற்கும் புரிந்துகொள்ளும் சக்தி படைத்த ஒருவரிடம் சொல்வதற்கும் ஏங்கிக்கொண்டிருந்த பிரிகேடியர் ஸென்னுக்கு பட்டேலின் காஷ்மீர வரவு மிகுந்த ஆறுதலை அளித்தது.

ஸ்ரீநகரைக் காப்பாற்றுவதற்கு மேலும் படைகளை அனுப்ப ஒத்துக் கொண்ட உதவி பிரதமர் டெல்லி சென்ற அன்று மாலையே இரண்டு பட்டாலியன் துருப்புகளும் ஒரு ஸ்குவார்டன் கார்களும் குண்டு துளைக்காத வண்டிகளும் ஆறு சிறிய ரக பீரங்கிகளும் சாலை வழியாக அனுப்புகின்றார் என்ற செய்தி பிரிகேடியர் ஸென்னுக்கு கிடைத்தது.

சாலை வழியாக உதவி வருகிறது என்ற செய்தி கிடைத்ததும் பிரிகேடியர் ஸென்னுக்கு மகிழச்சி வற்றிப்போய் விட்டது. காரணம், காஷ்மீர மாநிலத்துக்கு வண்டிகள் செல்லக்கூடிய பாதை மொத்தம் மூன்றுதான் உண்டு. ஒன்று மேற்கு பாகிஸ்தானிலுள்ள பெஷாவர் லாகூர் ட்ரங்க் ரோட்டில் வாஹ் என்னுமிடத்திலிருந்து பிரிந்து அபோட்டாபாத், மன்ஷேரா, காரிஹபிபுல்லம் வழியாக டோமல் வந்து சேருகிறது. இன்னொரு சாலை ராவல் பிண்டியிலிருந்து முர்ரீ மலைப்பாதை வழியாக சென்று கோஹாலா என்ற இடத்தை கடந்து டோமலை வந்தடைகிறது. டோமலிலிருந்து ஜீலம் நதிக்கரை யோரமாக சினாரி, சக்கோட்டி, ஊரி, மஹுரா, பாரமுல்லா வழியாக காஷ்மீரை வந்தடைகிறது.

தெற்கிலிருந்து காஷ்மீரத்துக்கு வந்து சேரும் ஒரே பாதை பாகிஸ்தானிலுள்ள வாஸிராபாத் கிராண்ட் ட்ரங்க் ரோடிலிருந்து பிரிந்து சியால்கோட், சுச்சேத்காட் வழியாக ஜம்முவையடைந்து 9290 அடி உயரமுள்ள பானிஹால் கணவாய் வழியாக அனந்தநாக் வந்து அங்கிருந்து ஸ்ரீநகரை வந்து அடைகிறது.

இந்த மூன்று சாலைகளுமே பாகிஸ்தான் வழியாக வருவதால் இந்திய ராணுவம் சாலை வழியாக வருவது முடியாத காரியம். அதிலும் பானிஹால் கணவாயைக் கடந்து வரும் சாலை செங்குத்தான ஏற்றங் களையும் பயங்கரமான வளைவுகளையும் கொண்டது. குளிர் காலத்தில் இந்தக் கணவாய் பனியால் மூடப்பட்டுவிடும். அப்போது ஜம்முவிலிருந்து காஷ்மீருக்கு இந்தக் கணவாய் வழியாக எந்த பயணமும் மேற்கொள்ள முடியாது. இப்போது சாலை வழியாக துருப்புகளும் பீரங்கிகளும் காஷ்மீருக்கு அனுப்பப்படுகின்றன என்ற செய்தி கிடைத்ததும் பிரிகேடியர் ஸென்னுக்கு ஒரே மலைப்பாக இருந்தது.

இந்தியா பாகிஸ்தான் பிரிவினையின்போது காஷ்மீருக்குச் செல்லக் கூடிய மூன்று சாலைப் பகுதிகளும் பாகிஸ்தானுக்குப் பிரித்துக் கொடுக்கப்பட்டுவிட்டன. இதனால் இந்தியா சாலை வழிப்பாதை யில் காஷ்மீரிலிருந்து முழுவதுமாகத் துண்டிக்கப்பட்ட நிலையில் இருந்தது. பாகிஸ்தான் துணிந்து காஷ்மீர் மீது படையெடுத்ததற்கு இந்தியாவிலிருந்து காஷ்மீருக்கு சாலை இல்லாமலிருந்ததும் ஒரு முக்கிய காரணம்.

இந்தியாவின் பகுதியிலிருந்து ஜம்முவுக்கு வருவதற்கு ஒரு சாலை இருந்தது. இந்த சாலை பதான்கோட் வழியாக வந்து மதோபூர் என்ற இடத்தில் காஷ்மீர மாநிலத்தில் புகுந்து கதுவா, தயாலாசாக், சம்பா வழியாக ஜம்முவை அடைகிறது. ஆனால், இந்தச் சாலை ஜம்முவை அடைவதற்கு முன்னால் நூற்றுக்கணக்கான இடங்களில் சிந்துவின் கிளை நதியான ராவி நதியின் சின்னச்சின்ன கிளைகள் குறுக்கே ஓடி சாலையை மறிக்கின்றன. இந்த நதிகள் பாயுமிடங்களில் பாலம் எதுவும் கிடையாது. தண்ணீரைக் கடப்பதற்கு படகுகள்தான் பயன் படுத்தபட்டு வந்தன. இந்தச் சாலை கற்களோ, ஜல்லியோ கூடப் போடப்படாமல் காட்டு வழித்தடம் போன்ற நிலையிலேயே இருந்து வந்தது. இந்தச் சாலை வழியாக இந்திய துருப்புக்கள் தனது உதவிக்கு வருகின்றன என்ற செய்தியை ஆரம்பத்தில் நம்ப மறுத்த பிரிகேடியர் ஸென் பின்னால் அது உண்மைதான் என்று அறிந்தபோது ஆச்சரியப் பட்டுப்போனார்.

அந்த இரும்பு மனிதர் சர்தார் வல்லபபாய் படேல் இதை சாதித்தேவிட்டார். மிகுந்த புத்திக்கூர்மையும் தொலைநோக்கும், அளவிட முடியாத தேசபக்தியும் கொண்டிருந்த சர்தார் வல்லபபாய் படேல் காஷ்மீரப் பிரச்னை தலையெடுக்க ஆரம்பித்தவுடனேயே ராணுவப் பொறியாளர்களை அனுப்பி இந்த மதோபூர்-ஜம்மு சாலையை சீர்படுத்த உத்தரவிட்டிருந்தார்.

எண்ணிப்பார்க்க முடியாத வேகத்தில் செயல்பட்ட ராணுவப் பொறியாளர்கள் இந்த சாலையில் நூற்றுக்கணக்கான பாலங்களை மிகக் குறுகிய காலத்தில் கட்டி முடித்தது மட்டும் இன்றி சாலை களையும் செப்பனிட்டுவிட்டனர். இந்தச் சாலை வழியாக இனி இந்திய ராணுவம் தங்குதடையின்றி காஷ்மீருக்குள் நுழையமுடியும். இதற்கிடையில் பாகிஸ்தானிய ராணுவம் பதானிய ஆக்கிரமிப் பாளர்கள் என்ற பெயரில் பெருமளவில் காஷ்மீருக்குள் செலுத்தப் படுகின்றனர் என்ற உண்மை தெரியவந்ததால் இந்திய அரசு காஷ்மீரப் போரின் முக்கியத்துவத்தை அதிகரித்தது.

இதுவரை 161-வது பிரிகேட் மட்டுமே போரிட்டுக் கொண்டிருந்த காஷ்மீர மாநிலத்தில் ஜம்மு பகுதியையும் பாதுகாப்பதற்காக அங்கும் துருப்புகளை இந்தியா அனுப்ப ஆரம்பித்தது. காஷ்மீரப் போரின் ஒட்டுமொத்த பொறுப்பை ஏற்றுக்கொள்வதற்காக முழு அளவிலான ஜம்மு காஷ்மீர் ராணுவ டிவிஷன் ஒன்றை அமைத்தது. அந்த டிவிஷனின் கமான்டராக பதவி வகித்த மேஜர் ஜெனரல் குல்வந்த்சிங் ஜம்முவை டிவிஷன் தலைநகராகக் கொண்டு செயல்படத் தொடங்கினார்.

பட்காம் கிராமம் வழியாக ஸ்ரீநகருக்குள் நுழைய முயன்ற பதான்களின் முயற்சி முறியடிக்கப்பட்டதால் இப்போது எதிரிகள் விமானத் தளத்தின் தென்கிழக்காக முன்னேறி பானிஹால் அனந்தநாக் சாலை ஸ்ரீநகரை வந்தடையும் சாலையிலும் நடமாடத் தொடங்கினார்கள். சுற்று வட்டாரங்களில் எஞ்சியிருந்த கிராமங்களை ஒன்றுவிடாமல் தாக்கி தீயிட்டுக் கொளுத்தினர். இந்த நேரத்தில் பிரிகேடியர் ஸென் ஒரு புதிய திட்டத்தை வகுத்தார். புதிதாக சாலை மூலம் வரும் துருப்புகளும் பீரங்கியும் அவருக்கு தெம்பு அளித்ததால் துணிந்து ஒரு பிரமிக்கத்தக்க செயலில் ஈடுபட்டார்.

பாகிஸ்தானிய ஆக்கிரமிப்பாளர்களின் முக்கியகுறி ஸ்ரீநகரைக் கொள்ளையடிப்பது. ஸ்ரீநகரைக் கொள்ளையடித்து, அந்தப் பொருளைத் திரும்பிக்கொண்டு செல்வதற்கு சாலை வேண்டும். இவர்களது இந்தக் குறிக்கோள்களுக்கு குறுக்கே நிற்கும் ஒரே சக்தி ரோடின் குறுக்கே படனில் நிலைகொண்டிருக்கும் 1-வது சீக்கிய பட்டாலியன். இந்த பட்டாலியன் படனில் இருந்து கொண்டிருக்கும் வரை கொள்ளையர்களின் நோக்கம் நிறைவேறாது. அவர்களது நோக்கம் நிறைவேறும்வரை சுற்றியுள்ள கிராமங்களைக் கொடூரமாகக் கொள்ளையடிப்பதை நிறுத்தமாட்டார்கள்.

இந்த முஸ்லிம் கொள்ளைக்காரர்களைத் தனித்தனியாகப் பிடித்து கொல்வதற்கும், கிராமங்களிலிருந்து விரட்டுவதற்கும், ஸ்ரீநகருக்குள் சிறு சிறு கும்பலாக நுழைவதை தடுப்பதற்கும் முயற்சி செய்வதாக இருந்தால் அந்த கோம்பிங்க் ஆபரேஷனுக்கு (Combing operation) ஏராளமான துருப்புகள் தேவைப்படும்.

அப்படிப்பட்ட ஒரு நிலைமை சமீபத்தில் உண்டாகப் போவதில்லை. ஆகவே இந்தக் கொள்ளைக்கும்பலை ஒரே இடத்துக்கு வரவைத்து போர் செய்து முறியடிக்கவேண்டும். அதற்கு ஒரே வழி படனில் நிலை கொண்டிருக்கும் 1-வது சீக்கிய பட்டாலியனை ஸ்ரீநகருக்கு திருப்பி அழைக்கவேண்டும். படனிலிருந்து 1-வது சீக்கிய பட்டாலியன் திருப்பி அழைக்கப்பட்டு ஸ்ரீநகரின் தென்கிழக்காக பானிஹால் அனந்தநாக் சாலை வந்து சேருமிடத்தில் பாம்புர் என்ற பகுதியில் பதுங்கி இருக்கும்படி உத்தரவிட்டார் பிரிகேடியர் ஸென். இப்போது பாரமுல்லாவிலிருந்து ஸ்ரீநகருக்கு வந்து சேரும் சாலை எந்தவித எதிர்ப்பும் இல்லாமல் பாகிஸ்தானிய கொள்ளைக் கூட்டத்தை வாவென்று வரவேற்றபடி திறந்து கிடந்தது.

20. ஸ்ரீநகரின் தலைவாயிலில் எதிரிகள்

விமானதளத்துக்குத் தென்கிழக்கே 'பாம்பூர்' என்ற இடத்தில் நிறுத்தப்பட்ட 1-வது சீக்கிய பட்டாலியன் (ஷேக் அப்துல்லாவின் ஆட்கள் எதிர்த்தார்கள் என்பதற்காக) உடனடியாக மாற்றப்பட்டு ஸ்ரீநகருக்கு மேற்கே பாரமுல்லா ரோட்டில் 'ஷலட்டாங்கூக்கு சற்று முன்பாக நிலைநிறுத்தப்பட்டது. 4-வது குமாவுன் பட்டாலியன் இன்னும் முழுமையாக வடிவம் பெறாத நிலையிலிருந்ததால் அவர்களது இரண்டு கம்பெனிகள் 1-வது சீக்கிய பட்டாலியனுக்கு பக்கத்தில் சண்டுமாரி என்னுமிடத்தில் வைக்கப்பட்டது.

எதிரிகள் சாலையை விட்டிறங்கி வயல்களின் வழியாக ஸ்ரீநகருக்குள் நுழைய முற்படுவார்களேயானால் அவர்களைத் தடுத்து நிறுத்துவது இந்த 4-வது குமாவுனின் வேலை. ஸ்ரீநகரின் வடக்குப் பகுதியில் பாதுகாப்பு ஏதுமில்லாதிருந்தது. எனவே, காஷ்மீர் மகாராஜாவின் மெய்க்காவல் படையில் எஞ்சியிருந்த வீரர்களைக்கொண்டு காந்தர் பால் என்னுமிடத்தில் பாதுகாப்பு அமைக்கப்பட்டது. படனிலிருந்து சீக்கிய பட்டாலியன் வாபஸ் பெறப்பட்டவுடன் எதிர்பார்த்தபடி பாகிஸ்தானிய கொள்ளைக்காரர்கள் மத்தியில் பெரும் மாற்றம் உடனே தென்பட்டது. பட்காமில் இந்திய வீரர்கள் பின்வாங்கியதும் அதை அடுத்து உடனே படனிலிருந்த சீக்கிய துருப்புகள் வாபஸ் பெறப்பட்டதும் பாகிஸ்தானியர்களுக்கு மிகுந்த உற்சாகத்தைத் தந்தது.

இந்தியர்கள் தாக்குப்பிடிக்க முடியாமல் ஓடத் தொடங்கி விட்டார்கள் என்று முடிவு செய்த பாகிஸ்தானிய முஸ்லிம் கொள்ளைக் கூட்டத்தினர் அதிவேகமாக பாரமுல்லாவில் ஒன்று சேரத் தொடங்கினர். இங்காங்கு தனித்தனியே பிரிந்து சென்று கிராமங்களில் கொள்ளையடித்துக் கொண்டிருந்த கும்பல்கள் அனைத்தும் பாரமுல்லாவை நோக்கி விரைந்தன. பாரமுல்லாவில் எதிரிகள் ஒன்று கூடுகின்ற இடத்தையும் சுமார் பத்தாயிரம் எண்ணிக்கை கொண்ட எதிரிப்படை பாரமுல்லாவி லிருந்து புறப்பட்டு ஸ்ரீநகரைத் தாக்க ஆயத்தமாவதையும் உளவு மூலம் அறிந்த பிரிகேடியர் ஸென் தனது மாற்றுத் திட்டத்தை வகுத்தார்.

சாலை வழியாக உதவிக்கு வந்துகொண்டிருக்கும் இரண்டு பட்டாலி யன்களும் 7ம் தேதி மாலை ஸ்ரீநகரை அடையுமென்று எதிர்பார்த்த

அவர் அந்த இரண்டு பட்டாலியன்களும் ஸ்ரீநகர் விமானதளத்திலிருந்து 10ம் தேதி இரவில் புறப்பட்டு பட்காம், மகம் வழியாக குறுக்காக நடந்து 11ம் தேதி விடிகாலை நேரம் படனை அடைய வேண்டுமென்று திட்டமிட்டார். எதிரிகள் பெரிய எண்ணிக்கையில் ஏழு, எட்டு, ஒன்பது தேதிக்குள்ளாக பாரமுல்லாவிலிருந்து புறப்பட்டு படனைத் தாண்டி ஸ்ரீநகரை நோக்கி நகர்ந்துவிடுவார்கள் என்று எதிர்பார்த்தார் பிரிகேடியர் ஸென்.

இந்தத் திட்டம் நிறைவேற்றப்படும்போது சண்டுமாரியில் ஸ்ரீநகரைக் காத்து நிற்கும் 1-வது சீக்கிய மற்றும் 4-வது குமாவுன் பட்டாலியன்கள் ஒருபுறத்திலும் படனில் சென்று நிலைகொண்டு விடும் இரண்டு இந்திய பட்டாலியன்கள் மறுபுறத்திலும் இருந்து தாக்கும்போது இடையில் எதிரிகள் சிக்கிக்கொள்வார்கள். இருபுறங்களிலிருந்தும் தாக்கப்படும்போது நசுங்கி தப்பி ஓட முயலும் பதான்களை விரட்டியடித்தபடியே சண்டுமாரியிலிருந்து குமாவுனும், சீக்கிய பட்டாலியனும் முன்னேறி படனையடைய முடியும். அங்கிருந்தபடியே 4 பட்டாலியன்களும் ஒன்று சேர்த்து அவர்களைத் தாக்க முடியும். இதுதான் பிரிகேடியர் ஸென் வகுத்த போர்த்திட்டம்.

மேஜர் ஜெனரல் குல்வந்த்சிங் படனில் நிலைகொண்டிருந்த சீக்கியத் துருப்புகளை வாபஸ் பெற்றதன் மூலம் எதிரிகளை ஸ்ரீநகருக்கு மிக அருகில் வரவிடுவது மிகுந்த ஆபத்தானது என்று வாதிட்டாலும் பின்பு சமாதானமாகி பிரிகேடியர் ஸென்னின் போர் திட்டத்தை ஏற்றுக் கொண்டார். இந்தத் திட்டத்தில் இரண்டு ஓட்டைகள் இருந்தன. ஒன்று ஸென் எதிர்பார்த்தபடி சாலை வழியாக வந்துகொண்டிருக்கும் வீரர்கள் 7ம் தேதி இரவுக்குள் வந்து சேரவேண்டும். இரண்டு, எதிரிகள் ஏழாம் தேதிக்கு முன்னால் தாக்குதல் தொடங்கக்கூடாது. இந்த இரண்டு எதிர்பார்ப்புகளும் நிறைவேறும் பட்சத்தில் ஸென்னின் திட்டம் வெற்றிகரமாக முடியும். ஒருவேளை தவறிவிட்டால் ..?

ஆறாம் தேதி முழுவதும் புதிய நிலைகளில் நிறுத்தி வைக்கப்பட்ட துருப்புகளுக்கு போர்த்திட்டங்களை விளக்கிக் கூறியபடி அவர்கள் நிலைகள் ஒவ்வொன்றையும் தனிக் கவனத்துடன் பரிசீலித்தார் பிரிகேடியர் ஸென். எல்லாம் அவர்கள் திட்டப்படியே இருந்தன. அன்று மாலை அவர் எதிர்பாராத நிகழ்ச்சி ஒன்று நடந்தது. மேஜர் இந்தர் ரிக்கி என்ற அதிகாரி பிரிகேடியர் ஸென்னைச் சந்தித்தார். மறுநாள் நண்பகலிலோ மாலையிலோதான் வந்து சேருமென்று எதிர்பார்த்திருந்த இந்திய உதவி படையிலிருந்து வந்திருந்தார்.

மேஜர் ரிக்கியுடன் நான்கு ஆர்மர்டு கார்களும் ரைஃபில் துருப்புகளும் வந்திருந்தனர். வருகின்ற பாதையில் ஒரே ஒரு பாலம் மிகவும் பலவீனமாக இருந்ததால் வண்டிகள் அதன் மீது மிக கவனமாக செல்ல

வேண்டியிருந்தது. ஒவ்வொன்றாக வண்டிகள் கடப்பதற்கு நீண்ட நேரம் பிடித்ததால் கான்வாயில் முன்னணியிலிருந்த மேஜர் ரிக்கி தன்னுடன் 4 ஆர்மர்டு கார்களையும், ரைஃபில் துருப்புகளையும் அழைத்துக் கொண்டு சுமார் 10 மணி நேரம் முன்னதாகவே காஷ்மீர் வந்து சேர்ந்திருந்தார்.

புறப்பட்ட நேரத்திலிருந்து சுமார் 72 மணி நேரம் மிகக்கடுமையான மலைப்பாதையில் தொடர்ந்து பயணம் செய்த அவரும் அவரது துருப்புகளும் ஓய்வெடுத்துக் கொள்வதற்காகவும் வண்டிகளை சரிசெய்து கொள்ளவதற்காகவும் 24 மணிநேரம் அவகாசம் கேட்டார். ஆனால், அந்த அவகாசம் அவர்களுக்கு கிடைக்கவில்லை. எவ்வளவு சீக்கிரத்தில் மேஜர் ரிக்கியும் அவரது வண்டியும் அடுத்த நடவடிக்கைக்குத் தயாராக முடியுமென்று பிரிகேடியர் ஸென் கேட்டபோது மறுநாள் காலை 6 மணிக்குள்ளாக நாங்கள் தயார் என்றார் மேஜர் ரிக்கி. அன்றிரவு முழுவதும் ஓய்வெடுப்பதற்கு பதிலாக இரண்டு ஆர்மர்டு கார்களை மட்டும் மறுநாள் காலை நடவடிக்கைக்காகத் தயார் செய்தனர்.

ஸ்ரீநகரின் வடக்குப் பகுதியிலுள்ள காந்தர்பால் பண்டிபுரா கிராமங்களுக்கு மிகுந்த ஆபத்திருப்பதால் அங்குள்ள மக்களைப் பாதுகாக்க இந்திய ராணுவம் இதுவரை எந்த நடவடிக்கையும் எடுக்கவில்லை என்று தொடர்ந்து புகார் சொல்லிவந்த ஷேக் அப்துல்லாவின் குறையைத் தீர்க்க எண்ணி பிரிகேடியர் ஸென் இந்த இரண்டு ஆர்மர்டு கார்களையும் பண்டிப்புரா வரையிலும் சென்றுவரும் ரோந்துப் பணியில் அனுப்ப திட்டமிட்டார்.

ஸ்ரீநகரிலிருந்து 74 மைல் தூரமுள்ள பண்டிப்புராவை அடைந்து இந்த ஆர்மர்டு கார்கள் அதே வழியில் திரும்பி வரவேண்டும். மறுநாள் காலையில் சரியாக ஆறு மணிக்கு இளம் லெப்டினென்ட் ஒருவரின் தலைமையில் அந்த இரண்டு ஆர்மர்டு கார்களும் ரைஃபில் துருப்புக் களை ஏற்றிக்கொண்டு காந்தர்பால் பண்டிபுரா நோக்கி நகர்ந்தன. ஆர்மர்டு காரில் ஒரு ஒயர்லெஸ் செட்டும் பிரிகேட் தலைமையகத்தில் இன்னொரு வயர்லெஸ் செட்டும் கொடுக்கப்பட்டு அந்த ரோந்துப் பணி முடிவடையும் வரையிலும் மேஜர் ரிக்கியுடன் தொடர்ந்து தொடர்புகொள்ளவேண்டும் என்றும் உத்தரவிடப்பட்டது.

ஆர்மர்டு கார்கள் நகர்ந்து சென்ற ஒரு மணி நேரத்தில் நவம்பர் மாதம் 7ம் தேதி காலை சரியாக 7மணிக்கு சண்டுமாரி ஏரியாவில் நிலை கொண்டிருந்த 1-வது சீக்கிய பட்டாலியன் கமான்டர் லெப்டினென்ட் கர்னல் சம்பூர்ன பச்சன்சிங்கின் குரல் அவசரமாக வயர்லஸ்ஸில் ஒலித்தது. சீக்கிய பட்டாலியனின் முன்னணி கம்பெனி வீரர்கள் எதிரியின் கடும் தாக்குதலுக்கு உள்ளாயிருக்கிறார்கள். எதிரிகள் லகு

ஷெலட்டாங் போர்க்களம்

ரக எந்திரத் துப்பாக்கியினால் கடுமையாகச் சுடுகிறார்கள் என்ற தகவல் பெரும் அதிர்ச்சியாக வந்துசேர்ந்தது. அந்த அதிகாலை நேரத்தில் ஸ்ரீநகரின் தலைவாயிலில் பயங்கரமான போர் ஒன்று ஆரம்பித்துவிட்ட விவரமெதுவும் தெரியாமல் அந்நகர மக்கள் வழக்கம் போல் அங்குமிங்கும் நடமாடினர்.

மேஜர் ரிக்கி பின்தொடர 1-வது சீக்கிய பட்டாலியனின் நிலையை அடைவதற்காக பிரிகேடியர் ஸென்னின் ஜீப் காலை பனிமூட்டத்தைக் கிழித்தபடி அந்நகருக்குள்ளே கடும்வேகத்தில் பாய்ந்து சென்றபோது மக்கள் அவரை ஆச்சரியத்துடன் பார்த்தனர். சண்டுமாரி ஏரியாவை நெருங்க நெருங்க எதிரிகளின் எந்திரத் துப்பாக்கிகளின் ஓசையும் நமது துருப்புகளின் எதிர் தாக்குதலும் தெளிவாகக் கேட்டன.

எதிரியின் சக்தி என்ன என்பதை அறிய முயன்ற பிரிகேடியர் ஸென் காஷ்மீரிலிருந்த விமானப்படை விமானம் ஒன்றுக்கு உத்தரவிட்டு போர் நடக்கும் ஷெலட்டாங் ஏரியா மீது பறக்கச்சொல்லி எதிரிகளின் எண்ணிக்கையை உத்தேசமாகக் கணக்கிட்டுத் தகவல் கொடுக்க உத்தரவிட்டார். விமானியிடமிருந்து பதில் அடுத்த சில நிமிடங்களில் வந்தது. 150 லாரிகளும் பஸ்களும் வரிசையாக ரோட்டில் நிற்கின்றன. பதினாயிரத்துக்கும் மேற்பட்ட எதிரிகள் ரோட்டின் தென்புறம் இறங்கி நகர்ந்துகொண்டிருக்கின்றனர். பதுங்கு குழிகளை வெட்டிக் கொண்டிருக்கின்றனர். ரோட்டில் வடக்குப்பக்கம் ஆள் நடமாட்டம் இல்லை. ஆக, பிரிகேடியர் ஸென் பயந்தபடியே அவரது திட்டத்தை மீறி சாலை வழியாக வந்துகொண்டிருக்கும் உதவிப்படை காஷ்மீரை வந்தடையும் முன்னால் எதிரியின் பெரும்படை 161-வது பிரிகேடின் வாசல் கதவை வந்து தட்டிவிட்டது.

ஷெலட்டாங் போர் ஆரம்பமானது!

21. ஆபத்தின் உச்ச கட்டத்தில் அழகு நகரம்

காஷ்மீர் சென்று திரும்பியிருந்த சர்தார் வல்லபபாய் பட்டேலும் பாதுகாப்பு அமைச்சர் பல்தேவ் சிங்கும் இந்திய அமைச்சரவையின் பாதுகாப்பு கமிட்டியில் காஷ்மீர் பற்றிய கவலைக்கிடமான நிலையைத் தெரிவித்தனர். பாரமுல்லாவில் ஏராளமானவர்கள் கொல்லப் பட்டதும், குறிப்பாக சில ஆங்கிலேயர்களும் மருத்துவமனை கட்டி மதம் மாற்றிக்கொண்டிருந்த கிறிஸ்தவ பெண் பாதிரிகளும் கொல்லப் பட்டது மௌண்ட்பேட்டனைப் பெரிதும் பாதித்திருக்கவேண்டும். பாரமுல்லா காஷ்மீர் பள்ளத்தாக்கின் வாயில் போல் அமைந்திருப்ப தால் அது திரும்பப் பிடிக்கப்பட்டாகவேண்டும் என்று பாதுகாப்பு கமிட்டி முடிவு செய்தது. இதன் அடிப்படையில் பாரமுல்லாவைத் திரும்பப் பிடிக்க மிக உச்சகட்ட முக்கியத்துவம் கொடுக்கும்படி ராணுவத்துக்கு உத்தரவிடப்பட்டது.

இந்த உத்தரவின் அடிப்படையில்தான் இரண்டு பட்டாலியன் துருப்புகளும் ஆர்மர்டு கார்களும் சில சிறிய ரக பீரங்கிகளும் சாலை வழியாக காஷ்மீருக்கு அனுப்பப்பட்டன. இந்த படையின் வரவை எதிர்பார்த்தே புதிய வியூகம் அமைத்திருந்தார் பிரிகேடியர் ஸென். இப்போது எல்லாம் நாசமாகிவிட்டது. அவரது திட்டம் படுமோச மான முறையில் முறியடிக்கப்பட்டுவிட்டது. அவர் எதிர்பார்த்தபடி உதவிப்படை சாலை வழியாக வந்து சேர்வதற்கு 12 மணி நேரத்துக்கு முன்பே எதிரிகள் போரைத் தொடங்கிவிட்டனர்!

காலையில் 6 மணிக்கு ஆரம்பித்த இந்தப் போர் மட்டும் இதே நாளில் மாலை 6 மணிக்கு ஆரம்பித்திருக்குமானால் நிலைமை முற்றிலும் மாறுபட்டிருக்கும். புதிதாக இரண்டு பட்டாலியன்கள் வந்திருக்கும். ஆர்மர்டு கார்களும், பீரங்கிகளும் வந்திருக்கும். எதிரிகளை எந்தவிதத்திலும், துணிந்து தாக்கி முறியடித்திருக்கலாம். ஆனால்! நினைத்தது நடக்காத இந்த இக்கட்டான நேரத்தில் என்ன செய்ய?

ஷெலட்டாங் மறுபக்கத்திலிருந்து எதிரிகளின் எந்திரத் துப்பாக்கித் தாக்குதல் வினாடிக்கு வினாடி அதிகரித்தவண்ணம் இருந்தது.

எதிரிகளின் வியூக அமைப்பின் வலது ஓரத்தில் இருந்து வந்த நடுத்தர எந்திரத் துப்பாக்கி குண்டுகள் அங்கே இருப்பவர்கள் யார் என காட்டிக் கொடுத்தது. அவர்கள் முன்னாள் 4-வது J&K பட்டாலியனில் இருந்த பூஞ்ச் முஸ்லிம்கள் தான்.

ஆம். அந்த மீடியம் மெஷின் கண் காஷ்மீரைப் பாதுகாப்பதற்காக காஷ்மீர் மகாராஜாவால் வாங்கப்பட்டது. முஸாஃபராபாத்தில் காவலுக்கு நிறுத்தப்பட்டிருந்த 4-வது ஜே அன்ட் கே பட்டாலியனில் இருந்த பூஞ்ச் முஸ்லிம்களுக்கு கொடுக்கப்பட்டவை. எந்த ஸ்ரீநகரைக் காப்பாற்றுவதற்காகக் கொடுக்கப்பட்டதோ அவை பாதுகாக்க வேண்டிய அதே நகரை இப்போது தாக்குகின்றன.

முஸ்லிம்கள் தாங்கள் சார்ந்திருக்கும் நாட்டையும் ஆதரித்த மன்னனையும் போரில் இக்கட்டான நேரத்தில் கைவிட்டு துரோகம் செய்து எதிரிகளுடன் சேர்ந்துகொண்டது இது முதல் தடவை அல்ல. சரித்திரத்தில் பலமுறை நடந்ததுதான். இன்னும் கூடப் பலமுறை நடக்கப்போவதுதான். முஸ்லிம்களுக்கு அவர்கள் மதம்தான் முக்கியம். காஃபிர்கள் ஆளும் நாடு அவர்களுக்கு சொந்த நாடாக இருந்தபோதிலும் முக்கியமானதல்ல என்பதை சரித்திரத்தின் எண்ணற்ற சம்பவங்கள் மூலம் நிரூபித்திருக்கிறார்கள்.

எதிரிகள் ரோட்டில் வலப்புறமாகப் பெருமளவு இறங்கி 1-வது குமாவுனும் 1-வது சீக்கிய பட்டாலியனும் பாதுகாத்து நின்ற நிலைகளுக்கு நேர் எதிராக வந்து பதுங்குகுழிகளை வெட்ட ஆரம்பித்தனர். இந்த இரு பட்டாலியன்களுக்கும் எதிரில் எதிரிகள் பாதுகாப்பாக நிலைகொண்டுவிட்டால் அது பெரும் ஆபத்தில் முடிந்துவிடும். நமது குமாவுன் சீக்கிய வீரர்களை எதிரிகள் முறியடித்து முன்னேற முடியாமல் போனாலும்கூட பெரும் எண்ணிக்கையில் இருந்த எதிரிகளின் ஒரு பகுதி மட்டும் அங்கிருந்து சுட்டுக் கொண்டிருந்தால் நமது துருப்புகள் வேறெங்கும் நகர முடியாமல் போய்விடும்.

இப்படி பலம் வாய்ந்த நமது இரு பட்டாலியன்களும் நகர முடியாமல் செய்துவிடப்படுமானால் எஞ்சியுள்ள எதிரிகள் மிக எளிதாக குமாவுன் பட்டாலியனின் வலதுபுறமாக ஸ்ரீநகருக்குள் இரவு வேளைகளில் மிக எளிதாக நுழைந்து விடமுடியும். இன்னும் ஒரு மணி நேரத்துக்குள்ளாக எதிரிகளின் நிலைகளின் மீது நாம் தாக்கியாக வேண்டும். தவறினால் அதன் பிறகு குழிகளுக்குள் பதுங்கிவிடும் அந்த முஸ்லிம் கொள்ளைக்கூட்டத்தை விரட்டுவது சிரமம். ஆனால், உடனடியாக அவர்களைக் கலைப்பது எப்படி? அதற்கு துருப்புகள் வேண்டுமே.

உதவிக்கு வரும் நமது இரு பட்டாலியன்களும் இன்னும் 12 மணி நேர பயண தூரத்தில் அல்லவா இருக்கிறார்கள்.

பிரிகேடியர் ஸென்னுக்கு மிக மிக இக்கட்டான நிலை!

ஹம்ஹோமில் நிலைகொண்டிருக்கும் 1-வது பஞ்சாப் பட்டாலியனை நகர்த்தி ஷெலட்டாங் போர்முனைக்குக் கொண்டுவரும் வாய்ப்பு எப்படி என்று ஆராய்ந்தார். அது சரி என்று படவில்லை. ஹம்ஹோமிலிருந்து 1-வது பஞ்சாப் எடுக்கப்பட்டு விடுமானால் சண்டுமாரியில் நிலைகொண்டிருக்கும் 1-வது குமாவுனின் வலது பக்கம் பலமிழந்து விடும். எதிரிகள் சண்டுமாரிக் கும் ஹம்ஹோமுக்கும் இடையில் புகுந்து 1-வது குமாவுனைச் சுற்றி வளைக்க முயற்சித்தால் அதைத் தடுக்க ஹம்ஹோமில் 1-வது பஞ்சாப் இருந்தேயாக வேண்டும். இன்னொரு தடங்கலும் இருந்தது. ஹம்ஹோமில் இருந்த 1-வது பஞ்சாப் விமானத் தளத்தின் வடமேற்குப் பகுதியைப் பாதுகாத்து நின்றதால் விமானத் தளத்தில் வைக்கப்பட்டிருக்கும் ஏராளமான தளவாடங்களும் துப்பாக்கி ரவை போன்ற வெடிபொருட்களும் நன்கு பாதுகாக்கப்பட்டன.

பிரிகேடியர் ஸென்னுக்குப் புதிதாக முளைத்துவிடக்கூடிய ஒரு பெரிய ஆபத்து பெரும் கவலையளித்தது. ஆபத்து நேரத்தில் ஒருவேளை தேவைப்பட்டால் 1-வது பஞ்சாபை ஷெலட்டாங் போர்முனைக்குக் கொண்டுவரவேண்டும். விமானத்தளத்திலிருந்து ரவைகள், குண்டுகள் முதலானவை தொடர்ந்து போர்முனைக்குக் கிடைத்தாக வேண்டும். இதற்கெல்லாம் விமான தளத்திலிருந்து ஸ்ரீநகர் வழியாக ஊருக்குள் புகுந்து வெளியேறி மேற்குப்புறமாக பாரமுல்லா ரோட்டில் வந்து போர்முனைக்குச் செல்ல வேண்டும். போர் தொடங்கிவிட்ட செய்தி இன்னும் சிறிது நேரத்தில் காட்டுத் தீ போல் ஊர் முழுவதும் பரவிவிடும். பீதியடைந்து போகும் மக்கள் ஊர் முழுவதும் பரவி சாலைகளை அடைத்துக்கொள்ளும் வாய்ப்பு உண்டு. அப்படி ஒரு நிலை ஏற்படுமானால் துருப்புகள் நடமாட்டமும் வெடிபொருட்களைக் கொண்டு செல்வதும் முடியாததாகிவிடும்.

ஆக, எப்படிப் பார்த்தாலும் இன்னும் ஒன்றிரண்டு மணி நேரத்துக்குள்ளாக எதிரிகள் முறியடிக்கப்பட்டாக வேண்டும். இல்லையென்றால் .... நிலைமை நினைத்துப் பார்க்கவே முடியாமல் பயங்கரமாக மாறிவிடும். மூளை கலங்கிப்போகும் இந்த பயங்கரமான நிலையில் மாட்டிக்கொண்ட இந்திய வீரர்களும் பிரிகேடியர் ஸென்னும் சிறிதும் மனம் தளராமல் அற்புதமான திட்டம் ஒன்றை அவசர அவசரமாக வகுத்தனர்.

22. ஆர்மர்டு கார்கள் செய்த அற்புதம்

விமானப் படையின் இரண்டு போர் விமானங்கள் காஷ்மீரில் 161-வது பிரிகேடின் போர் நடவடிக்கைகளில் உதவி செய்வதற்காகத் தயார் நிலையில் வைக்கப்பட்டிருந்தன. எதிரிகள் குழிகளை வெட்டிப் பதுங்கிக் கொள்வதற்கு முன்னால் அவர்கள்மீது விமானத் தாக்குதல் நடத்தினால் என்ன என்று யோசிக்கப்பட்டது. ஆனால், இந்தியத் துருப்புகளை ஒட்டி மிகவும் பக்கத்தில் எதிரிகள் இருந்ததால் விமானத் தாக்குதல் நமது துருப்புகளையும் பாதித்துவிடும். தூரத்திலிருக்கும் எதிரிப்படையின் வால்பகுதியைத் தாக்கினால் என்ன என்று யோசித்தபோது அதுவும் ஒத்துவராது என்று கைவிடப்பட்டது.

ஏனென்றால், எதிரிப்படையின் வால்பகுதியை விமானங்கள் தாக்கிச் சுடும்போது பின்பக்கமாக ஓடித் தப்பிக்க வழியில்லாமல் கும்பலாக அணை உடைந்த வெள்ளம்போல எதிரிகள் முன்னால் நகர்ந்து விடுவார்கள். அப்படி ஒரு மனித வெள்ளம் ஏராளமான ஆயுதங் களோடு நமது படைகள் மீது கூட்டமாக வந்து விழும்போது மிகச் சிறிய எண்ணிக்கையிலுள்ள நமது துருப்புகள் மிகவும் திணறிப்போக வேண்டியிருக்கும். ஒன்றுக்கு ஐந்து என்ற கணக்கில் எதிரிகளின் எண்ணிக்கை இருந்ததால் அவர்களை பலவந்தமாக முன்னேறச் செய்துவிடக்கூடிய விமானத் தாக்குதல் வேண்டாமென்று கைவிடப் பட்டது.

ஒன்றாவது சீக்கியப் படையின் கமாண்டர் லெப்.கர்னல் சம்பூரன் பச்சன் சிங்குக்கும் 1-வது குமாவுனின் கமாண்டர் லெப்.கர்னல் ப்ரீதம் சிங்குக்கும் எதிரிகளின் தாக்குதலுக்கு மிகக்குறைந்த எதிர்ப்பை மட்டுமே காட்டிக்கொண்டிருக்கும்படி உத்தரவிட்டார் பிரிகேடியர் ஸென்.

விமானத் தளத்தைப் பாதுகாத்து நின்ற 4-வது குமாவுன் பட்டாலியனின் கம்பெனிகளில் ஒன்றை பிரிகேடின் ரிசர்வ் படையாக எடுத்துக்கொண்டுவிட்டதால் விமானத்தளம் வெறும் இரண்டே இரண்டு குமாவுன் கம்பெனிகளால் மட்டுமே பாதுகாக்கப்பட்டு வந்தது. பிரிகேட் ரிசர்வாகக் கொண்டுவரப்பட்ட 4-வது குமாவுனின்

ஒரு கம்பெனி. பிரிகேடியர் ஸென்னின் உத்தரவுக்காக எந்த நிமிடத்திலும் எந்த திசையிலும் நகர்வதற்குத் தயாராக இருந்தது.

ஸ்ரீநகரின் வடக்குப் பகுதிக்கு பண்டிப்புரா வரை ரோந்துக்காக அனுப்பப்பட்ட இரண்டு ஆர்ம்டு கார்கள் போக எஞ்சியிருந்த ஆர்ம்டு கார்கள் இன்னும் தயார் நிலையில் இல்லாததால் அவற்றை நம்புவது கைவிடப்பட்டது. எதிரியின் பார்வையிலிருந்து சரேல் என்று மறைந்து பின்வாங்கிய பிரிகேடியர் ஸென், மேஜர் ரிக்கியுடன் ஒரு பள்ளத்துக்குள் அமர்ந்து ஸ்ரீநகரைச் சுற்றியுள்ள இடத்தின் வரை படத்தை ஆராய்ந்தார். அவருக்கு ஒரு ஆசை. இந்த ஸ்ரீநகரின் வடக்கில் காந்தர்பால் வழியாக பண்டிபுரா நோக்கி செல்லும் இரண்டு ஆர்ம்டு கார்கள் மட்டும் ஏதாவது ஒரு பாதையில் ஸ்ரீநகரின் நேர் பின்பக்கம் உள்ள ஷெலட்டாங் கிராமத்தை நோக்கி வரமுடியு மானால்...

தரையில் விரிக்கப்பட்டிருந்த வரைபடத்தை உன்னிப்பாகக் கவனித்த பிரிகேடியர் ஸென் காந்தர்பால் சாலை வடமேற்காக பண்டிபுரா நோக்கிச் சிறிது தூரம் சென்றதும் கிரகாம் என்ற இடத்தில் சிறிய மண் சாலை ஒன்று இடப்புறமாக பிரிவதைக் கவனித்தார். இந்தச் சாலை குறுக்காக ஓடி திஷ்யுவிலிருந்து சும்பல் வழியாக ஷெலட்டாங் செல்லும் சாலையை சும்பலில் வந்து சேர்ந்தது. சும்பலிலிருந்து சாதிப்பூர் வழியாக ஷெலட்டாங் வரை நல்ல சாலை படத்தில் தெரிந்தது. கிரகாமிலிருந்து சும்பல் வரைக்கும் காட்டப்பட்டிருக்கும் மண் சாலை வழியாக கார்களைக் கொண்டுவந்து விட முடியுமானால் அதன் பிறகு ஷெலட்டாங்கை எளிதாக அடைந்துவிடலாம்.

ஷெலட்டாங்கில் இரண்டு ஆர்மர்டு கார்களும் ரைஃபில் துருப்புகளும் வந்துவிடுமானால் ஷெலட்டாங்குக்கும் சண்டுமாரியில் நிலை கொண்டிருக்கும் இந்தியத் துருப்புகளுக்கும் இடையில் குவிந் திருக்கும் எதிரிகளை இடையில் வைத்து நசுக்குவது எளிதாகிவிடும். மேஜர் ரிக்கியிடம் காந்தர்பால் நோக்கிச் சென்றுகொண்டிருக்கும் இரண்டு ஆர்மர்டு கார்களையும் கிரகாம் வந்தடைந்ததும் சும்பலை நோக்கி முன்னேறச் சொல்லும்படி உத்தரவிட்டார் பிரிகேடியர் ஸென்.

இரண்டு பட்டாலியன் தளபதிகளையும் அழைத்த பிரிகேடியர் ஸென் அவர்களுக்குத் தனது திட்டத்தை விளக்கினார். இந்த நிமிடத்தில் நாம் செய்கிற ஒவ்வொரு காரியமும் காஷ்மீர் மாநிலத்தின் தலைவிதி யையும் இந்திய தேசத்தின் மானத்தையும் நிர்ணயிக்கப் போகின்றன. எதிரி நம்மைவிட எண்ணிக்கையில் ஐந்து மடங்கு பலத்துடனும் ஆயுதங்களின் அளவில் பல மடங்கு பலத்துடன் இருக்கிறான்.

ஆனால் எக்காரணம் கொண்டும் இந்த தருணத்தில் நாம் எதிரியை முறியடித்தே ஆகவேண்டும். இதைத் தவிர வேறு சிந்தனைக்கு இடமில்லை.

பிரிகேடியரின் வீரமொழிகளையும் போர்த்திட்டத்தையும் கேட்டுக் கொண்ட லெப்.கர்னல் ப்ரீதம் சிங்கும், சம்பூரன் பச்சன் சிங்கும் உத்தரவுகளை அப்படியே மனதில் வாங்கிக்கொண்டு தங்களது பட்டாலியன்களை நோக்கி விரைந்தனர். ஆர்மர்டு கார்களோடு தொடர்பு கொண்ட மேஜர் ரிக்கி காந்தார்பாலுக்கு சற்று முன்பாக வைத்து அவர்களைத் தடுத்து நிறுத்தினார். மேற்கொண்டு உடனடியாக கிரகாம் நோக்கி முன்னேறி சும்பலை நோக்கி செல்லும் மண் ரோட்டில் திரும்ப உத்தரவிட்டார். அடுத்த அரைமணி நேரத்துக் குள்ளாக கிரகாம் வந்தடைந்த ஆர்மர்டு கார்களும் இடப்புறம் திரும்பி மண் சாலையில் இறங்கி முன்னேறின. சிறிது நேரத்தில் ஆர்மர்டு கார்களின் கமாண்டர் இளம் லெப்டினன்டின் குரல் வயர்லெஸ்ஸில் ஒலித்தது.

'ஸார், எதிரே ஒரு சிறிய மரப்பாலமிருக்கிறது. ஆர்மர்ட் கார்களை இந்த மரப்பாலம் தாங்குமா என்று தெரியவில்லை.'

இந்த எதிர்பாராத செய்தியைக் கேட்ட பிரிகேடியர் ஸென்னும் மேஜர் ரிக்கியும் திகைத்துப் போயினர். நேரம் அதுபாட்டுக்கு ஓடிக் கொண்டிருந்தது.

வயர்லெஸ் ரிசீவரை கையில் வாங்கிக்கொண்ட பிரிகேடியர் 'லெப்டினென்ட் அந்த பாலத்தின் மீது போக முடியாவிட்டாலும் கீழே பக்கவாட்டில் ஆற்றுக்குள் இறங்கி கடக்க முடியுமா என்று பாருங்கள்.'

'இதோ இறங்கி பார்க்கிறேன் ஸார்.' லெப்டினென்டிடமிருந்து ஐந்து நிமிடங்களுக்கு பதில் இல்லை.

ஐந்து நிமிடங்களும் ஐந்து யுகங்களாகவே தெரிந்தன. மீண்டும் அந்த இளம் அதிகாரியின் குரல் வயர்லெஸ்ஸில் ஒலித்தது. 'ஸார் ஆர்மர்டு கார்கள் பாலத்தை விட்டு கீழே இறங்கி கடக்கவே முடியாது. ஆனால் நான் பாலத்தின் மீதே கடக்க முயற்சிக்கிறேன்.'

அடுத்த பத்து நிமிடங்களுக்கு மறுசெய்திக்காகக் காத்திருந்த பிரிகேடியர் ஸென் நிலைகொள்ளாமல் தவித்தார். பாலத்தில் நுழைய முயன்ற ஆர்மர்டு கார்களின் இருபக்கத்தையும் பாலத்தின் இருபக்கமும் வளைத்துவிடபட்டிருந்த சிறிய கம்பிகள் தடுத்து நிறுத்தின.

ரைஃபில் துருப்புகள் இந்த இரண்டு கம்பிகளையும் அசுர வேகத்தில் உடைத்தெறிந்தனர். மீண்டும் ஆர்மர்டு கார் பாலத்தில் நுழைந்தபோது

காரின் பக்கங்கள் பாலத்தின் இருபக்கமும் இரண்டிரண்டு அங்குலத்துக்கு பாலத்தின் அகலத்தைவிட அதிகமாகவே வெளியே நீட்டிக் கொண்டிருந்தன. இரு பக்கத்திலும் ஏகதேசம் சக்கரங்களின் முக்கால் பகுதி மட்டுமே பாலத்தில் அமர்ந்திருக்க மிக மிக மெதுவாக ஆர்மர்டு கார்கள் பாலத்தில் ஓட்டப்பட்டன. ஒரு இஞ்ச் முன்பின் தவறினால் கூட இரும்புக்கோட்டையான அந்த ஆர்மர்டு கார் ஆற்றில் விழுந்து விடுவது மட்டுமல்லாமல் அன்றைய போரின் தலைவிதியையே மாற்றிவிடும்.

சரியாக இருபது நிமிடங்களில் இரண்டு ஆர்மர்டு கார்களும் பாலத்தைக் கடந்தன. திரும்பி பாலத்தை பார்த்த அந்த இளம் அதிகாரிக்கு இதை எப்படி சாதித்தோம் என்று பெரும் மலைப்பாக இருந்தது. ஆர்மர்டு கார்கள் பாலத்தைக் கடந்துவிட்ட செய்தியை அறிந்த பிரிகேடியர் ஸென் மேற்கொண்டு அந்த கார்களும் ரைஃபில் துருப்புகளும் என்ன செய்யவேண்டும் என்ற உத்தரவை மிக மிக துல்லியமாக சந்தேகத்துக்கு இடமின்றி மேஜர் ரிக்கியிடம் எழுதிக் கொடுக்க அவர் அதை வயர்லெஸ்ஸின் மூலம் ஆர்மர்டு காருக்குத் தெரியப்படுத்தினார்.

ஒவ்வொரு படை அணிகளுக்கும் தனித்தனியே நிமிட வாரியாக என்னென்ன செய்யவேண்டும் என்று உத்தரவிட்டு முடித்த பிரிகேடியர் ஸென் கடைசித் தாக்குதல் உத்தரவுக்காக ஒரு சங்கேத வார்த்தையை நிர்ணயித்தார். அந்த வார்த்தை, 'செல்' (Go).

அந்த உத்தரவு கிடைத்ததும் அனைவரும் ஒரே நேரத்தில் அவரவர் களுக்குக் கொடுக்கப்பட்ட வேலைகளைச் செய்ய எதிரி மீது பாய வேண்டும்.

23. ஈரமில்லா நெஞ்சங்களில் ஈட்டிகள் பாய்ந்தன

'சும்பல்' பகுதிக்கு வந்தடைந்த ஆர்மர்டு கார்கள் அங்கிருந்து நல்ல கல் ரோட்டின் வழியாக ஷாதிப்பூர் வந்து ஷெலட்டாங்கை நோக்கி முன்னேறின. பாரமுல்லா ஸ்ரீநகர் சாலையில் இந்த சும்பல் ஷாதிப்பூர் சாலை போய் சேருகிற இடத்தில் ஷெலட்டாங் கிராமம் இருந்தது. அதை நெருங்க நெருங்க ஆயிரக்கணக்கான பதானிய ஆக்கிரமிப் பாளர்கள் ஆயுதபாணிகளாக அவர்கள் கண்ணில் தெரியத் தொடங்கினர். மிக மெதுவாகவும் எச்சரிக்கையுடனும் நகர்ந்து வந்த இரண்டு ஆர்மர்டு கார்களும் பாகிஸ்தானிகளுக்கு எந்தவித சந்தே கத்தையும் கொடுக்கவில்லை. அருகில் நெருங்கி வந்துவிட்டபோது ஆர்மர்டு கார்களில் இருந்த வீரர்களைப் பார்த்து பதானிய முஸ்லிம்கள் புன்முறுவல் காட்டினர். எல்லாம் தெரிந்தவர்கள் மாதிரி நமது வீரர்களும் பதிலுக்கு சிரித்தனர். ஒன்றிரண்டு பாகிஸ்தானிகள் ஆர்மர்டு காரை நெருங்கி வந்து கையால் தொட்டுப்பார்த்துவிட்டு பக்கத்தில் நின்றவனிடம், 'பாத்தியா நம்ம டாங்கு படை பாகிஸ்தானி லிருந்து வந்திருக்கு' என்று பெருமையடித்துக்கொண்டான்.

அதை ஆமோதிப்பதுபோல நமது வீரர்களும் பதிலுக்குச் சிரித்தனர். எதிரிகளின் வியூகத்துக்குள்ளே புகுந்துவிட்ட இரு ஆர்மர்டு கார்களும் இரண்டு ரோடுகளும் சந்திக்கும் இடத்தில் கிழக்கு பக்கம் நோக்கி டாங்கின் இரண்டு பவுண்டர் டாங்கி பீரங்கிகளை நிலைநிறுத்தி ஆயத்தப்படுத்தினர். ஆர்மர்டு கார்கள் இரண்டும் உத்தரவிட்டபடி தங்களது நிலையை அடைந்து தயாராகிவிட்டன என்ற தகவல் கிடைத்ததும் பிரிகேடியர் ஸென் எதிரிகள் இருக்குமிடத்திலிருந்து சுமார் ஒரு மைல் தூரத்தில் சண்டுமாரி என்ற கிராமத்தில் இந்தியப் படை வியூகத்தின் இடது அங்கமாக நிலைகொண்டிருந்த குமாவுன் பட்டாலியனை முன்னேறும்படி உத்தரவிட்டார்.

மிகுந்த சாமர்த்தியத்துடனும் வேகமாகவும் எதிரி கண்ணில் பட்டு விடாமலும் அந்த வீரர்கள் பதுங்கிப் பதுங்கி முன்னேறினர். மலைப் பாம்பு போல் மிக நீண்ட வியூகம் அமைத்து முன்னேற முயன்று கொண்டிருந்த பாகிஸ்தானிய பெரும்படையின் வலதுபக்கமாக மிக

நெருங்கி வந்து பதுங்கியது 1-வது குமாவுன் பட்டாலியன். ‘1-வது குமாவுன் தயார்’ என்ற செய்தியும் கமாண்டருக்கு வந்துவிட்டது. எல்லாம் ரெடி. அனைவரும் பிரிகேடியர் ஸென்னின் ‘செல்’ என்ற சங்கேத உத்தரவுக்காக ஒயர்லெஸ்ஸைக் கையில் பிடித்தபடி ஆவலுடன் காத்திருந்தனர். வினாடிகள் நகர்ந்தன. ஒரே நேரத்தில் எல்லா ஒயர்லெஸ்களிலும் அந்த சங்கேத உத்தரவு துல்லியமாக ஒலித்தது.

‘செல்...’

அடுத்தகணம் பிரளய கால பூகம்பம் வெடித்தது போன்ற நிலைமை அங்கே உண்டானது. இதுவரை சாதாரணமாகச் சுட்டுக்கொண்டிருந்த சீக்கிய பட்டாலியனின் துப்பாக்கிகள் இப்போது பயங்கர வேகத்தில் குண்டுகளை மழையாகப் பொழியத் தொடங்கின. மிகுந்த சாதுபோல் போருக்கு ஆயத்தமாகி நின்ற ஆர்மர்டு காரின் பீரங்கிகளும் ரைஃபில் துருப்புகளின் எல்.எம்.ஜிகளும் எதிரிகளுக்கு நேர் பின்னாலிருந்து அனலைக் கக்கத் தொடங்கின. முன்னாலிருந்து திடீரென அபரிமித மாகப் பாய்ந்து வந்த குண்டுகளையும், நேர் பின்னால் தங்கள் பக்கமிருந்தே எதிர்பாராத நேரத்தில் ஆர்மர்டு கார்களிலிருந்து புறப்பட்டு வந்த குண்டுகளுக்குமிடையில் மாட்டிக்கொண்ட எதிரிகள் வெலவெலத்துப்போய் கண்ட திசைகளிலெல்லாம் ஓடினர்.

எதிர் வியூகத்தின் வலது விலாப்புறத்தில் பதுங்கியிருந்த 1-வது குமாவுனின் இந்திய வீரர்கள் பளபளக்கும் துப்பாக்கிகளைப் பொருத்திய ஆட்டோமேட்டிக் ஸ்டென் கன்களை இடுப்பில் வைத்தே இயக்கி குண்டுகளை பொழிந்தபடியே எதிரிகள் மீது பாய்ந்தனர். குமாவுன் வீரர்களின் இந்த நேரடி பயனட் (கத்தி) தாக்குதலுக்குள்ளானவர்கள், கொஞ்சமும் ஈவிரக்கமின்றி சக இந்து வீரர்களை நட்ட நடுநிசியில் கழுத்தை வெட்டிக் கொலை செய்த பூஞ்ச் முஸ்லிம்கள்தான்.

குமாவுனிய சிங்கங்களின் ஆவேசமான பாய்ச்சலில் மாட்டிக்கொண்ட மனித நாகரிகத்தையே அறியாத முஸ்லிம்களும் பாகிஸ்தானிய கொள்ளைக் கும்பலும் திக்கு முக்காடித் திணறி, ஓடும் திசையறியாது திகைத்தன. உரமற்ற அவர்களின் நெஞ்சங்களிலெல்லாம் ஆழமாகப் புகுந்து புறப்பட்டன நமது வீரர்களின் துப்பாக்கிகள். ஆதரவற்ற அபலைப் பெண்களைக் கதறக் கதறக் கற்பழித்து அரக்க இன்பம் அனுபவித்த அந்த வெறிநாய் கூட்டம் இந்திய சிங்கங்களுக்கிடையில் சிக்கி சிதறி சின்னாபின்னமானது.

செத்தவர்கள் போக எஞ்சியவர்கள் போட்டது போட்டபடியே தலைதெறிக்க ஓடி ஒளிந்தனர். பிரிகேட் ரிஸர்வில் வைக்கப்பட்டிருந்த 4-வது குமாவுனின் ஒரு கம்பெனி சீக்கிய பட்டாலியனை வலது புறமாக எதிரியை நோக்கிப் பாய உத்தரவிடப்பட்டது. மூன்று

திசைகளிலிருந்தும் வந்த எதிர்பாராத தாக்குதலால் தென்மேற்கு திசையில் தப்பி ஓடிய முஸ்லிம் கொள்ளைக் கும்பலை இந்திய ராணுவத்தின் போர்விமானங்கள் ஆகாயத்திலிருந்து தாக்கி அழித்தன. இதுவரையிலும் பின்னாலிருந்து தாக்கிய ஆர்மர்டு கார்கள் பீரங்கி களைத் திருப்பி பாரமுல்லாவை நோக்கி ஓடும் அந்தப் பாதகர்களை பின்புறம் இருந்து சுட்டுத் தள்ளியது.

பிரிகேடியர் ஸென் 1-வது சீக்கிய பட்டாலியனை முன்னேறிச் சென்று எதிரிகளை துரத்தும்படி உத்தரவிட்டார். செல் என்ற உத்தரவு கொடுக்கப்பட்ட இருபதே நிமிடங்களுக்குள்ளாக பத்தாயிரத்துக்கும் அதிகமான எதிரிகள் சின்னா பின்னமாக சிதறி அடிக்கப்பட்டனர். ஷெலட்டாங் போரில் மட்டும் இறந்த பாகிஸ்தானிகள் 472 பேர்கள். ஷெலட்டாங்குக்கும் பாரமுல்லாவுக்கும் இடையில் இறந்து கிடந்தவர்கள் 146 பேர்கள்.

பாகிஸ்தானின் பெஷாவரிலிருந்து புறப்பட்டு காஷ்மீரத்தின் அழகு நகரமாம் ஸ்ரீநகரின் தலைவாசல் வரை பாகிஸ்தானிய கொள்ளைக் கும்பலைச் சுமந்து வந்த 138 சிவிலியன் பஸ்களும் லாரிகளும் ஷெலட்டாங் ரோட்டில் அநாதையாக கிடந்தன. லாரிகளில் ஏராள மான குளிர்காலத் துணிகளும் மருந்து வகைகளும் இருந்தன. ஸ்ரீநகரில் இருந்து உடனடியாகத் திரும்பிப் போகும் நோக்கத்தோடு அவர்கள் வந்திறங்கவில்லை.

முஸ்லிம்கள் விஜயநகர சாம்ராஜ்யத்தின் ஹம்பி நகரத்தினுள் புகுந்து 5 மாதங்கள் தங்கியிருந்து அந்த நகர மக்களை இரக்கமின்றிக் கொன்று குவித்தனர். ஆலயங்களை அழித்து சிற்பங்களை உடைத்து வீடுகளை எரித்துக் கொடுமை புரிந்தனர். உலகின் வேறெந்த நகருக்கும் இம்மாதிரியான அழிவு ஏற்பட்டிருக்க முடியாது என வரலாற்று ஆசிரியர்கள் சொல்லியிருப்பதை போன்ற இன்னொரு நிகழ்ச்சி ஸ்ரீநகரில் நடக்கவிடாமல் இந்திய ராணுவம் காப்பாற்றியது.

பாரமுல்லாவை நோக்கித் தப்பி ஓடிய எதிரிகளைத் தொடர்ந்து துரத்திச் சென்ற இந்திய ராணுவம் சாலையின் இரு மருங்கிலுமுள்ள கிராமங்களிலும் புதர்களிலும் எதிரிகள் மறைந்திருக்கிறார்களா என்று சோதனையிட்டபடி முன்னேறியது. இப்படிப் பார்த்துப் பார்த்து முன்னேறிய நம் வீரர்கள் இரவு 8 மணியளவில் ஸ்ரீநகரில் இருந்து 17 மைல் தூரத்தில் இருக்கும் படனையடைந்து நிலைகொண்டனர். 161-வது பிரிகேடின் எல்லா வீரர்களும் படனுக்குள் வந்து சேர்ந்ததும் இரவு நடுநிசிக்கு மேல் பாரமுல்லா நகரை நோக்கி மேலும் நகர்ந்தது இந்திய ராணுவம்.

பாகம் 2

வீர மைந்தர்களின் தீரப் போர்

1. ஆறு குழந்தைகளும் அநாதைத் தாயும்

1947ஆம் ஆண்டு அக்டோபர் மாதம் 21ஆம் தேதி இரவு லேசாக மழை தூறிக்கொண்டிருந்தது. முஸபராபாத் நகரின் வாஸிர் - ஏ வாசிரத் (முஸாஃபராபாத் மாவட்ட கவர்னர்) ஸ்ரீதூனிசந்த் மேத்தாவின் வீடு இருளில் மூழ்கியபடி தனியாக நின்றது.

மேத்தாவின் மனைவியான கிருஷ்ணாவும் அவர்களது 5 குழந்தைகளும் விருந்துக்கு வந்திருந்த மேத்தாவின் மருமகள் 14 வயதான ஸ்வேதாவும் அமைதியாக உறங்கிக் கொண்டிருந்தனர். 12 வயது விமலும் 7வயது சுரேசும் தவிர ஸ்வேதாவுடன் சேர்ந்து 14 வயது வீணாவும் 10 வயது ஷீலாவும் 9 வயது கமலேஷுூம் பெண் குழந்தைகள்.

திருமதி கிருஷ்ணா தூனிசந்த் மேத்தாவே அங்கு நடந்தவற்றை நேரடியாகச் சொல்கிறார்:

‘22ம் தேதி அதிகாலை 5 மணிக்கு பயங்கரமான துப்பாக்கி வெடி ஓசை கேட்டுத் திடுக்கிட்டு எழுந்தேன். அடுக்கடுக்காக எழும்பி நின்ற மலைமுகடுகளில் எதிரொலித்த வெடிச் சத்தத்தை கேட்டு பயந்துபோன நான் என் கணவரை அவசர அவசரமாக எழுப்பினேன். எந்திர துப்பாக்கிகள் சுடப்படும் ஓசை தொடர்ந்து கேட்க ஆரம்பித்தது.

எங்களது வீட்டைச் சுற்றிப் போடப்பட்டிருந்த பலகையாலான வேலியில் துப்பாக்கிக் குண்டுகள் துளைத்து சிதற ஆரம்பித்தன. விழித்துக்கொண்டுவிட்ட பிள்ளைகள் வராண்டாவுக்கு ஓடிவந்து மரவேலியை குண்டுகள் துளைப்பதைப் பார்த்து விஷயம் புரியாமல் கைகொட்டிச் சிரித்தனர்.

பாகிஸ்தானிகள் ‘கிருஷ்ணாகங்கா’ நதியைக் (ஜீலம் நதி) கடந்து முஸாஃபராபாத் நகருக்குள் புகுந்துவிட்டார்கள் என்பதைப்

புரிந்துகொண்ட என் கணவர் அவசரமாகப் புறப்பட்டு சென்றார். டோமலில் தங்கியிருக்கும் படைப்பிரிவுக்கு தகவலனுப்பினால் இந்த முஸ்லிம் கும்பலை எளிதாகத் துரத்திவிடலாமென எண்ணினேன் (ஆனால் அன்று இரவே டோமலிலிருக்கும் 40-வது ஜே. அன்ட் கே. பட்டாலியனின் டோக்ரா வீரர்களனைவரும் கர்னல் நாராயண்சிங்கும் கழுத்தை வெட்டிக் கொல்லப்பட்டுவிட்ட விஷயம் கவர்னர் மேத்தாவுக்கும் அவரது மனைவிக்கும் தெரியாது).

குழந்தைகளை அதிகாலைக் குளிரில் வெளியே நிற்கவேண்டாம் என்றும் சட்டைப் போட்டுக்கொள்ளுங்கள் என்றும் சொல்லி வீட்டுக் குள்ளே அனுப்பினேன். சுரேஷ் ஒரு ஸ்வெட்டரையும், விமல் ஒரு சட்டையையும் அணிந்துகொண்டனர். ஆனால், அவசரத்தில் ஷூ எதுவும் போடவில்லை. துப்பாக்கி ரவைகள் பெருமளவில் வீட்டை நோக்கிவர ஆரம்பித்தவுடன் குழந்தைகள் அனைவரையும் அழைத்துக் கொண்டு வீட்டுக்குள்ளே நுழையப் போனேன்.

ஆக்கிரமிப்பாளர்கள் நகருக்குள் புகுந்துவிட்டார்கள். பயத்தால் மிரண்டுபோன மக்கள் அழுதுகொண்டும் அலறிக்கொண்டும் திசை தெரியாமல் ஓடினர். மிரண்டு போய் நின்ற எங்களிடம் ஒருவர் ஓடிவந்து, 'ஆஸ்பத்திரியை தீ வைத்துக் கொளுத்தி விட்டார்கள்; படுத்திருந்த நோயாளிகள் அனைவரும் உயிரோடு தீயில் கருகிக் கொண்டிருக்கிறார்கள்' என்று சொன்னார்.

நாங்கள் வீட்டுக்குள் நுழைந்து பின்கட்டுக்குள் சென்றோம். வெளியே பார்த்தபோது பக்கத்து வீடான போலீஸ் சூப்பிரண்டென்டின் பங்களா தீவைக்கப்பட்டுப் பற்றி எரிவது தெரிந்தது. நான் உடுத்திருந்த ஆடை பழையதாகவும் மெல்லியதாகவும் இருந்தது. கம்பளி ஆடைகள் எதையும் அணிந்திருக்கவில்லை. எங்களோடு அப்போது ஓம்பிரகாஷ் என்ற வயதான வேலைக்காரரைத் தவிர வேறு யாரும் இல்லை.

பின்பக்கக் கதவை யாரோ தட்டினார்கள்.

இங்கே என்ன செய்துகொண்டிருக்கிறீர்கள்? உடனடியாகப் புறப் படுங்கள். ஆக்கிரமிப்பாளர்கள் உங்கள் பங்களாவுக்குள் நுழைந்து கொண்டிருக்கிறார்கள் என்று அந்த நபர் கூச்சலிட்டார்.

எனக்கு என்ன செய்வதென்று தெரியவில்லை.

மேத்தாஜி எங்கே என்று கேட்டேன்.

அவர் பத்திரமாக இருக்கிறார். நீங்கள் உடனடியாகப் புறப்படுங்கள். ஆக்கிரமிப்பாளர்கள் வழியெல்லாம் எரித்துக்கொண்டும் கொன்று கொண்டும் வந்து கொண்டிருக்கிறார்கள்.

எனக்கு என்ன செய்வதென்று புரியவில்லை.

கணவர் வெளியே சென்றிருக்கிறார். அவர் திரும்பி வருவதற்குள் நான் வீட்டை விட்டு வெளியே ஓடலாமா? ஓடாவிட்டால் என் கதியும் என் குழந்தைகள் கதியும் என்ன ஆகும்?

சட்டென ஒரு முடிவுக்கு வந்த நான் படுக்கையின் மேலிருந்த ஒரு போர்வையையும் ஒரு சிறிய 'குப்டி'யையும் (சிறிய வாள் ஒன்றை மறைத்து வைத்திருக்கும் தடி) எடுத்துக்கொண்டு அவசரத்தில் வெறும் காலுடன் குழந்தைகளையும் அழைத்துக்கொண்டு வெளியே ஓடினேன்.

எதிரே தூரத்தில் தெரிந்த ஒரு கோவிலை நோக்கி மலைச்சரிவில் வேகமாக ஓடினோம். இப்போது மழை பெரிதாகப் பெய்யத் தொடங்கியது. நனைந்துவிட்ட குழந்தைகள் குளிரால் நடுங்க ஆரம்பித்தனர். கையிலிருந்த ஒரே போர்வையைக் கொண்டு எல்லா குழந்தைகளையும் ஒன்றாக சேர்த்து மூடினேன்.

திரும்பிப் பார்த்த எனக்கு பகீர் என்றது.

எங்கள் வீடும் பற்றி எரிந்துகொண்டிருந்தது.

மழை பெய்ததால் புகையும், தீ ஜுவாலையும் மாறிமாறி வந்து கொண்டிருந்தன.எனக்கு ஒன்றும் ஓடவில்லை. என் கணவர் எங்கே? அவர் அங்கு என்ன செய்துகொண்டிருக்கிறார்? இந்தக் குழந்தைகளை அழைத்துக்கொண்டு எங்கே போவேன்?

எந்தப் பாதையும் எனக்குத் தெரியாதே!

கிழவர் ஒருவர் அலறியபடி ஓடி வந்துகொண்டிருந்தார்.

அம்மா! அம்மா! என் மகன் சின்னப் பையன். ஆஸ்பத்திரியில் இருந்தான். ஆஸ்பத்திரி பற்றி எரிகிறதே! என் மகன் என்ன ஆனான்? கதறியபடியே அந்த கிழவர் ஆஸ்பத்திரியை நோக்கி ஓடினார் (பின்னால், ஆஸ்பத்திரி வாயிலில் அந்த கிழவனின் எரிந்த உடல் கிடந்தது. அவரது மார்போடு அணைக்கப்பட்டபடி எரிந்து போன சிறுவனின் எலும்புக்கூடு ஒன்றும் கிடந்தது).

ஓம் பிரகாஷ் சிறிது நேரம் கழித்து எங்களை நோக்கி அழுதுகொண்டே ஓடிவந்தார். நன்றியுள்ள வேலைக்காரரான அவரை, ஏன் அழுகிறீர்கள் என்று கேட்டபோது நேரடியாக பதில் சொல்ல மறுத்துவிட்டார். மேலும் அங்கிருப்பது ஆபத்தானது என்று கருதி எங்கே போவதென்பது தெரியாத நிலையிலும் அந்த மலை பிராந்தியத்தில் வேகமாக நடந்தோம்.

காலில் செருப்பில்லாமல், கடுங்குளிரை தாங்கும் ஆடையில்லாமல் தளர்ச்சியுடன் நடந்த குழந்தைகள் வேகமாகப் பற்றி எரியும் எங்களது வீட்டை அடிக்கொரு தரம் திரும்பிப் பார்த்தபடியே நடந்தனர். எதிரே வந்த யாரோ சிலர் அரை மைல் தூரத்திலிருந்த 'நவாபா' என்ற முஸ்லிம் வீட்டுக்கு எங்களை அழைத்து சென்றனர். இந்த நவாபா என் கணவரின் கீழ் வேலை செய்த தாசில்தாரின் அலுவலக பியூன்.

எங்களைப் போன்ற இன்னும் நிறைய இந்துக்கள் அங்கே ஓடி வந்து விட்டிருந்தனர். என்னுடைய கணவரைப் பற்றிய செய்தி எதுவும் தெரியவில்லை. கண்ணில் பட்டவர்களிடம் எல்லாம் என் கணவரைப் பற்றி விசாரித்தேன். ஒருவரும் சரியாக பதில் சொல்லவில்லை.

நகரமெங்கும் உள்ள வீடுகளில் எல்லாம் பற்றி எரியும் தீ வானத்தை மூடி மறைத்தது. உலகமே முடிவுக்கு வந்து விட்டதோ? பதான் வெறியர்கள் கண்ணில் படுகிற ஒவ்வொரு இந்து ஆண்களையும் கொல்கிறார்கள் என்றும் இந்துப் பெண் களை இழுத்துச் செல்கிறார்கள் என்றும் கொள்ளையடித்தபின் வீடுகளைத் தீ வைத்துக் கொளுத்து கிறார்கள் என்றும் ஒவ்வொருவரும் செய்தி சொன்னார்கள். மணி பிற்பகல் 4 ஆகியிருந்தது. யாரும் எதுவும் சாப்பிடவில்லை. ஒரே ஒரு சோள ரொட்டி கிடைத்தது. அதை ஆறாகப் பிரித்து என் குழந்தை களுக்குப் பங்கிட்டுக் கொடுத்தேன்.

இரவு 10 மணி வரையிலும் நவாபா வீட்டில் இருந்தோம். இந்த நேரம் வீட்டுக்குள் நுழைந்த அந்த முஸ்லிம் பியூன் உடனடியாக எங்களை வீட்டை விட்டு வெளியேறச் சொன்னான். நான் திகைத்தேன். இந்த நடு இரவில் இத்தனைக் குழந்தைகளையும் வைத்துக்கொண்டு எங்கே போவேன் என்றேன்.

அது எனக்கு தெரியாது. நீ இனி இதற்குமேல் ஒரு நிமிடம் நேரம் கூட தங்கக்கூடாது என்றான். என்னுடைய கெஞ்சலோ கதறலோ அந்த முஸ்லிமை அசைக்கவில்லை.

இந்துக்களாகிய உங்களுக்கு நான் பாதுகாப்பு கொடுப்பது தெரிந்து போனால் பதான்கள் எங்களையும் கொன்று போடுவார்கள் என்று சொல்லி வீட்டைவிட்டுத் துரத்தினான். எங்களுடன் வந்த விசுவாச முள்ள வேலைக்காரர்களான ஓம் பிரகாஷூமும் சிவா தயாளும் உடன் வர குழந்தைகளுடன் அந்த இரவில் நான் வெளியேறினேன்.

எங்கள் வீட்டு பங்களாவில் காவல் வேலை செய்தவர் வயதான முஸ்லிம். அவர் வீட்டுக்கு போகலாமென்று புறப்பட்டோம். ஆனால் அவரது வீடோ ஊரோ எங்கே எவ்வளவு தூரத்திலிருக்கிறது என்று எனக்குத் தெரியாது.

நவாபாவே எங்களைச் சிறிது தூரம் கொண்டுவந்து விடுவதாகச் சொன்னான். அவனுக்கு எங்களை எப்படியாவது சீக்கிரமாகத் துரத்த வேண்டும் என்பதில் அவ்வளவு அவசரம். ஒரு சிறு மலையின் மீது எங்களை அழைத்துச் சென்றான். இருளில் கண் தெரியவில்லை. எல்லோருக்கும் பின்னால் நான் நடந்துகொண்டிருந்தேன்.

தரை முழுவதும் முட்புதர்களும், கற்களும் மண்டிக்கிடந்தன. என் குழந்தைகளின் கால்களில் செருப்பு எதுவும் இல்லை. இடதுபக்கம் பார்த்தேன். தலையை சுற்றவைக்கும் பெரும் பள்ளத்தாக்கு. ஒரு அடி தவறினாலும் கீழே விழுந்து எலும்பு கூட மிஞ்சாது. அந்த மலையின் உச்சியை அடைந்தபோது அங்கே நவாபாவின் சொந்தக்காரன் ஒருவனின் சிறிய குடிசை இருந்தது. அங்கு அன்றிரவு நாங்கள் தங்கிக் கொள்வதற்கு அவன் சம்மதித்தான்.

மிகவும் களைத்துப் போயிருந்த குழந்தைகள் பசியால் வாடிப் போயிருந்தனர். கிடைத்த ஒரு சோளமாவு ரொட்டியை பங்கு போட்டு சாப்பிட்ட பின் அனைவரும் ஒரு சிறிய அறையில் படுத்துக் கொண்டோம்.

படுத்தவுடனேயே குழந்தைகள் அனைவரும் தூங்கிவிட்டனர்.

நான் விழித்தபடி படுத்திருந்தேன். அந்த அறை முழுவதும் ஈட்டி, கோடாரி, சுத்தி போன்ற கூரிய ஆயுதங்கள் பல வைக்கப்பட்டிருந்தது என் கண்ணில்பட்டது.

வெளியே சிலர் குசுகுசுப்பது எனக்கு கேட்டது. ஆயுதங்களைப் பார்த்து சந்தேகப்பட்டு போன நான் வெளியே வந்து பார்த்தேன். அங்கே ரகசியமாக பேசிக்கொண்டிருந்தவர்களில் ஒருவன் நவாபா. என்னைக் கண்டதும் திடுக்கிட்டபடி என்னிடம் வந்தான். நீங்கள் இங்கிருந்தும் உடனே காலி செய்ய வேண்டும். ஆக்கிரமிப்பாளர்கள் எப்படியும் காலையில் வரப்போகிறார்களாம். உங்களுக்காக இந்த அப்பாவி வீட்டுக்காரர்கள் கொல்லப்படக்கூடாது.

நான் மிகவும் சோர்ந்துபோனேன். எங்கே போவேன்? என்ன செய்வேன்? என்னுடைய கஷ்டங்களுக்கு விடிவே இல்லையா?

எங்களைப் பாதுகாத்ததற்காக அந்த முஸ்லிம்கள் சாவதை நான் விரும்ப வில்லை. அங்கிருந்தும் போவதற்குத் தயாரானேன். நவாபா எங்களை வேறு இடத்துக்கு அழைத்துச் செல்ல மறுத்துவிட்டான். ஆனால், வேறு ஒரு முஸ்லிமை வழிகாட்டியாக அனுப்ப சம்மதித்தான். அவன் கூலியாக இருபது ரூபாய் கேட்டான்.

என்னிடம் ஏது 20 ரூபாய்? ரூபாய் இல்லாமல் அவன் வழிகாட்டிச் செல்ல மறுத்துவிட்டான்.

கடவுளே? சட்டென என் காதில் கிடந்த கம்மல் நினைவுக்கு வந்தது. ஒன்றைக் கழற்றி அவனிடம் கொடுத்தேன். அயர்ந்து தூங்கிக் கொண்டிருந்த என் குழந்தைகளை எழுப்பினேன்.

'என் செல்வங்களே எழுந்து புறப்படுங்கள். நாம் மீண்டும் துரத்தப் படுகிறோம்'.

அங்கிருந்து அந்த நட்ட நடுநிசியில் கல்லும் முள் புதர்களும் மண்டிக் கிடந்த அந்த மலையில் நடந்தோம். நேரம் ஆக ஆக எங்கள் நடை தளர்ந்தது. ஒருவரை விட்டு ஒருவர் பின்தங்க ஆரம்பித்தோம். வழியில் இன்னும் பல இந்துக்களின் கூட்டம் எங்களைப் போலவே நடந்து வந்துகொண்டிருந்தது.

ஒரு இந்து எங்களுடன் வந்த முஸ்லிம் வழிகாட்டியைப் பார்த்துவிட்டு பயந்து போய் சொன்னார்.

'இவனை உடனே அனுப்பிவிடுங்கள்'.

'ஏன்?'

ஏன்னா? இவர்கள் முதலில் நம்மை வழிகாட்டி அழைத்துச் செல் வார்கள். பிறகு ஆக்கிரமிப்பாளர்களுக்கு நாம் இருக்கும் இடத்தையும் காட்டிக் கொடுப்பார்கள்.

கம்மலை சம்பளமாகக் கொடுத்து அழைத்து வந்த அந்த முஸ்லிம் வழிகாட்டியைத் திருப்பி அனுப்பிவிட்டேன். வழியில் வயதான முஸ்லிமை சந்தித்தேன்.

தாத்தா ஒரு உதவி செய்வீர்களா? உங்கள் வீட்டில் சிறிது நேரம் நாங்கள் தங்க சம்மதிப்பீர்களா?

அவர் நல்லவராக இருந்ததால் எங்களை அவருடைய வீட்டுக்கு அழைத்துச் சென்றார். அவரது வீட்டில் அடுப்பில் தீ எரிவதைப் பார்த்ததும், குளிரால் நடுங்கியபடி இருந்த என் செல்வங்கள் ஓடிச்சென்று அடுப்பைச் சுற்றி அமர்ந்துகொண்டனர்.

களைப்பும் தளர்ச்சியும் எங்களைப் பிடித்திருந்ததால் இருந்த இடத்தி லேயே கட்டைபோலப் படுத்து உறங்கினோம். ஆனால், இந்த நிம்மதி அதிக நேரம் நீடிக்கவில்லை. வெளியே பேச்சுக்குரல் கேட்டது. எழுந்து வெளியே வந்தேன்.

பதான்கள் மிக அருகில் வந்துவிட்டார்களாம். வெகு சீக்கிரத்தில் இங்கேயும் வந்துவிடுவார்களாம்! வேகமாக ஓடிச்சென்று சிவா தயாளை எழுப்பினேன். அவன் ஒன்றும் புரியாமல் பரபரப்புடன் எழுந்து நின்றான்.

‘இதோ பார் சிவா. ஆக்கிரமிப்பாளர்கள் மிக அருகில் வந்துவிட்டார்களாம். அப்படி அவர்கள் இங்கும் வந்துவிட்டால் கொஞ்சமும் யோசிக்காமல் இந்தப் பெண் பிள்ளைகளை ஒருவர் பின் ஒருவராக வெட்டிக் கொன்று விடு’ என்றேன்.

சுவரில் தொங்கிய வாள் ஒன்றை எடுத்து அவன் கையில் கொடுத்தேன். என்னுடைய மூத்த பெண் வீணாவும் மேத்தாஜியின் மருமகள் ஸ்வேதேஷும் முகத்தில் எந்தவித பயத்தையும் காட்டவில்லை. பத்து வயது ஷீலா தலையைத் தாழ்த்திக் கொண்டாள். ஒன்பது வயது கமலேஷ் மட்டும் என்னை நிமிர்ந்து பார்த்தாள். ஆனால், அவளது முகத்தில் தான் கொல்லப்படப் போகிறோம் என்ற பயம் எதுவும் தென்படவில்லை.

நல்ல வேளையாக நாங்கள் நினைத்தபடி எதுவும் நடக்கவில்லை. ஆனால், பக்கத்து வீட்டுக்காரர்களெல்லாம் வந்து எங்களைத் துரத்தி விடும்படி எங்கள் வீட்டுக்காரரைத் தொந்தரவு செய்தனர். அவர் மறுத்து விட்டார்.

சிறிது நிம்மதி அடைந்தேன். எனது நிம்மதி அதிக நேரம் நீடிக்கவில்லை. அந்தப் பகுதியிலுள்ள முஸ்லிம்கள் அரிவாள், ஈட்டிகளுடன் வெளியே புறப்பட்டுச் சென்றனர்.

எங்கே? ஆக்கிரமிப்பாளர்கள் கொள்ளையடித்துப் போன வீடுகளிலிருந்து மிச்சமுள்ளதைப் பிடுங்குவதற்காக...

என் உடம்பெல்லாம் நடுங்கியது. என்ன மனிதர்கள் இவர்கள். நேற்று வரை அண்ணன் தம்பிகளாக வாழ்ந்தவர்கள். அவர்களுடைய வீடுகளில் இன்று கொள்ளைடிக்கப் போகிறார்கள். இவர்களுக்கு மனிதாபிமானமே கிடையாதா. மதம் என்று வந்ததும் நண்பனும் சொந்த ஊர்க்காரனும்கூட எதிரியாகிவிடுகிறானே?

நான் தங்கியிருந்த வீட்டுக்கார முஸ்லிமும் வெளியே சென்றுவிட்டார். அவர் சென்ற சிறிது நேரத்தில் அங்கு மிச்சமிருந்த சில முஸ்லிம்கள் என் அறைக்குள் நுழைந்தனர். அவர்களில் ஒருவன் கையில் துப்பாக்கி இருந்தது. நான் செய்வதறியாது திகைத்து நின்றேன். என் பின்னால் குழந்தைகள் ஒட்டிக்கொண்டு நின்றன. நீங்கள் உடனே இங்கிருந்து உடனே போகவேண்டும். இல்லாவிட்டால் உங்களனைவரையும் சுட்டுப் பொசுக்கி விடுவேன்! அவன் உறுமினான்.

எனக்கு எதைச் செய்வதற்குமே தெம்பில்லை. எங்கள் உடல் ஏற்கெனவே தளர்ந்து போயிருந்தன. இப்போது உள்ளமும் சோர்ந்து போனது. என்ன செய்வேன் நான்?

முன்பாவது எங்கே போகிறோம் என்பது தெரியாமலேயே மலைகளில் நடந்துசென்றோம். இப்போது அப்படிப் போவதற்கும் தடைவிதித்து விட்டார்கள். இந்த வீட்டிலிருந்து புறப்பட்டால் நேரே ஆக்கிரமிப் பாளர்களின் கைகளில்தான் சிக்கியாகவேண்டும். அவர்கள் என் ஆண் குழந்தைகளை உடனே கொன்றுவிடுவார்கள். பெண் குழந்தைகளை... என்னால் கற்பனைகூட செய்யமுடியவில்லை. மூச்சு முட்டியது. உலகமே இன்னதென்றறியாத இந்த இளம் வயதில் என் வீணாவும், ஸ்வேதாசும், ஷீலாவும், கமலேஷீம் இந்த அரக்கர்களிடம் அகப்பட்டால் அந்த சின்னஞ்சிறுசுகள் எப்படி கசக்கப்பட்டுவிடும்.

நான் ஒரு முடிவுக்கு வந்துவிட்டேன். நான் சொன்னேன், 'என்னால் இந்த வீட்டைவிட்டு வேறெங்கும் போக முடியாது'.

'போக முடியாதா?'

'முடியாது? வெளியே போய் சாவதைவிட இங்கேயே நாங்கள் அனைவரும் செத்துப்போகிறோம். எங்களை நீயே கொன்றுவிடு'.

அவன் துப்பாக்கியை தூக்கிப்பிடித்தான். நான் கண்ணை மூடாமல் என் குழந்தைகளை மறைத்துக்கொண்டு, சீறிப் பாயப் போகும் துப்பாக்கி ரவைகளை நெஞ்சில் ஏற்றுக்கொள்ளத் தயாராக நின்றேன்.

அப்போது அந்த அதிசயம் நடந்தது.

'நிறுத்து' என்று ஒரு குரல் ஓங்கி ஒலித்தது.

'சகோதரி உன்னையும் குழந்தைகளையும் நான் காப்பாற்றுகிறேன்' என்று சொல்லியபடியே ஒருவன் வந்தான்.

அவன் அந்த ஊர்க்காரனாக இருக்கவேண்டும். துப்பாக்கி ஏந்தி நின்றவனைப் பின்னால் தள்ளியபடி முன்னால் வந்து நின்றான். அவனுக்கு அடங்கியபடி மற்றவர்கள் விலகிநின்றனர்.

எனக்கு நான் காண்பது கனவா நனவா என்று புரியவில்லை. சந்தோஷத்தால் உடம்பு வெடவெடவென நடுங்கியது. நெஞ்சு விரிந்து மூச்சு வேகமாக வெளியேறியது. கை கையெடுத்து அவனைக் கும்பிட்டேன். என்னையறியாமலேயே ஒரு காரியம் செய்தேன்.

என் சேலையின் நுனியைச் சட்டென்று கிழித்து அந்தத் துண்டுத் துணியில் ஒரு ராக்கியைச் செய்தேன். நடுங்கும் கரங்களினால் அந்த ரக்ஷா பந்தனக் கயிறை அந்த சகோதரன் கையில் கட்டினேன். அவன் முகம் மலர்ந்தது. என் கஷ்டங்கள் எல்லாம் பறந்து போய்விட்டதை உணர்ந்தேன்.

எனது புதிய சகோதரன் கேட்டுக்கொண்டபடி என்னை அன்றிரவு அந்த வீட்டிலேயே தங்க அனுமதித்தார்கள். மறுநாள் காலை வந்து எங்களை அழைத்துச் செல்வதாக சொல்லிவிட்டுச் சென்றுவிட்டான்.

அன்று விடியும்வரை சிறிது நிம்மதியாக தூங்கினேன். குழந்தைகளும் அயர்ந்து தூங்கின. பொழுது விடிந்தது. வீட்டுக்காரரும் அவரது மனைவியும் எங்கோ போய்விட்டிருந்தார்கள். கொஞ்ச நேரத்தில் அந்த வீட்டுக்காரக் கிழவரின் மகன் வந்து எங்களை வெளியேப் போகச் சொன்னான். நான் என்ன சொல்லியும் கேட்கவில்லை. அவனிடம் விவாதம் செய்யவும் வழியில்லை. பெரியவர்கள் யாரும் அந்நேரத்தில் அங்கே இல்லை. எங்களைக் காலையில் வந்து அழைத்துச் செல்வ தாகச் சொன்ன அந்த சகோதரனையும் காணவில்லை. வேறு வழியின்றி அந்த வீட்டைவிட்டு வெளியேறினேன். குழந்தைகள் அனைத்தும் என் முகத்தையே பார்த்தன. நான் எங்கே போகப்போகிறேன் என்று அறிய விரும்புகிறார்கள்.

நான் எங்கே போகிறேன்! எங்கே போவேன்.. ?

கண்ணுக்கு முன்னால் தெரிந்த ஒரு சிறிய சாலையில் நடந்தேன். அந்த சாலை ஒரு சிறிய மலைச்சரிவில் போயிற்று. ஏகதேசம் மலை உச்சியை அடைந்ததும் மறைவில் ஒரு பெரிய குகை என் கண்ணில் பட்டது. பெண் குழந்தைகளை அந்தக் குகையில் மறைத்து வைத்துவிட்டு வெளியே உட்கார்ந்தேன். சுமார் இரண்டு மணி நேரம் அங்கேயே இருந்தோம்.

அந்த வழியாக ஓரிருவர் வந்துபோய்க் கொண்டிருந்தனர். சிலர் அனுதாபத்துடன் என்னிடம் பேசினர். வெளியே என்ன நடக்கிறது என்பதை ஒருவர் சொன்னார்.

கிராமத்திலுள்ள இந்து பெண்கள் எல்லாம் ஒன்றாய் கூடி பெரிய தீ வளர்க்கிறார்களாம். பின் ஏதோ மந்திரங்களை சொல்லியபடி நல்ல சுத்தமான ஆடைகளை அணிந்துகொண்டு அந்தப் பெருந்தீயை புன்னகையுடன் சுற்றி வருகிறார்களாம். கடைசியில் சிரித்தபடியே தீயில் விழுந்து எரிந்துவிடுகிறார்களாம். முஸ்லிம் களிடம் அகப்பட்டு சின்னாபின்னமாக்கப்படுவதில் இருந்து தப்பவே பல கிராமங்களில் இந்துப்பெண்கள் இப்படி செய்கிறார் களாம். ஆக்கிரமிப்பாளர்கள் அந்த கிராமங்களுக்குள் வரும்போது எரிந்து கரிந்து போன பெண்களின் உடல்களைக் கோபமாக தீயிலிருந்து பிடுங்கி எடுத்து அவற்றிலுள்ள நகைகளை மட்டும் வெட்டி எடுத்துச் செல்கிறார்களாம்.

நான் அங்கேயே அமர்ந்திருந்தேன். துப்பாக்கிச் சத்தம் மிக அருகில் கேட்க ஆரம்பித்தது. அவர்கள் வந்துகொண்டிருக் கிறார்கள். நாங்கள்

இருக்குமிடத்துக்கு இன்னும் எவ்வளவு நேரத்தில் அந்த மதவெறியர்கள் வந்து சேர்வார்கள்? என் கணவரைப் பற்றிய எண்ணம் மீண்டும் மீண்டும் மனத்தில் தோன்றியது. திரும்பத் திரும்ப அவரையே நினைத்தேன்.

கடந்த மாதம் வரை அவர் ஸ்ரீநகரின் உதவி கவர்னராக பதவி வகித்தார். முஸாஃபராபாத்துக்கு சமீபத்தில்தான் மாற்றலாகியது. மிகப் பெரிய பதவியில் அவர் இருந்தாலும் நேர்மையாக இருந்ததால் எங்கள் வாழ்க்கை படாடோபமாக இருக்கவில்லை. ஆனாலும் நிம்மதியாகவும் ஆனந்தமாகவும் இருந்தது. எங்கள் குழந்தைகளை அப்பாவைப் போல் நேர்மையும் துணிச்சலும் உள்ளவர்களாகவே வளர்த்தோம்.

அந்த நேர்மையாளர் எங்கே? என் கணவர் எங்கே? என்ன ஆனார்?

என் இளைய மகன் 7 வயது சுரேஷ் என் முகத்தைப் பார்த்தபடி என் மடியில் அமர்ந்திருந்தான். அவனுக்குத் தெரியாமல் என் உணர்வுகளை மறைத்துக்கொள்ள முயன்றேன். அதில் எவ்வளவு வெற்றியடைந்தேன் என்பது எனக்குத் தெரியாது.

என் மோவாயைத் தூக்கியபடி சுரேஷ் கேட்டான். ‘அப்பா எங்கேம்மா? ஏன் இன்னும் வரவில்லை’?

‘வருவார் கண்ணா... சீக்கிரம் வந்துவிடுவார்... நமது நாட்டின் மீது படையெடுத்து வந்த முஸ்லிம்களோடு போரிட்டுக் கொண்டிருக்கிறார். சீக்கிரமே வெற்றியோடு திரும்பி வருவார்.’

எங்களைக் காப்பாற்றிய அந்த சகோதரன் எங்களைத் தேடிக்கொண்டு அங்கு வந்து சேர்ந்தான். அவனை மீண்டும் பார்த்ததில் எனக்கு பெரிய ஆறுதலாக இருந்தது.

மலையிலிருந்து கீழே இறங்கி அவன் வீட்டுக்குப் போனோம். அது மிகச் சிறிய வீடு. அன்று முழுவதும் அங்கிருந்தோம். நாங்கள் அந்த வீட்டிலிருப்பது அந்த ஊரிலுள்ள முஸ்லிம்களுக்கு தெரிந்துவிடக் கூடாது என்பதற்காக மூச்சு விடுவதுகூட வெளியில் கேட்காதபடி அறையினுள் அடைந்துகிடந்தோம். ஆனாலும் என் பிள்ளைகள் அவ்வபோது தண்ணீர் குடிப்பதற்காக வெளியே போனதால் நாங்கள் அங்கிருப்பதைப் பலரும் கண்டுகொண்டனர். அந்த ஊர் முஸ்லிம்கள் பெருமளவில் பலவிதமான ஆயுதங்களைச் சேர்த்தபடி கூட்டம் கூட்டமாகத் தெருவில் உலாவினர்.

இந்துக்களைக் கொடுமைப்படுத்தியதற்காக இந்திய ராணுவத்தின் சீக்கிய வீரர்கள் படையெடுத்து வருவார்களாம். முஸ்லிம் பெண்களை யெல்லாம் கொடுமைப்படுத்துவார்களாம். இப்படி ஒரு புரளியை அந்த கிராமத்தில் பரவவிட்டிருந்தனர் பாகிஸ்தானிய ராணுவத்தினர்.

இதனால் பயந்துபோன கிராமத்து முஸ்லிம்கள் பயங்கர ஆயுதங்களுடன் நடமாடினர். அந்த கிராமத்திலுள்ள முஸ்லிம்கள் இந்து வீடுகளைக் கொள்ளையடிப்பதிலும் தீ வைப்பதிலும் ஈடுபட்டிருந்தனர். பாகிஸ்தானிய முஸ்லிம் ஆக்கிரமிப்பாளர்களின் கொடுமைகளைவிட உள்ளூரில் பக்கத்து வீட்டில் காலம்காலமாக வாழ்ந்து வந்த இந்திய முஸ்லிம்களின் கொடுமை அதிகமாக இருந்தது. ஆனால், எங்களுக்கு அடைக்கலம் கொடுத்திருந்த அந்த சகோதரன் வீட்டிலேயே தங்கியிருந்தான். அவன் மற்றவர்களோடு கொள்ளையடிக்கக் போகவில்லை. அப்படி இருந்தவர்கள் வெகு சிலரே.

அந்த ஊரில் இருந்த முஸ்லிம் மூதாட்டி ஒருவர் என்னிடம் வந்தார். வெகு அக்கறையாகக் குழந்தைகளைப் பற்றி விசாரித்தார். கடைசியில் தான் அவர் எதற்கு வந்தார் என்பது புரிந்தது.

ஏதாவது ஒரு பணக்காரன் உனக்கு நிச்சயமாக கிடைப்பான். அவனே உன் குழந்தைகளைப் படிக்க வைப்பான். நீ அவனோடு இருந்து கொள்ளலாம். இங்கு முஸ்லிம் பணக்காரர்கள் எத்தனை இந்துப் பெண்களை வேண்டுமானாலும் வைத்துக் கொள்வார்கள்.

‘சீ அனாசாரமே! போ வெளியே’என்று சீறினேன்.

அந்த மூதாட்டி போய்விட்டாள்.

நான் எத்தனை தரம் வேண்டுமானாலும் சாகவும், என் குழந்தைகளை கொல்லவும் தயார். ஆனால்! ஓ தெய்வமே... இப்படியான ஒன்றை கனவிலும் நினைத்துப் பார்க்க முடியாது.

எங்களுக்கு அடைக்கலம் தந்த சகோதரனின் தந்தை வந்தார்.

‘நீங்கள் இங்கு இருப்பதை யாரோ ஆக்கிரமிப்பாளர்களிடம் சொல்லி விட்டார்கள். அவர்கள் உங்களைப் பிடிக்க இப்போது வந்துவிடுவார்கள். உங்களுக்கு கல்மா (குர்ஆன்) ஓதத் தெரியுமா?’

பிள்ளைகள் ஸ்கூலில் கல்மா ஓதிப் பழகியிருந்ததால் ஆம் என்று தலையை ஆட்டினர். ஆனால், நான் என்னை முஸ்லிம் என்று பொய் சொல்ல வேண்டிவருமா?

அவர் சொன்னார்: ‘ஆக்கிரமிப்பாளர்கள் இன்று ஒவ்வொரு வீடாகப் புகுந்து முஸ்லிம் வீடுகளில் ஒளிந்திருக்கும் இந்துப் பெண்களையும் குழந்தைகளையும் இழுத்துச் செல்கிறார்கள்.’

அவர் சொன்னபடியே எங்களை இழுத்துச்செல்ல இரண்டு முஸ்லிம்கள் பெரிய துப்பாக்கியுடன் வந்து சேர்ந்தனர். அவர்களில் ஒருவன் அந்த

கிராமத்து தலையாரி. இன்னொருவன் இந்நாள் வரையிலும் முஸாஃ பராபாத்தில் எங்கள் வீட்டுக்குப் பால் ஊற்றிக்கொண்டிருந்த முஸ்லிம். இன்று எங்களை இழுத்துச் செல்ல வந்திருக்கிறான்.

கொடூரர்களே! உங்கள் மதம் உங்களுக்கு இரக்கத்தைச் சொல்லித் தரவில்லையா? விசுவாசம், தேசபக்தி எதுவுமே உங்களுக்கு இல்லையா? இப்போது எனக்கு பயம் போய்விட்டது. இந்த உயிர் இப்போது போனால் மறுபடியும் பிறக்கும். எனக்கும் என் பிள்ளை களுக்கும் மானம்தான் பெரிது. என்னைப் பாதுகாப்பதாக உறுதியளித்த அந்த சகோதரன் பரிதாபமாக என்னைப் பார்த்தபடி நின்றான். அவனால் எதுவும் செய்யமுடியாது. அவன் சக்தியை மீறி காரியங்கள் நடந்து விட்டன.

அவன் பாசத்துக்குத் தலைவணங்கினேன்.

நாங்கள் நடந்தோம். அடிமைகளாக ஆடு மாடுகளைவிடக் கேவலமாக அவமானப்படுத்தபட்டு இழுத்துச் செல்லப்பட்டோம்.

எங்களை எங்கே கொண்டுபோகிறார்கள்?

நல்ல வேளையாக ஓம் பிரகாஷையும் சிவா தயாளையும் நான் நேற்றே அனுப்பிவிட்டிருந்தேன். நாங்கள் நேற்று அங்கு தங்கவேண்டுமானால் இந்து ஆண்களான அவர்கள் இருவரையும் அனுப்பிவிடும்படி கட்டாயப்படுத்தினதால் அவர்களை அனுப்பியிருந்தேன். அது இப்போது நல்லதாயிற்று. இல்லையென்றால் அவர்களை இந்தக் கொலைகாரர்கள் அநியாயமாகக் கொன்றிருப்பார்கள். பல இந்து பெண்களும் சிறுமிகளும் இருந்த கூட்டத்தோடு சேர்த்து எங்களை அழைத்துச் சென்றனர். ஏழெட்டு பதானிய முஸ்லிம்கள் எங்களின் முன்னாலும் பின்னாலும் காவல் காத்தபடி வந்தனர்.

என்னுடைய ஆண்மக்களான விமலுக்கும், சுரேசுக்கும் சொன்னேன்: நீங்கள் என்னைப் பற்றி அதிகம் கவலைப்படக்கூடாது. அவர்கள் உங்களைச் சுட்டால் வீரமாக குண்டுகளை நெஞ்சில் வாங்கி வீர சொர்க்கம் அடையுங்கள். பயந்து அலறவோ ஓடவோ செய்து முதுகில் குண்டடிபட்டு ஒருபோதும் செத்துவிடாதீர்கள்?

வீணாவிடமும் ஸ்வதேஷியிடமும் சொன்னேன்: நீங்கள் உங்கள் மானத்துக்கு எந்த நிமிடம் ஆபத்து ஏற்படுகிறதோ அந்த நிமிடமே நம் முன்னோர்களை நினைத்து அவர்கள் செய்தது போலவே செய்யுங்கள். மலையிலிருந்து குதித்தாவது உயிரை விட்டுவிடுங்கள். அவர்கள் உங்களைத் தொட நீங்கள் அனுமதிக்கவேண்டாம்.

இன்னும் பல பதான்கள் இப்போது அங்கு வந்து சேர்ந்துகொண்டனர். பதான் ஆக்கிரமிப்பாளர்கள் ஒவ்வொருவரும் பார்க்கவே படுபயங் கரமாக இருந்தனர். என்னுடைய மூத்த பெண், என் அழகு மகள் எனக்கு ஆறுதல் சொன்னாள்.

எங்களைப் பற்றிய கவலையை விட்டுவிடுங்கள் அம்மா. எங்கள் உயிரையும் மானத்தையும் காப்பாற்ற எங்களுக்குத் தெரியும். நீங்கள் தயவுசெய்து நமது சின்ன தம்பிகளை மட்டும் பத்திரமாகப் பார்த்துக் கொள்ளுங்கள்.

இது ஒரு 14 வயது பெண் பேசியதாக தெரியவில்லை. இந்த இரண்டு மூன்று நாள் நிகழ்ச்சிகள் அவளை ஒரு வீராங்கனையாக்கி இருந்தது.

வீணாவையும் ஸ்வதேஷியையும் ஆக்கிரமிப்பாளர்கள் அவர்களின் பக்கத்திலேயே வரச்சொல்லி அழைத்துச் சென்றனர். மீதி குழந்தைகளை அணைத்து இழுத்தபடியே நான் வேகமாக நடக்க முயன்றேன். என் கண் பார்வையிலிருந்து வீணாவும் ஸ்வதேஷியும் மறைந்துவிடக்கூடாது என்று வேகமாக நடக்க முயன்றேன். ஆனால் என்னுடைய சின்னக் குழந்தைகள் மிகவும் தளர்ந்து விட்டன. அவர்களால் நடக்கமுடிய வில்லை. கொடூரமாக அடித்தும் அவமானப்படுத்தியும் நாங்கள் மந்தையைப்போல் துரத்தப்பட்டோம்.

ஒரு பதான் ஒளிக்காமல் உண்மையைச் சொன்னான்.

உங்களை நாங்கள் பாலும் சோறும் கொடுத்துப் பராமரிப்பதற்காக அழைத்துச் செல்லவில்லை. உங்கள் அனைவரையும் சித்ரவதைக் கூடத்துக்கு அழைத்துச்செல்லத்தான் எங்களுக்கு உத்தரவிடப் பட்டிருக்கிறது.

அன்றிரவு பத்து மணியளவில் டோமலை அடைந்தோம்.

டோமலில் கிருஷ்ணா கங்கா (ஜீலம் நதி) நதியின் அருகிலிருந்த கால்நடை மருத்துவமனை மட்டும் கொளுத்தப்படாமல் இருந்தது. அந்த மருத்துவமனையில் பல பெரிய அறைகள் இருந்தன. ஒவ்வொரு அறையினுள்ளும் இந்துக்கள் மிருகங்கள் போல் அடைக்கப் பட்டிருந்தனர். நாங்களும் ஒரு அறையினுள் அடைக்கப்பட்டோம். அந்த அறையினுள் காற்றும் வரவில்லை. வெளிச்சமும் வரவில்லை.

எங்கள் கூட்டம் அந்த மருத்துவமனையை அடைந்ததும் அங்கிருந்த முஸ்லிம்களும் பதான் காவலாளிகளும் வெறிநாய்களைப் போல பல்லை இளித்துக்கொண்டு எங்களை நோக்கி ஓடிவந்தனர்.

இந்துப் பெண்கள் வைக்கப்பட்டிருந்த ஒவ்வொரு அறையினுள்ளும் கெட்ட காற்றுபோல அந்த முஸ்லிம் வெறியர்கள் நுழைந்தார்கள். அவர்களது

கைகள் மானத்தை மறைக்க முயன்று நடுங்கி நின்ற இந்துப் பெண்களின் உடம்பெங்கும் பலவந்தமாக உலா வந்தன. அந்த மருத்துவ மனை ஒரு பயங்கர நரகமாக எங்கள் கண் முன்னால் உருமாறி யது. பல பெண்களைத் தூக்கிச் சென்றனர். இந்துப் பெண்கள் மறுத்தனர். கதறினர். துடித்தனர். நெஞ்சுருகி வேதனையால் அழுதனர். இது எதுவும் பதான் களையும் பூஞ்ச் முஸ்லிம்களையும் இரக்கம் கொள்ளச் செய்யவில்லை. கடந்த இரண்டு மூன்று நாட்களாக எரிப்பதையும், கொல்வதையும், பெண்களை கற்பழிப்பதையுமே தொடர்ந்து செய்து வந்த அந்த மனித நாகரிகமற்ற காட்டுமிராண்டிகளின் மனம் இளகவே இல்லை.

ஆனால், அந்த கூட்டத்திலிருந்த என்னையும், குழந்தைகளையும் மட்டும யாரும் நெருங்குவதற்கு இரண்டு பதான் காவலாளிகள் அனுமதிக்கவில்லை. இது ஏனென்று எனக்குப் புரியவில்லை. என் பிள்ளைகள் அனைவரையும் என்னிடமிருந்து போர்வையால் மறைத்து இருட்டில் படுக்கவைத்து அவர்கள் மேல் ஒட்டிக்கொண்டேன்.

பக்கத்து அறைகளிலுள்ள பெண்களில் முதியவர்கள் போக மீதி பெரும் பகுதியினர் தூக்கி செல்லப்பட்டனர். இழுத்துச் செல்லப்படும் பெண்களின் ஓலமும் கதறலும் நெடுநேரம் கேட்டுக்கொண்டிருந்தது. குழந்தைகளை வைத்திருந்த தாய்மார்களை முஸ்லிம்கள் இழுத்தபோது அவர்கள் மார்போடணைத்து வைத்திருந்த பச்சிளம் குழந்தைகளை பலவந்தமாக பிடித்திழுத்து தரையில் வீசினர். தாயும் குழந்தையும் கதறக் கதற பிரிக்கப்பட்டனர்.

அங்கு தொடர்ந்து எழும்பிய ஓலம் என் ரத்தத்தை உறையச் செய்தது. எங்களுடைய முறை எப்போதோ? அன்றிரவும் மறுநாளும் எங்களைப் போலவே பல இந்துப்பெண்களின் கூட்டம் அந்த மருத்துவமனையில் கொண்டுவந்து அடைக்கப்பட்டது.

ஒவ்வொரு முறையும் இந்துப் பெண்களை முஸ்லிம்கள் வந்து பலவந்த மாக இழுத்துச் சென்றனர். எங்களை மட்டும் அவர்கள் தொந்தரவு செய்யவில்லை. எங்களை எதுவும் செய்யாமல் விட்டு வைத்திருந்ததே எனக்கு மிகவும் பயமாக இருந்தது. இவர்களையெல்லாம் விட அதிகக் கொடுமை எங்களுக்குத் தனியாகக் காத்திருக்கிறதோ?

மறுநாள் காலையில் ஜன்னல் வழியே வெளியே பார்த்தேன். பயங்கர மாகச் சுழித்து ஓடி ஓடிக்கொண்டிருந்த கிருஷ்ணா கங்கா நதிக்கரையில் நடந்துகொண்டிருப்பதைப் பார்த்துத் திடுக்கிட்டேன். சரித்திர காலந்தொட்டு இந்துப் பெண்கள் முஸ்லிம்களிடமிருந்து கற்பை பாதுகாத்துக்கொள்ள தற்கொலை செய்துகொண்டதை கேள்விப் பட்டிருந்தேனே தவிர நேரில் பார்த்ததில்லை. இப்பொழுது எனது கண்கள் அந்த கோரக்காட்சியை பார்த்தன.

ஆஸ்பத்திரி அறையிலிருந்து தப்பி ஓடிய பல பெண்கள் நேரே சென்று சுழித்தோடிய ஆற்றில் குதித்தனர். ஒரு முறை நீரில் மூழ்கி மறுமுறை நீர்மட்டத்தில் தலை தெரிந்தபோது அவர்களது கைகளும் தலையும் பயங்கரமாக அடித்துக் கொண்டதைக் கண்கொட்டாமல் பார்த்தேன்.

சில பெண்கள் தங்கள் கையிலிருந்த குழந்தைகளை முதலில் ஆற்றில் வீசி எறிந்துவிட்டு பின் அவர்கள் ஆற்றில் குதித்தனர். சில குழந்தைகள் தாய் தூக்கி எறிய முயன்றபோது அம்மாவின் முந்தானையையும் கையையும் பற்றி பிடித்துக் கதறின. இன்னும் சில நடக்கத் தெரிந்த குழந்தைகள் தாயை ஆற்றில் குதிக்க விடாதபடி காலைப்பிடித்துக் கெஞ்சின.

என் கண் முன்னாலேயே இத்தனை பேர்கள் சாகிறார்களே. இதே போன்று கடந்த மூன்று நாட்களும் நடந்திருக்குமே. இப்படி இந்துப் பெண்கள் தற்கொலை செய்து கொள்வதைப் பார்த்துவிட்ட பதான்கள் ஆற்றில் குதிக்க முயன்ற பெண்களைத் துரத்திப்பிடித்தனர். ஆற்றில் குதித்து பெண்களைச் சாக விடாமல் கரையில் இழுத்துப் போட்டனர். இந்து பெண்கள் அத்தனை எளிதாக சாவைத் தழுவுவதை அந்த முஸ்லிம் வெறியர்களால் பொறுத்துக் கொள்ள முடியவில்லை.

பக்கத்து அறையிலிருந்த ஒரு பெண் இந்த வெறியர்களிட மிருந்து தப்புவதற்காக ஜன்னல் கண்ணாடியை உடைத்து தூளாக்கி தண்ணீரில் கலந்து குடித்துவிட்டாள். பாவம் அந்த பெண் வாழவும் முடியாமல் சாகவும் முடியாமல் கண்ணாடி தூள் குடலை அறுப்பதை பொறுக்க முடியாமல் கதறித் துடித்தாள்.

அன்று மாலை இரண்டு பதான்கள் என்னை எங்கோ அழைத்துச் செல்லத் திட்டமிட்டிருப்பதாக எனக்குத் தெரியவந்தது.

எங்கே கூப்பிடுகின்றனர்? என்னை என்ன செய்வார்கள்?

கடைசியில் என் முறையும் வந்துவிட்டது. என்னை தொந்தரவு செய்யாமல் வைத்திருந்தது கடைசியில் யாரோ ஒரு பதான் தலைவனுக்கு என்னை பலிகடா ஆக்கத்தான் போலும்.

யோசிக்க நேரமில்லை.

நான் என் கணவனுடன் வேண்டிய அளவு வாழ்ந்துவிட்டேன். இந்து மாதரின் பாரம்பரியத்தை நானும் காப்பாற்றியே ஆகவேண்டும். என் குழந்தைகளைப் பார்த்தேன். அவர்கள் நடுங்கியபடியே என்னை பரிதாபமாக பார்த்தனர். சட்டென என் தலையில் கட்டியிருந்த ரிப்பன் துணியை அவிழ்த்தேன். அது நீண்ட ஓரங்களையுடைய பலமான

கயிறு போன்ற துணி. பதான்கள் பார்க்காத நேரத்தில் அந்த ரிப்பன் துணியை என் கழுத்தைச் சுற்றி பலம் கொண்டமட்டும் இறுக்கினேன். சிறிது நேரத்தில் என் உணர்வு மங்கத் தொடங்கியது. நான் அப்படியே மயங்கிவிட்டேன்.

கண் முழித்துப் பார்த்தபோது ஓம் மற்றும் சமன்லால் சோகத்துடன் என் முகத்தைப் பார்த்தபடி உட்கார்ந்திருந்தனர்.

2. அந்த அழகிய நாய் அவரையே பார்த்தது

அந்த நவம்பர் மாதத்தில் இரவு ஏற ஏற குளிரின் ஆதிக்கமும் ஏறிக்கொண்டே போனது. பஞ்சாப் சமவெளியிலும் டெல்லியிலும் கடும் வெயிலிலிருந்து பழகிய இந்திய வீரர்கள் திடுதிப்பென்று காஷ்மீர் பள்ளத்தாக்குக்குக் கொண்டு வரப்பட்டபோது அவர்களுக்கு தேவையான குளிர்கால உடைகள் கொடுக்கப்படவேண்டும் என்ற சிந்தனையோ அவகாசமோ யாருக்கும் இருக்கவில்லை. 7ம் தேதி நவம்பர் மாதம் 1947ம் ஆண்டு நடுநிசியில் வயல்வெளிகளில் பாரமுல்லாவுக்கு ஒன்றரை மைல் தூரத்தில் நின்றிருந்த நமது வீரர்களைக் குளிர்காற்று ஊசியாய் துளைத்தது.

ஷெலட்டாங்கிலிருந்து எதிரிகளைத் துரத்தியபடி கடும் வேகத்தில் முன்னேறிய வீரர்களுக்கு அவர்கள் ஓடிக்கொண்டும் நடந்து கொண்டும் இருந்தபோது குளிர் அவ்வளவாகப் புலப்படவில்லை. ஆனால், மறுபடியும் எல்லோரும் ஒன்றுசேர்வதற்காக படனில் ஒரு மணிநேரம் தங்கியபோதும் அங்கிருந்து மெதுவாக பாரமுல்லாவை நோக்கி நகர்ந்தபோதும் குளிர் தனது ஆதிக்கத்தைக் கடுமையாகக் காட்டியது. ஆனால் உலகில் எந்த சக்தியும் எங்கள் முன்னேற்றத்தைத் தடுத்து நிறுத்தமுடியாது என்ற உறுதியுடன் முன்னேறிய இந்திய வீரர்கள் அந்தக் கடுங்குளிரை சிறிதும் சட்டை செய்யவில்லை.

பாரமுல்லாவை நெருங்கியதும் ஆர்மர்டு கார்களின் துணையுடன் ஊரின் தென்புறம் உள்ள சிறிய மலைக்குன்றுகளைத் தாக்கிப்பிடிக்கும் படி 1-வது குமாவுன் பட்டாலியனுக்கு உத்தரவிடப்பட்டது. குன்று களை நோக்கி முன்னேறிய 1-வது குமாவுன் அங்கு எதிர்ப்புகள் ஏதும் இல்லாததால் தெற்கே திரும்பி பாரமுல்லா நகருக்குள் நுழைந்தது. அதே நேரத்தில் 1-வது சீக்கிய பட்டாலியன் சாலை வழியாக முன்னேறி பாரமுல்லாவுக்குள் நுழைந்தது. காலையில் சரியாக 7.30 மணிக்கு பாரமுல்லா நகர் முழுவதும் இந்திய ராணுவத்தின் கைவச மாயிற்று. எதிரிகள் அனைவரும் நமது ராணுவம் பாரமுல்லாவுக்குள் நுழைவதற்கு முன்னாலேயே ஓடிவிட்டிருந்தனர்.

பாரமுல்லா! காஷ்மீர் பள்ளத்தாக்கில் ஸ்ரீநகருக்கு அடுத்தபடியாக அழகும் செழிப்பும் வாய்ந்த அந்த நகரம் இன்று கோரமாய்

காட்சியளித்தது. இந்திய ராணுவத்தினருக்கு அன்று பாரமுல்லா இருந்த நிலை அவர்கள் மனத்திரையிலிருந்து காலத்தால் அழிக்க முடியாததாக இருந்தது. ஆட்கள் எவரும் அங்கு இல்லாமல் முழுவது மாக காலி செய்யப்பட்டு பாழடைந்த குகைக்குள் தன்னந்தனியே இருப்பதுபோல் இருந்தது. பார்த்த இடங்களிலெல்லாம் எரிக்கப் பட்ட வீடுகளும், உடைக்கப்பட்ட கடைகளும், கொள்ளையடித்து கொலை செய்யப்பட்ட தடயங்களும்தான் தென்பட்டன.

கிறிஸ்தவ மிஷனரியின் மருத்துவமனை சின்னாபின்னமாகி இருந்தது. காஷ்மீர் பள்ளத்தாக்கு முழுவதுக்குமாக நவீன வசதிகளுடன் இந்த மருத்துவமனை ஒன்றுதான் இருந்தது. இன்று அது ஏதோ பயங்கர பூகம்பத்தினால் வெடித்து சிதறடிக்கப்பட்டது போன்று காட்சி யளித்தது. அங்கிருந்த கிறிஸ்தவ தேவாலயமும் அடித்து உடைக்கப் பட்டிருந்தது. அழகழகான சிற்பங்கள் கோடாரிகளால் வெட்டி உடைக்கப்பட்டிருந்தன. நோயாளிகள் ஆஸ்பத்திரி படுக்கைகளில் வைத்தே வெட்டி கொல்லப்பட்டிருந்தனர். சிலர் தரையில் இழுத்துச் செல்லப்பட்டு காம்பவுண்டுக்கு வெளியே கொல்லப்பட்டிருந்தனர்.

எத்தனையோ போர்க்களங்களில் வெட்டுக்களையும் குத்துக்களையும் ஏராளமாகச் சந்தித்திருந்த 161-வது பிரிகேடின் இந்திய வீரர்களால்கூட அந்த பாரமுல்லா நகரில் மக்கள் கொடூரமாகக் கொலை செய்யப் பட்டிருந்தவிதத்தைத் தாங்க முடியவில்லை.

ஆஸ்பத்திரி அருகில் நின்றுகொண்டிருந்த ஆர்மர்டு காரின் இளம் அதிகாரி சற்று தூரத்தில் ஏதோ அசைவதைக் கவனித்தார். அது ஒரு சிறிய நாய். உயர்ந்த சாதி. மிக அழகாக இருந்தது. அந்த இளம் அதிகாரி தன்னையே பார்த்துக்கொண்டு நின்ற அந்தச் சிறிய நாயைத் தன் பக்கம் அழைத்தார். இதனால் சிறிது தைரியம் அடைந்த அந்த நாய் அவரை நோக்கிச் சிறிது முன்னேறியது. பயம் முற்றிலும் தெளியாத தால் அவரை நெருங்காமல் பாதி தூரத்திலேயே நின்று விட்டது. அதன் பயத்தைப் போக்க அன்புடன் சிரித்தபடி அதனருகில் சென்ற லெப்டினென்ட் லேசாக அதன் முதுகில் தட்டிக் கொடுத்தார். பயம் தெளிந்த அந்த நாய் அவரது கால்களையும் கைகளையும் நக்கியபடி அவரோடு சிறிது நேரம் கொஞ்சியது. அதை அழைத்த படியே மறுபக்கம் அவர் எழுந்து நடந்தபோது அந்த நாய் அவருடன் செல்லாமல் ஏக்கத்துடன் அவரைப் பார்த்தபடி அங்கேயே நின்றது.

நாய் தன்னுடன் வராததை உணர்ந்த லெப்டினன்ட் திரும்பிப் பார்த்தபோது அந்த நாய் எதிர்புறம் திரும்பி வேகமாக ஓடியது. சிறிது தூரம் சென்றதும் நின்று திரும்பிப் பார்த்தது. ஒன்றும் புரியாத லெப்டினென்ட் திரும்பி அவர் திசையில் நடந்தபோது நாய்

மறுபடியும் அவர் பின்னாலேயே ஓடி வந்தது. அவர் திரும்பிப் பார்த்ததும் நாய் அதே இடத்தில் நின்றுவிட்டு முன் போலவே திரும்பி ஓடியது. நாயின் நடவடிக்கையில் சூசகமாக எதையோ உணர்ந்து கொண்ட ஒரு சிப்பாய் அது நமக்கு எதையோ காட்ட விரும்புகிறது என்றார்.

அதை ஆமோதித்த லெப்டினென்ட் சில ரைஃபில் வீரர்களைத் துணைக்கு அழைத்துக் கொண்டு அந்த நாயைப் பின்தொடர்ந்தார். வேகமாக ஓடுவதும் பின் நின்று அவர்கள் வருகிறார்களா என்று திரும்பிப் பார்ப்பதுமாக நாய் அவர்களை அழைத்துச் சென்றது. ஓரிடத்தை அடைந்ததும் நின்று வாலை ஆட்டியபடி அதன் மெல்லிய குரலில் லேசாக முனகியது. வேகமாகப் பின்தொடர்ந்து வந்த லெப்டினென்ட்டும் ரைஃபில் துருப்புகளும் அங்கு கண்ட காட்சியைப் பார்த்ததும் கற்சிலையாய் உறைந்து நின்றனர்.

இரும்பு போன்ற உறுதி படைத்த அந்த இளம் அதிகாரி அந்தக் காட்சியின் அதிர்ச்சி தாங்காமல் கண்களில் பொங்கிவழியும் கண்ணீரைக் கட்டுப்படுத்த முடியாமல் திகைத்து நின்றார். நர்ஸ்களும் கிறிஸ்தவ கன்னிமார்களும், மதர் சுப்பீரியரும் பல நோயாளிகளும் கோரமான முறையில் உடல்கள் சிதைக்கப்பட்டு பிணங்களாகக் கிடந்தனர்.

★★★

அதிவேகமாக 161-வது பிரிகேடு மேற்கொண்டு டோமல் நோக்கி முன்னேறுவதற்காகத் திருத்தி அமைக்கப்பட்டது. வேகமாகச் செயல் படவேண்டியதின் அவசியத்தை இப்போது மிக அதிகமாக உணர்ந் திருந்ததால் அனைவரும் துரிதமாகச் செயல்பட்டனர். இன்னும் கொஞ்சம் வேகமாக பாரமுல்லாவை அடைந்திருந்தால் எதிரிகளை மடக்கியிருக்கலாம். ஆனாலும் போரின் அடிப்படைத் தேவைகளைப் பூர்த்தி செய்யாமல் அவசரம் காட்டுவதும் ஆபத்தில் போய் விட்டு விடும். தப்பி ஓடும் எதிரியைப் பின்தொடரும் வேகத்தில் இடையில் எதிரிகள் பதுங்கியிருக்கும் நிலைகளைக் கண்டு பிடிக்காமல் விட்டு விட்டால் நமது படைகளுக்கும் மக்களுக்கும் பெரும் சேதம் ஏற்பட்டுவிடும்.

இதன் காரணமாகவே பாரமுல்லாவை நோக்கி முன்னேறிய நமது துருப்புகள் பல கிராமங்களையும் சந்தேகமான இடங்களையும் வலைபோட்டு தேடி எதிரிகள் ஒளிந்திருக்கவில்லை என்று நிச்சயம் செய்துகொண்ட பின் முன்னேறினர். மிஷனரி மருத்துவமனையில் நடந்த கோரம் வேறு எங்கும் நடந்துவிடக்கூடாது என்ற பதற்றமும் அக்கறையும் அதில் இருந்தது.

இனிமேலும், டோமல் நோக்கிப்போகும்போதும் இதே வேகத்தில் தான் நகரமுடியும். எதிரிகள் அவர்களது வண்டிகள் அனைத்தையும் ஷெலட்டாங்கில் போட்டுவிட்டு வந்துவிட்டதால் கால்நடை யாகவே டோமலையும் முஸாஃபராபாத்தையும் நோக்கி ஓடிக் கொண்டிருந்தனர். துரத்திச் செல்லும் நமது துருப்புகளுக்கு ஒரு பிரச்னை இருந்தது. காஷ்மீருக்குத் துருப்புகள் விமானத்தில் கொண்டு வரப்பட்டதால் ராணுவ லாரிகளும் ஜீப்புகளும் எதுவும் அவர் களிடத்தில் இல்லை. காஷ்மீரின் ஷேக் அப்துல்லா தலைமையிலான தற்காலிக அரசு கொடுத்து உதவிய சில பழைய பஸ்களும் ஜீப்புகளும் மட்டுமே நமது ராணுவத்திடம் இருந்தன. இந்த வண்டிகள் கிடைத்த பிறகும் அதைவிடவும் பெரிய பிரச்னை வேறொன்று இருந்தது. அது பெட்ரோல் பிரச்னை.

பாகிஸ்தான் படைகள் காஷ்மீருக்குள் நுழையும் முன்பாகவே அங்கு வரும் அனைத்து அத்தியாவசிய பொருட்களையும் பாகிஸ்தான் அரசு தடை செய்துவிட்டது. பாகிஸ்தான் வழியாக அல்லாமல் காஷ்மீருக்குள் வேறு எந்தப் பாதையிலும் வியாபாரப் பொருட்கள் வருவதற்கு எந்த வாய்ப்பும் இல்லாமல் போனது. ஒரு பெரிய மாநிலம் அத்தியாவசியப் பொருட்கள் இல்லாமல் எத்தனை நாளுக்குத்தான் தாக்குபிடிக்க முடியும். விமானங்கள் மூலம் துருப்புக்களையே போதுமான அளவில் கொண்டுவந்து சேர்க்கமுடியாதபோது ஒரு மாநிலத்தின் ஒட்டுமொத்த தேவைக்கான அத்தியாவசியப் பொருட் களை எப்படிக் கொண்டுவரமுடியும்? மாநிலத்தின் பெட்ரோல் கையிருப்பு வெகுவாகக் குறைந்துவிட்டதால் நமது ராணுவத்தை ஏற்றிச்சென்ற பஸ்கள் பலமுறை பெட்ரோல் இல்லாமல் வழியில் நின்றுபோயின.

3. வெடியோசை வெடித்து சிதறியது

காின்வாய் நகர்ந்து கொண்டிருந்தது. எதிரியை துரத்திச் செல்லும் 161-வது பிரிகேடின் வீரர்களில் சிலர் புதிதாக வந்து சேர்ந்தவர்கள். போதுமான வீரர்கள் இல்லை. எனினும் சமாளிக்க முடிந்த அளவுக்கு இருந்தனர். விமானதளம், ஸ்ரீநகர், பாரமுல்லா ஆகிய இடங்களை யும் பாதுகாக்க வேண்டியிருந்ததால் டோமலை நோக்கி முன்னேறிய 161-வது பிரிகேடின் சக்தியை இதைவிட அதிகரிக்க முடியவில்லை.

இந்த மிக மிக முக்கியமான நேரத்தில் மட்டும் எதிரிகள் தலைதெறிக்க முஸாஃபராபாத்தை நோக்கி ஓடிக்கொண்டிருக்கும் போது தேவை யான அளவு இந்திய துருப்புகள் (இன்னொரு பிரிகேட்) அங்கு இருந்திருக்குமானால் ஆசாத் காஷ்மீர் என்ற ஒரு பகுதியே உருவாகி யிருக்காது. பாகிஸ்தானின் கொட்டம் காஷ்மீரில் ஒட்டுமொத்தமாக அன்றே அடங்கியிருக்கும்.

ஊரி நோக்கி முன்னேறிய இந்தியப் படையின் முன்னணியில் ஏழாவது டாங்குப் படையைச் சேர்ந்த நான்கு ஆர்மர்டு கார்களும் இருந்தன. அதன் பின்னால் 1-வது சீக்கிய பட்டாலியனும் 1-வது குமாவுனும் இருந்தன. 1-வது பஞ்சாப் பட்டாலியன் பாரமுல்லாவி லிருந்து புறப்பட்டு 10 மணிக்குள்ளாக 161-வது பிரிகேடை வந்தடைந்தது.

7ம் தேதி மாலையில் சாலை வழியாக வந்து சேர்ந்திருந்த ஆறாவது ராஜபுதனா ரைஃபில் பட்டாலியனுக்கு விமானதளத்தைக் காக்கும் பொறுப்பு கொடுக்கப்பட்டது. எதிரிகள் சுத்தமாக விமான தள எல்லையில் இருந்து அப்புறப்படுத்தப்பட்டுவிட்டாலும்கூட போரில் எதிர்பாராததுதான் அதிகமாக நடக்குமாதலால் விமான தளத்தைப் பாதுகாப்பின்றி விடமுடியவில்லை.

இந்த 6-வது ராஜபுதனா ரைஃபில் பட்டாலியன் கமாண்டர் லெப்டி னென்ட் கர்னல் எஸ்.எஸ்.கலான் ஒரு பெரும் வீரர். இரண்டாவது உலகப்போரில் ஈடுபட்டு மெரிடோரியஸ் கிறாஸ் பதக்கத்தை பெற்றவர். விமான தள பாதுகாப்பை 6-வது ராஜ் ரைஃபிலிடம் ஒப்படைத்த 4-வது குமாவுன் பட்டாலியன் பாரமுல்லாவுக்கு நகர்த்தப்

பட்டு அந்நகரைப் பாதுகாக்கும் பொறுப்பில் ஈடுபடுத்தப்பட்டது. பாரமுல்லாவை 4-வது குமாவுனிடம் ஒப்படைத்த பிறகுதான் 1-வது பஞ்சாப் பட்டாலியன் ஊரியை நோக்கி முன்னேறிக்கொண்டிருந்த 161-வது பிரிகேடைச் சென்றடைந்தது. புதிதாக வந்ததில் எஞ்சியிருந்த இன்னொரு பட்டாலியனான 2-வது டோக்ரா பட்டாலியன் லெப்டினென்ட் கர்னல் துபேயின் கமாண்டில் ஸ்ரீநகரைப் பாதுகாக்கும் பொறுப்பில் ஈடுபடுத்தப்பட்டது.

முன்னேறித் தாக்குகிற எந்த ராணுவமும் அதன் தளவாட மற்றும் உணவு சப்ளைக்கு சரியான ஏற்பாடு செய்யாவிட்டால் வெற்றி பெற முடியாது. எவ்வளவு பெரிய சக்தி வாய்ந்த படையாக இருந்தாலும் பின்னால் உள்ள லைன் ஆஃப் கம்யூனிக்கேஷனைச் சரியாகப் பாதுகாக்காவிட்டால் படையின் பின்னே ஊடுருவி வரும் எதிரிகள், தளவாட சப்ளையைத் துண்டித்துத் தடைசெய்துவிட முடியும்.

விமானதளம், ஸ்ரீநகர், பாரமுல்லா ஆகியவற்றின் பாதுகாப்பில் நிறுத்தப்பட்ட பட்டாலியன்கள் மிகத் தீவிரமாகச் சுற்றுவட்டாரங் களையும் ஸ்ரீநகர் பாரமுல்லா ஊரி சாலையையும் ரோந்து சுற்றத் தொடங்கின. இந்த ரோந்துப் படைகள் இரவிலும் பகலிலும் எந்த நேரமும் ஊடுருவல்காரர்கள் அந்தச் சாலையை மறித்துவிடாமல் மிகக் கவனமாகப் பாதுகாத்தனர். ஊரியை நோக்கி முன்னேறிய 161-வது பிரிகேடின் நகர்வு பெட்ரோல் தட்டுப்பாட்டால் வெகுவாகப் பாதிக்கப்பட்டது. ஒன்றிரண்டு வண்டிகள் நின்றுபோனதால் அவற்றை விட்டுச்செல்லவும் முடியாமல் மேற்கொண்டு முன்னேறவும் முடியாமல் திணறிப்போன பிரிகேட் எப்படியோ சமாளித்தபடி முன்னேறியபோது மேஜர் ஜெனரல் குல்வந்த் சிங்கிடமிருந்து ஓர் அதிர்ச்சி உத்தரவு வந்தது: 1-வது பஞ்சாப் பாராசூட் பட்டாலியன் உடனடியாகத் திருப்பி அனுப்பப்படவேண்டும்!

இரண்டு பக்கமும் உயர்ந்த மலைகள் நிறைந்த அந்த பாரமுல்லா - ஊரி சாலை ஒளிந்திருந்து தாக்குவதற்கு மிக ஏற்ற இடமாக இருந்ததால் எதிரிகள் மலை உச்சிகளில் இருந்தபடி திடீர் திடீரென கான்வாயை நோக்கிச் சுட்டனர். சுடுகிற எதிரிகளைத் தாக்கி அழிப்பதற்காக நமது கம்பெனி ஒன்று முன்னேறி மலையில் ஏறி உச்சியை அடையும்போது எதிரிகள் ஓடி ஒளிந்துகொள்வார்கள். தப்பி ஓடும் எந்த எதிரியும் துரத்தி வரும் ராணுவத்தின் முன்னேற்றத்தைத் தடை செய்யக் கையாளும் உத்திதான் இது. இதனால் நமது பிரிகேடுக்கு இழப்பு ஏதும் இல்லா விட்டாலும் கூட 161-வது பிரிகேடின் வேகம் மேலும் தடைபட்டது.

ஒவ்வொரு மலை உச்சியையும் ஏறிச்சென்று எதிரிகள் ஒளிந்திருக்க வில்லை என்று முடிவு செய்த பிறகே முன்னேற வேண்டியிருந்ததால்

மலைச்சிகரங்கள் அனைத்தையும் மாற்றி மாற்றி ஏறி இறங்க ஏராள மான வீரர்கள் தேவைப்பட்டனர். இந்த நேரத்தில் பார்த்து 1-வது பஞ்சாப் பட்டாலியன் அவசரமாகத் திருப்பி அழைத்துக் கொள்ளப் பட்டது. இது ஒரு பாராசூட் பட்டாலியனாக இருந்ததால் இதன் தாய் பிரிகேடான 77-வது பாரா பிரிகேடுடன் சேர்ந்துகொள்ள அனுப்பப் பட்டது.

ஜம்முவில் 'ஜாங்கர்' என்னும் இடத்தில் ரஜௌரிக்கு பக்கத்தில் எதிரிகளின் முன்னேற்றத்தை முறியடிப்பதற்காக இந்த பாராசூட் பட்டாலியன் சென்றுவிட்டது.

லகு ரக பீரங்கிகள் மலை உச்சிகளில் இருந்து தாக்கும் எதிரிகளைக் கீழிருந்தபடியே சுட்டு அழிக்கமுடியும் என்றாலும் ஒரு சிறு பிரச்னை இருந்தது. அந்தச் சிறிய ரக பீரங்கிகளைக்கூட சரியான ஒரு சமதரையில் நிலை நிறுத்தும் அளவுக்கு அந்த பாதையின் இருபக்கமும் இடமில்லை. அந்தச் சிறிய சாலையின் ஒரு பக்கம் உயர்ந்த மலையும் மறுபக்கம் பள்ளத்தில் ஓடும் ஜீலம் நதியும் இருந் தனவே தவிர சமதரை என்று சொல்லும் அளவுக்கு இடம் எங்குமே கிடைக்கவில்லை. தப்பி ஓடிக்கொண்டிருந்த பாகிஸ்தானிகள் வழியில் இருந்த மரப்பாலங்கள் அனைத்தையும் உடைத்தெறிந்தி ருந்தனர். சின்னச் சின்ன பாலங்களான இவை உடைக்கப்பட்டதால் நமது ராணுவத்தின் முன்னேற்றத்துக்குப் பெரும் இழப்பு ஏதும் ஏற்படாவிட்டாலும்கூட மாற்று சாலைகளை உருவாக்கி முன்னேற வேண்டியிருந்ததால் வேகம் தடைப்பட்டது.

நவம்பர் 10ம் தேதி காலையில் புறப்பட்ட 161-வது பிரிகேட் அன்று மாலை வரை வெறும் 10 மைல் தூரம் மட்டுமே முன்னேறியிருந்தது. முன்னால் பரந்துகிடந்த மலையும், அடர்ந்த காடும் முழுவதுமாக அலசப்படாமல் முன்னேற முடியாததால் அன்று இரவு அந்த இடத்திலேயே பிரிகேட் தங்கியது. மறுநாள் 1947ம் ஆண்டு நவம்பர் 11ம் நாள் பனி மூடிய கடுங்குளிரையும் பொருட்படுத்தாது மேலும் முன்னேறியது நமது ராணுவம். படை நகரத் தொடங்கியதுமே சாலையின் நேர் மேலே உயரத்தில் தெரிந்த ஒரு மலையுச்சியில் இருந்து எதிரியின் துப்பாக்கிகள் பயங்கரமாக உறுமத் தொடங்கின.

முன்னேறுவதை நிறுத்திய பிரிகேடியர் ஸென், முன்னணியில் இருந்த 1-வது சீக்கிய பட்டாலியனை எதிரியைத் தாக்கி அழிக்கும்படி உத்தர விட்டார். 1-வது சீக்கிய பட்டாலியனின் கமாண்டர் லெப் கர்னல் சம்பூரன பச்சன்சிங் தனது கம்பெனிகளில் இரண்டை மட்டும் எதிரியின் நேரெதிரில் பதுங்கி நிலைகொள்ளச் செய்து கீழிருந்த படியே மலை உச்சியை நோக்கிச் சுடும்படி உத்தரவிட்டார்.

மூன்றாவது கம்பெனியை நேர் இடப்புறமாக நகர்த்தி மலையின் மறுபக்கமாக உயரே ஏறும்படி உத்தரவிட்டார். துப்பாக்கிகளைத் தோளில் மாட்டியபடி செங்குத்தான பாறைகளில் ஏறிய சீக்கிய கம்பெனி மலை உச்சியை அடைந்தபோது எதிரி இருந்த தடயம்தான் இருந்ததே தவிர வேறெதுவும் அங்கிருக்கவில்லை. பிரிகேட் முழுவதும் மாலை நான்கு மணிக்கு ராம்பூர் என்ற இடத்தை அடைந்த போது அன்று முழுவதும் அவர்கள் வெறும் ஆறு மைல்கள்தான் முன்னேறியிருந்தனர்.

இரவில் இனி முன்னேறுவது புத்திசாலித்தனம் இல்லை என்று முடிவு கட்டிய பிரிகேட் கமாண்டர் சிறிது நேரம் ஓய்வுக்காகவும் துருப்பு களுக்கு சூடான சாப்பாடு தயாரிப்பதற்காகவும் முன்னேறுவதை நிறுத்தி உத்தரவிட்டார். 161-வது பிரிகேட் நகருவது நின்ற மறுநிமிடம் மிக பயங்கரமான வெடியோசை ஒன்று மிக அருகிலிருந்து கேட்டு மலை முகடுகளில் பயங்கரமாக எதிரொலித்துச் சிதறியது.

4. சரியான நேரத்தில் சென்ற குமாவுன்

யாரும் எதிர்பார்க்காத நேரத்தில் கேட்ட அந்த பயங்கர வெடி ஓசை எங்கிருந்து எப்படி வந்தது என்று யாருக்கும் தெரியவில்லை. ஏதோ ஒரு பாலத்தை வெடி வைத்து தகர்க்கிறார்களோ? வேறு இம்மாதிரி யான ஒரு வெடி ஓசை அந்த இடத்தில் கேட்பதற்கு எந்தவிதமான வாய்ப்பும் இல்லையே! அவசர அவசரமாக அந்த பகுதியின் வரைபடத்தை எடுத்து ஆராய்ந்தார் பிரிகேடியர் ஸென்.

பாரமுல்லா! ராம்பூர் ... அடுத்தது ஊரி! இதோ!

ராம்பூருக்கு பக்கத்தில் சுமார் 5 மைல் தூரத்தில் இடப்புறமாக 'மஹுரா' மின் உற்பத்தி நிலையம் படத்தில் துல்லியமாகக் காட்டப் பட்டிருந்தது. அந்த மலையிடுக்குகளில் மோதி எதிரொலித்த வெடி யோசை மஹுரா மின் நிலையத்திலிருந்துதான் வந்திருக்கக் கூடும். ஏற்கெனவே செயலற்றுப்போயிருந்த காஷ்மீர் பள்ளத்தாக்கின் கடைசி மின் நிலையமும் உடைத்தெறியப்படுகிறதோ?

சிந்திப்பதற்கு நேரமில்லை. இன்னும் தாமதித்தால் சரி செய்ய முடியாத அளவில் உடைத்தெறிய பட்டுவிடும். மறுபடியும் புதிதாக நீர் மின் நிலையம் கட்டி காஷ்மீருக்கு மின்சாரம் பெறவேண்டுமானால் பல கோடிகள் செலவு ஆவதுடன் பல ஆண்டுகளும் ஆகிவிடும். துருப்புகள் முன்னேறுவதற்கு எடுக்கப்பட்ட அனைத்து முன்னெச் சரிக்கை நடவடிக்கைகளும் காற்றில் பறக்கவிடப்பட்டன. ஆர்மர்டு கார்களும் ரைஃபிள் துருப்புகளும் உடனடியாக 5 மைல் தூரத்தில் உள்ள மஹுரா மின் நிலையத்தை நோக்கி முன்னேறும்படி உத்தர விட்டார் பிரிகேடியர் ஸென். ஆர்மர்டு கார்களை தொடர்ந்து 1-வது குமாவுன் பட்டாலியன் கால்நடையாக அதிவேகமாக மஹுராவை நோக்கி முன்னேறியது. அசுர வேகத்தில் முன்னேறிச் சென்ற ஆர்மர்டு கார்கள் மஹுரா மின் நிலையத்துக்கு ஒரு மைல் தூரத்தில் எதிரே இருந்த பாலம் ஒன்று முழுவதுமாகத் தகர்க்கப்பட்டுவிட்டதால் மேற்கொண்டு முன்னேற முடியாமல் நின்றுவிட்டன.

என்ன செய்யலாம் என்று மேலும் சிந்திப்பதற்கு முன்னால் எதிரிகளின் எல்.எம்.ஜி. ஃபயர், ஆர்மர்டு கார்களை நோக்கி வரத்

தொடங்கின. இந்தியத் துருப்புகள் வந்தால் எப்படியும் உடைக்கப் பட்ட பாலத்தில் தடைபட்டு நிற்கும் என்பதை எதிர்பார்த்தே சரியாக அந்த இடத்தைக் குறிவைத்து எதிரிகள் எல்.எம்.ஜி.களை நிலை நிறுத்திச் சுட்டனர். எல்.எம்.ஜி-களின் தாக்குதல் நிமிடத்துக்கு நிமிடம் அதிகரிக்கத் தொடங்கியது. ஆர்மர்டு கார்கள் சரியானபடி பதிலடி கொடுத்தாலும் மின் நிலையத்துக்குப் போவது எப்படி என்பதை முடிவு செய்ய முடியவில்லை. அரை மணி நேரத்துக்குள் ளாக 1-வது குமாவுன் பட்டாலியனும் அங்கு வந்துசேர்ந்துவிட்டது. எதிரிகளின் எந்திரத் துப்பாக்கிகளின் நெருப்புப் புகை சாலை முழுவதையும் மூடியபடி வந்ததால் குமாவுன் துருப்புகள் உடனடி யாகப் பாதுகாப்பு நிலைகளில் பதுங்கின.

சாலையின் மறுபுறம் பள்ளத்தில் இறங்கி ஆற்றைக் கடந்த குமாவுன் வீரர்கள் எதிரிகள் சுட்டுக்கொண்டிருந்த மலையை நோக்கி முன்னேறி மலைச்சரிவில் வேகமாக ஏறத் தொடங்கினர். இன்னும் சிறிது நேரத்தில் இந்திய வீரர்களின் துப்பாக்கிகள் தங்களது உதிரத்தை ருசிபார்த்துவிடும் என்பதை உணர்ந்துகொண்ட பாகிஸ்தானிகள் எல்.எம்.ஜி.களைத் தனியாக பிரித்து எடுத்துக்கொண்டு ஓடத் தொடங்கினர். இதற்குள்ளாக பள்ளத்திலிருந்த பவர் ஹவுஸில் இருந்து இரண்டாவது வெடியோசை கேட்டது. மின் நிலையம் முழுவதுமாக நாசப்படுத்தப்பட்டுக் கொண்டிருக்கிறது!

எல்.எம்.ஜி நிலைகள் துரத்தியடிக்கப்பட்டதும் படுவேகமாக மின் நிலையத்தை நோக்கிக் கீழிறங்கத் தொடங்கின குமாவுன் துருப்புகள். மின் நிலையத்தின் முன்புறம் சாலையில் ஒரு ஜீப் நின்று கொண்டிருந்தது. ஆனால், அந்த ஜீப்பில் ஆட்கள் யாரும் இருந்த தாகத் தெரியவில்லை. எதற்கும் இருக்கட்டும் என்று ஆர்மர்டு காரின் பீரங்கி ஒன்றை அந்த ஜீப்பை குறிவைத்து நிறுத்தினார் கமாண்டர்.

குமாவுன் வீரர்கள் அசுர வேகத்தில் பவர் ஹவுஸை நோக்கி இறங்கு வதைப் பார்த்த எதிரிகள் சிலர் (அவர்கள் பாகிஸ்தானிய ராணுவ பொறியியல் அதிகாரிகளாக இருக்கவேண்டும்) அவசரமாக மின்நிலையத்தை விட்டு வெளியேறி ஓடி வந்து ஜீப்பில் ஏறினர். ஜீப் நகரும் வரை காத்திருந்த ஆர்மர்டு காரின் கன்னர் (Gunner) பீரங்கி விசையைத் தட்டினார். மறுகணம் சீறிப் பாய்ந்த இரண்டு பவுண்டர் பீரங்கிக் குண்டு அந்த ஜீப்பைச் சிதறடித்து ஆகாயத்தில் தூக்கி வீசியது. மின் நிலையத்தினுள் நுழைந்த குமாவுன் வீரர்கள் அங்கு பெரும் சேதம் ஏதும் உண்டாகிவிடவில்லை என்பதை அறிந்து திருப்தியுற்றனர். இரண்டு ஜெனரேட்டர்களில் ஒன்று வெடி வைத்துத் தகர்க்கப்பட்டிருந்ததால் சேதம் சற்று பலமாகவே இருந்தது.

2-வது ஜெனரேட்டரின் அடியிலும் பக்கங்களிலும் 'கன்காட்டன்' வெடிபொருளும் குண்டுகளும் சொருகி கொளுத்திவிட தயார் நிலையில் வைக்கப்பட்டிருந்தன. நல்லவேளையாக சீக்கிரமாகவே எதிரிகள் துரத்தியடிக்கப்பட்டதால் 2-வது ஜெனரேட்டர் அதிக சேத மின்றிக் காப்பாற்றப்பட்டது. ஆனால், பாகிஸ்தானிகள் ஜெனரேட்டர் களின் இடுக்குகளில் எல்லாம் மணலை வாரிக்கொட்டியிருந்தனர். கண்ணில் கண்ட வயர்களை வெட்டியும் மீட்டர்களை உடைத்தும் போட்டிருந்தனர். ஆனாலும், சில வாரங்களிலேயே மீண்டும் மஹுரா மின் நிலையம் பழுது நீக்கப்பட்டுச் செயல்படத் தொடங்கியது. நவம்பர் 12ம் தேதி காலையில் சிறு சிறு ரோந்துப் படைகள் மஹுராவைச் சுற்றிலும் அனுப்பப்பட்டு எதிரிகளின் நடமாட்டம் கண்காணிக்கப்பட்டது. பாகிஸ்தானிகள் அனைவரும் அந்த வட்டாரத்தை விட்டே ஓடியிருந்தனர்.

உடைக்கப்பட்ட மரப்பாலத்தைச் சரிசெய்யாமல் மேலும் முன்னேற முடியாத நிலையில் பக்கவாட்டில் எங்காவது இறங்கிக் கடந்து விடலாமா என்று செய்த முயற்சி பயனற்றுப்போனது. 15 அடி அகலமும், 10 அடி நீளமும் கொண்ட அதே ஆற்றின் கரைகள் செங்குத்துப் பாறையாக இருந்ததால் மாற்றுச் சாலை போடும் முயற்சி எதுவும் பாறைகளை உடைக்காமல் செய்யமுடியாது. பாறைகளை உடைத்துக்கொண்டிருப்பதற்கு நேரமில்லை. ஆனால் நல்ல வேளையாக ஆற்றில் தண்ணீர் ஏதுமில்லாமல் வறண்டு கிடந்ததால் ஆற்றை மூடிவிடுவது என்று முடிவு செய்து கற்களைப் புரட்டிப்போட ஆரம்பித்தனர். துப்பாக்கிகளையும் பயனட்களையும் ஏந்திய வீரர்களின் கைகள் பெரும் பாறைகளைப் புரட்டி ஆற்றை நிறைக்க ஆரம்பித்தன. கற்கள் அதிகமாக பக்கத்தில் கிடைக்காததால் தூரத்திலிருந்து சுமக்க வேண்டியதாயிற்று. மிக மிக முக்கியமான நேரம் பாலம் போடுவதில் கழிந்துகொண்டிருந்தது.

ராணுவப் பொறியாளர்களும் அவர்களுடைய கருவிகளும் இருந்திருக்கும் பட்சத்தில் ஒரு மணி நேரத்தில் முடிந்திருக்கக்கூடிய கட்டுமான வேலை 12-ம் தேதி காலையில் ஆரம்பித்து 13-ம் தேதி பிற்பகலில் முடிவடைந்தது. இதற்கிடையில் ஊரியை நோக்கிக் கால்நடையாக நகர்ந்த 1-வது சீக்கிய பட்டாலியன் ஊரியிலிருந்தும் எதிரிகள் முழுவதுமாக ஓடிவிட்டிருந்ததைக் கண்டனர். ஆனால், அந்த சிறிய ஊரி என்ற ஊரில் அவர்கள் கண்ட காட்சி நமது வீரர்களின் உள்ளங்களைக் கசக்கி பிழிந்தது.

5. ஊரியிலிருந்த ஒரே ஒரு ஓட்டு வீடு

இந்திய ராணுவத்தின் 161-வது பிரிகேட் நவம்பர் 13-ம் தேதி ஸ்ரீநகரிலிருந்து 62 மைல் தூரத்திலுள்ள ஊரியை அடைந்து நிலை கொண்டது. வழி நெடுகிலும் இடைவிடாத தாக்குதலை சமாளித்தபடி முன்னேறிய இந்தியப்படை ராணுவ நடவடிக்கைகளுக்கு சிறிதும் லாயக்கற்ற அந்த மலைப்பிரதேசத்தை எதிரிகளிடமிருந்து இந்த குறுகிய காலத்துக்குள் மீட்டது மிகப்பெரிய சாதனைதான்.

ஊரி!

இது ஒரு அழகான சிற்றூராக இருந்தது. ஆம்! பாகிஸ்தானிய காட்டுமிராண்டிகள் இந்த ஊரிக்குள் நுழைவது வரையிலும் இது அழகிய சிற்றூராகதான் இருந்தது. இங்கிருந்து இன்னும் 42 மைல் போனால் டோமலும் முஸாஃபராபாத்தும் வரும். அதன் பிறகு பாகிஸ்தானிய எல்லை.

ஊரி சிற்றூர் சுற்றிலும் மலையுடன் கூடி நடுவில் குழிந்து ஒரு கிண்ணம்போல இருந்தது. இதன் கிழக்குப்புறமாக ஒரு சாலை பிரிந்து தெற்கு நோக்கிச் சென்றது. இந்தச் சாலை செங்குத்தாக ஏறி பீர் பஞ்சால் மலைச்சிகரங்களினூடேபோய் ஹாஜிப்பீர் கணவாயை அடைகிறது. ஹாஜிப்பீரிலிருந்து மேலும் தெற்காக மலை உச்சியி லிருந்து கிழிறங்கும் இந்தச் சாலை பூஞ்ச் நகரை சென்றடைகிறது. ஊரியில் சமதரை மிகக் கொஞ்சமாக இருந்ததால் அங்கு நிரந்தரமான குடியிருப்புகளோ வீடுகளோ அதிகம் இருந்திருக்கவில்லை. ஆனால் இந்த ஊர் டோமலுக்கும் பாரமுல்லாவுக்கும் இடையில் இருந்ததால் காஷ்மீரில் உற்பத்தியாகும் பொருட்களை ஏற்றுமதிக்காக ஏற்றிச் செல்லும் லாரிகளும் கோவேறு கழுதைகளும் இந்த ஊரில் சிறிது நேரம் தங்கி இளைப்பாறிச் செல்வது வழக்கம். இதற்காகவே பிரயாணிகளின் சௌகரியத்தை முன்னிட்டு நடந்த சிறுசிறு கடைகளும் ஹோட்டல்களும் ஊரியில் நிறைய இருந்தன. எந்நேரமும் சாலையும் ஊரும் ஒரே கலகலப்பாகவும் சுறுசுறுப்பாகவும் இருக்கும். ஆனால் பாகிஸ்தானிகள் நுழைந்தபிறகு இன்று? ஒரேயொரு செங்கல் வீடும் இரண்டு மரவீடுகளும் மட்டும் அங்கு நின்று, இந்த ஊரில் சில

நாட்களுக்கு முன்னால் மனிதர்கள் வாழ்ந்தார்கள் என்பதை அடையாளம் காட்டிக்கொண்டு நின்றன. மீதியுள்ள எல்லா கடைகளும் கட்டடங்களும் இடித்து தரைமட்டமாக்கப்பட்டிருந்தன. ஊர் என்று அடையாளம் காட்டுவதற்கு அந்த ஊரியில் ஒரு மனித ஜீவன்கூட இல்லை.

காஷ்மீரில் கண்ணில்பட்ட இந்துக்கள் அனைவரையுமே கொன்று குவித்த இந்த பாகிஸ்தானிகள் எதிர்ப்பு தெரிவித்த முஸ்லிம்களையும் சும்மா விட்டுவிடவில்லை. காஃபிர்களான இந்துக்களுக்கும் இந்து தேசத்துக்கும் பக்கத்துணையாக இருக்கும் எந்த முஸ்லிமையும் அவர்கள் இஸ்லாத்தின் கணக்கில் சேர்த்துக்கொள்ள விரும்பவில்லை.

ஷேக் அப்துல்லாவின் கட்சியான நேஷனல் கான்ஃபிரன்ஸின் இளம் உறுப்பினன் மக்பூல் ஷெர்வாணி என்ற முஸ்லிம். அவன் பாகிஸ்தானிகள் பாரமுல்லாவுக்குள் நுழையும் முன்பு தேசபக்தியுடன் மாநில ராணுவத்துக்குப் பலவிதங்களிலும் செய்திகள் கொடுத்து உதவினான். கிராமங்களில் உள்ள மக்களுக்கு செய்திகள் சொல்லி பாதுகாப்பான இடங்களுக்கு ஓடிவிடவும் ஏற்பாடு செய்தான். தனது தாய்நாட்டுக்காக கடமையாற்றிய அந்த இளைஞன் கடைசியில் பாகிஸ்தானிகளிடம் பிடிபட்டுவிட்டான்.

இந்துக்களுக்கும் இந்தியாவுக்கும் துணைபோனான் என்ற ஒரே காரணத்துக்காக அவனைப் பலநாள் சித்திரவதை செய்தனர் பாகிஸ்தானி முஸ்லிம்கள். ஊரின் நடுவே ஒரு கம்பத்தில் அவனைக் கட்டி வைத்து உடம்பெங்கும் ஆணிகளை வைத்து அடித்து மரத்தோடு இறுக்கினர். அப்படியும் அந்த இளைஞன், எல்லோரும் மனிதர்கள் தான். இந்துக்களுக்கு உதவியது சரிதான் என்று சாதித்ததால் அவனது உடலெங்கும் குண்டுகளைப் பொழிந்து கொன்றனர்.

ஒருவேளை ஸ்ரீநகர் பிடிபட்டு அப்போது அங்கிருந்த ஷேக் அப்துல்லாவும் பக்ஷி குலாம் முகமதும் இந்த பாகிஸ்தானிய வெறியர்களிடம் மாட்டியிருந்தார்களென்றால் இந்திய ராணுவத்தின் உதவியை நாடியிருந்த அவர்களுக்கும் நிச்சயமாக மக்பூல் ஷெர்வாணியின் கதிதான் ஏற்பட்டிருக்கும்.

ஊரியில் நிலைகொண்ட நமது துருப்புகள் உடனடியாக டோமலை நோக்கி முன்னேறத் துடித்தன. டோமலை அடைந்து முஸாஃபராபாத் வரையிலும் இதேவேகத்தில் முன்னேறிவிட்டால் எதிரிகள் சுதாரித்துக் கொள்வதற்கும் மறு தாக்குதலில் ஈடுபடவும் வாய்ப்பில்லாமல் செய்து விட முடியும். ஆனால்! இரண்டு பெரும் இக்கட்டுகள் இந்திய ராணுவத்தின் குறுக்கே நின்றன. பெட்ரோல் மிக மிகக் குறைவாக

இருந்தது. தேவையான வீரர்கள் வந்து சேர முடியவில்லை. இருக்கின்ற வீரர்களையும் உள்ள பெட்ரோலையும் கொண்டு ஏற்றி செல்வதற்கு நல்ல வண்டிகள் இல்லை. என்ன செய்வது?

தலைதெறிக்க பாகிஸ்தான் நோக்கி ஓடிக்கொண்டிருந்த ஆக்கிரமிப் பாளர்களுக்கு முஸாஃபராபாத்தில்கூட தாக்குப் பிடிப்பதற்குத் தேவையான பாகிஸ்தான் ரிஸர்வ் படைகள் அப்போது இருக்க வில்லை என்ற உண்மை பின்னால் தெரியவந்தது. ஊரி பிடிக்கப்பட்ட நிலையில் காஷ்மீரப் பள்ளத்தாக்கின் முதல்கட்டப் போர் முடிவடைந்தது. ஸ்ரீநகருக்கு வந்த மிகப்பெரிய ஆபத்து சுத்தமாக நீக்கப்பட்டுவிட்டது. ஆனால், காஷ்மீர் மாநிலத்தின் ஜம்மு பகுதியிலும் கில்ஜித் பகுதியிலும் நிலைமைகள் படுபயங்கரமாக மாறிக்கொண்டிருந்தன.

எத்தனை வேகத்தில் அதிகமான இடங்களைக் கைவசப்படுத்த முடியுமோ அந்தவரையிலும் லாபம் என்று திட்டம் போட்ட பாகிஸ்தான் ஜம்முவில் பலமுனைகளிலும் கடுமையாகத் தாக்கி ஏராளமான நகரங்களையும் சிற்றூர்களையும் கைப்பற்றியது. காஷ்மீரப் பள்ளத்தாக்கைப்போல் அல்லாமல் ஜம்முவில் வாழ்ந்த மக்கள் பெரும்பாலானவர்கள் இந்துக்கள். ஆதலால் ஜம்மு பகுதியில் நடந்த கொலைகளும் கற்பழிப்புகளும் பாரமுல்லாவில் நடந்த வற்றைவிடப் படுமோசமாக இருந்தன.

காஷ்மீரத்தின் வடகோடியில் உள்ள கில்ஜித் பகுதியில் மூன்றாவது போர்முனையை ஆரம்பித்த பாகிஸ்தான், இந்திய ராணுவம் அங்கு சென்றடைய முடியாதநிலையில் லடாக்கின் தலைநகரான லேயை நோக்கி வேகமாக முன்னேறியது. ஊரியிலிருந்து டோமலை நோக்கி முன்னேறுவதற்கு சகல ஆயத்தங்களையும் செய்த பிரிகேடியர் ஸென்னுக்கு மேஜர் ஜெனரல் குல்வந்த் சிங்கிடமிருந்து அவசர செய்தி ஒன்று வந்தது:

‘டோமலை நோக்கி முன்னேறவேண்டாம்’.

6. பூஞ்ச் நகருக்குப் புதிய ஆபத்து

அவசரமான ரகசிய ஆலோசனைக்காக ஸ்ரீநகருக்கு அழைக்கப்பட்டார் பிரிகேடியர் ஸென். மேற்கொண்டு டோமலை நோக்கி முன்னேறுவதை நிறுத்திவிட்டு மிக மிக ரகசியமாக பூஞ்ச் நோக்கி விரையும்படி அவருக்கு உத்தரவிடப்பட்டது.

இன்னும் ஒன்றோ அல்லது இரண்டோ பட்டாலியன்கள் மட்டும் எனக்குக் கொடுங்கள். முஸாஃபராபாத்தை நோக்கி முன்னேற அனுமதி கொடுங்கள். இந்தப் பகுதியைப் பொறுத்தவரையிலும் நான் பாகிஸ்தானிகளை முழுக்க முழுக்க காஷ்மீர் மண்ணிலிருந்து விரட்டிக்காட்டுகிறேன்' என்று எவ்வளவோ வாதிட்டபோதும் பிரிகேடியர் ஸென்னின் ஆசை நிறைவேறவில்லை. ஒருவேளை அன்று மட்டும் பிரிகேடியர் ஸென் கேட்டது போல் அனுமதி கொடுக்கப்பட்டு நமது ராணுவம் டோமலை நோக்கி முன்னேறியிருந்தால் பல திருப்பங்கள் ஏற்பட்டிருக்கக்கூடும். ஆனால், இந்திய அரசுக்கு இருந்த வேறு சில பிரச்னைகள் பிரிகேடியர் ஸென்னின் வேண்டுகோளை ஏற்கமுடியாமல் செய்துவிட்டது.

ஜம்முவில் பாகிஸ்தானிகளின் படை வலிமையும் தாக்கும் சக்தியும் மிக அதிகமாக இருந்ததால் அங்கு ஏராளமான துருப்புகளை அனுப்பப்பட வேண்டிய நிர்ப்பந்தம் ஏற்பட்டுவிட்டது. ஊரியை அடைவதற்கு முன்னாலேயே 161-வது பிரிகேடில் இருந்து பிரித்தெடுக்கப்பட்ட 1-வது பஞ்சாப் பாராசூட் பட்டாலியன் அவசரமாக ஜம்முவிலுள்ள 'ஜாங்கர்' என்ற இடத்துக்கு அனுப்பப்பட்டது.

இப்படி போதிய படைகள் இல்லாததால் மேற்கொண்டு டோமலை நோக்கி 161-பிரிகேட் முன்னேறுவது நியாயமாகவும் அவசியமாகவும் இருந்தபோதிலும்கூட அதை இந்திய அரசால் அனுமதிக்க முடியவில்லை. ஜம்மு பகுதியின் நிலைமையை ஆராய்ந்தபோது பூஞ்ச் என்ற நகரம் எல்லா பக்கங்களிலிருந்தும் எதிரிகளால் சூழப்பட்டு எந்நேரமும் எதிரிகளின் கைகளில் விழுந்துவிடலாம் என்ற இக்கட்டான நிலைமை உருவாகியிருந்தது. அங்கு இருக்கும் ஜம்மு காஷ்மீர் மாநிலத்தின் சிறிய படை எதிரிகளின் பல தாக்குதல்களை

முறியடித்த போதிலும் இதற்கு மேலும் அதிக நாள் தாக்குபிடிக்க முடியாது.

இந்த பூஞ்ச் மட்டும் பாகிஸ்தானிகள் கையில் மாட்டிக்கொள்ளு மானால் இரண்டுவிதங்களில் அது இந்திய ராணுவத்தைப் பாதிக்கும். பூஞ்சிலிருந்து ஹாஜிப்பூர் கணவாய் வழியாக வந்து குறுக்காக ஊரியை எதிரிகள் எட்டிவிடமுடியும். இப்படி எதிரிகள் குறுக்காக ஊரிக்கு வந்துவிட முடியுமானால் ஊரிக்கு மேலே டோமலை நோக்கிச் செல்லும் நமது படைக்கு அது பெரும் ஆபத்தாக முடிந்துவிடும். இதேபோல் பூஞ்சிலிருந்து நேர் தெற்காக நெருங்கினால் 'மெந்தார்' வழியாக 'ரஜௌரி' 'ஜிங்காஸ்' போன்ற இடங்களில் பாகிஸ்தானிகள் தங்கள் பிடியை இறுக்கிவிடமுடியும். 'கோட்லி' வழியாக நௌஷேராவையும் மிக எளிதாக அவர்களால் அடைய முடிந்துவிடும்.

இப்படி பூஞ்ச் எதிரி கையில் விழுமானால் அது வடக்கிலும் தெற்கிலும் பல சாதகமான நிலைமையை எதிரிக்குக் கொடுத்துவிடும். இதை அனுமதிக்கக்கூடாது. எப்படியும் பூஞ்ச் பகுதியைத் தக்கவைத்துக் கொள்ளவேண்டும் என்பதற்காக ஊரியிலிருந்து 161-வது பிரிகேடும், ஜம்முவிலிருந்து 50-வது பாரசூட் பிரிகேடும் புறப்பட்டு ஒரே நேரத்தில் பூஞ்சை வடக்கிலிருந்தும் தெற்கிலிருந்தும் அடையவேண்டும் என்றும் திட்டமிடப்பட்டது.

இந்த பூஞ்ச் நடவடிக்கையைச் சொல்வதற்கு முன்னால் ஜம்முவின் நிலைமையையும் 50-வது பாரா பிரிகேடுக்கு இருக்கும் கஷ்டங் களையும் நாம் தெரிவித்தாகவேண்டும். அக்டோபர் மாதம் 22ம் தேதிதான் முஸாஃபராபாத்தினுள் பாகிஸ்தானிய பழங்குடி ராணுவம் நுழைந்தாலும்கூட, ஜம்முவின் எல்லையோரக் காவல் நிலையங் களைப் பிடிக்கும் வேலையை அக்டோபர் மாதத்தின் ஆரம்பத்தி லேயே அவர்கள் ஆரம்பித்துவிட்டனர். சென்சாவும், ஓவினும் தாக்கப் பட்ட விபரம் ஒயர்லெஸ் செட்களில் இடைமறிக்கப்பட்ட செய்தி முன்னாலேயே பார்த்தோம். ஜம்மு மாகாணத்தின் எல்லையோர காவல்நிலையமான சென்சா எதிரிகளால் பிடிக்கப்பட்டுவிட்டது. ஓவின் பிடிக்கப்பட்டு விட்டது. கோட்லி பிடிக்கப்பட்டு விட்டது. ஜாங்கர் பிடிக்கப்பட்டது. ஒவ்வொரு காஷ்மீர் காவல் நிலையமும் கடும்போருக்குப் பின் எதிரிகளால் பிடிக்கப்பட்டன. பின்வாங்கி மறுபடியும் பெரும் படையுடன் வந்து தாக்கிப்பிடித்தனர்.

அடுத்த தாக்குதல் 'மிர்பூர்' மாவட்டத்திலுள்ள பிம்பர் மீது தொடங்கியது. மூன்று முறை பாகிஸ்தானியர்கள் தாக்குதல் நடத்தினர். மூன்றிலும் தோற்று ஓடினர். மறுநாள் காலையில் காஷ்மீரத் துருப்புகளுக்கு

அவர்கள் எதிரே கண்ட காட்சி தூக்கிவாரிப் போட்டது. பிம்பரின் பாதுகாப்பு நிலைகளை நோக்கி பாகிஸ்தானிய 'டாங்குகள்' பல நின்று கொண்டு தாக்குதல் நடத்தத் தொடங்கின. ஒரு சில எல்.எம்.ஜி களையும் வெறும் 0.303 ரைஃபில்களையும் மட்டும் வைத்து போரிட்ட காஷ்மீரத் துருப்புகள் இந்த டாங்கு தாக்குதலை எப்படி சமாளிக்க முடியும்?

மூன்று முறை எதிரி தாக்குதலை முறியடித்த பின் டாங்குகளின் எதிரில் நிற்கமுடியாமல் காஷ்மீரத் துருப்புகள் பின்வாங்கின. 'சுட்டு எரியுங்கள்' என்று பாகிஸ்தானிய ராணுவ உத்தரவுகள் பிம்பர் தாக்கு தலுக்காகக் கொடுக்கப்பட்ட ஒயர்லெஸ் செய்திகள் இந்திய கடற் படை ரேடியோக்களால் இடைமறிக்கப்பட்டன. காஷ்மீரில் முஸ்லிம்கள் கொடுமைப்படுத்தப்படுவதைக் கண்டு பொறுக்க முடியாமல்தான் பதான்கள் ஆயுதங்களுடன் அங்கே சென்று முஸ்லிம் சகோதரர்களைக் காப்பாற்றுகிறார்கள். மற்றபடி பாகிஸ்தான் அரசுக்கும் காஷ்மீரில் நடப்பதற்கும் எந்த சம்பந்தமும் இல்லையென்று பச்சையாகப் புளுகிக்கொண்டிருந்தது பாகிஸ்தான் அரசு.

ஆனால், பதானிய ஆக்கிரமிப்பாளர்கள் டாங்குகளை எந்த நாட்டிட மிருந்து வாங்கினார்கள்? ஒயர்லெஸ் செட்களையும் அதை இயக்கும் எஞ்சினியர்களையும் எங்கிருந்து வாங்கினார்கள்? இந்திய ராணுவம் முழுக்க விசாரித்ததில் பாகிஸ்தான் ராணுவ அதிகாரிகள் நேரடியாக ஜம்மு காஷ்மீர் எல்லை முழுவதும் திட்டமிட்டு தாக்கியதும் பாகிஸ்தானிய ராணுவ வீரர்கள் சிவில் உடைகளில் ஆயுதமேந்தி படையெடுத்ததும் முழுவதுமாக நிரூபிக்கப்பட்டன. இப்படி பிம்பரை பிடித்ததுபோல் மேலும் ஊடுருவிய பாகிஸ்தான் படைகள் 'மெந்தார்', 'ராஜௌரி', 'ஜிங்காஸ்' முதலிய இடங்களையும் கைப்பற்றிக்கொண்டனர். இப்படிக் கைப்பற்றிக் கொண்டபின் பாகிஸ்தானிகளின் கைகளில் அகப்பட்டுக்கொண்ட 'ரஜௌரி' நகரம் பட்ட பாடும் நடத்தப்பட்ட கொடுமையும் கற்பனை செய்ய முடியாத அளவுக்குக் கொடூரமாக இருந்தது. நமது படைகள் நுழைந்தபோது அவர்களுடைய முதல் வேலை ஜம்முவைப் பலப்படுத்துவதாக இருந்தது. ஜம்முவின் பாதுகாப்பு உறுதி செய்யப்பட்டதும் இது வரையிலும் எதிரிகளின் கைகளில் விழாதிருந்த நௌஷெரா நகரை நோக்கி முன்னேறியது நமது ராணுவம்.

7. எதிர்பாராத இக்கட்டு

ஜம்முவிலிருந்து நௌஷேராவுக்குச் செல்லும் 75 மைல் தூர சாலை பல இடங்களில் மழை வெள்ளத்தால் துண்டிக்கப்பட்டிருந்ததால் நமது ராணுவ முன்னேற்றம் மிகவும் தடைபட்டது. வழிநெடுகிலும் உள்ள காடுகளில் எதிரிகள் சிறு சிறு கும்பலாக ஒளிந்திருந்து முன்னேறி வரும் இந்திய ராணுவத்தை அவ்வப்போது தாக்கி துன்பப் படுத்தினர். எனவே, அவர்களை ஒவ்வொரு மறைவிடங்களிலும் துரத்திய பிறகே நமது ராணுவம் முன்னேறவேண்டியிருந்தது. இதனால் மிகுந்த காலதாமதம் ஆனது.

குளிர்காலம் ஆரம்பித்ததால் நமது ராணுவம் ஜம்மு ஏரியாவில் மேற் கொண்டு எந்த நடவடிக்கையும் எடுக்கமுடியாமல் இருந்தது. பாகிஸ்தானிகளுக்கு ராவல்பிண்டியிலிருந்தும் ஜீலம் ஊரியிலிருந்தும், சியால்கோட்டியிலிருந்தும் நல்ல தார் சாலைகள் வழியாக சுமார் 30, 40 மைல் தூரத்திலிருந்து தளவாடங்களும், உணவும் வந்து குவிந்த வண்ணம் இருந்தன. ஒருமுறை முறியடிக்கப்பட்டால் மறுமுறையும் உடனடியாக அதிக பலத்துடன் தாக்க முடிந்தது. ஆனால் இந்திய ராணுவத்துக்கு நல்ல சாலைகளே கிடையாது. சண்டிகரிலிருந்தோ டெல்லியிலிருந்தோ ஆயுதங்களோ, உதவியோ வரவேண்டுமானால் முன்னூறு மைல்கள் கடந்து விமானம் மூலம் வரவேண்டும். அல்லது இந்த 300 மைல் தூரத்துக்கும் உள்ள மோசமான சாலை வழியாக வரவேண்டும்.

பாகிஸ்தானிகள் பிடித்துக்கொண்ட ஒவ்வொரு நிலைகளையும் பலத்த ஏற்பாடுகளுடன் தக்கவைத்துக் கொள்ளும் முயற்சியில் ஈடுபட்டு எல்லாவிதமான பாதுகாப்பும் செய்துவிட்டனர். இந்த நிலையில் குளிர்காலம் ஆரம்பிப்பதற்கு முன்னால் பூஞ்ச் நகரைக் கைப்பற்றப் போடப்பட்ட திட்டம் செயல் வடிவம் பெற ஆரம்பித்தது.

50-வது பாரா பிரிகேடின் மூன்று பட்டாலியன்களும் ஜம்முவிலிருந்து பூஞ்ச் நோக்கி நகர முயற்சித்தபோது முதலில் நௌஷேரா வந்தடைந்தனர். அதற்கு மேல் ...? நௌஷேராவிலிருந்து பிம்பர், மிர்பூர் வழியாக கோட்லியை அடைந்து பூஞ்ச் நோக்கி முன்னேறலாம். ஆனால், இந்த

பாதையில் கோட்லி உட்பட அனைத்து ஊர்களும் எதிரிகளின் வசம் இருந்தன. இன்னொரு பாதை 'பர்வாலி, 'ஜிங்காஸ்', 'ரஜௌரி' வழியாக பூஞ்ச் நோக்கிப் போனது. இந்தப் பாதையிலும் அனைத்து ஊர்களும் பாகிஸ்தானிகளின் பிடியில் அகப்பட்டுக் கசங்கிக் கொண்டிருந்தன.

50-வது இந்திய பாரா பிரிகேட் பூஞ்ச் நோக்கி முன்னேறுவதற்கு எந்த சாலை வழியும் இல்லை. ஆனாலும் மாவீரர்களை கொண்ட 50-வது பாரா பிரிகேட், பிரிகேடியர் ஒய்.எஸ்.பரஞ்சபே தலைமையில் இந்த இரண்டு பாதைகளையும் விட்டுவிட்டு முழுக்க முழுக்க காடுகளிலும் மலைகளிலும் இறங்கி பூஞ்ச் நோக்கி முன்னேறத் துவங்கியது.

பூஞ்ச் நகரம்! இந்த நகரத்தின் வடக்குப் பக்கம் சுமார் 21 மைல் தூரத்தில் மிக உயரத்தில் இருந்தது ஹாஜிப்பூர் கணவாய். தென்புறம் ஏகதேசம் எல்லா இடங்களும் பாகிஸ்தானிகளின் கைகளில் இருந்தன. தெற்கு நோக்கி கோட்லிக்கோ, ராஜௌரிக்கோ சென்ற சாலைகள் பெயரளவுக்குதான் சாலைகளாக இருந்தனவேயொழிய அவற்றால் அதிக நன்மை எதுவும் இல்லை. கிழக்குப்பக்கம் எவ்விதத்திலும் கடக்க முடியாத மிக உயர்ந்த மலைத்தொடர். மேற்குப் பக்கம் பாகிஸ்தான் எல்லை. இந்தப் பக்கமாக இருந்த சிறுசிறு குன்றுகளை ஆக்கிரமித்து நிலைகொண்டிருந்த பாகிஸ்தானிய துருப்புகள் எந்நேரமும் பூஞ்ச் மீது பாயத் தருணம் பார்த்திருந்தன.

பாகிஸ்தான் படையெடுக்க ஆரம்பித்ததிலிருந்து வெளியுலகின் தொடர்பை முழுவதுமாக இழந்துவிட்ட பூஞ்ச் நகரம் பல நாட்களாகத் தத்தளித்துக் கொண்டிருந்தது. இந்நகரைப் பாதுகாத்து நின்ற ஜம்மு காஷ்மீர் அரசின் படைகள் பிரிகேடியர் கிஷன் சிங் தலைமையில் இயங்கி, எதிரிகள் இதைத் தாக்கத் துணியாத அளவுக்குப் பாதுகாத்துவந்தனர். இந்தச் சிறு படைக்கும்கூட, சாலை வழிப்பாதைகள் அனைத்தும் எதிரிகளால் அடைக்கப்பட்டுவிட்ட தால், விமானம் மூலமாகத்தான் உணவுகளும் அத்தியாவசிய பண்டங்களும் ஆகாயத்தில் இருந்து போடப்பட்டன.

இப்படிப் போடப்பட்ட உணவுவகைகளும், தளவாடங்களும் பல தடவை எதிரிகளின் ஏரியாவில் விழுந்துவிட்டதால் அவற்றை இழந்து விட வேண்டியதாயிற்று. ஆனால் இங்குள்ள ஆர்.எஸ்.எஸ் தொண்டர்கள் தேசத்தொண்டில் தங்கள் உயிரைப் பணயம் வைத்து பல தடவைகள் எதிரிகளின் பகுதியில் விழுந்துவிட்ட தளவாடங் களை மீட்டு நமது வீரர்களிடம் ஒப்படைத்தனர். இப்படிப்பட்ட ஒரு படுபயங்கரமான நிலையில் மாட்டிக்கொண்ட பூஞ்ச் நகரை காப்பாற்ற 50-வது பாரா பிரிகேடும் 161-வது பிரிகேடும் பயங்கர எதிர்ப்புகளை முறியடித்தபடியே இரு பக்கங்களிலிருந்தும் முன்னேறத் தொடங்கின.

ஊரியிலிருந்து பூஞ்ச் நோக்கி நகரத் தொடங்கிய இந்திய ராணுவத்தில் 7-வது டாங்குப் படையின் இரண்டு ஆர்மர்டு கார்களும் அதன் ரைஃபில் துருப்புகளும் முன்னணியில் இருந்தன. போரிடுவதற்கு 2-வது டோக்ராவும் 1-வது குமாவுன் பட்டாலியன்களும் புறப்பட்டன. இவர்கள் தவிர பாலங்களைச் செப்பனிடுதல், சாலைகளுக்கு மாற்று வழிகள் தயார் செய்தல், வண்டிகள், பீரங்கி, ஒயர்லெஸ் செட்களைச் சரி செய்தல் ஆகியவற்றுக்குத் தேவையான பொறியாளர்களுடன் ஒரு சிறிய மருத்துவக் குழுவும் இந்த 161-வது பிரிகேடின் முன்னணிப் படையில் சேர்த்துக் கொள்ளப்பட்டனர்.

ஊரியிலிருந்து பூஞ்ச் மொத்தம் 35 மைல்கள். இதில் முதல் 14 மைல்கள் பெரும்பாலும் செங்குத்தான ஏற்றம் மிகுந்த சாலை. ஹாஜிப்பூர் கணவாய்க்கு மறுபுறம் பூஞ்ச் நகர் நோக்கிப்போகும் 21 மைல் பாதை முழுக்க முழுக்க இறக்கம்தான். இந்தச் சாலையில் நிறைய மரப்பாலங்கள் இருந்தாலும் அவை ஆர்மர்டு கார்களின் பாரத்தைத் தாங்கிக்கொள்ளும் சக்தியுடையவைதான் என்று முடிவு செய்யப் பட்டது. இந்த சாலையின் அகலம் மிகமிகக் குறைவாக இருந்ததால் வண்டிகள் திரும்புவதோ ஒன்றைக் கடந்து இன்னொன்று முன்னேறு வதோ சிரமமான காரியம்.

1947-ம் ஆண்டு நவம்பர் 20-ம் தேதி காலை 7-மணி.

இந்திய நாடு முழுவதும் சுதந்தரம் அடைந்த பெருமையில் இன்னும் விழாக்களும் கொண்டாட்டங்களும் நடந்து கொண்டிருந்தவேளை யில் நமது இந்திய ராணுவம் கடும் மலைப்பாதையில் அன்று பூஞ்ச் நோக்கி தனது பயணத்தை தொடங்கியது. இ.எம்.இ.யின் பிரேக் டவுன் வண்டியும், சில ஒரு டன் லாரிகளையும் ஆர்மர்டு கார்களையும் தவிர பாக்கி வண்டிகள் பல சாதாரண பஸ்கள்தான். இந்த பஸ்களில் பல, ஷெலட்டாங் போரில் பாகிஸ்தானிகள் விட்டுவிட்டு ஓடிப்போனவை. அவற்றை ஓட்டியவர்கள் தற்காலிக காஷ்மீர் மாநில அரசு கொடுத்துதவிய சிவில் டிரைவர்கள்.

161-வது பிரிகேட் 20-ம் தேதி காலையில் பூஞ்ச் நோக்கி புறப்படும் வரையிலும் இந்த நடவடிக்கை மிக மிக ரகசியமாக வைக்கப்பட்டு இருந்தது. பின்வாங்கி ஓடிக்கொண்டிருக்கும் ஆக்கிரமிப்பாளர்களைத் துரத்தியபடி டோமலை நோக்கி மேலும் முன்னேறுவதாக பாவலா காட்டியபடி எதிரிகளை ஏமாற்றிக் கொண்டிருந்ததால் ஹாஜிப்பூர் கணவாய் வழியாக பூஞ்ச் நோக்கிச் செல்லும் அந்தக் குறுகலான 35 மைல் தூரப் பாதையைச் சரியாகச் செப்பனிடவோ குறைந்தபட்சம் இந்தச் சாலையில் சில ரோந்துப் படைகளை அனுப்பி சாலையின் தரத்தை அறிந்துகொள்ளவோ முடியவில்லை.

உண்மையில் ஜம்மு காஷ்மீர் படைப்பிரிவின் தளபதி மேஜர் ஜெனரல் தளபதி குல்வந்த் சிங், 'இந்தச் சாலை பற்றிய உண்மையைத் தெரிந்து கொள்வதற்கு எந்த சிறு முயற்சியும் எடுக்கக்கூடாது. அப்படி ஏதாவது செய்தால் அது எதிரிகளுக்கு நமது நோக்கத்தைப் புரியவைத்துவிடும்' என்று கடுமையாக உத்தரவிட்டு எச்சரித்திருந்தார்.

ஒருவேளை 161-வது பிரிகேட் பூஞ்ச் நோக்கி நகரப்போவது பாகிஸ்தானிகளுக்குத் தெரிந்துவிடுமானால் பாகிஸ்தானின் எல்லையின் மிக அருகில் இருக்கும் ஹாஜிப்பூர் கணவாயில் பெரும் படை ஒன்றை எதிரிகள் நிறுத்திவிடமுடியும். ஹாஜிப்பூர் கணவாயைத் தவிர்த்து பூஞ்சை அடைவதற்கு வேறு சாலை எதுவும் இல்லாததால் அங்கு போய் சேரும் முன்னால் ஹாஜிப்பூரை தாண்டும் முயற்சியில் பெரும் போர் ஒன்றை நடத்தவேண்டிய நிர்ப்பந்தம் வந்துவிடும். இந்தத் தருணத்தில் அப்படிப்பட்ட நிர்பந்தம் எதுவும் வந்துவிடக் கூடாது என்பதற்காகவே பூஞ்ச் நோக்கி முன்னேறுவது மிக ரகசியமாக வைக்கப்பட்டது.

ஆனால்! அந்த 35 மைல் ரோடின் உண்மை நிலையை அறியாமல் முன்னால் இருந்த பழைய தகவல்களின் அடிப்படையில் முன்னேறத் தொடங்கிய இந்திய ராணுவம் பெரும் இக்கட்டில் மாட்டிக் கொண்டது. புறப்பட்ட 7-வது மைலில் ஒரு பேருந்து பழுதுபட்டது. என்ன முயன்றும் அதைச் சரிசெய்ய முடியவில்லை. அந்தப் பேருந்தின் பின்னால் நின்ற மற்ற வாகனங்கள் சாலையின் அகலம் மிகக் குறைவாக இருந்ததால் அதைத் தாண்டி முன்னால் செல்ல இயலவில்லை. இப்படி மாட்டிக்கொண்ட வாகனங்களில் மிகமிக அத்தியாவசியமான 1-வது குமாவுன் பட்டாலியனின் ரேஷன்களும், தளவாடங்களும் இருந்தன.

பிரிகேடியர் ஸென் யோசனையில் ஆழ்ந்தார்.

8. பற்றி எரிந்த பாலம்

கான்வாய் மேற்கொண்டு நகர முடியாமல் சிக்கிக்கொண்ட இந்த நேரத்தில் எதிரிகளின் மிகச் சிறிய படை ஒன்று தாக்குதல் தொடுத்தாலும் அது பேராபத்தில் முடிந்துவிடும் என்று நினைத்து சட்டென ஒரு முடிவுக்கு வந்த பிரிகேடியர் ஸென் மக்கர் செய்து நின்றுவிட்ட பஸ்ஸையும் அதற்கு பின்னால் மாட்டிக்கொண்ட ஐந்து பஸ்களையும் அங்கேயே விட்டுவிட்டு குமாவுன் பட்டாலியனின் இரண்டு பிளட்டூன்களை அவற்றின் காவலுக்காகப் பின்தங்கும்படி உத்தர விட்டார்.

அதேபோல பஸ்ஸைவிட்டுக் கீழே இறங்கிய 1-வது குமாவுன் பட்டாலியனை மெதுவாக ஊர்ந்து வந்த பஸ்களுக்கு பாதுகாவலாகக் கூடவே மெதுவாக நடந்துவரும்படி உத்தரவிட்டார். ஆக, ஒன்றாக புறப்பட்ட 161-வது பிரிகேட், இப்போது மூன்று துண்டுகளாகி தனித்தனியே முன்னேற முயன்றன.

ஹாஜிப்பூரை நோக்கிக் கடும் வேகத்தில் முன்னேறிய 2-வது டோக்ரா அன்று பிற்பகலிலேயே கணவாயை அடைந்து பாதுகாப்பு நிலைகளை ஏற்படுத்திக்கொண்டு பிரிகேடியருக்குத் தகவல் தந்தது. பெரும்பாலான வண்டிகளுடன் அன்றிரவுக்குள் 1-வது குமாவுனும் ஹாஜிப்பூரை வந்தடைந்தது. பின்னால் விடப்பட்ட ஐந்து ரேஷன் வண்டிகள் மட்டுமே இரவுக்கு அங்கு தங்கின. ஊரியிலிருந்து பூஞ்சை அடைவதற்கு மொத்தம் 4 மணிநேரம் மட்டுமே போதுமென்று திட்டமிட்டு முன்னேறிய பிரிகேட் இப்பொழுது 12 மணி நேரமான பிறகும்கூட மொத்த தூரத்தில் மூன்றில் ஒரு பகுதியை மட்டுமே கடந்திருந்தது.

அன்றிரவு ஹாஜிப்பூர் கணவாயில் தங்கினர். நிம்மதியான அந்த இரவை நடு இரவு தாண்டியதும் திடீரென பூஞ்ச் சாலையில் சுமார் 10 மைல் தூரத்தில் தோன்றிய பெரும் தீ ஜுவாலை குலைத்தது. சிறிது நேரம் எரிந்துவிட்டு அந்த ஜுவாலை அடங்கிப் போயிற்று. மறுநாள் காலையில் கணவாயிலிருந்து புறப்பட்ட பிரிகேடுக்கு சாலை நல்ல இறக்கமாகவும் கஷ்டமின்றியும் இருந்ததால் எளிதாக முன்னேற

முடிந்தது. ஆனால், அவர்களுடைய சந்தோஷம் அதிகநேரம் நீடிக்க வில்லை. முன்னணியில் சென்றுகொண்டிருந்த ஆர்மர்டு கார் காலையில் எட்டரை மணிக்கு அவசர செய்தி ஒன்றை பிரிகேடியருக்கு அனுப்பியது.

'வண்டிகள் ஏதும் மேற்கொண்டு முன்னேற முடியாது. 'கஹுதா' என்ற இடத்தில் ரோடின் குறுக்கே இருந்த மரப்பாலம் எரிந்து சாம் பலாக்கப்பட்டது'.

இந்த செய்தி கொடுத்த பெரும் அதிர்ச்சியில் ஸ்தம்பித்து போன பிரிகேடியர் ஸென், துருப்புகளை கால்நடையாக கஹுதா பாலம் நோக்கி முன்னேற உத்தரவிட்டார். பாலம் இன்னும் எரிந்து கனன்று கொண்டிருந்தது. நேற்றிரவு அவர்கள் பார்த்த தீ ஜுவாலை இந்த பாலம் எரிக்கப்பட்டதால் ஏற்பட்டதுதான்.

சுமார் 30 அடி அகலமாக இருந்த அந்த ஆற்றின் கரைகள் இருபக்கமும் இருபதடி உயரத்துக்கு செங்குத்தாக இருந்தன. பூஞ்சுக்கு இன்னும் 11 மைல் தூரம் இருந்தபோது மிகமிக அவசரமாகவும் ரகசியமாகவும் முன்னேறிய 161-வது பிரிகேட் மேற்கொண்டு என்ன செய்வதென்று தெரியாது திகைத்தது. பூஞ்ச் நகரத்தை காப்பாற்றிவிடக்கூடிய ஆர்மர்டு கார்களும், சிறிய பீரங்கிகளும் கஹுதாவில் மாட்டிக்கொண்டு விட்ட இந்த நேரத்தில் எதிரிகளால் பூஞ்ச் தாக்கப்பட்டு பிடிபட்டு விடுமானால் அதைப்போன்ற பேரிழப்பு வேறு இருக்கமுடியாது.

வண்டிகளை விட்டுக் கீழிறங்கிய பிரிகேடியர் ஸென் கீழே குதித்து தண்ணீரில்லாத ஆற்றைக் கடந்து மறுகரைக்குச் சென்றார். அந்தப் பாலத்தைக் கூடாரமடித்துப் பாதுகாத்திருந்த துருப்புகள் அதை அவசர அவசரமாகக் காலி செய்துவிட்டுச் சென்றிருந்த தடயம் தெரிந்தது. சற்று தூரத்தில் கறுப்பாக தெரிந்த எதையோ நோக்கிச் சென்ற பிரிகேடியர் ஸென் அது ஒரு டெலிபோன் என்பதை தெரிந்து கொண்டார்.

அந்த டெலிபோனைக் கையிலெடுத்தபோது அதோடு இணைக்கப் பட்டிருந்த ஒயர் கூடக் கழற்றப்பட்டிருக்கவில்லை. கூடாரத்தை காலி செய்துவிட்டு ஓடிய வீரர்கள் டெலிபோனைக்கூட எடுத்துச் செல்வதற்கு பொறுமையில்லாத அளவில் அத்தனை வேகமாக ஓடியிருக் கின்றனர். யார் இவர்கள்? ஏன் ஓடினார்கள்? இவ்வளவு வேகமாகப் பின்வாங்கிச் செல்லும் அளவுக்கு அவர்களை பயமுறுத்திய சக்தி எது? ஒன்றும் புரியவில்லை!

இதற்கிடையில் ஒரு முடிவுக்கு வந்துவிட்ட பிரிகேடியர் ஸென் பூஞ்சில் சென்று தங்குவதற்கு முடிவுசெய்யப்பட்டிருந்த 1-வது

குமாவுன் பட்டாலியனை கால்நடையாக பூஞ்ச் நோக்கி முன்னேற உத்தரவிட்டார். ஆனால், ஏழாவது மைல் கல்லில் ரிப்பேராகி நின்று விட்ட ஐந்து பஸ்களிலும் 1-வது குமாவுனின் ரேஷன்கள் மாட்டிக் கொண்டதால் வேறு வழியின்றி டோக்ரா பட்டாலியனின் ரேஷன் களையும் அமுனிஷன்களையும் குமாவுனுக்காக தோளில் சுமந்து ஆற்றின் மறுகரைக்குக் கடத்தினர்.

எப்படியாவது என்ன செய்தாவது வண்டிகளை மறுபக்கம் கடத்தியே ஆகவேண்டும். டெலிபோனைக் கையிலெடுத்து அதன் மேக்னட்டோ லிவரைச் கழற்றிய பிரிகேடியர் ஸென் அவருடைய குரலுக்கு மறுமுனையிலிருந்து பதில் வருவதைக் கேட்டு திகைத்துப் போனார்.

'யாரது?'

'ஜீ... சாப் நான் ஜம்மு காஷ்மீர் மன்னர் படையின் சிக்னல் மேன் பூஞ்சிலிருந்து பேசுகிறேன். நீங்கள் யார்?'

எதிர் தரப்பில் இருந்து பேசிய சிக்னல்மேனின் குரலில் இருந்த பதற்றம் பிரிகேடியர் ஸென்னுக்கு எதையோ உணர்த்த முயன்றது. ஆனால் என்ன அது?

'இதோ பார் சிக்னல் மேன்... நான் இந்திய ராணுவத்தின் பிரிகேடியர் பேசுகிறேன்'.

பிரிகேடியர் என்ற வார்த்தையை கேட்டதும் எதிர் தரப்பில் அந்த சிப்பாய் அட்டென்ஷனுக்கு வந்து பூட்ஸ் காலால் வேகமாக தரையில் தூக்கி அடித்த ஓசை போனில் தெளிவாகக் கேட்டது.

'ஜீ.. சாப்'

'உடனே உன்னுடைய கமாண்டரை என்னுடன் பேசச் சொல்'

'சரி சாப்!'

போனை வைத்துவிட்டு கமாண்டரைக் கூப்பிட அவசரமாக ஓடினான் அந்த சிப்பாய். சிறிது நேரத்தில் போன் மறுபடியும் ஒலித்தது.

'மன்னர் படையின் பூஞ்ச் பட்டாலியன் கமாண்டர் லெப்டினன்ட் கர்னல் துபே பேசுகிறேன்'.

'மிஸ்டர் துபே, நான் பிரிகேடியர் ஸென் பேசுகிறேன. நீங்கள் உடனே ஒரு வண்டியுடன் கஹுதா பாலத்துக்கு விரைந்து வரவேண்டும்.

'கஹுதா பாலத்துக்கா..! அது வந்து சார்... அது வந்து!

துபேயின் குரலில் ஒலித்த தயக்கம் மறுமுனையில் இருந்த பிரிகேடியர் ஸென்னுக்கு தெளிவாகப் புரிந்தது.

‘இதோ பாருங்கள். லெப். கர்னல் துபே. நான் இந்திய ராணுவத்தின் பிரிகேடியர் ஸென் பேசுகிறேன். நீங்கள் இன்னும் அரைமணி நேரத்தில் கஹுதா பாலத்தருகில் ஒரு ஜீப்புடன் வந்து என்னை சந்திக்கத் தவறினால் அடுத்த நான்குமணி நேரத்துக்குள்ளாக எனது பிரிகேட் பூஞ்சில் நுழையும்போது உமது பாடு மிகவும் கஷ்டமாகி விடும் என்று எச்சரிக்கிறேன்.’

பிரிகேடியர் ஸென்னின் கடுமையான ஆணைக்குச் செவிசாய்த்த மன்னர் படையின் கர்னல் துபே கஹுதா பாலத்துக்கு வருவதற்கு ஒப்புக்கொண்டார். இதற்குள்ளாக குமாவுன் வீரர்கள் ஒரு அற்புதமான வழி கண்டுபிடித்து ஜீப்பை ரோடிலிருந்து இருபதடி பள்ளத்துக்குச் சேதமில்லாமல் இறக்கிவிட்டனர். ஒரு டன் டாட்ஜ் வண்டியில் பின்புறம் இருக்கும் விஞ்ச்சைப் பயன்படுத்தி ஜீப்பை கட்டி இழுத்த படியே மெதுவே பள்ளத்தில் இறக்கிவிட்டனர். இப்படி மூன்று ஜீப்புகள் இறக்கப்பட்டு ஆற்றுப்படுக்கையின் மறுபக்கம் முன்னேறின.

தளவாடங்கள் தலைச்சுமையாக மறுகரைக்கு மாற்றப்பட்டன. லெப்டினென்ட் கர்னல் துபே சொன்னதுபோல அடுத்த 20-வது நிமிடம் பூஞ்சிலிருந்து வந்துவிட்டார். ஆனால் சிறு பாதுகாப்பு பிளட்டூன் சுற்றிலும் நிலைகொண்டிருக்க எந்நேரமும் காக்கும் நிலையில் பிரிகேடியர் ஸென்னைச் சுற்றி நின்றிருந்த இந்திய வீரர்களை மிக மிக மெதுவாக நெருங்கினார் துபே.

சமீபத்தில் வந்ததும் அங்கு நிற்பது இந்திய வீரர்கள்தான் என்பதை உறுதி செய்துகொண்டதும் மிகுந்த குதூகலத்துடன் ஓடி வந்து பிரிகேடியர் சென்னிடம் சல்யூட் அடித்து நின்றார். பல விஷயங்கள் புரியாததால் ஸென் கேட்டார்.

‘ஏன் இப்படி இவ்வளவு பாதுகாப்புடன் பயந்து போய் என்னிடம் நெருங்கினீர்கள்?’

‘சார்! அது வந்து நேற்று இரவு ஹாஜிப்பூர் கணவாயில் எதிரிகள் நடமாட்டம் தெரிந்ததால் இந்த பாலத்தை காத்து நின்ற நமது கம்பெனி வீரர்கள் மேற்கொண்டு என்ன செய்யவேண்டும் என்று என்னிடம் கேட்டனர். நான் அந்த பாலத்தை எரித்து அழித்து பூஞ்ச் நகருக்குள் வந்துவிடும்படி உத்தரவிட்டேன்.’

‘அடப்பாவி’ என்று தலையில் அடித்துக்கொண்டார் ஸென். நேற்று இரவு ஹாஜிப்பூரில் அவரது பிரிகேட் வந்து தங்கியதை எதிரி என்று நினைத்துவிட்டு தன் தலையில் தானே மண்ணை வாரி கொட்டியது போல இந்திய ராணுவ வண்டிகளையே பூஞ்ச் நகருக்குள் நுழைய முடியாதபடி செய்துவிட்டிருக்கிறார்.

இப்போதுகூட போனில் பேசும்போதும் பிரிகேடியர் ஸென்னை நெருங்கும்போதும் பாகிஸ்தானியர்கள் வந்து பொய் சொல்லி ஏமாற்றுகிறார்களா என்று பயந்தபடியே வந்ததால்தான் மன்னர் படையின் லெப். கர்னல் துபேக்கு அத்தனை தயக்கம். துபே கொண்டு வந்த ஜீப்பை குமாவுன் கமேண்டர் லெப் கர்னல் ப்ரீதம் சிங்குக்குப் பயன்பட வசதியாக எரித்த பாலத்துக்கு அனுப்பி பிரிகேடியர் ஸென் துபேயுடனும் சிறு படையுடனும் கால்நடையாக பூஞ்ச் நகரை நோக்கி விரைந்தார்.

ஆனால், சிறிது நேரத்துக்குள்ளாகவே ஆற்றில் இறக்கிவிடப்பட்ட ஜீப் கரையேறிவிட்டதால் அவற்றில் இரண்டை லெப் கர்னல் ப்ரீதம் சிங்குக்கு உதவியாக பாலத்துக்கு அனுப்பினார். ஒரு ஜீப்பில் லெப் கர்னல் துபேயுடனும் சில வீரர்களுடனும் 11 மைல் தொலைவில் இருந்த பூஞ்ச் நகரை நோக்கி வேகமாக விரைந்தார் ஸென்.

பூஞ்ச் நகரின் வடக்கு எல்லையை பிரிகேடியர் ஸென்னின் ஜீப் நெருங்கியபோது 'நிறுத்து' என்ற கர்ண கொடூரமான ஓசையொன்று சாலையின் இடதுபுறத்தில் பள்ளத்தின் மறைவிலிருந்து கேட்டது.

அந்த உத்தரவைக் கேட்டதும் உடனே பிரேக் போட்டு நிறுத்திய ஜீப் டிரைவர் நிமிர்ந்து பார்க்கும் முன்னால் தயாராக துப்பாக்கியை இடுப்பில் வைத்து அழுத்திப் பிடித்த நிலையில் சுமார் 200 அடி தூரத்தில் மறைவிலிருந்து குதித்துத் தோன்றினான், வீரன் ஒருவன்!

9. பூஞ்ச் நகரில் புது உத்வேகம்

ஜீப்போ, ஜீப்பில் இருப்பவர்களோ சிறிது அசைந்தாலும் அந்த வீரனின் கையிலிருந்த துப்பாக்கி கண்ணிமைக்கும் நேரத்தில் அனலைக் கக்கிவிடும். மன்னர் படையின் லெப் கர்னல் துபேயைப் பார்த்தார் ஸென்.

இந்த நேரத்தில் துபே சிறிய புன்முறுவலுடன் 'இது நம்முடைய பாதுகாப்புப் படையினர்தான்' என்று சொல்லிகொண்டே ஜீப்பை விட்டுக் கீழே இறங்கினார். சிறிது நேரத்தில் ஒரு கேப்டன் ஸ்டென்கன் ஒன்றை தயார் நிலையில் ஏந்தியபடி முன்னால் தோன்றினான். முதலில் வந்த வீரன் இப்போது இரண்டுஅடிகள் தூரம் பின்னால் நகர்ந்து கீழே அமர்ந்த நிலையில் துப்பாக்கியைக் குறிபார்த்தபடி நிலைகொண்டான். கேப்டன் மேலும் முன்னால் நகர்ந்து லெப் கர்னல் துபேயை நெருங்கினான். 'சார். நீங்கள் வந்திருக்கும் ஜீப் நம்முடைய தல்ல. நீங்கள் போகும்போது இங்கிருந்து எடுத்துச்சென்றதும் அல்ல. இந்த ஜீப்பும் ஜீப்பில் வந்திருப்பவர்களும் யார்?'

துபே சிரித்துக்கொண்டு சொன்னார்.

கவலை வேண்டாம். நண்பர்கள்தான் வந்திருக்கிறார்கள். இந்திய ராணுவ தளபதி பிரிகேடியர் ஸென் ஜீப்பில் இருக்கிறார்.

இதைக் கேட்டதும் துபேக்கும் ஸென்னுக்கும் மரியாதையாக சல்யூட் அடித்தான். அந்தக் கேப்டனை பாராட்டிவிட்டு நகருக்குள் நுழைந்த ஸென் துபேயிடம் ஒரு சந்தேகம் கேட்டார்.

கர்னல் துபே உங்களை அடையாளம் கண்டுகொண்ட பிறகும் கூட உங்கள் கேப்டன் உங்களிடம் எங்களைப் பற்றி விசாரித்தாரே ஏன்?

சிறிது கூச்சத்துடன் பதில் சொன்னார் துபே.

'நான் காலையில் இங்கிருந்து புறப்படும்போது கஹுதா பாலத்தை பாகிஸ்தானியர்கள் பிடித்துவிட்டார்கள் என்றும் ஹாஜிப்பூர் கணவாய் அவர்கள் கையில் விழுந்துவிட்டது என்றும்தான் எண்ணி யிருந்தோம். இப்போது நான் போன ஜீப் இல்லாமல் வேறு ஜீப்பில்

வந்திருப்பதால் என்னையே எதிரிகள் கைது செய்துகொண்டு வந்திருக்கிறார்களே என்று இந்த கேப்டன் சந்தேகப்பட்டுவிட்டார்.

இந்த பதிலைக் கேட்ட அனைவரும் சிரித்துக்கொண்டனர். ஜம்மு காஷ்மீர் இந்தியப்படை டிவிஷனின் தளபதி மேஜர் ஜெனரல் குல்வந்த்சிங் திட்டமிட்டிருந்தபடி 161-பிரிகேட் ஊரியிலிருந்து பூஞ்சை வந்தடைந்ததுபோல் ஜம்முவில் இருந்து புறப்பட்ட 55-வது பாரா பிரிகேட் பிரிகேடியர் பரஞ்சபே தலைமையில் குளிர்காலம் தொடங்குமுன்னால் பூஞ்சை வந்து அடைய முடியவில்லை. பூஞ்ச் நகரத்துக்குள் நுழைந்த பிரிகேடியர் ஸென் உடனடியாக நடவடிக்கையில் இறங்கினார்.

மன்னர் படையின் பூஞ்ச் தளபதியான பிரிகேடியர் கிஷன்சிங் அங்குள்ள நிலைமைகளை முற்றிலுமாக விளக்கினார். இவர்களது நடவடிக்கை ஒவ்வொன்றையும் நகரின் மேற்கு பக்கமாக உள்ள சிறு சிறு குன்றுகளிலிருந்து கல்லால் அரண் செய்யப்பட்ட குழிகளின் பாதுகாப்பில் அமர்ந்து கொண்டு பைனாக்குலர்களில் பார்த்துக் கொண்டிருந்தனர் பாகிஸ்தானிகள்.

ஸென் கேட்டார்.

‘இத்தனை அருகில் இருந்து நமது நடவடிக்கைகளை நேரடியாகக் கவனிக்கும் நிலையில் எதிரிகள் இருக்கிறார்களே. அவர்களைத் துரத்துவதற்கு நீங்கள் முயற்சி செய்யவில்லையா?’

‘எப்படி முடியும். மிக அருகிலிருக்கும் ராவல்பிண்டியிலிருந்தும் முர்ரீயிலிருந்தும் பாகிஸ்தானுக்கு உடனடியாக உதவிப் படையும் தளவாடங்களும் வந்து குவிந்துவிட முடியும். ஆனால், நமக்கோ ஜம்முவில் இருந்து பூஞ்ச் வரும் வழியில் உள்ள அத்தனை இடங்களும் பாகிஸ்தான் வசம் இருக்கின்றன. கிழக்கே அண்ணாந்து பார்த்தால் கழுத்து வலிக்கும் அளவுக்கு உயரமான மலைகள். ஊரியிலிருந்து இன்றுதான் நீங்கள் வந்து சேர முடிந்திருக்கிறது. இந்த நிலையில் நான் பாகிஸ்தானின் நிலைகளைத் தாக்கி அழிக்க முயல்வது தற்கொலைக்கு ஒப்பாகிவிடும். எனது முழு நோக்கமும் எப்படியாவது இந்திய ராணுவம் உதவிக்கு வந்து சேரும்வரை பூஞ்ச் நகரைப் பாதுகாக்க வேண்டும் என்பதுதான்.’

பிரிகேடியர் கிஷன்சிங்கின் நிலையிலிருக்கும் எந்த தளபதியும் இப்படித்தான் நடந்துகொண்டிருக்கமுடியும் என்று நினைத்துக் கொண்ட ஸென் சுமார் ஒரு மணி நேரத்துக்குள்ளாக அங்கு வந்து சேர்ந்துவிட்ட லெப் கர்னல் ப்ரீதம்சிங்கின் 1-வது குமாவுன் பட்டாலியனிடம் பூஞ்ச் பாதுகாப்பு பொறுப்பை ஒப்படைத்தார். ஆனால்,

மேலதிகாரியான பிரிகேடியர் கிஷன் சிங் அங்கு இருந்தபோது லெப் கர்னர் ப்ரீதம் சிங் அதிகாரம் செலுத்துவது சரியாக இருக்காது. அதே நேரத்தில் இந்திய ராணுவ வீரர்களை மன்னர் படையின் அதிகாரியான கிஷன் சிங்கின் அதிகாரத்துக்குக் கீழே வைக்கமுடியாது. பிரிகேடியர் ஸென் ஒரு முடிவுக்கு வந்தார். லெப்டினென்ட் கர்னல் ப்ரீதம்சிங் பிரிகேடியராகப் பதவி உயர்த்தப்பட்டார். பிரச்னை தீர்ந்தது.

மலை உச்சியில் பதுங்கியபடி பார்த்துக்கொண்டிருக்கும் பாகிஸ்தானி யருக்குச் சரியான பாடம் கற்பிக்கச் சொல்லி ப்ரீதம்சிங்கிடம் உத்தர விட்டுவிட்டு ஸென் ஊருக்கு திரும்பி வர புறப்பட்டார். ஜீப்பில் ஏறப்போன சென்னிடம் அவசர செய்தி ஒன்று கொடுக்கப்பட்டது.

'ஊரி ஹாஜிப்பூர் சாலையில் விட்டுவிட்டு வந்த 7 பஸ்களும் காவல் துருப்புகளும் எதிரிகளால் தாக்கப்படுகின்றன' என்ற அந்த செய்தி பிரிகேடியர் ஸென்னின் உதிரத்தை கொதிக்கச் செய்தது.

10. ஏழாவது மைல் கல்லில்

எதிரிகள் எந்த எண்ணிக்கையில் தாக்குகிறார்கள் என்ற தகவல் கிடைக்காததால் குமாவுன் ரெஜிமென்டில் உள்ள இரண்டு பிளட்டூன் களும் எவ்வளவு நேரத்துக்குத் தாக்குப் பிடிக்கமுடியும் என்பதை பிரிகேடியர் ஸென்னால் நிதானிக்க முடியவில்லை. அவருக்கு கிடைத்த செய்தியுடன் இன்னொரு கவலை தரும் விஷயமும் இருந்தது. அது ஏழாவது எட்டாவது மைல் கற்களுக்கு இடையே இருந்த மரப்பாலம் எதிரிகளால் எரிக்கப்பட்டுவிட்டது என்பதுதான். சரிதான். கஹுதா அருகே உள்ள பாலத்தை நேற்று இரவு மன்னர் படைகளே எரித்தன. இன்று 7-வது மைல் கல்லில் எதிரிகள் மரப்பாலத்தை எரித்திருக்கின்றனர் என்று நினைத்துக்கொண்டார்.

போரிட்டுக்கொண்டிருக்கும் 2 பிளட்டூன் குமாவுன் வீரர்களுக்கும் உடனடியாக உதவி அனுப்பவேண்டும். அதற்கும் மேலாக 161-வது பிரிகேடின் பூஞ்சில் விடப்பட்ட குமாவுன் பட்டாலியன் போக எஞ்சிய படைகளான 21-வது டோக்ரா வீரர்களும் பிரிகேடியர் ஸென்னும் ஊரிக்குத் திரும்ப வேண்டுமானால் நடுவழியில் உள்ள ஹாஜிப்பூர் கணவாயும் எதிரியின் கையில் விழாமல் பாதுகாக்கவேண்டும்.

ஹாஜிப்பூர் கணவாயை ஒரு பட்டாலியன் படையுடன் எதிரிகள் பிடித்துவிடும் பட்சத்தில் இடையில் மாட்டிக்கொள்ளும் பிரிகேடியர் ஸென் ஊரிக்குத் திரும்பமுடியாது போய்விடும். உடனடியாக ஸென் ஊரிக்கு திரும்ப முடியாது போனால் ஊரியைக் காத்து நிற்கும் போர் பயிற்சி அதிகம் இல்லாத 4-வது குமாவுன் பட்டாலியன் வீரர்களை ஊரியில் முறியடிப்பது எதிரிகளுக்கு மிகவும் எளிதாகிவிடும். ஊரியும் போய், ஹாஜிப்பூர் கணவாயும் எதிரிகளிடம் மாட்டிக்கொண்டால் 161-வது பிரிகேட் இதுவரை போரிட்டுப் பிடித்த இடங்களில் பெரும் பகுதி மீண்டும் எதிரிகளிடம் போய்விடும். அப்படி ஒரு நிலைமை ஏற்பட அனுமதிக்கக்கூடாது.

கஹுதா பாலத்தை நோக்கி அதி வேகமாக பூஞ்ச்-இல் இருந்து புறப்பட்ட பிரிகேடியர் ஸென் பாலத்தின் மறுபக்கம் நிலைகொண்டி ருக்கும் 2-வது டோக்ரா பட்டாலியனை உடனடியாகப் புறப்பட்டு ஹாஜிப்பூர் கணவாயை நோக்கி மிக வேகமாக முன்னேறி அதைக்

காப்பாற்றும்படி உத்தரவிட்டார். அடுத்த 10-வது நிமிடம் 2-வது டோக்ரா பட்டாலியன் தளபதி லெப்டினென்ட் கர்னல் துபேயிட மிருந்து (பூஞ்சில் உள்ள மன்னர் படையின் லெப். கர்னல் அல்ல) துருப்புகள் நகர்ந்து முன்னேறிக் கொண்டிருக்கிறோம் என்று பதில் சிக்னல் வந்தது. டோக்ராவின் இந்த வேகம், மிகுந்த திருப்தி அளித்தாலும் பிரிகேடியர் ஸென்னுக்கு அது எப்படி அந்தச் சிறிய சாலையில் அத்தனை வண்டிகளையும் திருப்பி 10 நிமிடங்களுக்குள் ளாக கணவாயை நோக்கி முன்னேற முடிந்தது என்று புரியவில்லை. ஆனால், வல்லவனுக்குப் புல்லும் ஆயுதம் என்பதுபோல 2-வது டோக்ரா வீரர்கள் அதைச் சாதித்திருந்தனர்.

கஹூதா பாலம் இடிக்கப்பட்டுவிட்டதால் மேற்கொண்டு ஆர்மர்டு கார்களும் பெரிய பஸ்களும் எப்படியும் மேலும் பூஞ்ச் நோக்கி முன்னேறப் போவதில்லை என்பதைத் தெரிந்துகொண்ட பிரிகேடியர் ஸென், அத்தனை பஸ்களையும் ஆர்மர்டு கார்களையும் ஒவ்வொன்றாகத் திருப்பி நிறுத்திவிட்டார். எல்லா வண்டிகளுக்கும் ஹாஜிப்பூர் கணவாயை நோக்கிப்போகத் திருப்பிவிடப்பட்டுவிட்டதால் ஸென்னின் உத்தரவு கிடைத்த 10-வது நிமிடம் 2-வது டோக்ரா வீரர்கள் கணவாயை நோக்கி முன்னேறத் தொடங்கிவிட்டனர்.

கடும் வேகத்தில் கணவாயை நோக்கி முன்னேறிய டோக்ரா வீரர்கள் ஹாஜிப்பூரை நெருங்கியதும் ஒரு மைல் முன்னால் வைத்தே வண்டி களை விட்டுக் கீழே இறங்கி கால்நடையாக முன்னேறினர். அதிர்ஷ்ட வசமாக கணவாயில் எதிரிகள் யாரும் இல்லை. கணவாய் பிடிக்கப் பட்டு பத்திரமாக உள்ளது என்ற தகவல் பிரிகேடியர் ஸென்னுக்கு கொடுக்கப்பட்டது.

7-வது மைல்கல்லில் உள்ள வீரர்கள் தாக்குதலுக்கு உள்ளாகி இருக்கின்றனர் என்ற செய்தி ஊரிக்குக் கிடைத்ததும் அங்கிருந்த 4-வது குமாவுன் பட்டாலியன் கமாண்டர் லெப்டினென்ட் கர்னல் மன்மோகன் கன்னா 2 கம்பெனி வீரர்களுடன் அந்த இடத்துக்கு விரைந்தார். மன்மோகன் கன்னாவின் வீரர்கள் 7-வது மைல்கல்லை அடைந்தபோது அங்கு போர் முழுவதுமாக முடிவடைந்திருந்தது. எதிரிகள் தப்பியோடி விட்டிருந்தனர். மொத்தம் 6 பஸ்கள் முழுவதுமாக எரிக்கப் பட்டிருந்தன. விஞ்ச்சும் கிரேனும் மாட்டப்பட்ட ரெக்கவரி வண்டி மட்டும் சேதம் ஏதுமில்லாமல் தப்பி இருந்தது. நமது வீரர்கள் மூன்று பேரும் சிவிலியன் டிரைவர்களில் 3 பேரும் கொல்லப்பட்டுக் கிடந்தனர். அவர்களுடைய உடல்கள் இருந்த நிலையைப் பார்த்தவுடனேயே தாக்கியவர்கள் மசூத் முஸ்லிம்கள் என்பது தெரிந்துவிட்டது. இந்த மசூத் முஸ்லிம்கள் பிணத்தைக் கூடச் சின்னாபின்னமாக்கும் கொடூர மனம் கொண்டவர்கள். இறந்து கிடந்த குமாவுன் வீரர்களின் உடம்புகள் அவ்வளவு அரக்கத்தனமாகச் சிதைக்கப்பட்டிருந்தன.

11. தலைதெறிக்க தப்பித்து ஓடினர்

ஹாஜிப்பூர் கணவாயைக் கடந்து ஊரி நோக்கி முன்னேறிய 161-வது பிரிகேட் 7-வது மைல் கல்லில் எரிக்கப்பட்டுக் கிடந்த பாலத்தில் வந்து நின்றது. பாலம் செப்பனிடாமல் மேற்கொண்டு கான்வாய் நகர முடியாது. சுமார் 50 பஸ்களும் சில ஜீப்புகளும் ஆர்மர்டு கார்களும் சாலையில் வரிசையாக நிறுத்தி வைக்கப்பட்டிருந்த அந்த நிலை எதிரிகளின் தாக்குதலுக்கு மிக சாதகமாக அமைந்து விடுமாதலால் பாலம் மிக வேகமாகக் கட்டப்பட்டாகவேண்டும்.

பாலம் கட்டுவது எப்படி? இந்திய ராணுவத்தின் பாலம் கட்டும் பொறியாளர்கள் இனிமேல்தான் டெல்லியிலிருந்து வரவேண்டும். ஆற்றைக் கற்களால் நிரப்பி சாலை போட்டுவிடுவது என்று முடிவு செய்யப்பட்டது. கஹுதா பாலத்தைப் போலல்லாமல் இந்தப் பாலம் மிக இக்கட்டான கொண்டை ஊசி வளைவில் அமைந்திருந்தது.

வீரர்களில் பெரும்பகுதியினர் எதிரிகளைக் கண்காணிக்கவும் பாது காப்புப் பணியிலும் ஈடுபட்டதால் ஆற்றை நிரப்பும் பணியில் அதிக மானவர்களை ஈடுபடுத்த முடியவில்லை. கற்கள் போடப்போட ஆற்றினுள் மறைந்து கொண்டிருந்தன. கற்கள் மூழ்கிய வேகம் ஆறு நிரம்புமா என்னும் மலைப்பை ஏற்படுத்தியது. முழு ஆற்றையும் ரோட்டின் உயரத்துக்கு நிரப்புவது பெரும் சிரமமாக இருந்ததால் இருபக்கமும் சரிவுகள் வெட்டப்பட்டன. இதனால் சாலை சிறிது ஆற்றுக்குள் இறங்கி ஏறினாலும் ஆற்றை நிரப்பும்வேலை பாதியாகக் குறைந்தது.

சரியாக மூன்று இரவுகளும் மூன்று பகல்களும் இடைவிடாது வேலை செய்த பின் பாலம் வேலை ஒருவழியாக முடிந்தது. வீரர்களின் கடின உழைப்பினால் அவர்களது முகத்தில் சோர்வு தோன்றத் தொடங்கியது. கட்டி முடித்த பாலத்தில் ஒரு டன் சிறிய வண்டிகள் எளிதாகக் கடந்துவிட்டன. ஆனால் பெரிய பஸ்கள் பாலத்தை கடக்க முயன்ற போது பள்ளத்தில் நகர மறுத்தன.

மறுபக்கமிருந்து எஃகுக் கயிறு போட்டு இழுப்பதை தவிர வேறு வழியில்லை. 1 டன் கார் டாட்ஜ் வண்டியில் விஞ்ச் எஃகுக் கயிறைக் கட்டி பஸ்ஸை மறுகரைக்கு இழுக்க முயன்றபோது நேர் எதிரில் உள்ள சிறு குன்றை நோக்கி பாகிஸ்தானிகள் மிக அருகில் சந்தடி

இல்லாமல் நெருங்கிக் கொண்டிருந்தனர். அவர்களைக் கவனித்து விட்ட பிரிகேடியர் ஸென் ஒரு தந்திரம் செய்தார்.

எதிரிகளைக் கண்டுகொள்ளாததுபோல் அடுத்த ஒரு மணி நேரத்துக்கு பாவனை செய்தார். பாகிஸ்தானிகள் குஷியுடன் குன்றிலேறி நிலை கொள்ளும் வேகத்தில் அவசர அவசரமாக முன்னேறினர். அந்தக் குன்றின் மீது எதிரிகள் ஏறி நிலைகொண்டுவிடும் பட்சத்தில் நேர் எதிரில் நிற்கும் அத்தனை வண்டிகளையும் நேரடித் தாக்குதலுக்கு உள்ளாக்கி எரித்துவிடமுடியும். குன்றின் மேல் ஏறிய எதிரிகள் பாதி தூரம் வந்ததும் எதிரில் அவர்கள் கண்ட காட்சி அவர்களை ராவல் பிண்டி வரைக்கும் கேட்கும் அளவுக்கு அலற வைத்தது.

மிகுந்த சந்தோஷத்துடன் குன்றின் மேல் ஏறிக்கொண்டிருந்த பாகிஸ்தானிய வீரர்கள் மீது கொஞ்சமும் எதிர்பாராத வகையில் நீட்டிய துப்பாக்கிகளுடன் பாய்ந்தனர், அங்கே பதுங்கியிருந்த டோக்ரா வீரர்கள். என்ன நடக்கிறது என்பதை எதிரிகள் நிதானிக்கும் முன்னால் நமது டோக்ரா வீரர்கள் சுற்றி வளைத்துக்கொண்டதால் வேறு எதுவும் செய்வதறியாது செத்தவர்கள் போக எஞ்சியிருந்த பாகிஸ்தானிகள் உயிர் பிழைத்துக் கொள்வதற்காக தலைதெறிக்க ஓடினர்.

1947-ல் நவம்பர் மாதம் 22ம் தேதி 7-வது மைல் கல்லில் எதிரிகளை மறைந்திருந்து தாக்கி முறியடித்த 2-வது டோக்ரா பட்டாலியன் நவம்பர் 25ம் தேதி நண்பகலில் பஸ்களை ஆற்றை கடந்து இழுக்கத் தொடங்கி மாலை 4மணிக்கு அத்தனை வண்டிகளையும் பத்திரமாக மறுகரைக்கு கடத்தி சுமார் 5 மணியளவில் ஊரியை வந்தடைந்தது.

பாரமுல்லாவையும் ஊரியையும் தாண்டி ஓடிக்கொண்டிருந்த பாகிஸ்தானிகளுக்கு நின்று நிதானித்து எந்த திட்டமும் வகுக்கக்கூடிய அளவுக்கு நேரம் கொடுக்காமல் இந்தியத் துருப்புகள் துரத்தியதால் எந்தவித எதிர்ப்பையும் தெரிவிக்கும் வாய்ப்பில்லாமல் முஸாஃபரா பாத்தை நோக்கி இதுவரை ஓடினர். உண்மையில் முஸாஃபரா பாத்திலும்கூட பாகிஸ்தானிய ஆக்கிரமிப்பாளர்களுக்கு எந்தவித ரிசர்வ் படைகளும் இல்லாததால் ஒட்டுமொத்தமாக இந்திய எல்லையை காலி செய்து விட்டு ஒரேயடியாக பாகிஸ்தானுக்கே ஓடி ஒளிந்துகொள்வதுதான் அவர்களது நோக்கமாக இருந்தது.

ஆனால்! ஊரிக்கு மேல் இந்திய வீரர்கள் முன்னேறாததைக் கண்டதும் திரும்பி நின்று திட்டம் தீட்டினர். நவம்பர் 13 முதல் 19ம் தேதி வரையிலும் ஓடிக்கொண்டிருந்த ஆக்கிரமிப்பாளர்களை நிறுத்தி வைப்பதற்கும் திருப்பி அவர்களை ஒன்று சேர்ப்பதற்கும் திரும்பி வந்து ஊரி மீது எதிர் தாக்குதல் நடத்தும் திட்டத்தைப் போடுவதற்கும் அவகாசம் கிடைத்ததால் பாகிஸ்தானிகள் தங்களை அதிவேகமாக மறு ஒருங்கிணைப்பு செய்துகொண்டனர்.

12. நல்வார் பிக்கட்டில் நமது படைகள்

நவம்பர் 20ம் தேதி ஒரு மிகப் பெரிய கான்வாய் (வண்டித் தொடர்) ஊரியிலிருந்து ஹாஜிப்பூர் நோக்கிப் போவதைக் கவனித்துவிட்ட பாகிஸ்தானிகளுக்கு சந்தோஷம் எல்லைமீறிப்போய்விட்டது. இந்தியப் படைக்கு மேற்கொண்டு முஸாஃபராபாத்தை நோக்கி முன்னேறும் நோக்கம் உடனடியாக இல்லை என்பது தெரிந்தது. இவ்வளவு பெரிய கான்வாயில் ஹாஜிப்பூர் கணவாயை நோக்கி 161-வது பிரிகேட் நகருவதால் எஞ்சியிருக்கிற சொற்ப வீரர்கள் மட்டுமே ஊரியைக் காத்து நிற்பார்கள் என்பதும் பாகிஸ்தானிகளுக்கு புரிந்துவிட்டது.

ஊரியைத் திரும்பப் பிடிப்பதற்கு இந்த சந்தர்ப்பத்தை எப்படியும் பயன்படுத்திக் கொள்ளவேண்டும் என்னும் திட்டத்தில் மிக வேகமாகச் செயல்படத் தொடங்கினர். ஊரியைத் தாக்கும் பட்சத்தில் ஹாஜிப்பூர் கணவாய் நோக்கிச் செல்லும் 161-வது பிரிகேட் திரும்பி வந்துவிடாமல் தடுப்பதற்காக ஒரு பாகிஸ்தானிய ஆக்கிரமிப்பாளர் கம்பெனி 7-வது மைல்கல் ஏரியாவில் உள்ள பாலத்தை உடைத் தெறிவதற்காகப் புறப்பட்டது. இந்த பாகிஸ்தானி ஆக்கிரமிப் பாளர்கள் ஏழாவது மைல் கல்லை அடைந்து, பாலத்தை உடைக்க முயன்றபோது அது ஒரு மரப்பாலம் என்று கண்டு கொண்டதில் பெரும் மகிழ்ச்சியடைந்தனர்.

பாலத்தை மிக எளிதில் எரித்து நாசமாக்கிய அவர்கள் பக்கத்தில் பழுதாகிப் பின்தங்கிவிட்ட 161-வது பிரிகேடின் 5 பஸ்களையும் தாக்கி அழித்தனர். அவற்றைக் காவல் காத்த 2 குமாவுன் பிளட்டூன்களும் போரிட்டபடியே ஊரியை நோக்கிப் பின்வாங்கினர். பாலம் எரிக்கப் பட்டுவிட்டதால் ஹாஜிப்பூர் கணவாய் நோக்கி செல்லும் 161-வது பிரிகேட் எக்காரணம் கொண்டும் ஊரிக்குத் திரும்ப முடியாது என்று இப்போது உறுதி செய்யப்பட்டுவிட்டதால் இரட்டிப்பு மகிழ்ச்சியுடன் ஊரியைத் தாக்கும் வேலையில் ஈடுபட்டனர்.

எதிரிகளைத் துரத்திவந்து கொண்டிருந்த பிரிகேடியர் ஸென்னின் 161-வது பிரிகேடு ஊரிக்கு மேலே முஸாஃபராபாத்தை நோக்கி முன்னேறவேண்டாம் என்ற உத்தரவை கேட்டு அவர்

சங்கடப்பட்டார். அதோடு மட்டுமல்லாமல் பூஞ்ச் நோக்கி நகரும்படி கிடைத்த உத்தரவு அவரை மேலும் கலக்கிவிட்டது. கஷ்டப்பட்டு பிடித்த ஊரியை சரியான பாதுகாப்பு இல்லாமல் விட்டுச் செல்ல மனமில்லாத பிரிகேடியர் ஸென் மேலும் ஒரு பட்டாலியன் படைகள் 161-வது பிரிகேடுக்குக் கொடுக்கவேண்டும் என்று கேட்டார்.

கொடுப்பதற்கு வேறு படைகள் இல்லாததால் இந்த வேண்டுகோள் நிராகரிக்கப்பட்டது. இருக்கிற படைகளை வைத்துக்கொண்டு ஊரியைப் பாதுகாக்கவேண்டும். பூஞ்ச் நோக்கி முன்னேறிச்சென்று அங்கு ஒரு பட்டாலியனை நிலைநிறுத்தியும் ஆக வேண்டும் என்று கண்டிப்பான உத்தரவு வந்தது. வேறு வழியின்றி இந்த உத்தரவை ஏற்றுக்கொண்ட ஸென் குறைந்தபட்சம் பூஞ்சில் விடப்படவேண்டிய 2-வது குமாவுன் பட்டாலியனின் இடத்தை நிரப்புவதற்காகவாவது ஒரு புதிய பட்டாலியன் கேட்டார்.

ஜம்முவில் எதிரிகளின் நடவடிக்கை அதிகரித்திருந்ததால் ஸென்னின் இந்த வேண்டுகோளும் நிறைவேற்றப்படவில்லை. நிலைமையின் ஆழத்தையும் ஆபத்தின் அளவையும் தங்களின் பொறுப்பையும் உணர்ந்திருந்த இந்திய ராணுவத்தின் ஒவ்வொரு வீரனும் எந்த இக்கட்டான நிலையிலும் தாய் நாட்டுக்காக சகல தியாகங்களையும் செய்யத் தயாராக இருந்ததால் இருக்கிற வீரர்களை வைத்து பிரிகேடியர் ஸென் திட்டத்தை வகுத்தார்.

2-வது குமாவுனும் 2-வது டோக்ரோ பட்டாலியனும் பூஞ்ச் நோக்கி முன்னேறியபோது ஊரியைப் பாதுகாக்க 1-வது சீக்கிய பட்டாலியனும் 4-வது குமாவுன் பட்டாலியனும் பின்னால் விடப்பட்டன. இதில் 1-வது சீக்கியர்கள் பல போர்க்களங்களில் கண்ட திறமை வாய்ந்த பட்டாலியன் வீரர்கள். மேலும் முதன்முதலாக லெப்டினன்ட் கர்னல் ராய் தலைமையில் காஷ்மீருக்கு வந்தவர்களும் இவர்கள்தாம்.

இந்த 1-வது சீக்கிய பட்டாலியனுக்கு ஊரியைச் சுற்றி நான்கு பக்கங்களிலும் உள்ள உயர்ந்த மலை உச்சிகளில் காவல் நிலையங்கள் அமைத்துக் கண்காணித்துப் பாதுகாக்கும் வேலை கொடுக்கப்பட்டது. 4-வது குமாவுன் பட்டாலியன் அவ்வளவாக போர் அனுபவம் பெறாததாக இருந்ததால் ஊரி நகரின் உள்ளேயே பாதுகாப்பு நிலைகளில் நிறுத்தப்பட்டனர்.

போர் நிலைகளில் நிலைநிறுத்தப்பட்ட துருப்புகள் போக 1-வது சீக்கிய பட்டாலியனின் 2 பிளட்டூன்களும் 4-வது குமாவுன் ஒரு கம்பெனியும் ரிசர்வ் படைகளாக எந்த இக்கட்டுக்கு வேண்டு மானாலும் அவசரமாகச் செல்லத்தக்க வகையில் வைக்கப்பட்டன.

மேற்கேயிருந்து ஊரியைத் தாக்கும் பட்சத்தில் எதிரிகளைத் தடுத்து நிறுத்த மிக முக்கியமான இரண்டு மலை உச்சிகள் தெரிந்தெடுக்கப் பட்டன. ஒன்றுக்கு 'நல்வார்' பிக்கட் என்றும் இன்னொன்றுக்கு 'சுபாஷ்' பிக்கட் என்றும் சங்கேத பாஷையில் பெயர்கள் கொடுக்கப் பட்டன. டெலிபோனிலும் வயர்லெஸ்ஸிலும் பேசும்போது மிகுந்த கட்டுப்பாடுடனும் ராணுவ வரைமுறைகளை இம்மியும் தவறாது கடைபிடிக்கவேண்டும் என்றும் உத்தரவிடப்பட்டது. புதியவர் களிடமோ வெளியாட்களிடமோ எக்காரணம் கொண்டும் எந்த விபரங்கள் பற்றியும் பேசக்கூடாது என்றும் கடுமையாக உத்தரவிடப் பட்டது.

நமது சக்திகளையும் நிலைகளையும் எதிரி அறிந்துகொள்ள முயற்சிக்கும்போது நமது பேச்சு நம்மை காட்டிக் கொடுத்து விடக் கூடாது. நல்வார் பிக்கட் முதலில் இருந்ததால் உடனடியாக முதலில் அதுதான் தாக்குதலுக்கு உள்ளாகும் என்று எதிர்பார்க்கப்பட்டது. இந்த நல்வார் பிக்கட்டை ஒரே ஒரு சீக்கிய பிளட்டூன் (33 பேர்கள்) மட்டுமே காத்து நின்றது. இந்த நல்வார் நிலை தாக்கப்படுமானால் உடனடி உதவிக்கு செல்ல ரிசர்வில் இருந்த 2 சீக்கிய பிளட்டூன்களும் 1 குமாவுன் கம்பெனியும் தயார் நிலையில் வைக்கப்பட்டன.

ஆனால், இந்த ரிசர்வ் பிளட்டூன்கள் நல்வார் நிலையை அடைய வேண்டுமானால் ஜீலம் நதியின் குறுக்கே ஒரு பாரம் ஏற்றிய கழுதை மட்டுமே போகக்கூடிய அகலமுள்ள எஃகுக் கயிறாலான பாலம் வழியாகத்தான் சென்றாகவேண்டும். இந்த பாலத்தில் எஃகுக் கயிறு நல்ல பலமுடன் இருந்தாலும் கீழே நடைபாதையில் போடப் பட்டிருந்த பலகைகள் சேதமடைந்து போய் மோசமான நிலையிலிருந்தன. அவை எந்த நேரம் வேண்டுமானாலும் உடைந்து கால்களை உள்ளே இழுத்துக்கொண்டுவிடும் ஆபத்தானவை.

இந்தப் பாலத்தைக் கடந்த பிறகு மலை உச்சியில் இருக்கும் நல்வார் நிலையை அடைய செங்குத்தான மலையில் 1 மணிநேரம் இடை விடாமல் ஏறவேண்டும். நவம்பர் 20ம் தேதி 7-வது மைல் கல்லில் தாக்குதல் நடத்தப்படுகிறது என்ற செய்தி கிடைத்ததும் நல்வார், சுபாஷ் நிலைகள் உஷார்ப்படுத்தப்பட்டன. 20ம் தேதியும் 21ம் தேதியும் ஊரியில் எந்த தாக்குதலும் நடக்கவில்லை. ஆனால் 22ம் தேதி மாலை பாகிஸ்தானிய பெரும் படை ஒன்று நல்வார் நிலையை நோக்கி பெரும் ஆரவாரத்துடனும் தாறுமாறாகச் சுட்ட படி முன்னேறி வர ஆரம்பித்தது.

13. ஆரவாரத்துடன் வந்து அடிபட்டு ஓடினர்

எதிரிநிலைகளைத் தாக்க முயலும் படைகள் சாதாணமாக ஆரவார மின்றியும் சந்தடி இல்லாமலும்தான் வந்து தாக்குவார்கள். எதிரியை ஆச்சரியத்தில் ஆழ்த்தி, திடீரெனத் தாக்கி முறியடிப்பதே சாதாரண மாக கடைபிடிக்கப்படும் போர்முறை. ஆனால், பாகிஸ்தானிகள் வழக்கத்துக்கு மாறான போர் முறையைக் கையாண்டனர்.

நாங்கள் இத்தனை பேர் இருக்கிறோம் என்று காட்டுவதற்காகவோ அல்லது இன்னன்ன ஆயுதங்கள் இருக்கிறது என்று தெரியப் படுத்துவதற்காகவோ என்னவோ பெரும் ஆரவாரத்துடன் நாலா பக்கங்களில் சுட்டுக்கொண்டும் பெரும் எண்ணிக்கையில் நல்வார் பிக்கட்டைச் சுற்றி வளைக்க ஆரம்பித்தனர்.

மிகக் குறைந்த எண்ணிக்கையில் உள்ள இந்திய வீரர்கள் மனத்தில் பயத்தை உருவாக்கித் தெம்பை இழக்கச் செய்யும் முயற்சிதான் பாகிஸ்தானிகள் உருவாக்கிய ஆரவாரம். சாதாரணமாக தளபதி இல்லாத படைகளையும் எண்ணிக்கையில் குறைந்த, மனபலம் இல்லாத எதிரிகளையும் இப்படித் தங்களது பலத்தை வெளிக்காட்டி பயமுறுத்தினால் மனத்தில் திகில் உண்டாகிப் போரிடும் சக்தி அழிந்து போய்விடும். இது சரித்திரத்தில் பல சந்தர்ப்பங்களில் நடந்த நிகழ்ச்சி தான். ஆனால், எண்ணிக்கையில் குறைவாக இருந்தாலும் ஆடுகளின் ஆரவாரத்தைக் கேட்டு சிங்கக் கூட்டம் அஞ்சுமா என்ன? இந்திய வீரர்கள் பாகிஸ்தானி முஸ்லிம்களின் மிரட்டலுக்கு அஞ்சுவார்களா?

பாகிஸ்தானிகளின் முன்னேற்றம் பைனாகுலரில் கண்டுபிடிக்கப் பட்டவுடன் ரிசர்வில் இருந்த இரண்டு சீக்கிய பிளட்டூன்களும், ஒரு குமாவுன் கம்பெனியும் நல்வார் நிலையை நோக்கி உடனடியாக முன்னேற உத்தரவிடப்பட்டது. எதிரிப் படை நல்வாரைச் சுற்றி வளைக்குமானால் அதை மலை மேலிருந்து தாக்கி அழிக்க ரிசர்வு பிளட்டூன்கள் முடிவெடுத்தன. வேகமாக மலை உச்சியை அடையும் நோக்கத்தோடு ஜீலம் நதியில் உள்ள எஃகுக் கயிறு பாலத்தை கடந்து அதிவேகமாக மலையில் ஏறத் தொடங்கின. நேரம் இருட்டிவிட்டது. முகத்துக்கு முகம் தெரியாத அளவுக்கு கருமை எங்கும் படர்ந்து விட்டது.

எப்படியும் நல்வார் நிலை பிடிக்கப்பட்டுவிடும் என்று உறுதியாக நம்பியதால் பின்புறமாக இந்திய வீரர்கள் தப்பி ஓட முயன்றால் தடுத்து நிறுத்திக் கொல்வதற்காக ஒரு கம்பெனி பாகிஸ்தானி வீரர்கள் நல்வாரின் பின்புறமாக எஃகுக் கயிறு பாலம் வந்துசேரும் இடத்துக்கு மேலே மலையில் வந்து சேர்ந்தனர். நமது ரிசர்வ் பிளட்டூன் மேலே ஏறிக்கொண்டிருந்தபோது குறுக்கே வந்த பாகிஸ்தானிகளைப் பார்த்துவிட்டனர்.

உடனடியாகப் பதுங்கி பாகிஸ்தானிகளை நமது வீரர்கள் தாக்கத் தொடங்கியதும் எதிரிகள் திகைத்துப்போயினர். இதை அவர்கள் சற்றும் எதிர்பார்க்காததால் அதிக நேரம் தாக்குப்பிடிக்க முடியாமல் தலை பிழைத்தது தம்பிரான் புண்ணியம் என்று திரும்பி ஓடினர். எதிரிகளைச் சமாளித்துத் துரத்திய வேகத்தில் மேலே ஏறிய சீக்கிய பட்டாலியனின் இரண்டு ரிசர்வ் பிளட்டூன்களும், குமாவுன் கம்பெனியும் வெகு சீக்கிரத்தில் உச்சியை அடைந்துவிட்டன.

புற்றீசல் போல் புறப்பட்டு நாலாபக்கங்களிலிருந்தும் மேலே ஏறி பயங்கரமாகத் தாக்கத் தொடங்கிய பாகிஸ்தானிகளுக்கு பக்கபலமாக மார்ட்டர் பீரங்கிகளும், மீடியம் மெஷின்களும், லேசுரக மெஷின் களும் அசுர வேகத்தில் குண்டுகளை பொழிந்தன. மலை அசைந்தாலும் நிலைகலங்காத இந்திய மாவீரர்கள் நின்ற இடத்தில் அசையாமல் நின்று எண்ணிக்கையில் பலமடங்கு அதிகமாக இருந்த எதிரிகளைக் கடுமையாக எதிர்த்து தாக்கினர்.

இந்திய வீரர்களின் துப்பாக்கிகளிலிருந்தும் எல்.எம்.ஜி.களிலிருந்தும் புறப்பட்ட ரவைகள் மலையின் உச்சியிலிருந்து இடிபோல் கீழே இறங்கி எதிரிகளின் உயிர்களைக் குடித்து தாகத்தை தணித்துக் கொண்டன. மலையின் மேலே எந்த திசையிலிருந்து ஏற முயன்றாலும் இந்திய வீரர்களின் துப்பாக்கி ரவைகள் அவர்களை எமனுலகுக்கு அனுப்பிய தால் எந்தவிதத்திலும் நல்வார் பிக்கட்டை பிடிக்கமுடியாமல் பாகிஸ்தானிகள் நடுஇரவுக்கு முன்னதாகவே பின்வாங்கிச் சென்றனர். அவர்கள் விட்டுச்சென்ற மூன்று மத்திய ரக எந்திரத் துப்பாக்கி, 5 எல்.எம்.ஜி.கள், மூன்று அங்குல மார்ட்டர் பீரங்கியின் அடித்தகடு மற்றும் ஏராளமான துப்பாக்கிகள் ஆகியவற்றை நமது வீரர்கள் கைப்பற்றினர். இந்தப் போரில் நமது தரப்பில் யாரும் இறக்கவோ காயம்படவோகூட இல்லை.

எதிரிகளில் இறந்தவர்களும் காயம்பட்டவர்களும் மொத்தம் நூறுபேர். எப்படியும் நல்வார் நிலையை மீண்டும் பிடித்துவிடவே பாகிஸ்தானிகள் முயல்வார்கள் என்பதை எதிர்பார்த்து நல்வார் பிக்கட்டின் பாதுகாப்பு ஒரு முழு ரைஃபில் கம்பெனியிடம் ஒப்படைக்கப்பட்டது.

அடுத்த தாக்குதல் எங்கே எப்போது வரும் என்று கணக்கிட முடியாததால் எல்லா பிக்கட்டுகளுமே போர்நிலையில் மிகவும் தயாராக இருந்தன. நவம்பர் 23ம் தேதி பூஞ்சிலிருந்து திரும்பிவிட்ட 161-வது பிரிகேடும் பிரிகேடியர் ஸென்னும் 7-வது மைல் கல்லில் உடைந்த பாலத்தினருகே ஆற்றைக் கடக்க முடியாமல் முடக்கப்பட்டு விட்டனர்.

இந்நிலையில் பிரிகேடியர் ஸென்னும் 21-வது டோக்ரா பட்டாலியனும், ஆர்மர்டு கார்களும் ஊரியை வந்தடைவதற்கு முன்னால் எப்படியாவது ஊரியின் பலம் வாய்ந்த பிக்கட்டுகளில் ஒன்றையாவது பிடித்துவிட வேண்டும் என்று பாகிஸ்தானிகள் முயன்றனர். அதற்காக நவம்பர் 24ம் தேதி முன்னைவிடப் பெரும் எண்ணிக்கையில் சுபாஷ் பிக்கட்டைத் தாக்கத் தொடங்கினர். சுபாஷ் நிலை மீது வந்த தாக்குதலை உளவு மூலம் சூசகமாக முன்னாலேயே அறிந்துகொண்ட நமது வீரர்கள் ஒரு தந்திரம் செய்தனர்.

14. பாட்டி கொடுத்த அற்புத செய்தி

நல்வார் நிலைக்கு ஆபத்து வந்தநேரத்தில் உடனடியாக ரிசர்வ் துருப்புகளை அனுப்பியதுபோல சுபாஷுக்கு அனுப்ப முடியாது. சுபாஷ் சிறிது அதிக தூரத்தில் இருந்தது. செல்ல வேண்டிய பாதை மிகவும் கஷ்டமானதாக இருந்தது. எனவே ஊரியிலிருந்து ரிசர்வ் படைகள் புறப்பட்டால் சுபாஷ் நிலையை அடைய குறைந்தது ஆறு மணி நேரமாவது ஆகிவிடும். இந்தத் தாமதத்தைத் தவிர்க்க ரிசர்வில் உள்ள ஒரு கம்பெனியை எதிரியின் கவனத்தைக் கவராத வகையில் சுபாஷ் பிக்கட்டில் அடிவாரத்துக்கு நகர்த்தி அங்கேயே நிலை கொள்ளச்செய்தனர். சுபாஷ் தாக்கப்படுமானால் மலையின் அடிவாரத்திலுள்ள ரிசர்வ் கம்பெனி குறுகிய நேரத்துக்குள் மலையில் ஏறி சுபாஷ் நிலையை அடைந்துவிடமுடியும்.

23ம் தேதி பகலில் தினசரி பொருட்கள் கொண்டு போகும் நபர்கள் போல் வேடமிட்டு ரிசர்வ் கம்பெனியின் ஒரு கம்பெனி பிளட்டூன் மாற்று செக்ஷன் (ஒரு செக்ஷன் - 11 வீரர்கள்) கமாண்டர்கள் சுபாஷ் நிலைக்குச் சென்றனர். போர் ஏற்படும் பட்சத்தில் மேலே ஏறிவரும் ரிசர்வ் வீரர்கள் அவசரமாக நிலை கொள்ளவேண்டிய பதுங்கு குழிகளை முன்கூட்டியே முடிவு செய்துவிட்டு வந்தனர்.

ஊரியில் சுபாஷ் பிக்கட்டைச் சுற்றிலும் உள்ள இடங்களில் எதிரிகள் வரும்போது குறி தவறாமல் சுடுவதற்காக பகலிலேயே இலக்குகளைத் துல்லியமாகக் கணக்கிட்டுக்கொண்டனர். கைவசம் இருந்த மௌண்டன் பாட்டரியின் சிறிய ரக பீரங்கிகளை அந்த இடங்களில் தயார் நிலையில் வைத்தனர். இதனால் எதிரிகள் வந்த பிறகு குறி பார்த்து பீரங்கிகளை 'ரிஜஸ்டர்' செய்யவேண்டிய நேரம் மிச்சமாகும். இன்னொரு மிக முக்கியமான பாதுகாப்பையும் இந்திய வீரர்கள் செய்து முடித்தனர். அதுதான் 'பூபி டிராப்'. எதிரிகள் முன்னேறும் வாய்ப்புள்ள பாதைகளில் இரண்டு மரங்களுக்கிடையில் கயிறுகள் கட்டப்பட்டன. கயிற்றின் நுனி தயார்நிலையில் ஸெட் செய்யப்பட்ட ஒரு குண்டின் விசையோடு சேர்த்துக் கட்டப்பட்டது.

இந்த இரண்டு மரங்களுக்கும் இடையில் யார் வந்தாலும் குறுக்கே இருக்கும் கயிறு தடுக்கும். கயிறு இழுக்கப்படும்போது குண்டின்

விசை இழுக்கப்பட்டு அது வெடிக்கும். இது போன்ற பூபி டிராப்கள் பல சுபாஷ் பிக்கட்டைச் சுற்றி வைக்கப்பட்டன. நவம்பர் 24 மாலையோடு சுபாஷ் நிலையத்தைத் தாக்க வரும் எதிரிகளை எதிர்நோக்கி எல்லாவிதத்திலும் தயாராக காத்திருந்தனர் இந்திய வீரர்கள். சுபாஷ் நிலையைப் பாதுகாப்பதற்கு இத்தனை முன்னேற்பாடுகளைச் செய்யும் வாய்ப்பு எப்படிக் கிடைத்தது தெரியுமா? இரண்டு நாட்களுக்கு முன்னால் எங்கிருந்தோ ஒரு கிழவி ஊரி நோக்கி சாலையில் வந்து கொண்டு இருந்தாள். அவரிடம் நைஸாகப் பேச்சுக் கொடுத்தபோது பாகிஸ்தானியர்கள் சுபாஷ் நிலையைத் தாக்கப் போகிற விஷயம் தெரியவந்தது. இரவு சரியாக 9.30 மணிக்கு சுபாஷ் நிலையைக் காத்து நின்ற இந்தியத் துருப்புகளை உஷார் நிலையில் எதிரியைக் குறிபார்த்து நிற்கும்படி உத்தரவிட்டார்.

சரியாக இரவு 10 மணி 5 நிமிடங்களில் எதிர்பார்த்த தாக்குதல் நடந்தது.

15. ஒன்றல்ல, இரண்டல்ல... 16 தடவைகள்

நல்வார் நிலையில் படுமோசமாக தோல்வியடைந்த பாகிஸ்தானி முஸ்லிம்கள் வாய்ப்பான நேரத்தில் இரண்டு நாட்களை இழந்துவிட்ட கோபத்தில் இருந்தனர். மேலும் 7-வது மைல் கல்லில் எரிக்கப்பட்ட பாலத்தைக் கட்டி முடிக்க பெரு முயற்சி எடுத்துக்கொண்டிருக்கும் 161-வது பிரிகேடின் இந்திய வீரர்கள் ஊரிக்கு திரும்பி வந்துவிடக் கூடாதே என்ற ஆதங்கத்திலும் இருந்தனர். எனவே, மிகுந்த அவசரம் காட்டி என்ன விலை கொடுத்தாவது சுபாஷ் பிக்கட்டைப் பிடித்தே ஆகவேண்டும் என்னும் திட்டத்துடன் அன்றிரவே முன்னேறினர்.

நல்வார் நிலையில் தாக்குதல் தொடுத்ததை விடவும் மூன்றுமடங்கு அதிக எண்ணிக்கையில் எந்திரத் துப்பாக்கிகளுடனும், மார்ட்டர் பீரங்கிகளுடனும் முன்னேறினர். இந்தியத் துருப்புகளைப் பயப் படுத்துவதற்காக பெரும் ஆரவாரத்துடன் நல்வார் நிலையைத் தாக்கிய பாகிஸ்தானிகள் சுபாஷ் நிலையைச் சந்தடியின்றி நெருங்கினர். ஆனால், மரங்களுக்கிடையில் கட்டப்பட்டிருந்த கயிறுகளும், அந்த கயிறுகளோடு இணைக்கப்பட்டிருந்த பூபி டிராப் வெடிக்குண்டுகளும் பாகிஸ்தானி களின் வரவைக் காட்டிக்கொடுத்தன. படீர் படீரென்ற ஓசையுடன் வெடித்துச் சிதறிய பூபி டிராப்களிலிருந்து தப்புவதற்குத் தரையோடு தரையாக படுத்து ஊர்ந்தே முன்னேற முயன்றனர். அந்த பாகிஸ்தானிய வெறிக்கும்பல் மீது அன்று பகலிலேயே சரியான நிலையில் குறிபார்த்து துப்பாக்கியைத் தயார் நிலையில் பிடித்துக் கொண்டு நின்ற இந்திய வீரர்கள் ஒரேநேரத்தில் சுடத் தொடங்கினர்.

வசமாக மாட்டிக்கொண்ட பாகிஸ்தானிகள் பெரும் எண்ணிக்கையில் இருந்தபோதும்கூட எந்தவிதத் தாக்குதலையும் தொடங்க முயற்சிக்கும் முன்பேயே நிலைகுலைந்து போனதால் வேறு எந்த வழியுமின்றி வந்த வேகத்தில் பின்வாங்கி ஓடினர். இந்தப் போரில் காஷ்மீரத்துப் பெண்களை காட்டுமிராண்டித்தனமாக மானபங்கப்படுத்தி கிராமவாசி களின் வீட்டைக் கொள்ளையடித்த பாகிஸ்தானி முஸ்லிம்களில் இருநூறு பேர் இந்திய ராணுவத்தின் கிடுக்கித் தாக்குதலுக்கு இரையாகினர். மீதிப்பேர் போட்டது போட்டபடியே உயிர் பிழைத்தால்போதும் என்று திரும்பி ஓடினர். பாகிஸ்தானிகளின் இந்த இரண்டு மிகப்பெரிய

தாக்குதல்களில் இருந்தது வெற்றி பெற்றதற்கு நமது வீரமே காரணம் என்றாலும் வேறு பல காரணங்களும் நிச்சயமாக உள்ளன.

நமது உளவுத்துறையும் செய்தித்துறையும் விடாமல் கடினமாக உழைத்ததன் பலனாகக் கிடைத்த தகவல்கள் நம்மைத் தயார் நிலையில் வைத்துக் கொள்வதற்கு உதவின. இரண்டாவதாக இந்திய ராணுவத்தில் இருந்த கட்டுப்பாடு. அத்தனை வீரர்களும் இடப்பட்ட உத்தரவுகளை முழுக்கக் கடைபிடித்தனர்; தான் மட்டும் எப்படியா வது தப்பித்துக் கொள்ளவேண்டும் என்னும் கேவல உணர்வு யாரிடமும் இல்லை. அதுவே நம் வெற்றிக்கு முக்கிய காரணம்.

ஊரியில் நல்வார் மற்றும் சுபாஷ் போர்களில் இந்திய வீரர்கள் இரவு பகல் பாராது ஒற்றுமையுடன் உழைத்ததால் எதிரிகளின் எண்ணிக்கை பெருமளவில் இருந்தபோதும் வெற்றிபெற முடிந்தது. நவம்பர் 25ம் தேதி பூஞ்ச் சென்றிருந்த 161-வது பிரிகேடின் டோக்ரா பட்டாலியனும் ஊரிக்கு வந்து சேர்ந்து விட்டதால் எல்லா பிக்கட்டுகளும் மீண்டும் ஒருமுறை பலப்படுத்தப்பட்டன. இந்த தருணத்தில் போரில் ஏற்பட்டு விட்ட ஒரு பெரும் மாறுதல் பிரிகேடியர் ஸென்னுக்கு பெரும் வருத்தத்தை கொடுத்தது.

இதுவரை பாகிஸ்தானிகள் ஓடிக்கொண்டிருந்தனர். நாம் அவர்களைத் தாக்கினோம். இப்போது நாம் பதுங்கியிருக்கிறோம். அவர்கள் தாக்கு கிறார்கள். நிலைமை தலைகீழாக மாறிப்போய்விட்டது. சரியான அளவு துருப்புகள் இந்திய ராணுவத் தலைமையினால் காஷ்மீருக்குள் அனுப்பப்படாததால் 161-வது பிரிகேடின் வாள்முனை கூர்மை மழுங்கியது போன்ற ஒரு நிலைமை உண்டானது. முன்னேறிச் சென்று பாகிஸ்தானிகளை அவர்களது நிலைகளிலேயே தாக்கி அழிக்க முடியாவிட்டாலும் கூட நமது நிலைகளை எப்படியாவது காப்பாற்றியே ஆகவேண்டும் என்னும் மிகப் பெரும் முயற்சியில் ஈடுபட்டார் ஸென்.

குளிர்காலம் வரத் தொடங்கியது. பனிமழை பெய்யத் தொடங்கியது. இதுவரை பனியையே பார்த்தறியாத வீரர்கள் பலர் 161-பிரிகேடில் இருந்தனர். முதலில் சில நாட்கள் சுமார் அரை அடி ஒரு அடி உயரத்துக்குத் தரையை மூடும் அளவுக்குப் பெய்த பனிமழை வரவர 5 அடி, 10 அடி உயரத்துக்குப் பெய்ய ஆரம்பித்தது. சாலைகளில் வண்டிகளின் நடமாட்டம் முற்றிலும் நின்று போனது. அது மட்டு மல்லாமல் நின்று கொண்டிருந்த வண்டிகளையும் பனிமூடத் தொடங்கியது.

பிக்கட்டுகளில் உள்ள பங்கர்களின் மேலே போடப்பட்டிருந்த தகடுகள் அவற்றின் மேல் விழுந்த உறைபனியின் பாரம் தாங்காமல்

வளைந்து தாழ்ந்துவிட்டன. வெளியில் நடந்து போகும்போது இடுப்பளவும், சில இடங்களில் கழுத்தளவும் வீரர்கள் பனிக்குள் மூழ்கத் தொடங்கினர். மலை உச்சியிலிருக்கும் ஒவ்வொரு பிக்கட்டு களுக்கும் தினசரி உணவு கொண்டு செல்வதும் வருவதும் பெரும் கஷ்டமாக மாறியது. ஆனால், எந்த இயற்கையின் சக்தியாலும் இந்திய ராணுவ வீரர்களின் தினசரி வேலையைப் பாதிக்க முடிய வில்லை. தினசரி செல்லும் நீண்ட தூரம் பட்ரோல் (ரோந்து) பார்ட்டிகள் தடையின்றிப் போய்வந்தன. பிக்கட்டுகளில் வீரர்கள் மாற்றப்படுவதும் உணவுகள் கொடுக்கப்படுவதும் வழக்கமாக நடந்தன.

இரண்டு தாக்குதல்களிலும் படுதோல்வி அடைந்த பாகிஸ்தானிகளால் சும்மா இருக்கவே முடியவில்லை. குளிர்காலப் பனியில் இந்தியப் படைகள் போரிட முடியாது; சாலைகள் முழுவதும் பனியால் மூடப் பட்டு விடுமாதலால் துருப்புகள் வேகமாக நகர முடியாது. ஸ்ரீநகரி லிருந்து 62 மைல் தூரத்திலுள்ள ஊரிக்கு உடனடி உதவிகள் எந்தத் திசையி லிருந்தும் கிடைக்க வாய்ப்பே இல்லை. ஆகையால் எப்படியாவது இந்த குளிர்காலத்துக்குள் ஊரியைத் திருப்பிப் பிடித்தேயாகவேண்டும் என்று உத்தரவிட்டது பாகிஸ்தானிய அரசு.

ஆரம்பத்தில் முழுக்க முழுக்க பதானிய முஸ்லிம்கள் மட்டுமே இருந்த அவர்களது படையில் இப்போது கணிசமான அளவு பாகிஸ்தானிய ராணுவ வீரர்கள் சேர்க்கப்பட்டனர். சிலர் ராணுவ உடைகளிலேயே இருந்தாலும் வேறு பலர் சிவிலியன் உடையில் மாறுவேடத்தில் இருந்தனர். வெறும் காட்டுமிராண்டி புரட்சிக்கும்பல் என்று பாகிஸ்தான் அரசால் வர்ணிக்கப்பட்ட பாகிஸ்தானின் முஸ்லிம் படையினரிடம் இருந்து கைப்பற்றப்பட்ட மத்திய ரக எந்திரத் துப்பாக்கிகளும் மூன்று அங்குல மார்ட்டர் பீரங்கிகளும் உயர்தர ரேடியோ, டிரான்சிஸ்டர் செட்டுகளும் அவர்கள் பாகிஸ்தானின் ராணுவத்தைச் சேர்ந்தவர்கள் தான் என்பதை வெளிச்சம் போட்டுக்காட்டின.

சந்தர்ப்பத்தையும், குளிர்காலத்தையும் பயன்படுத்தத் துடித்த பாகிஸ்தானிய முஸ்லிம்கள் நவம்பர் 22ம் தேதியிலிருந்து டிசம்பர் 9ம் தேதிக்குள்ளாக உள்ள 18 நாட்களில் மொத்தம் 16 தடவை ஊரியைச் சுற்றியுள்ள பல்வேறு பிக்கட்டுகளைத் தாக்கினர். எல்லாத் தாக்குதல் களுமே நடுஇரவில் கடுங்குளிரில்தான் நடத்தப்பட்டன. சில இரவுகளில் ஒரே பிக்கட் மூன்று முறைகள்கூடத் திருப்பித் திருப்பித் தாக்கப்பட்டன. ஆனால் அத்தனை தடவைகளும் எதிரிகள் முறியடிக் கப்பட்டனர். ஒவ்வொரு தடவை தாக்குதல் முடிந்ததும் ஒவ்வொரு பிக்கட்டுகளும் திரும்பத் திரும்ப அலசப்பட்டன. பாதுகாப்பு ஏற்பாடுகள் திருத்தி அமைக்கப்பட்டன.

திரும்பத் திரும்ப தாக்கிய முஸ்லிம்களுக்கு வெளியில் தாராளமாக நடமாடும் வாய்ப்புக் கொடுப்பது அவர்களது சக்தியை அதிகப்படுத்தி விடும் என்பதால் நமது வீரர்கள் மிகவும் கஷ்டமான ஒரு உத்தியை கையாண்டனர். நம் நிலைகளை எதிரிகள் தாக்குவது போல் அவர்களது நிலைகளையும் நாம் தாக்க முடியுமானால் இத்தனை தடவைகள் அவர்களால் திருப்பித் திருப்பி தாக்கியிருக்க முடியாது. ஆனால் நமது துருப்புகளின் அப்போதைய நிலையில் எதிரி நிலைகளைச் சென்று தாக்கும் வாய்ப்பு இருக்கவில்லை. அதற்கு மாறாக நீண்டதூரம் ரோந்து நடவடிக்கைகளை நமது வீரர்கள் மேற்கொண்டனர். எதிரிகளின் படைகள் இருக்கும் இடம்வரை சென்று ஒளிந்திருந்து அவர்களது நடமாட்டங்களைக் கவனித்தனர். தேவைப்பட்டால் ஒளிந்திருந்து தாக்கிவிட்டு அவர்கள் எதிர்த் தாக்குதல் தொடுக்குமுன் பின்வாங்கினர்.

எனினும் இந்த ரோந்துகளை நமது வீரர்கள் பகலில் மட்டுமே செய்ய முடிந்தது. பரந்துகிடந்த மலை உச்சிகளும், பள்ளத்தாக்குகளும், அடர்ந்து வளர்ந்திருந்த காடுகளும் அபரிமிதமாக பெய்த பனி மழையும் எதிரியின் நடவடிக்கைகளை கட்டுப்படுத்தும் நமது முயற்சியில் இடையூறாக நின்றன. எண்ணற்ற முறைகள் முயன்ற பிறகும் இந்திய வீரர்கள் பாதுகாத்து நின்ற எந்த ஒரு நிலையையும் பிடிக்க முடியாத பாகிஸ்தானிகள் வேறொரு புதுவிதமான உத்தியைக் கடைபிடிக்கத் தொடங்கினர்.

16. பகதூர் பிக்கட்டில் பாகிஸ்தானிகள்

குளிர்கால பனிமழை தொடங்குமுன்னால் பூஞ்ச் நகரைச் சென்றடைய வேண்டும் என்று திட்டமிட்டு ஜம்முவிலிருந்து முன்னேறிய 50-வது பாராபிரிகேட் எதிரிகளின் பலமான எதிர்ப்பினால் நினைத்ததைச் சாதிக்க முடியவில்லை.

பூஞ்சுக்கும் ஜம்முவுக்கும் இடையில் உள்ள கோட்லியை அடைய முயன்று தோல்வி கண்ட பாரா பிரிகேட் மேற்கொண்டு குளிர்கால நடவடிக்கைகளை நிறுத்திவிட்டு கைவசமிருந்த நிலைகளை பத்திரப் படுத்துவதில் ஈடுபட்டது. 161-வது பிரிகேடும் வந்த வேகத்திலயே பூஞ்சில் 1-வது குமாவுன் பட்டாலியனை மட்டும் விட்டுவிட்டு திரும்பி சென்றுவிட்டது. இந்த ஒன்றாவது குமாவுனின் ரியர் பார்ட்டி (கடை பகுதி) இன்னும் ஊரியிலேயே இருந்தது. அதோடு ஏழாவது மைல் கல்லில் தாக்குதலுக்குள்ளான இரண்டு பிளட்டூன் வீரர்களும் (கொல்லப்பட்டவர்கள் போக மீதி நபர்கள்) இருந்தனர். இந்த இரு பகுதியினரையும் உடனேயே பூஞ்சிக்கு அனுப்ப அனுமதிகேட்டுச் செய்தி அனுப்பினார், பூஞ்சில் நிலை கொண்டிருந்த 1-வது குமாவுனின் கமாண்டர் லெப்.கர்னல் ப்ரீதம்சிங்.

இந்த வீரர்களை பூஞ்சிக்கு அனுப்புவது பெரும் கஷ்டமாகப் போயிற்று. ஊரியிலிருந்து பூஞ்சி போகும் பாதையில் ஏழாவது மைல் கல்லிலும் கஹுதாவிலும் பாலம் உடைக்கப்பட்டிருந்ததால் வாகனப் போக்குவரத்து இயலாத காரியம். அப்படியே வாகனம் போவதாக இருந்தாலும் ஒரு பட்டாலியனுக்குக் குறைந்த சிறுபடை அந்தச் சாலையில் போவது கண்டிப்பாக எதிரியின் தாக்குதலுக்குள்ளாகி விடும். வேறு வழியின்றி இந்த குமாவுன் பட்டாலியனின் ரியர் பார்ட்டி வீரர்கள் ஊரியிலிருந்து டிவிஷன் தலைமையகமான ஜம்முவுக்கு அனுப்பப்பட்டனர்.

ஜம்முவிலிருந்தும்கூட பூஞ்சுக்குப் போகும் பாதை முழுக்க எதிரியின் பிடியில் இருந்ததால் கடைசியாக விமானம் மூலமாக அவர்கள் கொண்டு வரப்பட்டு பூஞ்ச் நகரில் பாராசூட்டில் இறக்கிவிடப் பட்டனர். ஆகாய வழி தவிர வேறு எந்தவகையிலும் இந்திய ராணுவத்

தோடு தொடர்பு கொள்ள முடியாத நிலையில் தனித்து விடப்பட்ட பூஞ்ச் நகரம் சுமார் ஒரு வருடகாலம் அதேநிலையில் நீடிக்க வேண்டயதாயிற்று.

மறுபடியும் 50-வது பாரா பிரிகேட் எதிரிகளின் முதுகெலும்பை முறித்துவிட்டு பூஞ்ச் நகரை அடைய எத்தனை காலம் செல்லும் என்னும் கணக்கைப் பார்த்துக்கொண்டு சும்மா உட்கார்ந்திருக்காமல் லெப் கர்னல் ப்ரீதம்சிங் உடனடி நடவடிக்கையில் இறங்கினார். பூஞ்ச்க்கு அருகே ஒரு சிறிய விமானதளம் இருந்தது. ஆனால், இந்தத் தளத்தில் விமானம் வந்து இறங்குவதற்கு எந்தவித வசதியும் இல்லை.

ஆயினும் பூஞ்சில் நிலைகொண்டிருக்கும் இந்திய வீரர்களுக்கு உணவும் அத்தியாவசியப் பொருள்களும் விமானத்திலிருந்து பாராசூட் மூலம் இந்த விமானத்தளத்தில்தான் இறக்கப்பட்டுவந்தன. விமானம் வேகமாகப் பறந்தபடியே பாராசூட்களில் கனமான சாமான் களைக் கீழே வீசி எறியும்போது எதிர்பார்த்த இடங்களில் அந்த சாமான்கள் விழுவதில்லை. காற்றின் வேகமும் திசையும் மாறும் போது இந்த சாமான்கள் பெரும் பள்ளங்களிலோ அல்லது எதிரியின் ஆக்கிரமிப்பில் உள்ள இடங்களிலோ விழுந்து விடுகின்றன. இடம்மாறி விழுந்துவிட்ட பொருட்களைச் சேகரிக்கச் செல்பவர் களை துப்பாக்கியால் சுட்டு தொந்தரவு கொடுத்து வந்தனர் விமான தளத்துக்கு நேர் எதிரில் ஒரு குன்றில் அரண் அமைத்திருந்த பாகிஸ்தானி முஸ்லிம்கள். இந்த பாகிஸ்தானி முஸ்லிம்களின் தொந்தரவை ஒரேயடியாகத் துடைத்தெறிந்துவிட முடிவு செய்தார் ப்ரீதம்சிங்.

ஒரு பெரும் தாக்குதலை பாகிஸ்தானிகள் நடத்தும்பட்சத்தில் தளவாடங்களும் உதவிப் படைகளும் அவர்களுக்கு பாகிஸ்தானி லிருந்து தங்கு தடையின்றிக் கிடைக்கும். ஆனால், இந்திய ராணுவத்துக்கு உதவியோ ஆயுதங்களோ புதிதாகப் பெறும் வாய்ப்பு அறவே கிடையாது. இந்த நிலையில் பாகிஸ்தானிகள் முதலில் தாக்குவதற்கு அனுமதிக்கக்கூடாது என்று முடிவு செய்தார் ப்ரீதம்சிங்.

நாம் தேர்ந்தெடுக்கும் நேரத்தில் நமக்கு சாதகமான இடத்தில் போர் நடக்க வேண்டுமானால் அதற்கு நாம் முதலில் தாக்கினால்தான் முடியும். ஒன்றாவது குமாவுன் பட்டாலியனும் ஏற்கெனவே பூஞ்சில் இருந்த மன்னர் படை வீரர்களும் சேர்ந்து எதிரிகளின் நிலைகளை மிகத் தீவிரமாக ஆராய்ந்தனர். இரவிலும் பகலிலும், மேட்டிலும் பள்ளத்தாக்குகளிலும் ரோந்துப் படைகள் இடை விடாது அனுப்பப்பட்டன. எதிரியின் ஒவ்வொரு அசைவும் கண்காணிக்கப்படக்கூடிய வகையில் நமது வீரர்கள் ஒவ்வொரு எதிரி பிக்கெட்டுகளையும் கண்காணித்தனர்.

பிரிகேடியர் ஸென், லெப் கர்னல் ப்ரீதம்சிங்குக்கு சொல்லிக்கொடுத்த பாடம் ஒன்று உண்டு. அது: 'உடனடியாக அடித்து விடாதே. ஆனால் அடிக்கும்போது அது செமை அடியாக இருக்க வேண்டும். எதிரி அடிபட்ட பிறகு எழுந்திருக்கக்கூடாது.'

இந்த அறிவுரையை மறக்காத ப்ரீதம்சிங் அடிக்கிற அடி எதிரியைக் கதிகலங்க வைக்கவேண்டும் என்ற அளவில் திட்டத்தைத் தீட்டினார். பாதம் பகதூருக்கு பட்டாலியனிலிருந்து அழைப்பு வந்தது. அவரது செக்‌ஷன் கமாண்டர் லேன்ஸ் நாயக் சங்கர். பாதம் பகதூரை பிளட்டூன் கம்பெனி கமாண்டர்களிடம் சொல்லிவிட்டு ஹெட்குவார்டர்ஸ் கம்பெனிக்கு அனுப்பினர். என்ன, ஏது என்று அறியாத பாதம் பகதூர் பட்டாலியன் தலைமை கம்பெனி கமாண்டரிடம் வந்து ரிப்போர்ட் செய்தார். அவரைப்போல இன்னும் பல செக்ஷன்களிலிருந்து தேர்ந்தெடுக்கப்பட்டிருந்த 33 வீரர்கள் அங்கே வந்து சேர்ந்திருந்தனர். இந்த 33 பேரும் சேர்ந்து ஒரு பிளட்டூனாக அமைக்கப்பட்டது. இந்த பிளட்டூனுக்கு, போரில், பட்டாலியன் கமாண்டரைப் பாதுகாக்கும் பொறுப்பு கொடுக்கப்பட்டது.

பாதம் பகதூர் யாரிடமும் அதிகமாக பேசமாட்டார். அதிகம் வெட்கப் படுவார். பெரிய விளையாட்டு வீரரோ மெச்சத்தக்க வகையில் போர்த் திறமைகள் உள்ளவரோ கூட அல்ல. அவரை கமாண்டரின் பாதுகாப்பு பிளட்டூனில் போட்டது அவருக்கே ஆச்சரியமாக இருந்தது.

அன்று இரவு! நேரம் நடுநிசி. மழைபோல் பெய்தபனி தரையில் அனைத்து பொருள்களின் மீதும் விழுந்து மூடிக்கொண்டிருந்தது. இந்திய ராணுவம் லெப்டினென்ட் கர்னல் ப்ரீதம்சிங் தலைமையில் மிகமிக ரகசியமாக முன்னேறியது. பூஞ்ச் நகரின் விமான நிலையத்துக்கு நேர் எதிரே இருந்த சிறிய குன்றில் அந்த பாகிஸ்தானிகள் அரண் அமைத்து மத்திய ரக எந்திரத் துப்பாக்கிகளுடன் காவல் காத்து நின்றனர். இந்த பாகிஸ்தானி பிக்கெட்டுக்கு நமது வீரர்கள் ஒரு சங்கேத வார்த்தையில் பெயர் கொடுத்திருந்தனர். அந்த பெயர் 'பகதுர்'.

பகதூரின் மூன்று பக்கங்களும் நல்ல சரிவான பகுதி. இந்த மூன்று பகுதிகளிலிருந்தும் மேலே ஏறிச்செல்வது மிகவும் எளிது. இந்த சரிவான பகுதிகளில் ஒன்று விமான நிலையத்துக்கு மறுபக்கத்தில் எதிரிகளின் எல்லைக்குள் இருந்ததால் அந்தப் பக்கத்தை நமது வீரர்கள் தாக்குவதற்குத் தெரிந்தெடுக்கவில்லை. சரிவாக இருந்த மற்ற இரண்டு பக்கங்களும் போரிடுவதற்கும் மேலே ஏறிச்சென்று பிக்கட்டை அடைவதற்கும் மிகவும் வாய்ப்பாகவும் இருந்தன.

ஆனால், இந்த இருபக்கங்களிலும் இந்திய வீரர்கள் முன்னேறி வரக்கூடும் என்று எதிர்பார்த்து குறி தவறாது சரமாரியாக சுடும்

வகையில் எந்திரத் துப்பாக்கிகளை எதிரிகள் நிறுவியிருந்தனர். அதோடு இந்த இருபக்கங்களிலிருந்தும் யாரும் மேலே ஏறிவிடாத படிக்கு ஏராளமான கண்ணி வெடிக்குண்டுகளைப் புதைத்து வைத்திருந்தனர்.

நாலாவது பக்கம் செங்குத்துப்பாறை. யாரும் ஏறிவர முடியாது. ஏற முயன்று சறுக்கி விழுந்தால் உடம்பை பெட்டியில்தான் அள்ள வேண்டும். இந்த பகதூர் பிக்கெட்டை நோக்கி நள்ளிரவில், கடுங்குளிரில் முன்னேறிய இந்திய ராணுவம் அந்நாலாவது பக்கமான செங்குத்துப் பாறையின் கீழ் அடிவாரத்தை வந்தடைந்தது. அடிவாரத்தை நெருங்கிய அதே வேகத்தில் பட்டாலியன் கமாண்டர் ப்ரீதம்சிங் சரசரவென எல்லோருக்கும் முன்னோடியாக அந்த செங்குத்துப் பாறையில் ஏறத் துவங்கினார். அவரைத் தொடர்ந்து மற்ற வீரர்களும் அவரது பாதுகாப்புப் பிளட்டூனும் ஓசையின்றி மேலே ஏறியது.

பாதம் பகதூர் கமாண்டரின் மீது ஒரு கண் வைத்தவாறே அவரைவிட்டு அதிகம் விலகிச் சென்றுவிடாமல் மலையில் ஏறினார். லெப்டினென்ட் கர்னல் ப்ரீதம்சிங் மலையில் ஏறிக்கொண்டே ஒயர்லெஸ்ஸில் கம்பெனி கமாண்டர்களுக்கு உத்தரவு பிறப்பித்தபடி இருந்தார். அந்த குன்றின் நாலாவது பக்கம் முழுவதும் பரந்த நிலையில் மேலே ஏறிய குமாவுன் வீரர்கள் பாதி உயரத்தில் சிறிய சரிவு ஒன்றை கண்டனர். கமாண்டர் ப்ரீதம்சிங் ஒரு சிறிது ஆசுவாசப்படுத்திக் கொள்வதற்காக அந்த சரிவில் காலை வைத்து தாவி ஏறினார்.

அப்போது அந்த பயங்கரம் நிகழ்ந்தது.

17. பாதம் பகதூரின் பாய்ச்சல்

கடுங்குளிரின் வீடுகளில் ஜன்னல்கள், கதவுகள் அனைத்தையும் அடைத்துக் கொண்டு படுக்கை அறையில் கணப்பில் போர்த்தியபடி சுகவாசிகள் எல்லாம் நிம்மதியாக தூங்கிக்கொண்டிருந்த அந்த நடு இரவு நேரத்தில் செங்குத்துப் பாறையில் தாவி ஏறிய லெப். கர்னல் ப்ரீதம்சிங்கை நோக்கி எதிரிகளின் எந்திரத் துப்பாக்கி குண்டுகள் சீறிப் பாய்ந்து வந்தன. சற்றும் எதிர்பாராத நேரத்தில் எதிர்பாராத திசையில் இருந்து தாக்கி பாகிஸ்தானிகளின் அந்த பகதூர் பிக்கட்டை பிடிக்க வேண்டும் என்று திட்டமிட்டிருந்த குமாவுன் பட்டாலியனின் திட்டம் எதிரிகளால் கண்டுபிடிக்கப்பட்டுவிட்டதோ? இதற்குள்ளாக குமாவுன் பட்டாலியனின் பெரும்பான்மையான வீரர்கள் இக்கட்டான செங்குத்துப் பகுதிகளை எல்லாம் கடந்து மலையின் உச்சியை நெருங்கிவிட்டிருந்தனர்.

திடீரென வந்துவிட்ட எதிரியின் எந்திரத் துப்பாக்கி குண்டு ஒன்று ப்ரீதம்சிங்கை தோள் பட்டையில் பலமாக உரசிச் சென்றது. சட்டென கீழே படுத்து தரையோடு தரையாக ஒட்டிக்கொண்ட கமாண்டரைக் குறிவைத்து எதிரியின் மத்திய ரக எந்திரத் துப்பாக்கி தொடர்ந்து குண்டுகளைக் கக்கியது. கமாண்டர் இனிமேல் அசைய முடியாது. ஒருவேளை இன்னும் சிறிது நேரத்தில் அவர் கொல்லப்பட்டு விடலாம். குமாவுன் பட்டாலியனின் கமாண்டர் இப்போதுதான் பிரிகேடியராக பதவி உயர்வு கொடுத்து பூஞ்ச் பகுதிக்கு தளபதியாக நியமிக்கப்பட்டிருந்தார். இவர் கொல்லப்பட்டு விட்டால் பகதூர் பிக்கெட்டைப் பிடிப்பதில் பெரும் சிரமம் ஏற்பட்டுவிடும். அதோடு பூஞ்ச் செக்டாரின் பாதுகாப்பு மறுபடியும் பலவீனமடைந்துவிடும்.

தரையோடு தரையாக படுத்த பிறகும் கமாண்டரின் கையிலிருந்த ஒயர்லெஸ் செட்டில் அவர் உத்தரவு கொடுப்பதை நிறுத்தவில்லை. பாகிஸ்தானிகள் அவரை நோக்கி சுடுவதையும் நிறுத்தவில்லை.

பாதம் பகதூர் பாறையின் மீது ஏறிக் கொண்டிருந்தவர் திரும்பி கீழே பார்த்தார். இருட்டில் அதிகம் தெரியவில்லையானாலும் அந்த மங்கலான இருளில் கீழே தெரிந்த பாதாளம் அவரது தலையைச்

சுற்றவைத்தது. கமாண்டரை நோக்கி எதிரி சுடத்தொடங்கியபோது பாதம் பகதூர் ஒரு சிறு பாறையின் மறைவில் இருந்தார். கமாண்டரின் பாதுகாப்புப் பணியில் அமர்த்தப்பட்டிருந்த பாதம் பகதூரின் மனம் வேகமாக அடித்துக்கொண்டது. நாங்கள் உயிரோடு இருக்கும் வரை கமாண்டரை யாரும் கொல்ல முடியாது. கொல்லவிட மாட்டேன்.

விர்ர் என உணர்ச்சியின் வேகம் உடம்பு முழுவதும் சூடேற்ற பாதாம் பகதூர் இமைக்கும் நேரத்துக்குள் எதிரியைத் தாக்கத் தயாரானார். தான் நின்ற ஆபத்தான பாறைக்குக் கீழே தெரிந்த அதல பாதாளம் அவரது நினைவிலிருந்து மறைந்தது. கமாண்டரின் உயிருக்கு ஆபத்து விளை விக்கக்கூடிய எதிரி மெஷின்கன் நிலையை உடனடியாக அழித்தாக வேண்டும் என்னும் சிந்தனை மட்டுமே அவரது உடல் பொருள் ஆவி அனைத்தையும் ஊடுருவி நின்றது. அவரது ஊர் நினைவும் அப்பா, அம்மா, நிலபுலன், உற்றார், உறவினர் அனைத்தும் அவனிடமிருந்து விடை பெற்றுக்கொண்டன. துப்பாக்கியில் அதன் நீண்ட கத்தியை சொருகிக் கொண்டார். மார்பில் தொங்கிய பையிலிருந்து கைவெடிக் குண்டை எடுத்து கிளிப்பை உருவி தயார் நிலையில் வைத்துக் கொண்டார். சரேலென பாறையின் மீது படுத்தபடியே அதிவேகமாக முன்னேறி ஊர்ந்து நகர்ந்தார். எதிரியின் எந்திரத் துப்பாக்கி விடமால் சுட்டுக் கொண்டிருந்தது. அந்தப் பகுதியில் குமாவுன் வீரர்களின் முன்னேற்றம் தடைபட்டுவிட்டது. பாகிஸ்தானிகளின் ஒரு இயந்திர துப்பாக்கி இயங்கத் தொடங்கியவுடன் உஷார் அடைந்துவிட்ட மற்ற எல்லா மெஷின்கன் நிலைகளும் சுடத் தொடங்கின.

பாதம் பகதூர் மலையின் சரிவையும் செங்குத்தையும் ஒவ்வொரு அடியாக ஊர்ந்து கடந்தார். அவரது கனத்த பூட்ஸ்கள் பாறையில் உரசிய வேகம் ஒரு சாரை பாம்பு காய்ந்த சருகுகளின் ஊடே வேகமாக ஊர்ந்து செல்லும்போது உண்டாக்குவது போன்ற ஓசையை ஏற்படுத்தியது. இப்போது பாதம் பகதூர் எதிரியின் எந்திரத் துப்பாக்கி நிலையில் இருந்து சுமார் 30 கஜ தூரத்தில் இருந்தார். வேகமாக ஊர்ந்து வந்ததால் மூச்சு வாங்கிய பாதம் பகதூர் ஒரு கணம் நிதானத்துக்கு வந்து தன்னை ஆசுவாசப்படுத்திக்கொண்டார். சரியான படி குறிபார்த்து கையிலிருந்த கை வெடிக்குண்டை எதிரியின் எந்திரத் துப்பாக்கி நிலையை நோக்கி வீசினார். படாரென வெடித்துச் சிதறிய கைவெடியின் ஓசை வந்து சேரவும் பதுங்கியிருந்த பாதம் பகதூர் புலியின் பாய்ச்சலுடன் குபீரென மேலெழும்பி நீட்டிய துப்பாக்கியுடன் கடும் வேகத்தில் பாய்ந்தார். கைவெடிகுண்டுக்கு பலியான பாகிஸ்தான் முஸ்லிம் வீரன் ஒருவன் கீழே விழுந்து கிடக்க இன்னொரு முஸ்லிம் தட்டுத் தடுமாறி எழுந்திருந்து மெஷின்கன்னை இயக்க முயன்றபோது அவன்மீது சற்றும் எதிர்பாராமல் பாயந்தார்

பாதாம் பகதூர். அவருடைய துப்பாக்கிக்கு இரண்டாவது பாகிஸ்தானியும் பலியானான். பாகிஸ்தானிகளின் பகதூர் பிக்கெட் அதன் பிறகு நமது துருப்புகளால் மிக எளிதாகப் பிடிக்கப்பட்டது.

பூஞ்ச் நகரம் இதுபோல் பல போர்களைச் சந்திக்க வேண்டியிருந்த அதே நேரத்தில் ஊரிக்குத் திரும்பிய பிரிகேடியர் ஸென்னுக்கு பெரும் பிரச்னை காத்திருந்தது. நல்வார் பிக்கெட்டையும், சுபாஷ் நிலையையும் தாக்கிக் கைப்பற்ற முயன்று, முடியாத பாகிஸ்தானிகள் ஊரியின் நாலாபக்கமும் சுற்றி வளைக்கத் தொடங்கினர். இரவுகளில் பலமுறை திருப்பித் திருப்பித் தாக்குவது இப்போது குறைந்திருந்தது. எதிரிகளின் போர் தந்திரம் திடீரென மாறத் துவங்கியது. முன்னால் அரைகுறையாக போரில் முழு அனுபவம் இல்லாத பதான்கள் அலை அலையாக வந்து தாக்கினர். இப்போது முறையாகப் பயிற்சி பெற்ற பாகிஸ்தானிய ராணுவ வீரர்கள் களமிறங்கியிருந்தனர். பாகிஸ்தானிய ராணுவ உடையிலேயே எதிரி வீரர்கள் நேரிடையாகப் பெருமளவில் தென்படத் தொடங்கினர். அவர்களது தகவல் தொடர்பு இப்போது ரெகுலர் ராணுவத்தினரால் கையாளப்பட்டது. ஆயுதங்களும் முன்னிலும் பன்மடங்கு நவீனமானவையாக இருந்தன. காட்டு மிராண்டித்தனமாக இல்லாமல் திட்டமிட்டு போர்த்தந்திரங்களைக் கடைபிடித்துத் தாக்க ஆரம்பித்திருந்தனர். அதாவது, இப்போது முழுக்க முழுக்க பாகிஸ்தானிய ராணுவம் போரிட வந்திருந்தது.

டிசம்பர் 11ம் தியதி ஒரு செக்ஷன் (11 பேர்) ரோந்துப்படை பட்கிராம் நோக்கி அனுப்பப்பட்டது. இதுவும் எதிரிகள் இன்னும் அங்கேயே நிலை கொண்டிருப்பதை உறுதி செய்தது. இந்த செக்ஷன் வேறொரு முக்கியமான தகவலையும் கண்டறிந்து வந்தது. அது, எதிரிகளின் முன்னணியில் இரண்டு ரைஃபில் கம்பெனியும் பின்னால் ரிசர்வில் ஒரு கம்பெனியும் இருக்கிறார்கள் என்பதே அந்தத் தகவல்.

இதே நேரத்தில் டிசம்பர் 11ம் தேதி கடைசியாக ரோந்து அனுப்பப் பட்ட செக்ஷன் முன்னேறிச் சென்ற சில நிமிடங்களுக்குள்ளாக ஊரிக்குள் கிழக்கே இருந்து நுழையும் சாலையை நோக்கி மிக அருகில் இருந்து எதிரிகள் எல்.எம்.ஜிகளால் சுடத் துவங்கினர். எதிரிகள் இவ்வளவு அருகில் நெருங்கி வந்து விட்டதும், ஊரியிலிருந்து ஸ்ரீநகருக்குச் செல்லும் ஒரே பாதையான சாலையையும் தடுத்து சுடத் தொடங்கியதும் ஊரியை ஒரு முற்றுகையிடப்பட்ட நிலைக்குக் கொண்டுவந்துவிட்டது. சாலைப் போக்குவரத்துக்கள் அனைத்தும் ஸ்தம்பித்துவிட்டன.

இவ்வளவு நெருங்கி வந்துவிட்ட எதிரியை உடனடியாக விரட்டி யடிக்காவிட்டால் அது மிகப்பெரிய ஆபத்தில் வந்து முடிந்துவிடும். ஆனால், உடனடியாக இந்த எதிரியை தாக்கி முறியடிப்பதற்கு

ரிசர்வில் போதுமான வீரர்கள் இல்லை. ஊரியின் நான்கு புறங்களிலும் உள்ள எல்லா பிக்கட்டுகளிலும் நிறுத்தப்பட்ட வீரர்கள் போக ரிசர்வில் இருந்தவர்கள் மிகமிகச் சொற்பம் பேர் மட்டுமே. எதிரிகள் ஒரு பட்டாலியன் சக்தியுடன் மிகுந்த லாவகமாக பதுங்கி நிலை கொண்டுவிட்டனர் என்றும் அவர்கள் பாகிஸ்தானிய ரெகுலர் ராணுவத்தின் ஃபிராண்டியர் ஸ்கௌட் ரெஜிமென்டைச் சேர்ந்த வர்கள் என்றும் அடையாளம் கண்டுகொள்ளப்பட்டது.

உடனடியாக எதிரிகளைச் சமாளித்தாக வேண்டிய நிர்ப்பந்தத்தால் பிக்கட்டுகளில் இருந்த வீரர்களைக் குறைத்து 4-வது குமாவுனின் இரண்டு கம்பெனி வீரர்களைத் திரட்டி எதிரியைத் தாக்க உத்தர விட்டார் பிரிகேடியர் ஸென். இந்த இரண்டு கம்பெனிகளும் எதிரியைத் தாக்க துவங்கிய பிறகுதான் பாகிஸ்தானிகள் ஒரு பட்டாலியன் சக்தியுடன் இருக்கிறார்கள் என்ற உண்மை புரிந்தது. முன்னேற முயன்ற இரண்டு குமாவுன் கம்பெனிகளையும் அங்கும் இங்கும் அசையவிடாமல் மலை உயரத்தில் வசதியான இடத்தில் இருந்து சுட்ட எதிரிகள் தாக்குதலை மும்முரப்படுத்தினர். நமது கம்பெனிகள் திணறின. இந்த மிகமிக இக்கட்டான நேரத்தில் ஒரு அதிசயம் நிகழ்ந்தது. வழக்கமாக ஊரி செக்டாரில் ரோந்துக்காகப் பறக்கும் இந்திய விமானப் படையின் போர் விமானம் ஒன்று தற்செயலாக ஊரியின் மேல் பறந்தது.

உடனடியாக உஷாரான பிரிகேடியர் ஸென் போர் விமானத்தை ஒயர்லெஸில் தொடர்புகொண்டார். பட்கிரான் கிராமத்தில் பதுங்கி யிருந்த எதிரிகளைத் தாக்கும்படி விமானிக்கு உத்தரவிட்ட ஸென் அதே நேரத்தில் குமாவுனின் இரண்டு கம்பெனிகளையும் பாதுகாப்புக்குப் பின்வாங்கும்படி உத்தரவிட்டார். இரண்டு குண்டுகளைக் குறி தவறாமல் எதிரிகள் மீது வீசிய விமானம் மேலும் டைவ் அடித்து தாழப்பறந்து விமானத்தின் எந்திரத் துப்பாக்கியால் எதிரிகளைச் சுடத் தொடங்கியது.

தகவல் கிடைத்ததும் குமாவுன் கம்பெனிகள் வேகமாகப் பின்வாங்கின. இதைக் கவனித்துவிட்ட எதிரிகள் பின்வாங்கிச் செல்லும் குமாவுன் வீரர்களை தப்பவிடக்கூடாது என்னும் முயற்சியில் தங்கள் பாதுகாப்பு நிலைகளை விட்டு வெளியேறி இரண்டு பக்கமும் சுற்றி வளைத்துத் தாக்க ஆரம்பித்தனர். மறுபடியும் ஓர் அற்புதம் நிகழ்ந்தது. எதிரியின் நேரடித் தாக்குதலிலிருந்து சரேலெனப் பின்வாங்கி பிக்கட்டுகளை அடைய முயற்சித்த குமாவுன் கம்பெனிகளை மிகுந்த பலத்துடன் துரத்தி வந்த எதிரிகள் இரண்டு பக்கமும் சுற்றி வளைக்கத் தொடங்கினர்.

இப்படி சுற்றி வளைக்க முயன்ற எதிரிகளைத் தாக்கி முறியடிக்கும் சக்தி நம்முடைய பிக்கட்டுகளுக்கு இருந்தபோதிலும் போரிடு

வதற்காக இந்த பிக்கட்டுகளில் உள்ள பல வீரர்கள் முன்னமேயே கீழே இறக்கப்பட்டு குமாவுன் கம்பெனிகள் உருவாக்கப்பட்டுவிட்டதால், இப்போது நமது பிக்கட்டுகள் பலமிழந்து கிடந்தன. எதிர்த்து தாக்க யாரும் இல்லாத நேரத்தில் எதிர்பாராமல் எதிரிகள் சுற்றி வளைத்ததால் நிலைமை மிக மிக மோசமானது.

இதே வேகத்தில் எதிரிகள் முன்னேற முடியுமானால் இன்னும் சிறிது நேரத்தில் பின்வாங்கி வந்துகொண்டிருக்கும் இரண்டு குமாவுன் கம்பெனிகளையும் எதிரிகள் சுற்றி வளைத்து சுத்தமாக அழித்து விடமுடியும். அதோடு பலமிழந்து கிடக்கும் நமது பிக்கட்டுகளும் எதிரிகளின் கையில் சிக்கிவிடும். அப்படி நேர்ந்தால் ஊரியும், அங்கு நிலைகொண்டிருக்கும் 161-வது பிரிகேடும் அதோகதியாகிவிடும். ஆனால், அன்னை பாரத தேவியின் அருளால் அந்த அற்புதம் நிகழ்ந்தது.

18. இளமையின் வெற்றி

4-வது குமாவுன் பட்டாலியனின் கமாண்டர் லெப்டினெண்ட் கர்னல் மன்மோகன் கன்னா. முழு எண்ணிக்கையில் இல்லாமலிருந்த 4-வது குமாவுன் பட்டாலியன் எண்ணிக்கையை சரிசெய்ய குமாவுன் ரெஜிமென்டல் சென்ட்டரில் இருந்து ஒரு பிளட்டூன் வீரர்கள் அப்போதுதான் வந்து சேர்ந்திருந்தனர். ஒரு பட்டாலியன், தன் சக்தியை அதிகப்படுத்திக்கொள்ளும் வாய்ப்பு கிடைத்ததற்காக மகிழ்ச்சியடைந்த பிரிகேடியர் ஸென்னுக்கு ஏமாற்றமே காத்திருந்தது. வந்து சேர்ந்த ஒரு பிளட்டூன் குமாவுன் வீரர்களும் சிறு வயதினர். போர் பயிற்சியோ முன் அனுபவமோ எதுவுமே இல்லாத வர்கள். வீரர்களின் தட்டுப்பாட்டால் சிரமத்துக்குள்ளான இந்திய ராணுவத் தலைமை இந்த முன் அனுபவம் இல்லாதவர்களையே போர்க்களத்துக்கு அனுப்பியாகவேண்டிய நிலையில் இருந்தது.

லெப். கர்னல் மன்மோகன் கன்னா பார்வையிலும் பிரிகேடியர் ஸென்னின் பார்வையிலும் சிறுவர்களாகக் காணப்பட்ட அந்த பிளட்டூன் வீரர்கள் அதிகாரிகளின் கணிப்புக்குள் அடங்கவும் இல்லை. எந்தக் காரணம் கொண்டும் நாங்கள் போர்க்களம் சென்றே தீருவோம் என்று அடம்பிடித்து ரெஜிமென்டல் அதிகாரிகளைச் சம்மதிக்க வைத்து ஊரிக்கு வந்திருந்தனர். மற்ற அனுபவம் வாய்ந்த வீரர்களை விடவும் இவர்கள் சுறுசுறுப்பாகவும் கட்டுக்கடங்காத வேகத்துடனும் எப்படியும் நாங்கள் நேரடியாக போரில் ஈடுபட்டே தீருவோம் என்று பிடிவாதமாக இருந்தனர்.

இப்படிப்பட்ட இளவயதினரை ராணுவ வீரர்களின் குழந்தைகள் மத்தியிலிருந்து மட்டுமே தேர்ந்தெடுப்பார்கள். இது எல்லா ரெஜிமென்ட்களிலும் உள்ள பழக்கம்தான். ஆனால் போரில் நேரடியாக ஈடுபடுத்துவது மிக மிக அரிது. எவ்வளவு தூரம் அந்த இளைஞர்கள் நேரடிப் போரில் ஈடுபடவேண்டுமென்று விரும் பினார்களோ அவ்வளவு தூரத்துக்கு அவர்களை நேரடிப் போரிலிருந்து தூரத்தில் ஒதுக்கிவைக்க உத்தரவிட்டுவிட்டார் லெப் கர்னல் மன்மோகன் கன்னா. இதற்காக அனுபவம் வாய்ந்த ஒரு பிளட்டூன் கமாண்டரை நியமித்து இந்த இளைஞர் படையை பாதுகாக்க ஏற்பாடு

செய்தார். ஆனால், அந்த இளைஞர்கள் மீண்டும் மீண்டும் போரில் ஈடுபட வேண்டுமென்று நச்சரித்துக் கொண்டிருந்தனர்.

இந்த நேரம் பார்த்து டிசம்பர் 11ம் தேதி பாதுகாப்பு பிக்கட்டுகளி லிருந்த வீரர்களைத் திரட்டி இரண்டு குமாவுன் கம்பெனிகளைத் தயார் செய்து எதிரியைத் தாக்குவதற்கு அனுப்பப்பட்டது. இதனால் பலமிழந்து போய்விட்ட பாதுகாப்பு பிக்கட்டுகளுக்குப் பக்கபலமாக இருப்பதற்காகவும் போர் நடப்பை தூரத்திலிருந்து பார்க்கும் வாய்ப்பைக் கொடுப்பதற்காகவும் இந்த இளைஞர் பிளட்டூனை எதிரிகள் எந்தக் காரணம் கொண்டும் தாக்கவரமாட்டார்கள் என்று தேர்ந்தெடுக்கப்பட்ட ஒரு சிறு குன்றின் பின்னால் நிறுத்தியிருந்தார் பட்டாலியன் கமாண்டர்.

எப்படியோ பாதுகாப்பு பிக்கட்டுகளின் பக்கம் வர வாய்ப்பு கிடைத்த அந்த இளைஞர்கள் மிகுந்த உத்வேகத்துடனும் சந்தோஷத்துடனும் பயிற்சியின்போது கற்றுக் கொடுக்கப்பட்ட எல்லாவிதமான சட்ட திட்டங்களையும் முழுவதுமாக அனுசரித்து அங்கு நிலை கொண்டி ருந்தனர். ஆனாலும் சுடும் அனுமதியை அந்த இளைஞர்களுக்கு கமாண்டர் கொடுக்கவில்லை. இப்படிப்பட்ட ஒரு சூழ்நிலையில்தான் எதிரியின் பயங்கரமான தாக்குதலிலிருந்து பின்வாங்க முயன்று கொண்டிருந்த இரண்டு குமாவுன் கம்பெனிகளையும் சுத்தமாகத் தீர்த்துக் கட்டிவிடும் முயற்சியில் இரண்டு பக்கமும் சுற்றிவளைத்தனர் எதிரிகள். அப்படிச் சுற்றி வளைத்து பின்பக்கமாக வரமுயன்ற பாகிஸ்தானிய பிளட்டூன் ஒன்று வெற்றி பெற்ற வேகத்திலும் இந்திய வீரர்களைச் சுத்தமாக அழித்துவிடும் வெறியுடனும் மிக வேகமாக குமாவுன் இளைஞர் பிளட்டூன் இருந்த குன்றை நெருங்கியது!

எதிரிகள் நெருங்கிவருவதைக் கவனித்துவிட்ட பிளட்டூன் கமாண்டர் வீர இளைஞர்களை எச்சரிக்கைப்படுத்தி தயார்நிலைக்குக் கொண்டு வந்தார். ஆனாலும் எக்காரணம் கொண்டும் எதிரிகளை அனுமதி யின்றித் தாக்கக்கூடாது என்று உத்தரவிட்டார். போரில் ஈடுபடக் கூடாது என்ற கண்டிப்பின் அடிப்படையில் ஒதுக்கிவைக்கப் பட்டிருந்த இளைஞர் பிளட்டூனை நோக்கி எதிரிகள் 50 கஜ தூரத்துக் குள்ளாக வந்துவிட்டனர். எதிரிகளை இதற்கு மேலும் முன்னேற அனுமதிப்பது பின்வாங்கிக்கொண்டிருக்கும் இரண்டு குமாவுன் கம்பெனிகளையும் பின்புறத்திலிருந்து தாக்குவதற்கு வாய்ப்பளித்து விடும் என்பதால் வேறு வழியுமின்றி இளைஞர் பிளட்டூனுக்கு எதிரியைத் தாக்கும்படி உத்தரவிட்டார் கமாண்டர்.

இவ்வளவு சீக்கிரத்தில் நேரடிப் போரில் ஈடுபடும் வாய்ப்பு கிடைத்த குமாவுனிய இளைஞர்கள் உற்சாகம் பீறிடத் தங்களிடமிருந்த

துப்பாக்கிகளை அசுர வேகத்தில் இயக்கினர். சிறிதும் குறிதவறாமல் எதிரிகளை நோக்கி மிக அருகிலிருந்து பாய்ந்த அந்த இளம் வீரர்களின் துப்பாக்கி குண்டுகள் வெற்றி மமதையில் முன்னேறிக்கொண்டிருந்த முஸ்லிம் பிளட்டூனைச் சின்னா பின்னமாகச் சிதறடித்தது. சிறிதும் எதிர்பார்க்காத இந்தத் தாக்குதலால் பீதியடைந்த பாகிஸ்தானிய முஸ்லிம்கள் இறந்தவர்களையும் காயம்பட்டவர்களையும் அங்கேயே போட்டுவிட்டு வேகமாகப் பின்வாங்கி ஓடினர். தாக்கவந்த எதிரிகளைத் துணிந்து நின்று எதிர்த்து முறியடித்த அந்த இளம் வீரர்களில் யாருக்குமே சிறு காயம்கூட ஏற்படவில்லை. இதனால் பின்வாங்கி வந்த குமாவுனிய கம்பெனிகள் இரண்டும் அதிக சேதமில்லாமல் பாதுகாப்பு நிலையை அடைந்தன.

19. மேலிடத்து உத்தரவை மீறியதால் வந்த ஆபத்து

எதிரிகளின் தாக்குதலினால் ஊரிக்கு வந்து சேரும் சாலை இன்னமும் பயன்படுத்த முடியாமலிருந்தது. ஒரு முழு அளவிலான பட்டாலியன் தாக்குதலை நடத்தினால்தான் பட்கிரான் கிராமத்திலிருந்து பாகிஸ்தானிகளை விரட்டியடிக்கமுடியும் என்பதை உணர்ந்து கொண்ட பிரிகேடியர் ஸென், லெப்டினென்ட் கர்னல் சம்பூரன் பச்சன்சிங் தலைமையில் ஒன்றாவது சீக்கிய பட்டாலியனைத் தாக்கு வதற்குத் தயாராக இருக்குமாறு உத்தரவிட்டார். 1-வது சீக்கிய பட்டாலியன் மலைச்சரிவுகளிலேயே பிரயாணம் செய்து பட்கிரனில் எதிரிநிலைகளைத் தாக்கி அழித்த பிறகு சென்ற அதே பாதையில் திரும்பி வரவேண்டுமென்று அவர்களுக்கு உத்தரவிடப்பட்டது.

காஷ்மீருக்குள் முதன்முதலில் கொண்டு வரப்பட்டது இந்த பட்டாலியன்தான். இதன் கமாண்டர் லெப். கர்னல்ராய் முதல் நாளி லேயே படன் என்னுமிடத்தில் எதிரிகளால் கொல்லப்பட்டுவிட்ட தால் இரண்டாம் தளபதியாக இருந்த மேஜர் சம்பூரன் பச்சன்சிங் தளபதியாக நியமிக்கப்பட்டார். இவர் டெரிட்டோரியல் ஆர்மி எனப்படும் பிராந்திய படையில் வெகுநாள் பணியாற்றிவிட்டு ராணுவத்துக்கு வந்தவர். ராணுவப் போர்முனைகளில் பங்கெடுத்துப் பழக்கம் இல்லாதவர். இவரது தலைமையில் முன்னேறிய சீக்கிய பட்டாலியன் ஏகதேசம் முட்டளவு கனத்தில் தரையெங்கும் விழுந்திருந்த உறைபனி மீது நடந்து சிரமப்பட்டு முன்னேறியது.

பிரிகேட் கமாண்டரின் உத்தரவுப்படி மலைச்சரிவுகளிலேயே பிரயாணம் செய்த வீரர்கள் பட்கிரானை அடைந்ததும், அங்கிருந்து முஸ்லிம் வீரர்கள் சிலர் வேகமாகப் பின்வாங்கிச் செல்வதைப் பார்த்தனர். கண்ணுக்குத் தெரிந்த எதிரி வீரர்கள் பின்வாங்கி ஓடுவதைப் பார்த்த கமாண்டர் சம்பூரன் பச்சன்சிங் எதிரிகள் பட்கிரான் கிராமத்தை காலி செய்து ஓடிவிட்டனர் என்ற முடிவுக்கு வந்தார். இதனால் முன்னணியில் சென்று கொண்டிருந்த கம்பெனியை மலைச்சரிவிலிருந்து பள்ளத்தில் தெரிந்த பாதையில் இறங்கும்படி உத்தரவிட்டார். சென்ற பாதையி லேயே திரும்பிவர வேண்டுமென்று தெளிவாக பிரிகேட் கமாண்டர் உத்தரவிட்டிருந்தபோதிலும் முட்டளவு ஆழ உறைபனியில்

நடப்பதைத் தவிர்ப்பதற்காக அந்த கம்பெனி வேறு வழியில் கீழே இறங்க முயன்றது. அது மிகப் பெரிய தவறென்று விரைவில் புரியவந்தது.

கம்பெனியின் எல்லா வீரர்களும் மலைச்சரிவிலிருந்து கீழே இறங்கி சாலைக்கு வந்துசேர்ந்தனர். ஆனால், இந்த கம்பெனி வந்து சேர்ந்த சாலைக்கு மிக அருகில்தான் ஒளிந்திருந்தனர் எதிரிகள். 1-வது சீக்கிய பட்டாலியன் வந்தது முதல் அவர்களது நடவடிக்கை ஒவ்வொன் றையும் அந்த இடத்தில் மறைந்திருந்து உன்னிப்பாகக் கவனித்துக் கொண்டிருந்தனர்! அவர்கள் வைத்த பொறியில் அகப்படுவது தெரியாமல் பாதுகாப்பற்ற வெட்டவெளியில் பாகிஸ்தானிய வீரர்களிடம் மாட்டிக்கொண்டனர் சீக்கிய பட்டாலியனின் முன்னணி கம்பெனியின் வீரர்கள்.

20. அன்னையே... உனக்கு மலர்களாக எங்கள் உயிர்கள்!

போர் நடக்கும்போது ஒரு படை வெற்றி பெறுவதும் தோல்வி அடைவதும் கட்டளைகள் எப்படி நிறைவேற்றப்படுகின்றன என்பதைப் பொறுத்தே இருக்கிறது. உயர் தளபதிகள் கொடுத்த கட்டளைகளை அப்படியே இம்மியும் பிசகாமல் கடைப்பிடிக்கும் படைவீரர்கள்தான் ராணுவத்தின் உண்மையான சொத்து. தளபதியின் கட்டளைகளில் தப்பு கண்டுபிடிக்கவோ அதை மாற்றவோ முயற்சி செய்யும் அதிபுத்திசாலிகள் தாங்கள் பலியாகிவிடுவது மட்டுமின்றி சக வீரர்களையும் பலியிட்டுவிடுவார்கள். தளபதிகள் கொடுக்கும் உத்தரவுகள் தப்பாக இருந்தாலும்கூட உண்மையான ராணுவ வீரன் கொடுக்கப்பட்ட உத்தரவைக் கண்டிப்பாக நிறைவேற்றியே ஆக வேண்டும். வீரனுக்குத் தப்பு என்று தெரியும் உத்தரவு, அதைக் கொடுத்த அதிகாரிக்கு வேறு பல காரணங்களால் சரி என்று தெரிந்திருக்கலாம். ஆகையால் சரியா தவறா என்று ஒவ்வொருவரும் இஷ்டம் போல் முடிவெடுக்காமல் தளபதி மட்டுமே முடிவெடுக்கும் உரிமையைப் பெற்று மற்றவர்கள் மறு பேச்சில்லாமல் உத்தரவுகளை கடைப் பிடிக்கும்போது அந்தப் படை கண்டிப்பாக ஜெயிக்கும்.

ஏதோ சிலவீரர்கள் பின்வாங்கியதைப் பார்த்தவுடன் எதிரிகள் அனை வருமே பட்கிரான் நிலையை காலிசெய்துவிட்டனர் என்னும் முடிவுக்கு சம்பூரன் பச்சன்சிங் வந்தது முதல் தவறு.

அப்படியே எதிரிகள் அங்கிருந்து காலி செய்துவிட்டு போயிருந் தாலும்கூட போர்க் கட்டுப்பாடுகளின்படி எதிரிகள் அங்கு எங்குமே ஒளிந்திருக்கவில்லை என்பதை உறுதி செய்வதற்கான முயற்சியில் இறங்குவதற்கு முன்னாலேயே கீழே தெரிந்த சாலையில் வீரர்களை இறங்கச் சொல்லிவிட்டார் சம்பூரன் பச்சன்சிங். பட்கிரானில் போர் நடந்தாலும்கூட எதிரிகளைத் துரத்தி அதைப் பிடித்த பிறகும் 1-வது சீக்கிய பட்டாலியன் முதலில் போன அதே மலைச்சரிவு பாதையி லேயே திரும்பி வரவேண்டும் என்ற பிரிகேடியரின் உத்தரவு காற்றில் பறக்கவிடப்பட்டது. இது இரண்டாவது தவறு.

இரண்டு பக்கமும் சிறிய பெரிய மலைகள் பல சூழ்ந்த அந்த இடத்தில் பள்ளத்தாக்கில் இருந்த பாதையை அடைந்த முதல் கம்பெனியின் சீக்கிய வீரர்கள், எந்தப் பக்கம் இருந்து தாக்கினாலும் எளிதாக இலக்காகிவிடக்கூடிய மிக ஆபத்தான நிலையில் இருந்தனர். முன்னேறி வரும் சீக்கிய வீரர்களை ஆரம்பத்திலிருந்தே கவனித்து விட்ட எதிரிகள் சில வீரர்களை ஆங்காங்கே நிறுத்தி ஓடுவது போல போக்குக் காட்டினர். மீதி உள்ள அனைத்து பாகிஸ்தானிய வீரர்களும் கடும் தாக்குதலிலும் அசைக்க முடியாதபடி பாதுகாப்பான ஒரு சிறு குன்றைத் தேர்ந்தெடுத்து அதன் உச்சியில் மெஷின்கன்களை நிலைநிறுத்தி பதுங்கி ஒளிந்திருந்தனர்.

அப்படியாக, பாதுகாப்பான நிலைகளில் மறைந்து நிலைகொண்டிருந்த எதிரிகளுக்கும் வெட்டவெளியில் அகப்பட்டுக் கொண்ட இந்திய வீரர்களுக்கும் இடையில் கொடூரமான பெரும் போர் ஒன்று அங்கு ஆரம்பித்தது. வினாடிகள் நகர, நகர சீக்கிய வீரர்களின் களபலி அதிகரித்துக்கொண்டேபோனது. மலைச்சரிவில் இருந்து கீழே இறங்கச் சொன்ன தனது மடத்தனத்தையும் சீக்கிய வீரர்கள் பயங்கர பேராபத்தில் மாட்டிக்கொண்டதையும் உணர்ந்த லெப்டினென்ட் கர்னல் சம்பூரன் பச்சன்சிங் கடைசி நேரத்தில் புத்திசாலித்தனமான முடிவு ஒன்றை உடனே எடுத்தார்.

எதிரிகளை அவர்கள் நிலைகளிலேயே சென்று பக்கவாட்டில் பயனட்டால் தாக்கினாலன்றி பள்ளத்தில் மாட்டிக் கொண்டுவிட்ட சீக்கிய வீரர்களைக் காப்பாற்ற முடியாது. ஆனால், எந்தத் திசையில் இருந்து பயனட் தாக்குதல் நடத்தினாலும் எதிரிகள் சரியானபடி மெஷின்களை நிலைநிறுத்தி பாதுகாப்பாக நிலைகொண்டிருந்ததால் தாக்குகிற துருப்புகள் நிச்சயமாக மரணத்தை சந்தித்தே ஆகவேண்டும்.

எப்படியும் எதிரிகளின் கவனத்தைச் சிறிது நேரத்துக்காவது வேறுபுறம் திரும்பினால்தான் கொடும் தாக்குதலுக்குள்ளாயிருக்கும் முதல் சீக்கிய கம்பெனியைக் காப்பாற்றமுடியும் என்ற முடிவுக்கு வந்த சம்பூரன் பச்சன் சிங் தனக்கு மிகவும் அருகில் இருந்த பிளட்டூனுக்கு, எதிரியின் மீது பக்கவாட்டில் பாய்ந்து பயனட் தாக்குதல் நடத்தும்படி உத்தரவிட்டார். அந்த பிளட்டூனின் கமாண்டர் ஜமேதார் நந்த்சிங்கும் அவரது வீரர்களும் கணமும் தயங்காமல் துப்பாக்கிகளில் கத்தியைச் செருகியபடி ஆவேசமாக எதிரிகளின் மீது பக்கவாட்டில் இருந்து பாய்ந்தனர். எதிரிகள் எந்திரத் துப்பாக்கிகளை விநாடி நேரம் தங்களை நோக்கித் திருப்பினாலும்கூடத் தாக்க முற்படுகிற அத்தனை பேரும் கொல்லப்படுவோம் என்னும் உண்மை முழுக்க முழுக்கத் தெரிந்தே இருந்தது. எனினும் அந்தக் கணநேர அவகாசத்தையாவது கீழேயிருக்கும் முன்னணி கம்பெனிக்குக்

கொடுத்தால் அவர்கள் தப்பிவிட வாய்ப்பிருக்கிறதென்று கருதியே எதிரிகளை நோக்கி 'சத் ஸ்ரீ அகால்' என்று இறைவனின் நாமத்தை உச்சரித்தபடி முன்னேறிப் பாய்ந்தனர் அந்த மாவீரர்கள்.

கடும் வேகத்துடனும் ஆக்ரோஷத்துடனும் உருவிய கத்திகளுடனும் தங்கள் மேல் பாயும் சீக்கிய மாவீரர்களைத் தடுத்து நிறுத்த பாகிஸ்தானிகள் எந்திரத் துப்பாக்கிகளை ஜமேதார் நந்த்சிங்கின் பிளட்டூனை நோக்கித் திருப்பினர். நினைத்தது நடந்தது. அந்த பிளட்டூனின் அனைத்து வீர மாவீரர்களும் தங்கள் தோழர்களின் உயிரைக் காப்பதற்காக தங்கள் இன்னுயிரை ஈந்தனர். பாரத மாதாவுக்கு தங்கள் உயிர்களை மலர்களாக்கி அஞ்சலி செலுத்தினர். இந்த மிகச் சிறிய இடை வேளையில் முன்னணி சீக்கிய கம்பெனி பாதுகாப்பான இடத்துக்கு நகர்ந்துவிட்டது.

பெருத்த சேதத்துக்குள்ளாகிவிட்ட நமது ராணுவத்தின் 1-வது சீக்கிய பட்டாலியன் மிக வேகமாகப் பின்வாங்கி ஊரியில் உள்ள பாதுகாப்பு நிலைகளின் எல்லைக்கோட்டை நோக்கி நகர்ந்தது. இதனால் மேலும் தைரியமடைந்த எதிரிகள் வழக்கம் போல் தொடர்ந்து வந்து தாக்குதல் நடத்தினர். சீக்கிய வீரர்கள் ஊரியின் நான்கு புறங்களிலும் உள்ள பாதுகாப்பு பிக்கட்டுகளின் ஃபயரிங் எல்லைக்குள் வந்துவிட்டதும் எதிரிகள் மேலும் முன்னேறி வருவதை நிறுத்த வேண்டியதாயிற்று.

இரண்டாவது முறையாக எதிரிகளைத் தாக்கும் வாய்ப்பு கிடைத்த அந்த இளம் வீரர் படை இம்முறையும் சீக்கிய வீரர்களைத் துரத்தி வந்து கொண்டிருந்த எதிரிகளைக் கடுமையாகத் தாக்கி மேலும் முன்னேறாமல் தடுத்து நிறுத்தினர். இந்தப் பயங்கரப் போரில் உயிரிழந்த சீக்கிய வீரர்கள் 61 பேர்; காயம் அடைந்தவர்கள் 59 பேர்கள். இவர்களில் பெரும்பாலோர் முன்னணியில் நின்று போரிட்ட தளபதிகள்.

கடுமையாகக் காயம்பட்ட 36 வீரர்களை 27 மணிநேரம் தொடர்ந்து ஆபரேஷன் செய்து காப்பாற்றியது 161-வது பிரிகேடின் வைத்தியக் குழு. அன்று இரவு ஊரி நகர்முழுவதும் ஒரு பயங்கர சூழ்நிலை நிலவியது. மொத்தம் உள்ள இரண்டு பட்டாலியன்களில் 4-வது குமாவுனின் இரண்டு கம்பெனிகளும் ஏற்கெனவே போரில் ஈடுபட்டு சோர்ந்து போயிருந்தன. ஒன்றாவது சீக்கிய பட்டாலியனின் கதி இப்படியானது. பாதுகாப்பு பிக்கட்டுகளில் நிறுத்துவதற்கு வீரர்கள் இல்லை. முழுமையான ஒரு வெற்றியைப் பெற்றுவிட்ட பாகிஸ்தானிகள் அன்று இரவு தாக்கினால்?

பயங்கரமான அந்த இரவும் வந்தது.

21. உறைபனியின் உக்கிரம்

டிசம்பர் 13ம் தேதி எதிரிகள் எப்படியும் இரவில் தாக்கக்கூடும் என்று எதிர்பார்த்த பிரிகேடியர் ஸென் என்ன ஆனாலும் இருக்கிற வீரர்களை வைத்துக்கொண்டு இரவில் தாக்கவரும் எதிரிகளுக்கு மரண அடி கொடுப்பது அல்லது அனைத்து இந்திய வீரர்களும் கடைசிவரை போரிட்டு மடிவது என்ற முடிவில் திட்டங்களை வகுத்தார். கால் பங்கு வீரர்களே ஒவ்வொரு பிக்கட்களிலும் இப்போது காவலில் இருந்தாலும் அனைவரும் ஆவேசத்தின் உச்சியிலும் எந்தவித் தியாகத்தையும் செய்யத் தயாரான மனநிலையிலும் இருந்தனர்.

இரவு முழுவதும் உறைபனி கொட்டித் தீர்த்தது. தூக்கமும் சோர்வும் வலுக்கட்டாயமாக கண் இமைகளைப் பிடித்து இழுத்தன; குளிரும் பனிப்புயலும், முகத்திலும், காதுகளிலும் ஊசிபோல் குத்தின; எனினும் சிறிதும் தங்களது கவனத்தைத் திருப்பாத இந்திய வீரர்கள் இரவு முழுவதும் எதிரிக்காகக் காத்திருந்தனர்.

ஆனால், எதிரிகள் வரவே இல்லை. மீண்டும் போரில் பங்கெடுக்கும் நிலையில் 1-வது சீக்கிய பட்டாலியன் இல்லாததாலும் அதன் கமாண்டர் சம்பூரன் பச்சன்சிங் படுகாயமடைந்துவிட்டதாலும் அவரும் மற்ற காயம்பட்ட வீரர்களும் மறுநாள் ஸ்ரீநகருக்கும் அங்கிருந்து டில்லிக்கும் அனுப்பப்பட்டனர். ஸ்ரீநகரின் காரிசன் கமாண்டராயிருந்த லெப்டினென்ட் கர்னல் ஹர்பக்ஸ்சிங் 1-வது சீக்கிய பட்டாலியன் கமாண்டராக நியமிக்கப்பட்டார்.

வலுவிழந்துவிட்ட சீக்கிய பட்டாலியனின் இடத்தில் ஆறாவது ராஜபுதனா ரைஃபில் பட்டாலியன் லெப். கர்னல் எஸ்.எஸ்.காலன் தலைமையில் உடனடியாக ஊரிக்கு அனுப்பப்பட்டது. சிற்சில வெற்றிகள் கிடைத்தாலும் இந்திய துருப்புகளின் பலமான பதிலடிகளைப் பலமுறை பெற்றுவிட்டதால் நிலைகுலைந்து போன எதிரிகள் மேற்கொண்டு தாக்குவதற்கு சக்தி ஏதும் இல்லாமல் பட்கிரானைக் காலிசெய்து விட்டு தானாகவே ஓடினர்.

உறைபனியின் வீழ்ச்சி அதிகரித்தது. ஊரியும் முற்றிலுமாக ஸ்ரீநகரோடு உள்ள சாலை தொடர்பை இழந்துவிட்டது. எங்கும் எதிலும் பனிப் படலம். நான்கு மாதங்களுக்குத் தேவையான ரேஷன்கள் ஊரியில் சேகரிக்கப்பட்டன. 5 அடி உயரம் உள்ள வீரர்கள் 6 அடி உறைபனியில் நீந்த வேண்டியிருந்தபோதிலும் வழக்கமாகச் செல்லும் ரோந்துப் படைகள் சளைக்காமல் அனுப்பப்பட்டு கொண்டிருந்தன. இந்த நேரம் ஒரு பயங்கர செய்தி 161-வது பிரிகேடுக்கு வந்தது.

161-வது பிரிகேடுக்கான ரேஷன்களை ஏற்றி வந்துகொண்டிருந்த 100 ராணுவ வீரர்கள் ஜம்முவிலிருந்து காஷ்மீரத்துக்குள் நுழையும் பானிஹால் கணவாயை கடக்கும்போது அனைத்து வண்டிகளும் உறைபனியில் முப்பதடி ஆழத்துக்குள் மூடப்பட்டுவிட்டன என்பதே அந்த செய்தி.

15 அடி நீளம் உள்ள நீண்ட குச்சியை மேலிருந்து உறைபனியின் உள்ளே சொருகியபோதும் அந்தகுச்சி ராணுவ லாரிகளின் மேல் மட்டத்தைக்கூட எட்டவில்லை! கடைசி ரேஷன் வந்து சேராத நிலையிலும் அடுத்த 4 மாதங்களுக்கு பானிஹால் கணவாய் எக்காரணம் கொண்டும் போக்குவரத்துக்கு திறக்க முடியாத நிலையிலும் தனித்து விடப்பட்ட 161-வது பிரிகேட் ஊரியில் அடைபட்டு கிடந்தபோது பாகிஸ்தானிய ரெகுலர் ராணுவம் ஊரியின் அருகில் உள்ள மஹுரா மின்ஊற்பத்தி நிலையை நோக்கி ரகசியமாக முன்னேறியது.

1948 ஜனவரி 15. 161-வது இன்ஃபன்டரி பிரிகேடின் பின்பக்கத் தலைமையிடத்தைப் பார்வையிட ஸ்ரீநகர் வந்திருந்தார் பிரிகேடியர் ஸென். அங்கு, நண்பர் ஒருவரைத் தேடி ஸ்ரீநகரின் நேடுஸ் ஹோட்டலுக்குச் சென்ற அவர் எதிர்பாராதவிதமாக வேறொரு பழைய நண்பரைச் சந்தித்தார்.

அயர்லாந்தைச் சேர்ந்த மக்டர் மோட் என்ற அந்த தம்பதியை ஸென் முன்பு சந்தித்திருக்கிறார். இவர்கள் ஜம்மு காஷ்மீர் அரசின் கல்வித் துறையில் ஆசிரியராக பாரமுல்லாவில் பணியாற்றியவர்கள். பாகிஸ்தானிகள் பாரமுல்லாவினுள் புகுந்தபோது கணவனும் மனைவியுமாக ஸ்ரீநகரில் விடுமுறையில் இருந்ததால் உயிர் பிழைத்தனர்.

அவருடைய பணியாளர் மூலமாக மஹுரா மின் நிலையத்தின் மீது மீண்டும் ஒரு தாக்குதல் நடத்தப்படப் போகும் விவரம் பிரிகேடியர் ஸென்னுக்குத் தெரியவந்தது. ஏக்நாத் என்ற அந்தப் பணியாளரின் நண்பர் தன் உயிரையும் பொருட்படுத்தாது எதிரிகளின் எல்லைக்குள்

நுழைந்து உளவு பார்த்து வந்திருந்தார். அந்தத் தகவல் கிடைத்ததும் பிரிகேடியர் ஸென் விடைபெற்றுக்கொண்டு சரேலென வெளியேறி னார். மஹுராவை ஆபத்து வேகமாக நெருங்கிக் கொண்டிருந்தது.

★★★

(1966ல் பெரோஸ்பூரில் கண்டோன்மென்டில் முகாமிட்டிருந்த இந்திய ராணுவத்தின் 7வது இன்பென்டரி டிவிஷனின் 612வது இ.எம்.இ பெட்டாலியனில் கேப்டனாக நான் பணியாற்றிக் கொண்டிருந்த நேரம்.

என்னுடைய கம்பெனியில் நாயப் சுபேதார் டோக்ரா (Nayab Subedar Dokra) *என்ற ஜே.சி.ஓ* (Junior Commissioned Officer) *ஒருவர் பணியாற்றினார். அவரது பூர்விகம் ஜம்மு காஷ்மீர மாநிலத்தில் உள்ள ஊரி பள்ளத்தாக்கு. அவருடைய பெரியப்பா ஒருவர் காஷ்மீர மகாராஜாவின் ராணுவத்தின் நான்காவது ஜம்மு காஷ்மீர் இன்பென்டரி பெட்டாலியனில் பணியாற்றி னார். இந்த பெட்டாலியன்தான் பாகிஸ்தான் படையெடுப்பின் போது (22 அக்டோபர் 1947) முஸபராபாத்தில்வைத்து தூக்கத்திலேயே வெட்டிக் கொல்லப்பட்டது. அப்படிக் கொல்லப்பட்டவர்களில் ஒருவர் தான் என்னிடம் பணியாற்றிய சுபேதாரின் பெரியப்பா.*

பின்னாளில் ஊரியை விட்டு தப்பிக் குடிபெயர்ந்த அவரது குடும்பம் இந்தியாவுக்கு வந்து பஞ்சாபில் குடியேறியது. இப்போது பெரோஸ்பூரில் நான் பணியாற்றிய கம்பெனியில் இருக்கிறார்.

அப்போது அவர் என்னிடம் நேரிடையாகச் சில விஷயங்கள் சொன்னார். டோக்ரா வீரர்கள் நள்ளிரவில் வெட்டிப் படுகொலை செய்யப்பட்டவிதம், கிருஷ்ணா மேத்தா என்ற கவர்னரின் மனைவி தற்கொலை செய்துகொள்ள முயன்றபோது ஆர்.எஸ்.எஸ். தொண்டர்களான ஓம் மற்றும் செம்மன்லால் ஆகியவர்கள் காப்பாற்றியது, பிற்பாடு மஹுரா மின் நிலையம் இரண்டாவது முறையாகத் தாக்கத் திட்டமிடப் பட்டபோது சரியான நேரத்தில் பிரிகேடியர் சென்னுக்குச் செய்தி கொடுத்தது ஆர்.எஸ்.எஸ். தொண்டர்கள்தான் என்பதையெல்லாம் சொன்னார். ஆனால், இந்தத் தகவல்கள் பதிவாகியிருக்கும் அனைத்து புத்தகங்களிலும் இவர்களுடைய ஆர்.எஸ்.எஸ். தொடர்பு முற்றாக மூடிமறைக்கப்பட்டிருக் கிறது- **ஆசிரியர்***).*

22. சுழித்தோடும் ஜீலம் நதியின் குறுக்கே

எதிரிகள் மஹுரா(ாவை ஜீலம் நதியின் வடபுறமிருந்து தாக்கப் போகிறார்கள் என்ற செய்தி பிரிகேடியர் ஸென்னை மிகுந்த அதிர்ச்சிக் குள்ளாக்கியது. ஸ்ரீநகரில் இருந்து ஊரி வரையிலும் சுமார் 60 மைல்கள் தூரத்துக்கு ரோடின் வடக்குப்பக்கமாக ஓடும் ஜீலம் நதியில் பாரமுல்லாவையும் ஊரியையும் தவிர வேறு எங்குமே பாலம் கிடையாது. மஹுரா மின் உற்பத்தி நிலையம், மஹுரா கிராமத்தில் சாலைக்கும் ஜீலம் நதிக்கும் இடையில் இருந்தது.

நதியை ஒட்டி இருந்த மின் நிலையத்தை நதியின் வடபுறமிருந்து எதிரிகள் தாக்குவதனால் அவர்களைத் திருப்பித் தாக்குவதற்கு நாமும் நதியைக் கடந்தாகவேண்டும். ஆனால், அந்தப் பகுதியில் பாலம் எதுவும் கிடையாது. நதியின் வடபுறம் மஹுரா மின்நிலையத்தின் நேர் எதிரே உயர்ந்த மலைசிகரம் இருந்தது. இதற்கு பாசின் மலை உச்சி என்று பெயர். அதை எதிரிகள் ஆக்கிரமித்துவிட்டால் மஹுரா மின் நிலையத்தை அங்கிருந்தே தாக்க முடியும்.

இதைவிடவும் பெரிய ஆபத்து ஒன்று இருந்தது. இந்த பாசின் மலை உச்சி மட்டும் எதிரியின் கைக்குப் போய்விடுமானால் பாரமுல்லாவி லிருந்து ஊரிக்குச் செல்லும் சாலை வழியாக எது சென்றாலும் எதிரியால் எளிதில் தாக்கிவிடமுடியும். பாசின் மலையுச்சியில் எதிரிகள் நிலைகொண்டுவிடும்பட்சத்தில் நம் ராணுவம் மஹுராவி லிருந்து நதியைக் கடக்க பாலம் இல்லாததால் முன்னேற முடியாது.

ஆறு மைல் மேற்கே உள்ள ஊரியிலோ 20 மைல் கிழக்கே உள்ள பாரமுல்லாவிலோதான் நதியைக் கடந்து மறுபுறம் இந்திய ராணுவம் செல்ல முடியும். ஊரியிலோ பாரமுல்லாவிலோ நதியை கடந்து நமது வீரர்கள் பாசின் மலை உச்சி நோக்கி முன்னேறுவதானால் அது மலைச்சரிவில் பெரும் சிரமமான காரியம். அதோடு இந்நேரம் எதிரிகள் பாசின் மலை உச்சியை நோக்கி வந்துகொண்டிருப்பார்களே யானால் நமது வீரர்களும் ஊரியிலேயே நதியைக் கடந்து வடபுறம் சென்றால் எதிரிகள் நமது நடமாட்டத்தை எளிதில் கண்டுகொள் வார்கள். பாரமுல்லாவில் நதியைக் கடந்து வடபுறம் வழியாக பாசின்

மலை உச்சியை நோக்கி முன்னேறுவதானால் அதற்குப் போதிய கால அவகாசம் இல்லை. அவசரமான முடிவுக்கு வந்த ஸென் ஸ்ரீநகரில் இருந்தபடியே உத்தரவுகளைக் கொடுத்தார்.

பாரமுல்லாவில் இருந்து ஒரேயொரு டோக்ரா பட்டாலியனை நகர்த்தினால் அந்த நகரத்தின் பாதுகாப்பு பலமற்றதாகிவிடும். பாசின் மலை உச்சியை எதிரி வந்தடையும் பட்சத்தில் அங்கிருந்தபடியே நதியின் வடபுறமாகவே பயணம் செய்து பாரமுல்லாவைக்கூடத் தாக்கிவிடமுடியும். ஊரியில் இருந்தது மூன்று பட்டாலியன்கள். ஊரியின் பாதுகாப்புக்கு இந்த மூன்று பட்டாலியன்களும்கூடப் போதாது என்று எண்ணிக்கொண்டிருந்த நேரத்தில் இவற்றில் ஒன்றை நகர்த்த வேண்டிய நிர்பந்தம் ஏற்பட்டுவிட்டது.

ஊரியில் ரிசர்வில் இருந்த 4-வது குமாவுன் பட்டாலியன் கமாண்டர் கர்னல் மன்மோகன் கன்னாவுடன் டெலிபோனில் பேசினார் ஸென். 'லெப்டினென்ட் கர்னல் மன்மோகன் கன்னா... நீங்கள் உடனடியாக நான்கு கம்பெனி குமாவுன் வீரர்களுடன் சாலை வழியாக மஹுரா நோக்கி முன்னேறுங்கள். பட்டாலியன் மீதிப்பகுதி நாளை காலையில் ஊரியில் இருந்து புறப்பட்டு வந்து சேர்ந்து கொள்ளட்டும்'.

மன்மோகன் கன்னாவிடம் இருந்து வந்த பதில் 'ஸென்'னை சங்கடத்துக்குள்ளாக்கியது. 'நான்கு கம்பெனிகளை எவ்வளவு விரைவாக முடியுமோ அவ்வளவு சீக்கிரமாக ஒன்று திரட்டி உடனடியாக மஹுரா நோக்கி முன்னேறுகிறேன். ஆனால்!

ஆனால் என்ன... இங்கு இப்போது கண்மண் தெரியாமல் கடும் பனிப்புயல் அடித்துக் கொண்டிருக்கிறது. நமது வீரர்கள் இந்த பயங்கரப் பனிப்புயலில் முன்னேறத் தயங்கமாட்டார்கள் என்றாலும் அவர்களது முன்னேறும் வேகம் குறைவாகவே இருக்கும்.

மஹுராவை உத்தேசமாக எப்போது சென்றடைய முடியும்?

இரவு முழுவதும் மார்ச் செய்து (நடந்து சென்று) நாளை காலை 8 மணிக்கு மஹுராவை அடைந்துவிடுவேன்.

பரவாயில்லை நான் காலையில் 7 மணிக்குள்ளாக மஹுரா வந்து விடுவேன்.

ஏன், எதற்காக என்று எந்த விபரமும் டெலிபோனில் சொல்ல முடியாததால் 4-வது குமாவுன் பட்டாலியனின் 4 கம்பெனிகளும் முழு ஆயுதபாணிகளாக இரவு 12 மணிக்கு ஊரியில் இருந்து புறப்பட்டு கடும் பனிப்புயலைச் சமாளித்தபடி கால்நடையாக முன்னேறினர். ஸ்ரீநகரில் இருந்து சென்ற பிரிகேடியர் ஸென்னும் ஊரியிலிருந்து வந்த குமாவுன்

பட்டாலியனும் காலை 7 மணி சில நிமிடங்களுக்குள் சரியாக மஹுராவில் சந்தித்தனர்.

நதியின் வடக்கு பக்கத்தில் பாசின் மலை உச்சி அவர்களை எட்டிப் பார்த்தபடி உயர்ந்து நின்றது. அங்கிருந்து தாக்குதல் எதுவும் இதுவரை வராததால் இன்னும் பாகிஸ்தானிகள் பாசின் மலை உச்சியை வந்தடையவில்லை என்பது புரிந்தது. எதிரிகள் பாசின் மலை உச்சியை அடைந்த மறுநிமிடம் மஹுரா மின் நிலையத்தில் பணியாளர்கள் செயல்படமுடியாது என்பதையும் ஸ்ரீநகர் மறுபடியும் மின்சாரம் இல்லாமல் இருட்டில் ஆழ்த்தப்பட்டுவிடும் என்பதையும் உணர்ந்து கொண்ட பிரிகேடியர் ஸென் அவசர அவசரமாக குமாவுன் பட்டாலியனை ஜீலம் நதியை எப்படியாவது கடந்து வடக்கிலிருந்த பாசின் மலை உச்சியை நோக்கி முன்னேறும்படி உத்தரவிட்டார். உத்தரவை நிறைவேற்ற அந்த சுற்றுவட்டாரம் முழுவதும் ஆராயப் பட்டது. கண்ணுக்கெட்டிய தூரம் வரையிலும் நதியைக் கடப்பதற்கு எந்த வழியும் தென்படவில்லை. மின்நிலையம் கட்டப்பட்டபோது கட்டியிருந்த பாலம் ஒன்று முழுவதுமாகப் பிரித்து எடுக்கப்பட்டி ருந்தது. ஆனால், அந்த பாலத்தின் அடித் தூண்கள் இன்னும் நதியின் நீருக்கு மேலே தெரிந்து கொண்டிருந்தன.

இந்த அடித்தூண்களை பயன்படுத்தித் திறமை வாய்ந்த ராணுவ எஞ்சினியர்களால் ஒரு பாலம் கட்ட முடியும். ஆனால், அதற்கு நிறைய எஞ்சினியர்களும் குறைந்தது மூன்று நாட்களும் தேவை. இரண்டுமே அவசரத்தில் கிடைக்காதவை. 200 அடி அகலம் கொண்ட அந்த ஜீலம் நதியில் படுவேகமாகச் சுழித்துப் பாயும் வெள்ளத்தை எப்படித் தாண்டி மறுகரையை அடைவது என்று மலைத்துப் போய் நின்றனர் பிரிகேடியர் ஸென்னும் மன்மோகன் கன்னாவும்.

ஆற்றில் குதித்து வீரர்களை நீந்திச் செல்லும்படி உத்தரவிடலாமா என்று சிந்தித்தார். ஆனால், அது வெறும் தற்கொலை முயற்சியாகி விடும் என்று அந்த எண்ணம் கைவிடப்பட்டது. எந்த நிமிடமும் பாசின் மலை உச்சியிலிருந்து எதிரிகளின் எந்திரத் துப்பாக்கிகள் முழங்கத் தொடங்கலாம். 4-வது குமாவுன் பட்டாலியனை மறுபடியும் ஊரிக்குத் திருப்பி அனுப்பி அங்கிருந்து நதியை கடந்து நதியின் வடபுற மாக பாசின்மலை உச்சியை நோக்கி முன்னேறச் சொல்லலாமா என்று யோசித்தார் ஸென்.

ஆனால், இரவு முழுவதும் மார்ச் செய்து வந்திருக்கும் குமாவுன் வீரர்கள் மறுபடியும் ஊரிக்கு திரும்பிச்சென்று நதியின் வடக்குப்பக்கமாக பாசின் மலை உச்சியை வந்தடையும்போது மிகவும் களைத்துப் போவார்கள் என்பதாலும் இவர்கள் வந்தடையும் முன்னால் எதிரிகள்

பாசின் மலை உச்சிக்கு வந்துவிட்டார்கள் என்றால் நம் முயற்சி வீணாகிவிடும் என்பதாலும் அம்முயற்சி கைவிடப்பட்டது.

பிரிகேடியர் ஸென்னுக்கு எந்த வழியும் புலப்படவில்லை. அவசரமாக ஒரு முடிவுக்கு வந்த ஸென் ஊரியிலிருந்த இன்னொரு பட்டாலியன் கமாண்டரான லெப்டினென்ட் கர்னல் 'காலானை' தொடர்பு கொண்டு அவருடைய ஆறாவது ராஜபுதனா ரைஃபிள் பட்டாலியனை ஊரியிலிருந்து நதியின் வடபுறமாக பாசின் மலை உச்சியை நோக்கி முன்னேறும்படி உத்தரவிடும் முயற்சியில் இறங்கினார்.

ரத்த நாளங்கள் வெடித்துவிடும் அளவுக்கு இக்கட்டில் மூழ்கிப் போயிருந்த நமது ராணுவத்தை பார்த்து அந்த கடைசி நிமிடத்தில் அதிர்ஷ்டம் தேடி வந்தது!

23. துருப்பிடித்த கயிறும் துணிந்த வீரர்களும்

1948 ஜனவரி 16, அதிகாலை நேரத்தில் எங்கும் நிறைந்திருந்த பனிப்படலம் ஜீலம் நதியின் ஜில்லிட்டுப் போன தண்ணீரின் மேலே அடர்த்தியாகப் படர்ந்திருந்தது. நதியின் மறுபக்கமோ அக்கம் பக்கமோ கூடப் பார்க்கமுடியாத அளவு அடர்த்தியாகப் பனிமூட்டம் இருந்ததால் அது ஆற்றைக் கடக்க ஏதாவது வழி பிறக்காதா என்று தேடிக்கொண்டிருந்த வீரர்களுக்கு பெரும் இடைஞ்சலாக இருந்தது.

ஆற்றின் கரையையே உன்னிப்பாகக் கவனித்துக்கொண்டு வந்த கம்பெனி கமாண்டர் ஒருவரின் கண்களில் ஆச்சரியமான அந்தப் பொருள்பட்டுவிட்டது. ஆற்றின் குறுக்கே கட்டப்பட்ட நீண்ட எஃகுக் கயிறும் அதில் தொங்கிக்கொண்டிருந்த கப்பி உருளையும்தான் அந்தப் பொருள்கள். பனிமூட்டத்துக்குள் அடைபட்டுக் கிடந்ததால் இந்த எஃகுக்கயிறு இவ்வளவு நேரமும் யார் கண்ணிலும் படாமல் இருந்து விட்டது. எஃகுக்கயிறு ஆற்றின் மறுகரையில் எங்கே எப்படி கட்டப்பட்டிருக்கிறது என்பதைக் கண்டுபிடிக்க மறுகரையைப் பார்க்க முயன்றார் அந்த மேஜர். ஏகதேசம் 200 அடி அகலம் உள்ள அந்தச் சுழித்தோடும் ஜீலம் நதியின் மறுகரை பனிமூட்டத்துக்குள் இறுக்கமாக மூடிக்கிடந்ததால் அவரால் பார்க்க முடியவில்லை.

இந்தச் செய்தி உடனே பிரிகேடியர் ஸென்னுக்குப் பறந்தது. ஆற்றில் மூழ்கிக் கொண்டிருப்பவர்களுக்குக் கையில் பிடிக்கக் கிடைத்த சிறு மரக்கட்டைபோல் இந்த எஃகுக் கயிறு, வீரர்கள் மறுகரையை அடைவதற்குப் பயன்படுமா என்று ஆராய்ந்தார் பிரிகேடியர் ஸென்.

மஹுரா மின்நிலையச் சிப்பந்திகளை விசாரித்தபோது அவர்களுக்கு இந்தக் கயிறு பற்றி அதிக விவரம் தெரியவில்லை. கயிறு ஆற்றின் மறுகரையின் நன்றாகக் கட்டப்பட்டுள்ளதா, பலம் உள்ளது தானா, இதற்கான ஆள் ஏறிச்செல்லும் தொட்டிலும் அதை இயக்கும் உருளைகளும் எங்கே உள்ளன என்பன போன்ற எந்தக் கேள்விக்கும் பதில் கிடைக்கவில்லை. பக்கத்தில் இருந்த ஒரு பாழடைந்த அறையைச் சோதனையிட்ட போது மிகவும் துருப்பிடித்த நிலையில் அந்த எஃகுக் கயிறும் பாலத்தில் ஓடக்கூடிய தொங்கு தொட்டிலை இயக்கும் உருளைகளும் கிடைத்தன.

இது மஹுரா மின்நிலையம் கட்டப்பட்டபோது பயன்படுத்திய எஃகுக் கயிற்றுப் பாலம். இப்போது பல வருடங்கள் ஆகிவிட்டதால் எல்லாம் துருப்பிடித்த நிலையில் மக்கிப்போய்க் கிடந்தன. இந்தத் துருப்பிடித்த சாமான்கள்கூட நமது வீரர்களுக்கு அந்த நேரத்தில் மிகுந்த உற்சாகமூட்டின. பக்கத்தில் கிடந்த லிப்டன் தேயிலை கொண்டு வந்த பழைய பெட்டி ஒன்றைத் தேடிப் பிடித்து எஃகுக் கயிற்றில் ஓடும் தொங்கு தொட்டிலாகப் பயன்படும்படி இணைத்தனர்.

தொங்கு தொட்டில் மாட்டப்பட்டதும் அதனுள்ளே முன்னணி பிளட்டூனின் கமாண்டர் ஏறிநின்று கொண்டார். மக்கிக்கிடந்த உருளைகள் சுத்தப்படுத்தப்பட்டு மெதுவாகச் சுழற்றப்பட்டன. அது ஒரு பயங்கரமான அனுபவம். எஃகுக் கயிற்றில் கட்டப்பட்ட தொங்கு தொட்டில் மெதுவாக கிரீச் ஒலியுடன் ஆற்றின் குறுக்கே நகர ஆரம்பித்தது. எஃகுக் கயிறு எந்த இடத்திலும் அறுந்துவிடலாம். எதிர்முனையில் கட்டப்பட்டிருக்கும் இடம் கெட்டுப்போயிருக் கலாம். உருளைகள் எந்த நிமிடமும் மக்கர் செய்யலாம். அப்படி ஏதாவது நடக்குமானால் தொங்கு பெட்டியினுள் புன்சிரிப்புடன் தன்னந்தனியாக நிற்கும் அந்த பிளட்டூன் கமாண்டர் சில்லிட்டுச் சுழித்தோடும் நதி நீரில் விழுந்து உயிர் துறக்க வேண்டியதுதான். ஆனால், அப்படி எதுவும் நடக்கவில்லை. அவர் பத்திரமாக மறுகரையை அடைந்தார்.

அடுத்த 3 மணி நேரத்துக்குள்ளாக ஒரு பிளட்டூன் முழுவதும் ஒவ்வொருவராக மறுகரையை அடைந்துவிட்டனர். மறுகரையை அடைந்த முதல் பிளட்டூனுக்கு உடனடியாக பாசின் மலையைக் கைப்பற்றும்படி உத்தரவிடப்பட்டது. ஒருவேளை பாசின் மலையை எதிரிகள் ஏற்கெனவே பிடித்திருந்தால் சண்டை நடக்கவேண்டி வரும். அப்போது முதல் பிளட்டூனுக்குத் துணையாக மேலும் படைகள் வேண்டும். அதற்காக இரண்டாவது பிளட்டூன் வீரர்கள் அதிவேக மாகக் கயிற்று தொங்கு பாலம் வழியாக ஆற்றைக் கடக்கத் தொடங்கினர்.

அமைதியான அந்த அதிகாலை வேளையில் பனி மூட்டத்தின் ஊடே நீட்டிய துப்பாக்கிகளுடன் முன்னேறிய நமது முதல் பிளட்டூன் பாசின் மலை உச்சியை அடைந்தபோது ஏராளமான பாகிஸ்தானி முஸ்லிம் படைவீரர்கள் கனத்த ஆயுதங்களுடன் அதே மலையை நோக்கி வருவதைப் பார்த்துவிட்டனர். நமது வீரர்கள் உடனடியாகப் பாதுகாப்பு அரண்களை அமைத்து எதிரியைத் தூரத்தில் வரும்போதே தாக்க ஆரம்பித்தனர். நம் வீரர்களின் சக்தியும் எண்ணிக்கையும் எவ்வளவு என்று அறிந்துகொள்ளமுடியாத முஸ்லிம்கள் அந்த இடத்திலிருந்து திரும்பிவிட்டனர்.

இன்னும் முப்பதே நிமிடங்கள் தாமதமாக நமது வீரர்கள் பாசின் மலைக்கு வந்திருந்தால் எதிரிகள் பெரும் எண்ணிக்கையில் அம்மலையைப் பிடித்திருப்பார்கள். அங்கிருந்தே மஹூரா மின் நிலையத்தைப் பீரங்கியால் தாக்கியிருப்பார்கள். ஸ்ரீநகர் ஊரி சாலையை மறித்திருப்பார்கள். இதனால் காஷ்மீர் போரின் நிலையே மாறியிருக்கும். பாசின் மலையைக் கைப்பற்ற முடியாமல் போனதால் பாகிஸ்தானின் ராணுவத் தலைமையில் பெரும் மாற்றம் செய்யப் பட்டது. பிரிகேடியர் கலீல் என்ற பாகிஸ்தானிய தளபதி மஹூரா மின் நிலையத்தைப் பிடித்தே ஆகவேண்டும் என்பதற்காகப் புதிதாக நியமிக்கப்பட்டார். மஹூராவும் மஹூராவைத் தொடர்ந்து ஊரியும் பிடிக்கப்பட்டு இந்திய ராணுவத்தின் *161*-வது பிரிகேட் முற்றிலுமாக அழிக்கப்படவேண்டும் என்று இந்த கலீலுக்கு பாகிஸ்தான் தலைமை உத்தரவிட்டது.

குளிர்காலம் முடிந்து பானிஹால் கணவாய் திறக்கப்பட்டு இந்தியாவின் புதிய தளவாடங்களும் வீரர்களும் வந்து சேரும் வரை எந்தப் பெரிய போரிலும் ஈடுபடும் சக்தியில்லாதிருந்த பிரிகேடியர் ஸென் பலவழிகளில் எதிரிகளுக்குப் போக்குக் காட்டி நாட்களைக் கடத்த முயன்றார். ஆனால் புதிதாக இந்திய வீரர்கள் வந்து சேருவதற்கு முன்னால் மஹூராவையும் ஊரியையும் பிடித்து விடவேண்டும் என்று கலீல் திட்டம் தீட்டினார். இதற்காக ஏராளமான பாகிஸ்தானிய படை வீரர்களும் ஆயுதங்களும் லிம்பர்நல்லா என்ற இடம் நோக்கி ரகசியமாகக் குவிக்கப்பட்டன.

24. மூன்று வார அவகாசம் மட்டும் கொடுங்கள்

ஆரம்பத்தில் படுவேகமாக பதான் பழங்குடிகளை விரட்டியடித்த இந்திய ராணுவத்தின் வேகம் வரவரக் குறைந்தது. காஷ்மீரப் பகுதிகள் கொஞ்சம் கொஞ்சமாக பாகிஸ்தானின் பிடியிலிருந்து விடுபட விடுபட காஷ்மீரின் அனைத்து பகுதிகளும் பறிபோய்விடக்கூடாதே என்னும் பயத்தில் பாகிஸ்தான் தனது ராணுவத்தை அதிக அளவில் காஷ்மீருக்குள் செலுத்தியது. ஆரம்பத்தில் பதான் பழங்குடிகளுக்கும் இந்திய ராணுவத்துக்கும் நடந்த போர் இப்போது இரண்டு நாடுகளின் ராணுவத்தினர் மத்தியில் நடக்கும் போராக மாறியது. சர்தார் வல்லபபாய் படேல் காஷ்மீரத்துக்குள் செலுத்தப்பட்ட இந்திய ராணுவத்தின் அளவை சிறிது சிறிதாகப் பெருக்கியது மட்டு மல்லாமல் அங்கு செல்லும் சாலை வழிப் பாதைகளையும் மிக வேகமாகச் செப்பனிட்டுக் கொடுத்தார்.

காஷ்மீருக்குள் முதன்முதலில் செயல்பட ஆரம்பித்த ஒரே ஒரு 161-வது இந்திய பிரிகேடு படிப்படியாகப் பெரிதாக்கப்பட்டு இரண்டு டிவிஷன்களாக்கப்பட்டது. ஜம்முவைத் தலைநகராகக் கொண்ட ஒரு டிவிஷனுக்கு ஜெனரல் குல்வந்த்சிங் தலைமை தாங்கினார். ஸ்ரீநகரைத் தலைநகராகக்கொண்ட இன்னொரு டிவிஷனுக்கு ஜெனரல் திம்மையா தலைமை தாங்கினார். திறமை வாய்ந்த இரண்டு இந்திய ஜெனரல்களின் தலைமையில் இயங்கிய இந்திய ராணுவம் காஷ்மீரத்தில் இருந்து பாகிஸ்தானிகளை வேரும் வேரடி மண்ணு மில்லாமல் துரத்தியடிக்கப்பட்டது.

ஊரியிலிருந்து முன்னேறிய பிரிகேடியர் ஸென்னின் படை முஸாஃபராபாத்தை மிக அருகில் நெருங்கியது. பிரிகேடியர் ஹர்பக்ஸ் சிங்கின் தலைமையில் நகர்ந்த இன்னொரு ராணுவம் பயங்கர மலைக் காடுகளில் முன்னேறி முஸாஃபராபாத்திலிருந்து 30 மைல்கள் தூரமே உள்ள தித்துவாலைக் கைப்பற்றியது. மேஜர் ஜெனரல் குல்வந்த் சிங்கின் இடத்தில் புதிதாக நியமிக்கப்பட்ட மேஜர் ஜெனரல் ஆத்மாசிங்கினுடைய பிரிகேட் கமாண்டரான பிரிகேடியர் எதுநாத்சிங் பாகிஸ்தானிகளின் பயங்கர எதிர்ப்புகளை முறியடித்தபடி நௌஷேரா லிருந்து பூஞ்ச் நோக்கி கடும்வேகத்தில் முன்னேறினார். பூஞ்ச்

நகருக்குள் ஒரு வருடகாலமாக பாகிஸ்தானிகளால் முழுவதுமாக முற்றுகையிடப்பட்ட நிலையில் அங்கு வசித்த 20,000 பொது மக்களையும் காப்பாற்றியபடி பிரிகேடியர் எதுநாத்சிங் வருகையை எதிர்நோக்கி பூஞ்சில் தாக்குப்பிடித்து நின்று கொண்டிருந்தார் பிரிகேடியர் ப்ரீதம்சிங்.

பரந்து விரிந்து கிடந்த காஷ்மீரத்தின் வடபகுதிகளான கில்ஜித், ஸ்கார்டூ, கார்கில் போன்ற இடங்களை ஆக்கிரமித்துக்கொண்டே பாகிஸ்தானின் துருப்புகள் மேலும் லடாக் நோக்கி முன்னேறியது. வெறும் 30 பேர்களை மட்டுமே கொண்ட இந்திய ராணுவம் 17000 அடி உயரமுள்ள ஸோஜிலா கணவாயைக் கால்நடையாகவே கடந்து சென்று லடாக்கைக் காப்பாற்றியது.

இந்திய ராணுவத்தின் மேற்கு கமாண்டில் பெரும் தளபதியாக இருந்த ஜெனரல் கரியப்பாவின் செயல் வேகமும் இரும்பு மனிதர் சர்தார் வல்லபபாய் படேலின் ஆச்சரியப்படத்தக்க முயற்சியும் இணைந்து செயல்பட்டதால் பாகிஸ்தானிய ராணுவம் படுவேகமாக தங்கள் இருப்பிடங்களைக் காலி செய்து கொண்டு ஓடத் துவங்கியது. காஷ்மீரத்தின் மூன்றில் ஒரு பகுதி இன்னும் மீட்கப்படவேண்டிய இந்தத் தருணத்தில் இந்திய ராணுவம் முழுமூச்சாகச் செயல்பட ஆரம்பித்தவுடன் பிரிட்டிஷ் அரசு விழித்துக்கொண்டது.

இனிமேலும் ஒரு மாத காலம் தாமதித்தாலும் பாகிஸ்தானிய ராணுவம் காஷ்மீரத்திலிருந்து பூண்டோடு அழிக்கப்பட்டுவிடும். பாகிஸ்தானின் கொட்டமும் ஒட்டுமொத்தமாக அடங்கிவிடும். இந்த நிலையை பிரிட்டஷ் அரசு சற்றும் எதிர்பார்க்கவில்லை. இந்தியா, பாகிஸ்தானிடையே நிரந்தரமாக ஏதாவது ஒரு சச்சரவு இருந்து கொண்டே இருக்கவேண்டும்; பாகிஸ்தான் அமெரிக்க வல்லரசின் சண்டைக்கோழியாக இந்தியாவை முன்னேறவிடாமல் எப்போதுமே தடுத்துக் கொண்டிருக்கவேண்டும் என்று ஆரம்பித்திலிருந்தே விரும்பியது பிரிட்டிஷ் அரசு. எனவே, காஷ்மீரத்தில் இந்திய ராணுவம் வெற்றி பெற்று அங்குள்ள பிரச்னை முடிந்து போவதை அடியோடு விரும்பவில்லை.

இதனால் இந்திய ராணுவத்தின் தலைமை தளபதியாக இருந்த ஜெனரல் புச்சர் நேருவை அணுகினார். இனிமேலும் சண்டையைத் தொடர்ந்தால் இந்திய ராணுவம் பாகிஸ்தானின் எல்லைக்குள் புக வேண்டியிருக்கும்; அது பிரச்னையைப் பெரிதாக்குமென்று நேருவிடம் கூறினார். பாகிஸ்தானிய ராணுவம் இத்தனை நாளும் இந்திய எல்லையான காஷ்மீரத்துக்குள் இருந்தபோது ஏற்படாத பிரச்னை ஆக்கிரமிப்பாளர்களான பாகிஸ்தானியர்களைத் துரத்தி

அடிப்பதற்காக மட்டுமே பாகிஸ்தானுக்குள் இந்திய ராணுவம் புகும்போது மட்டும் எப்படி ஏற்பட்டுவிடும்?

அப்படியே ஒரு பிரச்னை ஏற்பட்டாலும் அதைச் சமாளிக்க வேண்டியதுதானே என்றோ பாகிஸ்தானிகளை ஒரேயடியாகத் துரத்தியடித்துவிடும்போது ஐ.நா.சபையின் உதவி இல்லாமலே எல்லா பிரச்னைகளும் முடிந்துவிடும் என்றோ சிந்திக்கத் தவறிய நமது பிரதமர் நேரு, எதிரியின் தந்திரத்தைப் புரிந்துகொண்டோ இல்லாமலோ போர் நிறுத்தத்துக்கு ஒப்புக்கொண்டுவிட்டார்.

இன்னும் மூன்றே வாரங்கள் அவகாசம் மட்டும் கொடுங்கள், பாகிஸ்தானின் துருப்புகள் அத்தனையும் துரத்திக் காட்டுகிறோம் என்று மன்றாடிய ஜெனரல் கரியப்பாவின் வேண்டுகோளை நேரு நிராகரித்தார். இன்றளவும் காஷ்மீர் பிரச்னையின் மூலம் பல போர் களையும் பல கோடி ரூபாய் நஷ்டத்தையும் இந்தியாவுக்கு உண்டாக்கிவிட்டார் அருமை நேரு. 1.1.1949-ல் காஷ்மீரில் போர் நிறுத்தம் அமலுக்கு வந்தது.

காஷ்மீர் பாரத மாதாவின் நெற்றியில் அணியப்பட்ட மங்கலத் திலகம். இந்திய மாவீரர்களின் உதிரம் காஷ்மீர் பனிமலையில் எங்கும் பாய்ந்திருக்கிறது. வீரர்கள் உதிரம் கொட்டிப் பாதுகாத்த காஷ்மீர பூமியை இந்த உலகில் யார் நினைத்தாலும் இந்தியாவிடமிருந்து பிரித்துவிடமுடியாது. அதை இந்திய மக்கள் அனுமதிக்க மாட்டார்கள். 1965-ல் நடந்த இந்தியா பாகிஸ்தான் போரிலும் நமது ராணுவம் ரத்தம் சிந்திக் கைப்பற்றிய பல பகுதிகளை நமது அரசியல் வாதிகள் பாகிஸ்தானுக்குத் திருப்பிக் கொடுத்துவிட்டார்கள். காஷ்மீரத்தின் கில்ஜித் பகுதியும், ஷேக்ஸ்காம் பகுதியும், அக்சாய்சின் பகுதியும் பாகிஸ்தானின் ஆக்கிரமிப்பில் உள்ள காஷ்மீரப் பகுதியும் இன்று நம்மிடம் இல்லை. உண்மையில் இந்தப் பகுதிகள் நம்மிடம் இல்லாத நிலையிலேயே நமது அரசியல்வாதிகள் காஷ்மீரப் படத்தை முழுமையாக இந்தியா வரைபடத்தில் காட்டி மக்களை ஏமாற்றிக் கொண்டிருக்கிறார்கள்.

இன்றுவரையிலும் காஷ்மீரத்தின் இழந்த இந்தப் பகுதிகளை மீட்பதற்கு நமது அரசியல்வாதிகள் எந்த நடவடிக்கையும் எடுக்க வில்லை. மாறாக காஷ்மீரப் பள்ளத்தாக்கு முழுவதுமாக நம்மை விட்டுப் போய்விடுமோ என்னும் அச்சம் உண்டாகும் சூழ்நிலையைத் தான் நமது நாட்டை இத்தனை ஆண்டு காலமாக ஆண்டவர்கள் உருவாக்கியிருக்கிறார்கள்.

பாகம் 3

இழப்பதற்கோ எங்கள் காஷ்மீரம்

1. நினைத்துப் பார்ப்போம்

பாரமுல்லா! காஷ்மீரத்தின் இரண்டாவது அழகு கொழிக்கும் நகரம். அழகு மங்கையரும் அமைதியான ஆண்களும் கம்பளியாடுகளும் ஆப்பிள் தோட்டங்களும் நிறைந்த சொர்க்க பூமி. இங்கு வசித்த பெரும்பான்மை மக்கள் முஸ்லிம்கள். சூஃபி முஸ்லிம்கள்.

27 அக்டோபர் 1947 காலை சரியாகப் பத்துமணி. 'பருத்துக் கருத்த காட்டு மிருகங்களைப் போன்ற பதான் முஸ்லிம் மலைவாசிகள் (பழங்குடிகள்) மலைக்குன்றுகளிலிருந்து நகரை நோக்கி ஆயிரக் கணக்கில் ஓடி வந்தனர்'. அங்குள்ள கிறிஸ்தவ ஆஸ்பத்திரியில் உயிர் தப்பிய ஒரு நர்ஸ் சொல்லுகிறாள்.

'அவர்கள் சுட்டுக் கொண்டே ஓடிவந்தனர். இருபது வயது நிரம்பிய பெண் அப்போதுதான் பெற்றெடுத்த குழந்தையுடன் கட்டிலில் படுத்திருந்தாள். குழந்தை பெற்ற அந்த பெண்ணைப் பாதுகாக்க, பிலோமினா என்ற நர்ஸ் முயன்றார். ஆனால், முதலில் அந்த நர்ஸ் சுட்டுக் கொல்லப்பட்டாள். இரண்டாவது அந்தத் தாய் சுடப்பட்டாள். மதர் கப்பீரியர் அல்துரூட் இறந்து கிடந்த பிலோமினா முன்னால் மண்டியிட்டு ஜெபம் செய்தார். ஆனால், அவரது உடைகளும் ஆபரணங்களும் களையப்பட்டன.

முஸ்லிம் பழங்குடி ஒருவன் மதர் சுப்பீரியரை நோக்கித் துப்பாக்கியை நீட்டுவதைப் பார்த்த உதவி மதர் தெரஸலேனா இருவருக்கும் இடையில் பாய்ந்தார். மறுநிமிடம் அவரது மார்பைத் துளைத்துக் கொண்டு ஒரு குண்டு பாய்ந்தது. இதே நேரம் கர்னல் டைக்ஸ் என்பவர் மதர் கப்பீரியரைக் காப்பாற்றுவதற்காக வேகமாக ஓடி வந்தார். அவர் நெருங்கு முன்னால் மதர் கப்பீரியர் சுடப்பட்டு வீழ்ந்தார். அவர் பக்கத்திலேயே கர்னல் டைக்ஸுவும் வயிற்றில் சுடப்பட்டு வீழ்ந்தார். கர்னல் டைக்ஸின் மனைவி வெளியே ஓடிவந்தார். அவரும்

சுடப்பட்டு வீழ்ந்தார். இதற்கிடையில் தோட்டத்தில் ஒன்பது நர்ஸுகளின் முன்னால் வைத்து ஜீபிரிட்டோ என்ற ஆங்கிலோ இந்தியன் சுட்டுக் கொல்லப்பட்டார். அதன் பிறகு அந்த ஒன்பது நர்ஸுகளும் ஒரு ஃபயரிங் ஸ்குவார்டு முன்னால் நிறுத்தப்பட்டனர்.

அவர்கள் எல்லாவிதமான ஆயுதங்களையும் வைத்திருந்தனர். துப்பாக்கி, கத்தி, கோடாரி, ஈட்டி, துப்பாக்கி... அவர்களிடமிருந்த துப்பாக்கிகளும் ஈட்டிகளும் ரத்தம் கொட்டியபடி இருந்தன. மறுநாள் ஆஸ்பத்திரிக்கு ஒரு பதான் பழங்குடி சிகிச்சைக்காக வந்தான். அவனது விரல்கள் அனைத்துமே மோதிரங்களால் மூடப்பட்டிருந்தன. என்ன இது என்றேன். அவன் சொன்னான்: 'இவற்றுக்காக நான் பதினைந்து பேரைக் கொல்லவேண்டியிருந்தது'.

1947 அக்டோபர் 27-ம் தேதி பாகிஸ்தானிய முஸ்லிம்கள் பாரமுல்லா நகருக்குள் நுழைந்தபோது அங்கிருந்த பெண்கள் தொகை 14,000. நவம்பர் 8ம் தேதி இந்திய வீரர் பாரமுல்லாவுக்கு நுழைந்தபோது அங்கு எஞ்சியிருந்த பெண்கள் வெறும் ஆயிரம். இந்த வெறித் தாக்குதலில் ஈடுபட்டவர்கள் பல்வேறு சாதி முஸ்லிம்களான அஃப்ரிதி, வாசீர், மசூத், கான், ஸ்வாதி முதலியவர்கள். இவர்களுடன் விடுமுறையில் இருந்த பெருவாரியான பாகிஸ்தானிய ராணுவ வீரர்களும் உண்டு.

வடமேற்கு எல்லைப்புற மாகாண (பதான்) முதலமைச்சராக இருந்த கய்யூம்கான் சட்டசபையில் 7 மார்ச் 1949 அன்று சொன்னார். 'காஷ்மீரில் பயங்கரமான தாக்குதலுக்குள்ளாயிருந்த நமது முஸ்லிம் சகோதரர்களைப் பாதுகாப்பதற்காக நம் பகுதி மசூத்கள் (பதான்கள்) உடனடியாகப் புறப்பட்டுச் சென்றது மிகுந்த பாராட்டுதலுக்குரியது'.

முஸ்லிம்கள் சொல்லுகிற ஜிஹாத் மதப்போர் இதுதான் போலும். காஷ்மீரைப் பிடுங்க வேண்டுமென்பது பாகிஸ்தானிய முஸ்லிம் களுடைய நோக்கம். பாகிஸ்தான் ஒரு முஸ்லிம் நாடு. அந்த நாட்டின் எல்லா செயல்களுமே முஸ்லிம் மதவாதத்தின் அடிப்படையில்தான் நடக்கின்றன. பாகிஸ்தானை உலக மத்தியில் ஒரு நாடாக இழுத்துப் பிடித்துவைத்திருப்பதின் அடிப்படையே முஸ்லிம் மதவாதம்தான். இந்த மதவாதம்கூட இந்துக்களை எதிர்ப்பதிலும், இந்தியா மீது பழி சொல்லுவதிலும்தான் வளர்ந்து வருகிறது. முஸ்லிம் மத அடிப்படை ஒன்றை மட்டுமே வைத்துக்கொண்டு காஷ்மீரில் படுகொலைகளில் அன்று முதல் இன்று வரை ஈடுபட்டு வருகிறது.

15 ஆகஸ்ட் 1947-ல் ஆங்கிலேயர்கள் இந்தியாவுக்கும் பாகிஸ்தானுக்கும் தனித்தனியாக சுதந்தரம் கொடுத்ததோடு விடவில்லை. தனித்தனியே

500க்கு மேற்பட்ட குட்டி மகாராஜாக்களுக்கும் சுதந்தரம் கொடுத்தனர். இப்படி சுதந்தரம் கொடுத்ததோடுவிடாமல் ஒவ்வொரு சமஸ்தானமும் இந்தியாவுடனோ பாகிஸ்தானுடனோ இணைந்துகொள்ளலாம். அல்லது சுதந்தரமாகவும் இருந்து கொள்ளலாம் என்று சொன்னார்கள்.

இந்தியாவின் சிந்தனை நேராகவே இருந்தது. பாகிஸ்தானுக்கு உள்ளேயும் அதை ஒட்டியும் இருக்கிற சிறு ராஜ்ஜியங்கள் பாகிஸ் தானோடு சேரவேண்டும்; இந்தியாவுக்கு உள்ளேயும் அதை ஒட்டியு முள்ள நாடுகள் இந்தியாவோடு சேரவேண்டும். பாகிஸ்தானின் வயிற்றுக்குள்ளேயே இருக்கும் சிந்து மாநிலம் பெரும்பான்மை இந்துக்கள் வாழும் இடமாக இருந்த பிறகும்கூட இந்தியா அந்த சிந்து நாட்டை இந்தியாவோடு சேர வா என்று அழைக்கவில்லை. ஒரு வேளை அந்த சிந்து நாடேகூட இந்தியாவுடன் இணைவோம் என்று சொல்லியிருந்தாலும் இந்தியா அதற்கு சம்மதித்திருக்காது.

ஆனால் பாகிஸ்தான் என்ன செய்தது?

2. துரோகத்தின் இலக்கணம்

இரண்டு சகோதரர்கள் தங்களது பொதுச் சொத்தைப் பங்கிட்டுக் கொண்டதுபோலத்தான் இந்தியா பாகிஸ்தான் பிரிவினை. இனிமேலாவது நாம் இருவரும் சமாதானத்தோடும் பாதுகாப்போடும் சுபிட்சத்தோடும் வாழ்வோம் .

சர்தார் வல்லபபாய் படேல் நவம்பர் 19 -1947-ல் ஜுனாகாட்டில் பேசும்போது இவ்வாறு குறிப்பிட்டார்.

இன்னும் பாகிஸ்தான் மீது பாசம் வைத்திருப்பவர்கள் யாராவது இங்கிருந்தால் அவர்கள் தயவு செய்து தங்களுக்குப் பிடித்தமான இடத்துக்குப் போய் சந்தோஷமாக இருந்து கொள்ளலாம் என்றும் சொன்னார். ஆனால், பாகிஸ்தானின் சிந்தனை வேறுவிதமாக இருந்தது. பாகிஸ்தானுக்கு ஒரேயொரு வெளி நாட்டுக்கொள்கைதான் உண்டு. அது இந்தியாவை ஏசுவதும் இந்தியாவை எப்படியாவது கெடுக்கவேண்டும் என்பதும்தான். சுதந்தரம் பெற்ற பின் நடந்த எல்லா செயல்களுமே பாகிஸ்தானைப் பற்றிய இந்தக் கணிப்பு களுக்குத்தான் நம்மை இட்டுச் செல்லும்.

இந்தியாவின் வயிற்றுக்குள்ளிருக்கும் குட்டி ராஜ்யங்களை சுதந்தர பிரகடனம் செய்யச் சொல்லியோ, பாகிஸ்தானுடன் இணையச் சொல்லியோ ஜின்னா தூண்டினார். இந்த வகையில் இந்தியாவுக்கு முதல் தலைவலி தென்கோடியிலுள்ள திருவிதாங்கூர் கொச்சி ராஜ்யத்திடமிருந்து வந்தது. இந்த நாட்டின் திவானாக இருந்தவர் சர்.சி.பி. ராமசாமி ஐயர் என்ற தமிழர். இவர் முகமது அலி ஜின்னாவுடன் கலந்து பேசி திருவிதாங்கூர், கம்யூனிஸ்ட் ரஷ்யாவின் ஆதரவுடன் ஒரு முழுச்சுதந்தர நாடாக இருக்கும் என்று அறிவித்தார்.

ஜின்னாவுக்கு ஏகப்பட்ட குஷி. சுதந்தர திருவிதாங்கூரின் தூதரை பாக். அரசு அமர்க்களமாக ஏற்றுக்கொண்டு ஆதரித்தது. அடுத்தபடியாக ஜின்னா ஜோத்பூர் அரசர் மகாராஜா ஹன்வந்த்சிங்கைப் பிடித்தார். ஜோத்பூரில் 99 சதம் மக்கள் இந்துக்கள். அந்த நாடும் முழுக்க முழுக்க இந்தியாவுக்குள்ளேயே இருந்தது. ஜோத்பூர் மகாராஜாவிடம் ஜின்னா ஒரு வெற்றுக் காகிதத்தில் கையெழுத்துப் போட்டுக் கொடுத்துவிட்டு

இதில் உங்களுக்கு என்னவெல்லாம் நிபந்தனைகள் உண்டோ அவை அனைத்தையும் எழுதிக்கொண்டு பாகிஸ்தானுடன் இணைந்து விடுங்கள் என்றார்.

போபால் ஒரு குட்டி ராஜ்ஜியம். அது இந்தியாவின் நடுமத்தியில் இருக்கிறது. இதை ஆண்டவர் ஒரு முஸ்லிம் நவாப். இந்த நவாப் அன்று இந்தியாவிலும் பாகிஸ்தானிலுமிருந்த சின்னப் பெரிய ராஜாக்களின் சங்கத் தலைவராக இருந்தார். இவரைப் பிடித்தால் ஓரிரு மன்னர்களையாவது வசப்படுத்தி தகராறை ஆரம்பிக்கச் சொல்லி இந்தியாவுக்குத் தலைவலி கொடுக்கலாமே என்று எண்ணிய ஜின்னா போபால் நவாபுக்கு பாகிஸ்தானில் கவர்னர் பதவி கொடுத்தார்.

ஜுனாகாட்டிலும் ஹைதராபாத்திலும் பாகிஸ்தான் நடந்துகொண்ட முறை உலகறிந்தது. இதேபோல பாகிஸ்தான் காஷ்மீர மன்னரையும் அதை ஒரு சுதந்தர நாடாகப் பிரகடனப்படுத்திவிட ஆலோசனை கூறினார். காஷ்மீரம் சுதந்தர நாடாகுமானால் பாகிஸ்தான் அதற்கு எந்தவித தொந்தரவும் கொடுக்காது என்றும் வாக்குறுதி கொடுத்தார். இவற்றையெல்லாம் செய்துவிட்டு அக்டோபர் 22-1947-ல் பாக். காஷ்மீரத்தின்மீது படையெடுத்தது. இந்தப் படையெடுப்புக்குச் சிறிது நாள் முன்னால் காஷ்மீரத்தின் பெரும் தலைவர்களுள் ஒருவரான ஜி.எம்.சாதிக் என்பவர் பாகிஸ்தான் சென்றிருந்தார். அவர் சொல்கிறார்:

'நேஷனல் கான்ஃபிரன்ஸ் கட்சியின் சார்பில் பாகிஸ்தானிய பிரதமரையும் மற்ற மந்திரிகளையும் பார்த்து, காஷ்மீரம் எந்த நாட்டுடன் சேரவேண்டும் என்பதை அங்குள்ள மக்களிடம் ஓட்டெடுப்பு நடத்தித் தெரிந்துகொள்ளலாம். அதற்கு பாகிஸ்தான் எல்லாவித ஒத்துழைப்பையும் தரவேண்டும் என்று கேட்டேன். ஆனால், என் கோரிக்கைக்கு எந்த பதிலும் வரவில்லை.'

பாக். படையெடுப்பு தொடங்கிய அடுத்த மாதமான நவம்பர் மத்தியில் இன்னொரு தலைவரான பக்ஷி குலாம் முகமது இப்படிச் சொன்னார்: 'வாக்கெடுப்பின் மூலம் காஷ்மீரம் எந்த நாட்டுடன் சேர வேண்டுமென்று முடிவுசெய்வதை பாக். தலைவர்கள் விரும்பவில்லை. காஷ்மீரம் பாகிஸ்தானுடன்தான் இணையுமென்று நேஷனல் கான்ஃபிரன்ஸ் உறுதியளிக்கவேண்டும். ஒட்டுமொத்தமாக பாகிஸ்தானுக்கு சாதகமாக ஓட்டுப்போடுமென்று ஷேக் அப்துல்லாவும் மற்ற தலைவர்களும் வாக்குறுதி கொடுக்கவேண்டும். அப்போதுதான் காஷ்மீரில் வாக்கெடுப்புக்கு ஒத்துக்கொள்ளும் என்று பாகிஸ்தானிய தலைவர்கள் சொல்லிவிட்டனர்.'

இன்றுவரையிலும் காஷ்மீரத்தில் வாக்கெடுப்பு நடத்த இந்தியா மறுக்கிறது என்று பெரும் கூச்சல் போட்டு வரும் பாகிஸ்தானிய

இன்றைய தலைவர்களின் உண்மை மனப்போக்கு என்ன என்பதையே மேலே உள்ள வாசகங்கள் சுட்டிக்காட்டுகின்றன. இன்று காஷ்மீரத்தில் பெரும்பான்மை முஸ்லிம்கள் கட்சியாக இருப்பது நேஷனல் கான்ஃபிரன்ஸ். இந்தக் கட்சி 1939 வரையிலும் முஸ்லிம் கான்ஃபிரன்ஸ் என்ற பெயருடன் இயங்கி வந்தது. இயற்கையாகவே காஷ்மீர முஸ்லிம்களிடம் இருந்த மிதவாதத்தன்மையும், சூஃபி முஸ்லிம்களின் இந்து உணர்வும் தூண்டியதால் 11 ஜுன் 1939-ல் கட்சியின் பெயரை நேஷனல் கான்ஃபிரன்ஸ் என்று மாற்றினர். இப்படிப் பெயர் மாற்றியது மட்டுமல்லாமல் அகில இந்திய காங்கிரஸின் மதச்சார்பற்ற கொள்கைகளையும் ஏற்றுக்கொண்டு காஷ்மீரில் வாழும் இந்து சீக்கிய பௌத்தர்களையும் இக்கட்சி தன்னுள் இணைத்துக்கொண்டது.

காஷ்மீர முஸ்லிம்களின் இந்த மதச்சார்பற்றதன்மை சில முஸ்லிம் மதவெறியர்களுக்குப் பிடிக்கவில்லை. பிரிட்டிஷ் இந்தியாவில் வளர்ந்து வரும் முஸ்லிம் லீக் கட்சியுடன் நெருங்கிய தொடர்பு வைத்துக்கொண்டு முஸ்லிம் மதவாதத்தின் அடிப்படையிலேயே கட்சி வளர வேண்டுமென்று விரும்பினர். அதனால் ஒரு ஆண்டுக் குள்ளாகவே குலாம் அப்பாஸ் என்பவர் தன்னுடைய சில முஸ்லிம் சகாக்களோடு நேஷனல் கான்ஃபரன்ஸிலிருந்து பிரிந்து மீண்டும் ஒரு முஸ்லிம் கான்ஃபிரன்ஸ் கட்சியை ஆரம்பித்தார்.

இந்தப் புதிய முஸ்லிம் கான்ஃபிரன்ஸ் கட்சி, முஸ்லிம் மதவாதத்தைப் பின்பற்ற இந்திய முஸ்லிம் லீக் கட்சியோடு நெருங்கிய தொடர்பு கொண்டது. காஷ்மீரில் மன்னரிடமிருந்தும், முடிவாக பிரிட்டிஷ் ஆட்சியிடமிருந்தும் சுதந்தரம் பெறுவதற்காக இந்துக்களும் முஸ்லிம் களும் நேஷனல் கான்ஃபரன்ஸில் ஒன்றாக இணைத்து செயல்படு வதைக் கண்டு மிரண்டுபோன இந்திய முஸ்லிம் லீக் தலைவர் முகமது அலி ஜின்னா காஷ்மீருக்குப் புறப்பட்டு வந்தார்.

காஷ்மீரில் இந்துக்களும் முஸ்லிம்களும் ஒற்றுமையாக ஒரே கட்சியில் செயல்படுவதைப் பார்த்தாவது பொது எதிரியான ஆங்கிலே யரை விரட்டியடிக்க காங்கிரஸும் முஸ்லிம் லீக்கும் ஒன்றுபடும்; அதற்கு ஜின்னா ஆவண செய்வார் என மிகப் பெரும்பான்மை கட்சியாக இருந்த நேஷனல் கான்ஃபிரன்ஸ் எதிர்பார்த்தது. ஆனால் ஜின்னா காஷ்மீர முஸ்லிம் இந்து தலைவர்கள் மிகக் கஷ்டப்பட்டு உருவாக்கியிருந்த நேஷனல் கான்ஃபரன்ஸின் மதசார்பற்ற தன்மையைச் சுக்குநூறாக்க முயன்றார்.

3. முதலில் இடத்தைக் காலி செய்

'நீங்கள் ஒற்றுமையாக இருக்கவேண்டும்' என்று நான் சொல்வதன் அர்த்தம் உங்களுக்குப் புரியவில்லையா... நீங்கள் என்றால் காஷ்மீரிகள் எல்லோரும் அல்ல. இங்குள்ள முஸ்லிம்கள் மட்டும் தங்களுக்குள் ஒற்றுமையாக இருக்கவேண்டும்' என்றார் ஜின்னா.

அதுவும் 'காஷ்மீரின் முஸ்லிம் கான்ஃபிரன்ஸ் கட்சியின் மூலமாக முஸ்லிம்கள் ஒன்று திரளவேண்டும். அப்படி ஒற்றுமையாகிவிட்ட காஷ்மீர முஸ்லிம்கள் இந்திய முஸ்லிம் லீகுடன் இணையவேண்டும். நான் முஸ்லிம்; என்னுடைய அனுதாபங்கள் அனைத்தும் முஸ்லிம் களுக்கு மட்டுமே.'

இவைதான் ஜின்னா காஷ்மீரில் உதிர்த்த பொன்மொழிகள். ஆனாலும் நேஷனல் கான்ஃபரன்ஸிலிருந்த முஸ்லிம்களின் மனதை ஜின்னாவினால் மாற்ற முடியவில்லை. எந்த ஆதரவுமில்லாமல் இருந்த முஸ்லிம் கான்ஃபிரன்ஸ் கட்சி ஜின்னாவின் வருகைக்குப் பின் சிறிது தெம்பு பெற்று இந்திய முஸ்லிம் லீகுடன் தொடர்பும் வைத்துக் கொண்டது. 1946-ல் ஷேக் அப்துல்லாவும் பெரும்பான்மையான நேஷனல் கான்ஃபிரன்ஸ் தலைவர்களும் சுதந்தரப் போராட்டத்தில் ஈடுபட்டதற்காகக் கைது செய்யப்பட்டனர். முஸ்லிம் கான்ஃபரன்ஸூம் அதன் தலைவர்களும் பாதுகாப்பாக வெளியே இருந்தனர்.

1947-ல் ஆங்கிலேயர்கள் இந்தியாவுக்கு சுதந்தரம் கொடுக்க முடிவு செய்தனர். நாட்டிலிருந்த அனைத்து ராஜாக்களும் ஏதாவது ஒரு நாட்டுடன் சேரவோ சுதந்தரமாகவோ இருக்கும் விருப்பத்தை ஆகஸ்ட் 15-க்குள்ளாகவே தெரியப்படுத்தும்படிக் கேட்டுக் கொள்ளப் பட்டனர். இந்த நேரத்தில் 21 மே 1947-ல் முஸ்லிம் கான்ஃபரன்ஸின் உதவித் தலைவரான குலாம் அகமது காஷ்மீரை சுதந்தர நாடாக அறிவிக்கும்படி மன்னரைக் கேட்டுக்கொண்டார்.

மே 10ம் தேதி இன்னொரு தலைவரான சௌத்ரி ஹமீதுல்லா காஷ்மீரை சுதந்தர நாடாக அறிவிக்க மகாராஜாவைத் தூண்டினார். அப்படி அவர் காஷ்மீரை சுதந்தர நாடாக அறிவித்தால் 80 சதவிகித மான முஸ்லிம்களும் இந்து அரசரான அவரையே மீண்டும் நாட்டின்

தலைவராக ஏற்றுக்கொள்வோம் என்றார். மன்னராட்சி ஒழிய வேண்டுமென்று போராடிய நேஷனல் கான்ஃபிரன்ஸ் கட்சியினர் இன்னமும் ஜெயிலில் இருக்க, மகாராஜாவை எங்கள் தலைவராக ஏற்றுக்கொள்வோம் என்று பேரம் பேசினர் முஸ்லிம் கான்ஃபிரன்ஸ் கட்சியினர்.

ஆனால், இந்த முஸ்லிம் கான்ஃபிரன்ஸ்தான் ஸ்ரீநகர் தபால் அலுவலகத்தில் முதன் முதலில் பாகிஸ்தானின் கொடியை ஆகஸ்ட் 15 1947-ல் ஏற்றி மன்னரை ஏமாற்றியது. முகமது அலி ஜின்னாவும் முஸ்லிம் கான்ஃபிரன்ஸ் முஸ்லிம்களும்தான் காஷ்மீரத்தில் இந்து மன்னர் முஸ்லிம்களைப் படுகொலை புரிகிறார் என்று பின்னால் கூக்குரலிட்டனர். இந்து மன்னரால் முஸ்லிம்கள் படுகொலை செய்யப்படுவதாகச் சொல்லிக்கொண்டு பதான் பழங்குடிகளையும் பாக். படை வீரர்களையும் ஆயுதம் கொடுத்து அனுப்பினார் ஜின்னா. அவர்கள் காஷ்மீருக்குள் புகுந்து இந்துக்களையும் இந்துக்களுக்கு உதவிய முஸ்லிம்களையும் சகட்டுமேனிக்குக் கொன்றனர்.

1947 ஆகஸ்ட் 15 இந்தியா சுதந்தரமடைந்ததும், காஷ்மீரம் இந்தியா பாகிஸ்தான் எதனுடனும் சேரவில்லை. சுதந்தர பிரகடனமும் செய்யவில்லை. ஜம்முவில் இந்துக்கள் பெரும்பான்மையாக இருந்தனர்; லடாக்கில் பௌத்தர்கள் பெரும்பான்மையினர்; காஷ்மீரில் முஸ்லிம்கள் பெரும்பான்மை. இவர்களிடையில் சீக்கியர்களும் கணிசமான எண்ணிக்கையில் இருக்கிறார்கள். ஆகையால் மக்களின் கருத்தை அறிந்து நாம் எந்த நாட்டுடன் சேரலாமென்றோ சுதந்தரமாக இருக்கலாமென்றோ முடிவுசெய்ய மன்னர் எண்ணினார்.

இந்திய கம்யூனிஸ்டுகளும் காஷ்மீரத்தை சுதந்தரநாடாக அறிவிக்க வேண்டுமென்று மன்னரை வற்புறுத்தினர் (என்னே நம் கம்யூனிஸ்டுகளின் தேச பக்தி!). கம்யூனிஸ்ட்களின் நோக்கம் காஷ்மீரை சுதந்தர நாடாகப் பார்த்து ஆனந்திப்பதற்கில்லை. காஷ்மீரத்தின் கில்ஜித் பகுதி கம்யூனிஸ்ட் ரஷ்யாவுடன் எல்லையை உடையது. அதுபோல அக்சாய்சின் பகுதி திபெத்துடனும் கம்யூனிஸ்ட் சீனாவுடனும் எல்லையை உடையது. காஷ்மீரம் சுதந்தர நாடானால் ரஷ்யாவோ சீனாவோ எந்த நேரம் வேண்டுமானாலும் அதற்குள் படையெடுக்கவோ ஆக்கிரமிக்கவோ செய்யலாமே! திபெத் என்ற சுதந்தர நாட்டை 1957-ல் கம்யூனிச சீனா ஆக்கிரமித்து இன்று வரையிலும் வைத்துக்கொண்டுதானே இருக்கிறது. ஆக இந்திய கம்யூனிஸ்ட்கள் தங்களுடைய மாஸ்கோ, பீக்கிங் மாஸ்டர்கள் இட்ட கட்டளைப்படியே அப்படிச் சொன்னார்கள்.

ஆனால், மகாராஜா ஒரு முடிவுக்கு வருவதற்கு முன்னால் பாகிஸ்தானின் மதவெறி எல்லாவற்றையும் குட்டிச்சுவராக்கியது. இந்தியா

சுதந்தரமடைந்ததும் காஷ்மீர மன்னர் தனக்கு பிரதம மந்திரியாக இருந்த ராமச்சந்திர காக் என்பவரை டிஸ்மிஸ் செய்துவிட்டு எம்.சி.மகாஜன் என்பவரைப் பிரதமராக்கினர். 1947 செப்டம்பர் 27-ல் சிறையிலிருந்த ஷேக் அப்துல்லாவையும் நேஷனல் கான்ஃபிரன்ஸ் தலைவர்களையும் விடுதலை செய்தார். அதோடு 1947 அக்டோபர் 26-ல் இந்திய கவர்னர் ஜெனரல் மௌண்ட்பேட்டனுக்கு எழுதிய கடிதத்தில் ஷேக் அப்துல்லாவைத் தற்காலிக அரசின் தலைவ ராக்குவதாக மன்னர் வாக்குறுதி அளித்தார். அதேபோல 1947 அக்டோபர் 30-ல் ஷேக் அப்துல்லா தலைமையிலான தற்காலிக அரசு காஷ்மீரில் பதவி ஏற்றது. இந்த அவசர மாற்றங்கள் அனைத்துக்குமே ஒரே காரணம் 1947 அக்டோபர் 22-ல் முஸாஃபராபாத் மீது பாகிஸ்தான் நடத்திய படையெடுப்புதான்.

இந்த படையெடுப்பிலிருந்து காஷ்மீரைக் காக்க மௌண்ட்பேட்டன் காஷ்மீர் இந்தியாவுடன் இணையாமல் இந்திய படை அங்கு வராது என்றார். காட்டுமிராண்டித்தனமான பாகிஸ்தான் துருப்புகளின் படை யெடுப்பிலிருந்து ஸ்ரீநகரைப் பாதுகாக்க காஷ்மீர மன்னர் அக்டோபர் 26ம் தேதி இந்தியாவோடு காஷ்மீரை இணைக்கும் ஒப்பந்தத்தில் கையெழுத்திட்டார். அதே நாளில் இந்தியப் படைகள் காஷ்மீருக்குள் சென்றன. மிகப் பெரும்பான்மையான முஸ்லிம் கட்சியின் தலைவ ரான ஷேக் அப்துல்லாவுக்கு காஷ்மீரை இந்தியாவுடன் இணைத்ததில் என்ன பங்கு? ஒரு ருசிகரமான சம்பவம்.

பதான் பழங்குடிகளும் பாகிஸ்தானிய படையும் முஸாஃபரா பாத்தினுள் அக்டோபர் 22ம் தேதி புகுந்தபின் கற்பனைக்கு எட்டாத கொடுமைகளைச் செய்தவாறு முன்னேறியது. முஸாஃபராபாத்தி லிருந்து ஸ்ரீநகர் சுமார் 100 மைல் தூரத்திலிருந்தது. மணிக்கு 10 மைல் வேகத்தில் பழங்குடிகள் முன்னேறினாலும் அடுத்த 12 மணி நேரத்துக்குள்ளாக ஸ்ரீநகரை அடைந்திட முடியும். இந்த நிலையில் மன்னரின் உத்தரவை வாங்கிக் கொண்டு அவரது பிரதமர் எம்.சி.மகாஜன் டெல்லியை நோக்கிப் பறந்தார். டெல்லியில் இந்திய பிரதமர் ஜவாஹர்லால் நேருவை அவரது இல்லத்தில் சந்தித்தார். மிகுந்த அவசரத்திலும் பதற்றத்திலுமிருந்த மகாஜன் இன்று மாலையே இந்திய ராணுவம் காஷ்மீருக்கு வந்தாக வேண்டும் என்றார்.

'இது என்ன நீங்கள் நினைத்த மாத்திரத்தில் அவ்வளவு சீக்கிரத்தில் இந்திய ராணுவம் புறப்படுவது எப்படி' என்றார் நேரு.

'காஷ்மீரத்தைப் பெற்றுக்கொள்ளுங்கள். என்ன அதிகாரங்கள் காஷ்மீரத்துக்குக் கொடுக்க வேண்டுமென்று நினைக்கிறீர்களோ கொடுங்கள். ஆனால், ராணுவம் இன்று மாலையே காஷ்மீர் சென்றாக

வேண்டும். இல்லையென்றால் நான் உடனடியாக பாகிஸ்தான் சென்று ஜின்னாவிடம் பேச்சுவார்த்தை நடத்த வேண்டிவரும். எக்காரணம் கொண்டும் ஸ்ரீநகரைக் காப்பாற்றியே ஆகவேண்டும்' என்றார் மகாஜன்.

இதைக் கேட்டதும் நேருவுக்கு பயங்கரமான கோபம் வந்துவிட்டது. மகாஜனைப் பார்த்து 'கெட் அவுட்' என்று கத்தினார். வேறு வழியில்லாமல் மகாஜன் இருக்கையை விட்டு எழுந்துவிட்டார். இந்த இக்கட்டான நேரத்தில் நடந்த ஒரு சம்பவம்தான் காஷ்மீரை பாகிஸ்தானுடன் போகவிடாமல் தடுத்தது. அப்போது ஷேக் அப்துல்லா நேருவின் விருந்தினராக அவரது வீட்டில் பக்கத்து அறையில் தங்கியிருந்தார்.

மகாஜனும் நேருவும் பேசிக்கொண்டிருந்ததைக் கேட்டுவிட்ட ஷேக் அப்துல்லா ஒரு துண்டு காகிதத்தில் ஏதோ எழுதி நேருவிடம் கொடுத் தனுப்பினார். அந்தக் காகிதத்தின் செய்தியை நேரு படித்ததும் அவரது கோபம் அடங்கியது. 'ஷேக் அப்துல்லாவும் நீங்கள் சொல்வது போலத்தான் உடனடியாக காஷ்மீரத்தை இந்தியாவுடன் இணைத்துக் கொள்ளவேண்டுமென்றும் கேட்டிருக்கிறார்' என்றார் நேரு.

அதன் பிறகு இந்திய ராணுவம் காஷ்மீரம் சென்று அதைக் காத்தது எல்லாம் சரித்திரம். காஷ்மீரை இந்தியாவுடன் கையெழுத்திட்டு இணைத்தது மன்னராக இருந்தாலும் உண்மையில் இணைப்பு ஷேக் அப்துல்லாவினால் நடந்தது; இந்தியா ஒன்றும் காஷ்மீர் கிடைக்குமா என்று வாய்பிளந்து காத்துக்கொண்டிருக்கவில்லை என்பதற்கு இந்த சம்பவம் சரியான சான்று. ஷேக் அப்துல்லாவைப் போலவே நேஷனல் கான்ஃபரன்ஸின் துணைத் தலைவர்கள் பக்ஷிகுலாம் முகமது, மிர்ஸா அப்ஸல் பேக், ஜி.எம் சாதிக் செய்யது, மீர் காஸிம் ஆகிய அனைவருமே காஷ்மீர் 20-ம் நூற்றாண்டுக்கு அழைத்துச் செல்லும் நாகரிக, ஜனநாயக நாடான இந்தியாவுடன் இணைவதையே விரும்பினர்.

'பாகிஸ்தான் எக்காரணம் கொண்டும் எங்களை நிம்மதியாக வாழவிடாது; எங்கள் பெண்களும் குழந்தைகளும் முஸாஃபராபாத், பாரமுல்லா போன்ற இடங்களில் நடந்த அட்டூழியங்களுக்கு மேலும் ஆட்பட நேரிடும் என்றும் கருதியே அதிலிருந்து தப்பிக்க காஷ்மீர மக்களும் மன்னரும் இந்தியாவுடன் இணைய வேண்டுமென இந்தியாவைக் கேட்டுக்கொண்டோம்' என்று சொன்னார்கள்.

இந்தப் புள்ளி விவரங்களெல்லாம் நமக்கு ஆணித்தரமாகச் சொல்லும் செய்தி என்ன? காஷ்மீரை இந்தியாவுடன் இணைத்தது அங்குள்ள முஸ்லிம் மக்கள், மக்கள் தலைவர்கள். இந்த இணைப்புக்குக் காரணம்

என்ன? பாகிஸ்தானின் பேராசையும், அதன் காட்டுமிராண்டித்தனமான படையெடுப்பும். கம்யூனிஸ்டுகளும், பாகிஸ்தானியர்களும் காஷ்மீரத்தைப் பிடித்துவிடப் பேயாய் அலைந்தபோது இந்திய பிரதமர் இணைப்பு கோரி வந்த காஷ்மீர் பிரதம மந்திரியை கெட் அவுட் என்று சொன்னது இந்தியா கிஞ்சித்தும் காஷ்மீரத்தின் மீது ஆசை வைத்திருக்க வில்லை என்பதை அப்பட்டமாகக் காட்டுகிறது.

அக்டோபர் 25ம் தேதி பாகிஸ்தானின் பழங்குடி தாக்குதலுக்குப் பயந்து ஸ்ரீநகரைக் காலி செய்துவிட்டு ஜம்முவுக்கு வந்த மகாராஜா ஷேக் அப்துல்லாவின் தலைமையில் ஒரு தற்காலிக அரசை ஸ்ரீநகரில் அமைத்தார். இந்தத் தற்காலிக அரசு அக்டோபர் 30ம் தேதி முதல் செயல்பட ஆரம்பித்தது. மன்னரின் பிரதம மந்திரி எம்.சி.மகாஜனின் ஆட்சியும் ஷேக் அப்துல்லாவின் தற்காலிக ஆட்சியும் தொடர்ந்து மார்ச் 1948 வரை நடந்தன. இதன் பிறகு மகாஜனின் ஆட்சி முடிவுக்குக் கொண்டு வரப்பட்டு முழு அளவிலான மக்களாட்சிக்கு வழிவகை செய்ய மன்னர் ஒரு பிரகடனம் (5 மார்ச் 1948) வெளியிட்டார். இதன்படி தற்காலிக மக்களாட்சி முறையில் ஒரு மந்திரி சபை அமைக் கப்பட்டது. இந்த மந்திரி சபையில் ஷேக் அப்துல்லா, பக்ஷி குலாம் முகமது, குலாம் முகமது, சாதிக் மிர்ஸா, அப்ஸல்பெக், ஸாம் லால் ஸாரப், ஜி.ஏல்.டோக்ரா, சர்தார் பூத்சிங், கர்னல்பீர் முகமது கான் ஆகியோர் இருந்தனர்.

மகாராஜாவின் பிரகடனத்தின் அடிப்படையில் காஷ்மீரத்தில் அமைதி திரும்பியதும் முழு அளவிலான ஓட்டெடுப்பு நடத்தி ஜனநாயக முறையில் சட்டசபை உருவாக்கப்படுமென்றும் அந்த சட்டசபை காஷ்மீரத்துக்கான அரசியல் சட்டத்தை வகிக்குமென்றும் முடிவு செய்யப்பட்டது. இந்தியாவின் அரசியல் சட்டசபை காஷ்மீர மாநிலத்துக்கு நான்கு இடங்களை ஒதுக்கி அந்த இடங்களைத் தற்காலிகமாக நிரப்ப முடிவு செய்தது. இதன் அடிப்படையில் மன்னரால் நியமிக்கப்பட்ட ஷேக் அப்துல்லாவின் தலைமையிலான நால்வர் குழு ஜூன் 16ம் தேதி இந்திய அரசியல் சட்டசபையில் முதன் முதலாக அமர்ந்தது. இதற்கிடையில் 29 ஜூன் 1949 அன்று காஷ்மீர மன்னர் ஹரிசிங் தனது மகன் கரன்சிங்கைத் தனது இடத்தில் வைத்து விட்டு ஓய்வுபெற்றார். 1950-ல் இந்தியாவின் அரசியல் சட்டம் உருவாக்கப்பட்டு நிறைவேற்றப்பட்டது. இந்திய அரசியல் சட்டம் ஷரத்து ஒன்றிலேயே ஜம்மு காஷ்மீர மாநிலம் இந்தியாவின் ஒரு பிரிக்க முடியாத பகுதியாக இணைக்கப்பட்டது.

ஆனால், அரசியல் சட்டத்தின் 21-வது பகுதியில் தற்காலிக, மாற்றக் கூடிய தனிச்சலுகைகள் என்ற தலைப்பின் கீழ் 370-வது அரசியல் சட்ட

விதி புகுத்தப்பட்டது. இதன்படி காஷ்மீர் மாநிலம் சில தனிச் சலுகைகளைப் பெற்றது. இந்த 370-வது அரசியல் சட்டப் பிரிவை நேரு ஷேக் அப்துல்லாவுக்கு கொடுத்தார் என்றாலும் இன்னொரு வக்கிரமான உண்மையும் மறைந்து கிடக்கிறது.

1949லேயே ஷேக் அப்துல்லாவையும் மற்ற காஷ்மீர தலைவர் களையும் காஷ்மீருக்கு தனிச்சலுகை கேட்கும்படியும், அதை இந்திய அரசியல் சட்டத்தில் புகுத்தும்படியும் கேட்கச் சொல்லித் தூண்டி விட்டவர்கள் இந்தியாவில் அப்போதிருந்த கம்யூனிஸ்ட்கள். இந்திய நாட்டின் ஒற்றுமையில் இங்குள்ள கம்யூனிஸ்ட்கள் எவ்வளவு அக்கறை வைத்துச் செயல்பட்டிருக்கிறார்கள் பார்த்தீர்களா?

காஷ்மீர் மன்னரின் பிரகடனப்படி 15 அக்டோபர் 1951-ல் ஜம்மு காஷ்மீர் மாநில சட்டசபைக்கு வாக்கெடுப்பு நடத்தப்பட்டது. இதில் போட்டியிட்ட 75 நேஷனல் கான்ஃபிரன்ஸ் கட்சியினரும் வெற்றி பெற்றனர். பாகிஸ்தானோடு இணைய வேண்டுமென்று இது நாள்வரை போராடி வந்த முஸ்லிம் கான்ஃபிரன்ஸ் கட்சியின் ஆதரவாளர்கள் ஒருவர் கூட வெற்றி பெறவில்லை. இந்த ஓட்டெடுப்பு பாகிஸ்தானின் அனைத்துப் பொய்ப்பிரசாரங்களையும் முறியடித்தது. காஷ்மீரில் ஓட்டெடுப்பு நடத்தி அந்த நாடு யாருடன் சேர வேண்டும் என்பதை முடிவு செய்யவேண்டும் என்று அன்றும் இன்றும்கூடக் கூச்சலிட்டு வரும் பாகிஸ்தானுக்கு மரண அடி கொடுப்பதுபோல இந்த காஷ்மீர மக்களின் வாக்குப்பதிவின் முடிவு அமைந்தது.

மக்களால் தெரிந்தெடுக்கப்பட்ட நேஷனல் கான்ஃபிரன்ஸ் கட்சி எம்.எல்.ஏ.க்கள் 31 அக்டோபர் 1951-ல் கூடித் தங்களுக்கென ஒரு தனியான அரசியல் சட்டத்தை வகுத்து 17 நவம்பர் 1956-ல் அதை நிறை வேற்றினர். இந்தியாவின் நாடாளுமன்றத்துக்கு நான்கு எம்.பி.க்களையும் அனுப்பினர். இப்படியாக ஆர்ட்டிகிள் 370 கொடுத்த சலுகையில் ஒரே நாட்டுக்குள் இரண்டு அரசியல் சட்டங்கள் உருவாயின.

4. ஆர்ட்டிகிள் 370

14 மே 1954-ல் இந்திய ஜனாதிபதி ஷரத்து 370 உள்ளடங்கிய இந்திய அரசியல் சட்டத்தை ஜம்மு காஷ்மீர மாநிலத்தில் செல்லுபடியாகும் படி விரிவாக்கினார். 26 ஜனவரி 1957-ல் ஜம்மு காஷ்மீர மாநிலம் தனக்கென உருவாக்கிய அரசியல் சட்டத்தை அமல்படுத்தியது. இந்த 370-வது அரசியல் சட்ட ஷரத்தின் விதிகள் ஷேக் அப்துல்லாவுக்கும் இந்திய பிரதமர் ஜவாஹர்லால் நேருவுக்கும் நடந்த தனிப்பட்ட பேச்சுவார்த்தை அடிப்படையில் உருவாக்கப்பட்டன.

இந்தப் பேச்சுவார்த்தையின் முடிவுக்கு 'டெல்லி உடன்படிக்கை' என்று பெயர். இதன்படி காஷ்மீரத்துக்குத் தனிச் சலுகை வழங்கும் 370-வது அரசியல் சட்ட ஷரத்து முழுக்க முழுக்க ஜவாஹர்லால் நேருவால் எடுக்கப்பட்டது என்பது தெளிவாகும். ஆனாலும் இந்த 370-வது ஷரத்து முழுக்க முழுக்கத் தற்காலிகமானது என்பதும் தகுந்த நேரத்தில் மாற்றப்பட்டுவிடவேண்டுமென்பதும் அரசியல் சட்டம் ஆணித்தரமாகச் சொல்லும் உண்மை. இதன் அடிப்படையில் 370-வது சட்டத்தில் உள்ள விதிகள் பல இன்றுவரையிலும் ஜம்மு காஷ்மீர் சட்ட சபையின் ஆலோசனையின் பேரிலேயே மாற்றப்பட்டுவிட்டன.

உதாரணமாக, இந்திய உச்ச நீதிமன்றத்தின் அதிகாரமும் தேர்தல் ஆணையத்தின் அதிகாரமும் ஜம்மு காஷ்மீரத்துக்குள் செல்லாது என தனிச்சலுகை அளித்த 370-வது சட்டத்தின் ஒரு பகுதி 1960-ல் ஜம்மு காஷ்மீர் சட்டசபையின் ஆலோசனையின் பேரில் அகற்றப்பட்டது.

ஜம்மு காஷ்மீர மாநிலத்துக்கு மட்டும் செல்லுபடியாகாது என்றிருந்த இந்திய அரசியல் சட்டத்தின் ஷரத்துக்கள் 356, 357 ஆகியவற்றை 1964-ல் அம்மாநிலத்திலும் செல்லுபடியாகச் செய்யும் உத்தரவை மத்திய அரசு பிறப்பித்தது. இந்த ஷரத்தின்படி காஷ்மீரத்திலும் ஜனாதிபதி ஆட்சி கொண்டுவரவும், காஷ்மீர சட்டசபையின் வேலைகளைச் செய்ய ஜனாதிபதிக்கு உரிமை வழங்கும் அதிகாரத்தை இந்திய நாடாளுமன்றத்துக்குக் கொடுக்கவும் வழி செய்யப்பட்டது.

காஷ்மீர மாநில முதல்வராக இருந்த பக்ஷி குலாம் முகமது 1963-ல் காஷ்மீர ஆட்சித் தலைவருக்கு சதர்-இ-ரியாசத் என்ற பெயரையும்

முதலமைச்சருக்கு பிரதமர் என்றிருந்த பெயரையும் முறையே கவர்னர், முதலமைச்சர் என்று மாற்றிவிட பரிந்துரை செய்ததன் பேரில் மத்திய அரசு அதை செய்தது. அதாவது, தனிச்சலுகை கொடுக்கும் இந்த 370-வது சட்டத்தின் பகுதிகள் மாற்றப்படக்கூடியது. மாற்றப்பட்டது. இனிமேலும் மாற்றப்படவேண்டியது என்பதை நாம் புரிந்துகொள்ளவேண்டும்.

ஆனால், மாற்றப்பட்ட இவை மிகச் சிறிய சலுகைகள்தான்.

மாற்றப்பட வேண்டிய தனிச் சலுகைகள் இன்னும் நிறைய இதே ஷரத்து 370-ல் இருக்கின்றன.

1. மித மிஞ்சிய அதிகாரம் காஷ்மீர சட்டசபையிடமே இருக்கிறது. அதாவது, அரசியல் சட்டத்தில் சொல்லப்படாத விஷயங்களைப் பற்றி சட்டமியற்றும் அதிகாரம் காஷ்மீரைப் பொறுத்த வரைக்கும் மத்திய அரசுக்குக் கிடையாது.

2. ஜம்மு காஷ்மீர மக்கள் இந்தியக் குடிமக்களாவார்கள். ஆனால், இந்திய மக்கள் ஜம்மு காஷ்மீரக் குடிமக்களாக முடியாது. அதாவது வெளியார் அங்கு போய் பூமி வாங்க முடியாது. வியாபாரம் செய்ய முடியாது. வேலை பார்க்க முடியாது. ஓட்டுப் போட முடியாது.

3. இந்த மாநிலத்துக்காகத் தனிக் கொடி உண்டு.

4. நிதி நிலை காரணமாக இங்கு அவசர நிலை பிரகடனம் செய்ய முடியாது. பெரும் ஆபத்துகளின்போதுகூட காஷ்மீர சட்டசபையின் சம்மதத்தின் பேரில்தான் அவசரநிலை கொண்டு வரலாம்.

5. இந்திய குற்றவியல் சட்டங்கள் முதலானவை இங்கு செல்லு படியாகாது.

6. மாநிலத்தின் எல்லைகளைக் கூட்டவோ குறைக்கவோ மத்திய அரசுக்கு அதிகாரம் கிடையாது.

7. சி.பி.ஐ. மற்றும் இந்திய புலனாய்வுத் துறையின் அதிகாரம் இங்கு செல்லுபடியாகாது.

8. எடை அளவுச் சட்டம், சினிமா தணிக்கைச் சட்டம் எதுவும் இங்கு செல்லாது.

9. இங்குள்ள புராதனக் கலைச் செல்வங்களைப் பாதுகாக்கவோ மாற்றவோ மத்திய அரசுக்கு அதிகாரம் கிடையாது.

10. இங்குள்ள தொழிற்சாலைகளை மத்திய அரசு எடுத்துக்கொள்ள முடியாது.

11. மத்திய அரசின் தடுப்புக் காவல் சட்டம் இங்கு செல்லு படியாகாது.

12. இந்திய குடிமகன் காஷ்மீரி பெண்ணை மணந்தால் அந்தப் பெண் காஷ்மீரின் குடியுரிமையை இழந்துவிடுவாள். அதே சமயம் காஷ்மீரி பெண் பாகிஸ்தானி குடிமகனை மணந்துகொண்டால் பாகிஸ்தானி குடிமகன் காஷ்மீரிய குடியுரிமையைப் பெற்று விடுவான். காஷ்மீரி ஆண் இந்தியப் பெண்ணை மணந்தால் அவன் காஷ்மீரி குடியுரிமையை இழந்துவிடுவான். ஆனால், பாகிஸ்தானிய பெண் காஷ்மீரி ஆணை மணந்தால் அவள் காஷ்மீரி ஆகிவிடுவாள்.

13. உச்ச நீதிமன்ற அதிகாரம் செல்லுபடியாகாது.

14. இந்திய அரசியல் சட்டம் ஆர்ட்டிகிள் 352 செல்லாது.

15. இந்திய ஜனாதிபதியின் உத்தரவு செயல்படுத்தப்படவில்லை என்பதற்காக ஜம்மு-காஷ்மீர் அரசியல் சாசனத்தை ரத்து செய்ய முடியாது.

16. இந்திய அரசியல் சாசனத்திலுள்ள அரசு வழிகாட்டும் நெறி முறைகள் அடிப்படை கடமைகள் ஜம்மு-காஷ்மீர் மாநிலத்துக்குச் செல்லுபடி ஆகாது.

17. இந்திய அரசியல் சாசனத்திலுள்ள தாழ்த்தப்பட்ட மற்றும் பழங்குடியின பகுதி நிர்வாகம் ஜம்மு-காஷ்மீர மாநிலத்துக்குச் செல்லுபடி ஆகாது.

18. மாநிலத்துக்கு வருகிற பணத்தையும், அது எங்கிருந்து வருகிறது பற்றியும், எப்படி செலவிடப்பட்டது என்பது பற்றியும் மத்திய அரசு கேள்வி கேட்க முடியாது.

19. இந்தியக் குடிமக்களுக்குக் கொடுக்கப்பட்ட ஆரம்பக்கல்வி அடிப் படை உரிமை (2002) ஜம்மு-காஷ்மீர மாநிலத்துக்கு விரிவாக்கப் பட முடியவில்லை.

20. அரசுக்கு லாபம் தரக்கூடிய மத்திய அரசின் நகர் நில உச்சவரம்புச் சட்டம் ஜம்மு-காஷ்மீர மாநிலத்துக்குச் செல்லுபடி ஆகாது.

21. மத்திய அரசின் சொத்து வரி (wealth tax), நன்கொடை வரி (gift tax) ஜம்மு-காஷ்மீர மாநிலத்துக்குச் செல்லுபடி ஆகாது.

22. அதேபோல காஷ்மீர அரசு பாதுகாப்புக் காரணங்களுக்காக மத்திய அரசுக்கு நிலம் ஒதுக்கிக் கொடுக்க மறுக்கலாம்.

இன்னும் இதுபோன்ற பல விஷயங்களில் 370-வது தனிச்சலுகை காஷ்மீருக்குச் சிறப்பு அதிகாரங்களை வழங்குகிறது.

சுதந்திரம் பெற்ற போது தனி ராஜ்ஜியங்களாக இருந்த அனைத்தையும் இந்திய அரசியல் சட்டத்தின் 238-வது பிரிவின்படி இல்லாமலாக்கி மற்ற அனைத்துப் பகுதிகளையும் போலச் சமமாக்கியபோது ஜம்மு-காஷ்மீர மாநிலத்தை மட்டும் அது நேருவின் பராமரிப்பில் இருந்ததால் 'பி' அந்தஸ்து உள்ள மாநிலமாகவே நேரு வைத்துக்கொண்டார்.

நேரு ஷேக் அப்துல்லாவுக்கு கொடுத்த உறுதி மொழியின் அடிப்படையில் தனிச்சலுகை 370-யை உருவாக்கும் பொறுப்பை பட்டேலுக்குத் தெரியாமலேயே, இலாகா பொறுப்பில்லாத அமைச்சராக இருந்த கோபாலசாமி ஐயங்காரிடம் கொடுத்தார். கடைசியில் அது உருவாக்கி முடிக்கப்பட்ட பிறகும் உள்துறை அமைச்சராக இருந்த பட்டேலிடம் தெரிவிக்காமல் ஷேக் அப்துல்லாவும் நேருவும் அதைச் சரிபார்த்து இறுதி செய்து இந்திய அரசியல் சாசனத்தை உருவாக்கும் குழுவிடம் கொடுத்தனர்.

அந்தக் குழுவின் தலைவராகவும் சட்ட அமைச்சராகவும் இருந்த திரு அம்பேத்கர் இந்த 370-வது தனிச்சலுகை நகலைப் பார்த்துவிட்டு ஷேக் அப்துல்லாவிடம் சொன்னது: ''இந்தியா உங்களையும் உங்களது எல்லைகளையும் பாதுகாக்கவேண்டும் என்று விரும்புகிறீர்கள். இந்தியா வந்து உங்களுக்கு சாலை போட்டுக் கொடுக்கவேண்டும், உங்களுக்கு உணவு தானியங்களை சப்ளை செய்யவேண்டும், கூடவே இந்தியாவுக்குச் சமமான அந்தஸ்தும் கிடைக்கவேண்டும். ஆனால் இந்திய அரசாங்கத்துக்கு மட்டும் குறைந்த அதிகாரங்களே இருக்க வேண்டும், இந்திய மக்களுக்கு காஷ்மீரில் எந்த உரிமையும் இருக்கக் கூடாது. இப்படிப்பட்ட தனிச்சலுகைச் சட்டத்துக்கு சம்மதம் கொடுப்பதைப்போல இந்தியாவுக்கு எதிரான துரோகச் செயல் வேறு எதுவுமே இருக்காது. இந்தியாவின் சட்ட அமைச்சர் என்ற முறையில் இதை ஒருக்காலும் ஏற்றுக்கொள்ளமாட்டேன்''.

இது இந்தியாவை நேசித்த உண்மையான தேசபக்தர் சொன்ன வார்த்தைகள். ஆனாலும் இந்தத் தனிச்சலுகை சட்டம் அம்பேத்காரின் விருப்பத்துக்கு மாறாகவே இந்திய அரசியல் சட்டத்தில் சேர்க்கப் பட்டது.

'கோபாலசாமி ஐயங்கார் காஷ்மீர மகாராஜாவிடம் ஆறு ஆண்டுகள் பிரதமராகப் பணியாற்றியவர். காஷ்மீர விவகாரங்களில் இப்போது எனக்கு உதவி செய்வதற்காக அவரை அமைச்சராக வைத்திருக் கிறேன். ஆகையால் காஷ்மீரத் தனிச்சலுகையை வரைந்து முடிக்க அவருக்கு முழு அதிகாரமும் கொடுத்திருக்கிறேன். இதில் இந்திய

உள்துறை அமைச்சர் எந்தப் பங்கை வகிக்கும் தேவை இருக்கிறது என்று எனக்குத் தெரியவில்லை' என்று நேரு வல்லபபாய் பட்டேலிடம் சொன்னார்.

காஷ்மீருக்கு தனிச்சலுகை கொடுக்கும் ஏற்பாட்டை படேல் ஏற்றுக் கொள்ளமாட்டார் என்பதால் நேரு பட்டேலை கலந்தாலோசிக்காதது மட்டுமல்லாமல் பட்டேலின் பங்களிப்பு எதுவும் இல்லாமலேயே கோபாலசாமி ஐயங்காரின் மூலமாக அரசியல் நிர்ணயச் சட்ட சபையில் தனிச்சலுகை சட்டம் சமர்ப்பிக்கப்பட்டது. அதைப்பற்றிப் பேசி அனைத்து உறுப்பினர்களையும் சம்மதிக்கவைத்து அதை 370-வது தனிச்சலுகை சட்டமாக்கும் பொறுப்பை கோபாலசாமி ஐயங்காரிடம் நேரு ஒப்படைத்திருந்தார். இத்தனை அவமானங் களுக்குப் பிறகும் படேல் செய்த ஒரு காரியம் கீழே கொடுக்கப் படுகிறது. இதைப்பற்றி வாசகர்களே முடிவு செய்து கொள்ளுங்கள்.

இந்த தனிச்சலுகை மசோதாவைப் பார்த்தவுடனேயே சட்ட அமைச்சரும், அரசியல் நிர்ணய சபையின் தலைவருமான டாக்டர் அம்பேத்கார் என்ன சொன்னார் என்பதை முதலிலேயே பார்த்தோம். இதைப்பார்த்த அரசியல் சட்ட நிர்ணய சபை உறுப்பினர்களும், காங்கிரஸ் கட்சி செயல் உறுப்பினர்களும் அதைச் சுக்குநூறாகக் கிழித்தெறிந்தனர்.

இந்த நேரம் வெளிநாடு சென்றிருந்த நேரு தன்னுடைய தற்பெருமையை ஓரங்கட்டி விட்டு பட்டேலுக்கு போன் செய்து, உறுப்பினர்களை சமாதானப்படுத்தி எப்படியாவது இந்த 370-ஐ இந்திய அரசியல் சட்டத்தில் சேர்த்துவிடும்படி வேண்டினார். பட்டேலும் நேரு சொன்னபடித் தனக்கு நேர்ந்த அவமானங்களையெல்லாம் மறந்து விட்டு நேருவுக்காகத் தனது செல்வாக்கைப் பயன்படுத்தி அனைத்து உறுப்பினர்களையும் சம்மதிக்கவைத்தார்.

பிற்பாடு பட்டேலிடம் அவரது செயலாளர் வி.சங்கர், ''ஏன் இப்படி நீங்கள் உங்கள் விருப்பத்துக்கு மாறாக நடந்துகொண்டு நேருவுக்கு உதவி செய்தீர்கள் என்று கேட்டதற்கு படேல் சொன்ன பதில் என்ன தெரியுமா? ''ஜவஹர்லால் ரோயகா'' (ஜவஹர்லால் அழுது விடுவார்)'' என்பதுதான்.

நேருவின் மீதுள்ள பாசத்தினால் படேல் தனக்குப் பிடிக்காத காரியத்தைச் செய்தார் என்பது மட்டுமல்ல. நமது நாட்டுக்கு மிகப் பெரிய பிரச்னை வந்து சேருவதற்கும் உறுதுணையாகப் போய் விட்டார். இதை விடவும் மிகப் பெரிய கொடுமை ஒன்றும் நடந்தது.

24-07-1952ல் படேல் காலமான பிறகு நாடாளுமன்றத்தில் காஷ்மீரம் பற்றிய செய்திகளையும் அது கொஞ்சம் கொஞ்சமாக எல்லாத் தனிச் சலுகைகளையும் இழந்து முழு அளவில் இந்தியாவோடு இணைந்து விடும் என்றும் நேரு பேசினார். இந்தப் பேச்சின் போது நேரு சொன்னார், ‘முதலில் இருந்தே முழுவதுமாக காஷ்மீர பிரச்னையை சர்தார் படேல்தான் கையாண்டார்’. நேருவின் பேச்சில் இருந்த இந்த முழுப் பொய்யைக் கேட்டு மலைத்துப் போன கோபாலசாமி ஐயங்கார் வி.சங்கரிடம் தனது மலைப்பையும் ஏமாற்றத்தையும் சொன்னார். அப்போது சங்கர் சொன்ன பதில், ‘பட்டேல் தனது சொந்த விருப்பத்துக்கு மாறாக நேருவுக்கு உதவி செய்யவந்து காஷ்மீர் பிரச்னை பற்றி அரசியல் நிர்ணய சபையில் பேசியதற்கு, நேரு காட்டிய நம்பிக்கைத் துரோகம்தான் இது’ என்றார்.

காஷ்மீர மாநிலம் தனிச்சலுகையைக் கொஞ்சம் கொஞ்சமாக இழந்து விடும் என்று நேரு அன்று சொன்ன வார்த்தை இன்று திசைமாறி பூதாகரமாக வளர்ந்து காஷ்மீரத்தை இந்தியாவிடமிருந்து பிரித்து விடும் பெரும் சோதனையாகப் பயமுறுத்தி நிற்கிறது. இன்று காஷ்மீர பிரிவினைவாதிகள் காஷ்மீரத்தின் உரிமைகள் 1953 நிலைக்கு மறுபடியும் மாற்றப்பட வேண்டும் என்று கோரிக்கை வைத்து மக்களிடம் பிரசாரம் செய்கிறார்கள். உலக நாடுகளும் கூட காஷ்மீரம் இந்தியாவுடன் முழுவதுமாக இணையாமல் இருப்பதற்கு இந்த ஆர்ட்டிகிள் 370-வது தனிச்சலுகைதான் காரணம் என்று சுட்டிக் காட்டுகிறார்கள்.

காஷ்மீருக்குக் கொடுக்கப்பட்டிருக்கும் இந்தத் தனிச்சலுகைகளை பார்த்துத்தான் வட கிழக்கு மாநிலங்களான நாகாலாந்து, மிசோரம் போன்றவை பல ஆண்டுகளாக மத்திய அரசோடு போராடுகின்றன. கூர்க் காலாந்து, காலிஸ்தான் போராட்டங்கள் உருவானதற்கு இந்த 370-வது ஷரத்துதான் காரணம். இன்று தமிழ் நாட்டிலும் இதே போன்ற சலுகைகள் வேண்டுமென்று கேட்கும் குரல் ஒலிக்க ஆரம்பித்திருக்கிறது.

மற்ற மாநிலங்கள் 370 போல் சலுகைகள் கேட்கின்றன. ஆனால், கடந்த 67 ஆண்டுகளாக இந்தத் தனிச்சலுகைகளை அனுபவித்து வந்த காஷ்மீர் இன்று பாகிஸ்தானோடு சேரவேண்டுமென்று கேட்டுச் சலுகையின் கடைசிக் கட்டத்துக்குச் சென்றிருக்கிறது. அதாவது இந்த 370-வது சலுகை கடைசியில் ஒட்டுமொத்தமான பிரிவினையில்தான் நாட்டைக் கொண்டுபோய் நிறுத்தும் என்பது இதிலிருந்து தெரிகிறது. உயிரைக் கொடுத்து சுதந்தர வீரர்கள் ஜனநாயகம் அமைத்தார்கள். அந்த ஜனநாயகத்தில் நேரு அவர்கள் 370 சலுகை என்ற ஒரே ஒரு ஓட்டையைப் போட்டார். இப்போது அந்த ஓட்டை பல்கிப் பெருகி

பூதாகாரமாக மாறி மறுபடியும் இந்திய நாட்டின் ஒற்றுமையையும் சுதந்தரத்தையும் அழிக்கும் அளவுக்கு இன்று வளர்ந்து கொண்டிருக்கிறது.

பாகிஸ்தானிலிருந்து வந்து கொண்டிருக்கும் லட்சக்கணக்கான இந்து அகதிகள் பிரச்னையையும் ஹைதராபாத் நிஜாம் உருவாக்கிய தேசத் துரோக பிரச்னையும், ஜுனாகட் நவாபின் பிரச்னையுமே எங்களால் சமாளிக்க முடியாத அளவுக்கு இருக்கிறது. இதற்கிடையில் ஜம்மு காஷ்மீரப் பிரச்னையும் எங்களுக்கு வேண்டாம். அந்த மாநிலம் எப்படி வேண்டுமானாலும் இருந்து கொள்ளட்டும் எங்களுக்குக் கவலை இல்லை என்று சொன்னார் சர்தார் வல்லபபாய் படேல்.

இந்தியாவுடன் இணைப்புக் கோரி வந்த காஷ்மீர மன்னரின் பிரதிநிதியை 'கெட் அவுட்' என்றார் ஜவாஹர்லால் நேரு. இப்படி எல்லாவிதத்திலும் ஒதுங்கியிருக்க முயன்ற இந்தியாவை வலுக் கட்டாயமாக உதவிக்கு அழைத்து, ராணுவ உதவி கேட்டு காஷ்மீர மாநிலத்தை எந்த ஒரு நிபந்தனையும் விதிக்காமல் இந்தியாவோடு இணைத்தனர், காஷ்மீர முஸ்லிம் மக்களின் தலைவர்களும் அரசரும். தன்னிச்சையாகத் தானாக வீடு தேடி வந்து எங்கள் நாட்டை ஏற்றுக் கொள்ளுங்கள். அதற்குப் பதிலாக ராணுவ உதவி கொடுத்து பாக். முஸ்லிம்களின் வெறித் தாக்குதலிலிருந்து எங்களைக் காப்பாற்றுங்கள் என்று இந்தியாவிடம் விண்ணப்பித்தனர் காஷ்மீரிகள். இப்படியான நிலையில் தனிச்சலுகை கொடுத்தால்தான் இந்தியாவுடன் இணைவோம் என்று யாராவது கேட்டார்களா? அல்லது நாங்கள் தனிச் சலுகை தருகிறோம் தயவு செய்து இந்தியாவுடன்தான் நீங்கள் இணைய வேண்டும் என்று யாராவது கெஞ்சினார்களா?

பின் எதற்காக காஷ்மீர மாநிலத்துக்குத் தனிச்சலுகை?

காஷ்மீரம் எங்களுக்கு சொந்தம் என்று பாகிஸ்தான் சண்டையிட்டுக் கொண்டிருக்கும்போது நம்மோடு ஒட்டிக்கொள்ள வந்த அந்த நாட்டை, சற்று தனியே நில், நெருக்கமாக வராதே என்று சொல்வது போல அதற்குத் தனிச் சலுகை ஏன் கொடுத்தார் நமது நேரு அவர்கள்.

ஏன்... ஏன்... ஏன்?

5. நம் கண்கள் குளமாக...

காஷ்மீர் மாநிலத்துக்கு நேரு கொடுத்த இந்தத் தனிச்சலுகைகள் காஷ்மீர மாநிலத்தின் ஜம்மு பகுதியில் பெரும்பான்மையாக வாழும் டோக்ரா இந்துக்களை வெறுப்படையச் செய்தன. இவர்கள் காஷ்மீர மாநிலம் எந்தவித நிபந்தனையும் இன்றி மற்ற எல்லா மாநிலங் களையும் போலவே இந்திய அரசுடன் இணையவேண்டும் என்று விரும்பினர். பிரஜா பரிஷத் என்ற கட்சி ஒன்று உருவானது. ஜம்மு இந்துக்கள் பெருவாரியாக இந்தக் கட்சியை ஆதரித்தனர். ஷேக் அப்துல்லாவின் அராஜகத்தை எதிர்த்து பிரஜா பரிஷத் போரை ஆரம்பித்தது. இது தொடர்ச்சியான சத்தியாகிரகங்களாக மாறிப் பதற்றமாக வடிவெடுத்தது. மதச்சார்பின்மை என்ற பெயரால் ஷேக் அப்துல்லா முஸ்லிம் ராஜ்ஜியம் அமைப்பதை இவர்கள் எதிர்த்தனர். 1951-ல் நடந்த முதல் தேர்தலில் பிரஜா பரிஷத்தின் 49 வேட்பு மனுக்களில் 44 நிராகரிக்கப்பட்டன. இந்து மெஜாரிட்டி மாவட்டங்கள் பிரிக்கப்பட்டு திட்டமிட்டவகையில் இந்து வாக்காளர்கள் சிறுபான்மையாக்கப்பட்டனர்.

சமஸ்கிருத ஆராய்ச்சி நிறுவனம் மூடப்பட்டது. உருது மொழி அனை வருக்கும் கட்டாயப் பாடமாக்கப்பட்டது. இந்து கோவில்களுக்கும் சமஸ்கிருத பாடசாலைகளுக்கும் ஒதுக்கப்பட்டிருந்த நிலங்கள் பிடுங்கிக் கொள்ளப்பட்டன. மாநிலத்தின் முக்கியமான பதவிகளிலும் அதிகாரங் களிலும் முஸ்லிம்கள் மட்டுமே அமர்த்தப்பட்டனர். இந்துக்களுக்கும் சீக்கிய இந்துக்களுக்கும் மறு வாழ்வளிக்கும் திட்டங்கள் மறுக்கப் பட்டன. பாகிஸ்தானிய உளவாளிகள் என்று சிறையிலடைக்கப் பட்டிருந்தவர்கள் அனைவரும் விடுதலை செய்யப்பட்டு பத்திரமாக பாகிஸ்தானுக்கு அனுப்பிவைக்கப்பட்டனர்.

இந்துக்களின் சிவில் உரிமைகள் பறிக்கப்பட்டன. செய்திப் பத்திரிகைகள் அமுக்கப்பட்டன. எதிர்கருத்துள்ள இந்திய செய்தித் தாள்கள் தடை செய்யப்பட்டன. அடிப்படை உரிமைகள் மறுக்கப் பட்டன. பிரஜா பரிஷத் தொண்டர்களை நாடுகடத்திவிட்டு கம்யூனி ஸ்ட்களுக்கு முழு ஆதரவு கொடுத்தார் ஷேக் அப்துல்லா. காஷ்மீரை சுதந்தர நாடாக்கும் நடவடிக்கைகள் துரிதமாக நடந்தன. இந்திய

தேசியம் பேசுவதை முழுவதுமாக ஒதுக்கிவிட்டு காஷ்மீருக்கான தனி தேசியம் உருவாக்கப்பட்டது. பக்கத்திலுள்ள வேறொரு நட்பு நாடு இந்தியா என்று பாட புத்தகங்களில் சொல்லிக் கொடுக்கப்பட்டது!

தனிக்கொடி, தனி தேசிய கீதம், தனி அரசியல் சட்டம், தனி ஆட்சித் தலைவர் (சதர்-இ-ரியாசாத்) எல்லாம் சேர்த்து ஷேக் அப்துல்லா காஷ்மீரத்தின் தனிக்காட்டு ராஜாவாகி காஷ்மீரத்தை இந்தியாவிட மிருந்து பிரித்துவிடும் முயற்சியில் இறங்கினார்.

இதற்கு சாதகமாக 1952-ல் ஐ.நா.வின் ரஷ்ய பிரதிநிதியையும் பாரிஸில் சந்தித்து தன்னுடைய தனிநாடு கனவுக்கு ஆதரவும் ஆசியும் பெற்றார். ஷேக் அப்துல்லாவின் இத்தனை கனவுகளுக்கும் சாதகமளிப்பதாக அமைந்தது ஜவாஹர்லால் நேருவுடன் ஷேக் அப்துல்லா செய்து கொண்ட டெல்லி ஒப்பந்தம். நேரு சம்மதித்த இந்த டெல்லி ஒப்பந்தம் (இதுதான் பின்னால் தனிச்சலுகை வழங்கும் ஆர்ட்டிகிள் 370 ஆக ஆனது) இந்திய நாட்டிடம் காஷ்மீரத்தை ஒப்படைத்த மகாராஜாவுக்கு செய்த துரோகமாக மாறியது.

எந்த ஆயிரக்கணக்கான இந்திய ராணுவ வீரர்கள் தங்களது இன்னுயிரை பலி கொடுத்து காஷ்மீரத்தில் ரத்தம் சிந்தினார்களோ, கோடிக்கணக்கான இந்திய மக்கள் காஷ்மீருக்கு உதவுவதற்காக தங்களது சுய தேவைகளை பூர்த்தி செய்துகொள்ள முடியாமல் தவித்தார்களோ அவர்களுக்கு எல்லாம் முழுத்துரோகம் செய்வதாக நேருவின் இந்த டெல்லி உடன்படிக்கை அமைந்துவிட்டது.

இதே டெல்லி ஒப்பந்தம் கம்யூனிஸ்ட்களின் கனவை வளரச் செய்தது: சீனா, ரஷ்யா பாதுகாப்புடன் காஷ்மீரத்தை சுதந்தர நாடாக்கி கம்யூனி ஸத்தின் இரும்புப் பிடிக்குள் கொண்டு வருவது; அதன்பின் ரஷ்யா வோடும், சீனாவோடும் தரை வழித் தொடர்புடைய காஷ்மீரத்தின் மூலம் அகில இந்தியாவிலும் கம்யூனிஸ புரட்சியைப் பரப்பி அப்போதுதான் முளை விட்டிருக்கும் இந்திய ஜனநாயகத்தைக் கழுத்தை நெரித்துக் கொல்வது; இத்தனை அநியாயங்களையும் ஆபத்துகளையும் சுட்டிக்காட்டிய பிரஜா பரிஷத் ஜம்மு காஷ்மீரை எந்தவித நிபந்தனையுமின்றி இந்தியாவுடன் இணைக்கவும், ஆர்ட்டிகிள் 370-ஐ நீக்கவும் போராடியது. ஆனால் தேசத்துக்கு உண்டான இந்த உண்மையான ஆபத்துகளைச் சுட்டிக்காட்டிய பிரஜா பரிஷத்பற்றி ஷேக் அப்துல்லா அவதூறுகளைப் பரப்பினார்.

மக்களுக்கு நன்மை செய்வது இந்த மன்னர் பரம்பரையினருக்குப் பிடிக்கவில்லை என்றும் இது ஆர்.எஸ்.எஸ்-ன் வளர்ப்பு பிள்ளை யென்றும் குற்றம்சாட்டினார். ஆனால், ஷேக் அப்துல்லாவினால்

பிரஜா பரிஷத் வைத்த எந்தக் குற்றச்சாட்டையும் மறுக்கமுடிய வில்லை. இதில் அக்கிரம் என்னவென்றால் இந்தியப் பிரதமர் நேரு அவர்கள் ஷேக் அப்துல்லா சொன்ன அனைத்தையும் ஒத்துக்கொண்டு பிரஜா பரிஷத்தைப் பிற்போக்குவாதிகள் என்று சாடினார்.

ஆர்டிக்கிள் 370-க்கு முன்னோடியான டெல்லி உடன்படிக்கை பற்றிய விவாதத்தின்போது கம்யூனிஸ்ட் தலைவரான ஏ.கே.கோபாலன் அதை மிகவும் புகழ்ந்து வரவேற்றார். இது இந்திய ஒற்றுமையை வளர்க்க உதவும். இந்தியாவின் நன்மைகளுக்கு உதவும். இது நிச்சயமாக ஜம்மு காஷ்மீர் மக்களை இந்தியாவிடமிருந்து பிரிந்து போகாமல் தடுக்கும். அதோடு இது வேற்றுமையை உண்டாக்க முயலும் சக்திகளுக்கு எதிரான வலுவான ஆயுதம் என்றெல்லாம் ஏ.கே.கோபாலன் அன்று அடுக்கினார். ஆனால் இன்று, இந்த டெல்லி ஒப்பந்தத்தில் உருவான ஆர்ட்டிகிள் 370 காஷ்மீரில் மட்டுமின்றி இந்தியாவில் வேறு பல மாநிலங்களிலும் பிரிவினைவாதத்தை வளர்த்துவிட்டுக் கொண்டிருக்கிறது. இப்படி நடக்கவேண்டும், இந்தியா சின்னா பின்னாமாகச் சிதறவேண்டும் என்று எண்ணித்தான் ஏ.கே.கோபாலன் அன்று டெல்லி ஒப்பந்தத்தை ஆதரித்தாரோ?

கம்யூனிஸ்ட்களின் இந்தப் பேச்சையே காங்கிரஸ் கட்சியினரும் ஆமோதித்தனர். தனது டில்லி ஒப்பந்தத்தை ஆதரித்துப் பேசிய நேரு, ஜம்மு காஷ்மீர மக்களின் இறுக்கமான நட்பையும் நல்லெண்ணத் தையும் எந்த ராணுவத்தாலும் எந்த அரசியல் சட்டத்தாலும் பெற முடியாது. அதை அன்பினாலும், பாசத்தினாலும் புரிந்துகொள்ளும் தன்மையினாலும்தான் பெற முடியும் என்றார். ஆனால், அருமை நேரு அவர்களே நீங்கள் கொடுத்த அத்தனை சலுகைகளும், கொட்டித் தீர்த்த இந்திய மக்களின் கோடானு கோடி வரிப்பணமும், உங்கள் அன்பும் பாசமும் இன்று காஷ்மீர முஸ்லிம் தீவிரவாதிகளைத் திருப்திப்படுத்த வில்லையே. எல்லாவற்றையும் மறந்துவிட்டு, ‘இந்திய நாய்களே காஷ்மீரை விட்டு வெளியேறுங்கள்’ என்று கோஷமிடுகிறார்கள். பாம்புக்குப் பால் வார்த்தால் கொத்தத்தான் செய்யும். அதற்குப் பாம்பைப் பழித்து என்ன பலன்?

பிரஜா பரிஷத் போராட்டத்துக்கு பாரதிய ஜன சங்கம் முழு ஆதரவு கொடுத்தது. நிலமையை நேரில் கண்டறிய ஜனசங்கத்தின் தலைவர் ஸ்ரீசியாமா பிரசாத் முகர்ஜி அவர்கள் காஷ்மீர் செல்வதாக அறிவித்தார். முடிந்தால் ஷேக் அப்துல்லாவைச் சந்தித்து சுமுகமான முடிவு காண்பேன் என்றார். சமாதான யாத்திரை தொடங்கிய சியாமா பிரசாத் முகர்ஜியை ஷேக் அப்துல்லாவின் அரசு ஜம்மு காஷ்மீர எல்லையி லேயே கைது செய்தது. ஸ்ரீசியாமா பிரசாத் முகர்ஜி எதிரிகளாலும்கூட நேசிக்கப்படக்கூடியவர். இனிமையானவர். சிறந்த அறிவாளி.

ஜம்முவை இந்தியாவுடன் பூரணமாக இணைக்கவேண்டும் என்று கோரி அசைக்கமுடியாத ஆதாரங்களுடனும் முறியடிக்க முடியாத வாதங்களுடனும் நேரு அவர்களோடு நீண்ட கடித பரிமாற்றங்கள் செய்தவர். ஷேக் அப்துல்லாவும் அவரது அரசும் எப்பட்டவர்கள் என்பதை உலக மக்களுக்கு எடுத்துக்காட்டத்தான் சியாமா பிரசாத் முகர்ஜி இந்த காஷ்மீர யாத்திரையை மேற்கொண்டாரோ?

கைதான பிறகு காஷ்மீர சிறையில் அந்த மகானுக்கு என்ன கொடுமை நடந்ததோ. என்ன பயங்கரம் நிகழ்ந்ததோ? எல்லோராலும் மதிக்கப் பட்ட அவர் 23 ஜூன் 1953ம் ஆண்டு ஒரு காஷ்மீர சப் ஜெயிலில் மாரடைப்பினால் இறந்தார் என்று அறிவிக்கப்பட்டது. உலகம் திகைத்தது. ஜனசங்கத் தொண்டர்கள் பதறினர். நல்லவர்கள் கண்களெல்லாம் குளமாயின. நியாயம் தெரிந்தவர்கள் ஒரு வெளிப் படையான விசாரணை நடத்தவேண்டும் என்று கேட்டனர். ஆனால், காஷ்மீர் அரசு எதற்கும் செவி சாய்க்கவில்லை. ஜவாஹர்லால் நேருவும் அசைந்து கொடுக்கவில்லை. அவருடைய மரணத்துக்குப் பிறகு அந்த சப்ஜெயிலில் அவருக்குத் தகுந்த சிகிச்சை கொடுக்க வில்லை என்பதோடு வேறு பல பயங்கரங்கள் நடந்துள்ளதற்கான தடயங்கள் உண்டு என்றும் பலர் சுட்டிக்காட்டினர். இதன் பிறகு வெற்றி பெறாமலேயே பிரஜா பரிஷத் தன் போராட்டத்தை நிறுத்திக் கொண்டது. ஆனாலும்கூட பரிஷத்தின் இந்தப் போராட்டம் ஒரு பெரிய தேசிய சதிவேலையை உலகுக்குக் காட்டிகொடுத்துவிட்டது.

6. முடி விவகாரம்

8 ஆகஸ்ட் 1953 அன்று காஷ்மீர மந்திரிசபை கலைக்கப்பட்டுத் தனி சலுகையின்படி பிரதமராக இருந்த ஷேக் அப்துல்லா கைது செய்யப் பட்டார். இதைச் செய்தவர் சதர்-இ-ரியாசத்தாக இருந்த கரன்சிங் (ராஜா ஹரிசிங்கின் மகன்). மந்திரி சபை கலைப்புக்கும் ஷேக் அப்துல்லாவின் கைதுக்கும் சிபாரிசு செய்தவர்கள் அதே மந்திரி சபையில் அங்கம் வகித்த பக்ஷி குலாம் முகமதும் அத்தனை அமைச்சர்களும். காரணம்: ஷேக் அப்துல்லா காஷ்மீரத்தை இந்தியாவிலிருந்து துண்டாடித் தனி நாடாக்க விரும்பினார்.

இந்தியாவை விட்டுப் பிரிய விரும்பாத பக்ஷி முகமது குலாம் போன்றவர்கள் ஷேக் அப்துல்லாவைக் கைது செய்ய ஏற்பாடு செய்தனர். ஐ.நா.வின் ரஷ்ய தூதர் பாரிஸில் வைத்து ஷேக் அப்துல்லாவை முதுகில் தட்டிக் கொடுத்து காஷ்மீரத்தை சுதந்தர நாடாக அறிவிக்கும்படி தூண்டினார். அதன்படியே ஷேக் அப்துல்லாவும் நடந்துகொள்கிறார். அவரை சரியாகக் கண்காணிக்க வேண்டும் என்று பாரதிய ஜனசங்கமும், பிரஜா பரிஷத்தும் சொல்லி வந்ததன் விளைவுதான் சரியான நேரத்தில் ஷேக் அப்துல்லாவைக் கைது செய்து காஷ்மீரை இந்தியாவிடமிருந்து பிரித்துவிடாமல் காப்பாற்றியது.

ஆனால், ஏற்கெனவே காஷ்மீர் தனி நாடாக வேண்டுமென்று பல சந்தர்ப்பங்களிலும் வேலை செய்த இந்திய கம்யூனிஸ்ட்கள் ஷேக் அப்துல்லா கைது செய்யப்பட்ட பிறகு வேறு வழியில்லாமல் அதை ஆதரித்தார்கள். ஆனால், அவர்களது பாரம்பரிய பல்லவியான இது அமெரிக்காவின் தூண்டுதல் என்று சொல்ல மறக்கவில்லை. அதன் பிறகு பக்ஷி குலாம் முகமது காஷ்மீர பிரதமரானார். இவர் 1962வரை பதவி வகித்துவிட்டு காமராஜ் பிளான் என்ற காங்கிரஸின் திட்டப்படி பதவி விலகினார்.

அடுத்ததாக சம்சுதீன் பிரதமரானார். இவருக்குப் பிறகு 28 பிப்ரவரி 1964-ல் ஸ்ரீ லால் பகதூர் சாஸ்திரி அவர்களின் முன்னிலையில் ஜி.எம்.சாதிக் என்பவர் காஷ்மீர் முதல்வரானார். (இந்நேரம் பிரதமர் என்ற பெயர் முதல்வர் என்று மாற்றப்பட்டுவிட்டது). இந்த சாதிக் 8

ஏப்ரல் 1964-ல் ஷேக் அப்துல்லாவை விடுதலை செய்தார். இதில் வேடிக்கை என்னவென்றால் இந்தியாவில் உள்ள அரசியல்வாதிகள் பலரும் ஷேக் அப்துல்லாவைக் கைது செய்ததை ஆதரித்தனர். அதைப் போலவே விடுதலை செய்ததையும் ஆதரித்தனர்!

பிரதமர் நேரு அவர்கள் ஷேக் அப்துல்லாவின் கைது விஷயம் அந்த நாட்டின் உள் விவகாரம். அதில் மத்திய அரசு தலையிடாது என்றார். அதாவது, காஷ்மீரி முஸ்லிம்கள் இந்தியாவை பக்கத்திலுள்ள நட்பு நாடு என்று பாட புத்தகங்களில் எழுதியது போலவே நேருவும், ஷேக் அப்துல்லா கைது காஷ்மீரின் உள்நாட்டு விவகாரம் என்று சொல்லி அந்நியமாக்கிப் பேசினார். இதுவரையிலும் காஷ்மீரில் பாகிஸ்தானின் ஆதரவாளர்கள் எந்த வாய்ப்பும் இல்லாமல் பதுங்கியே இருந்தனர். ஷேக் அப்துல்லா வெளிப்படையாகவே முஸ்லிம்களுக்கு எல்லா சலுகையும் செய்தாலும் காஷ்மீரி முஸ்லிம்கள் பாகிஸ்தானை முழுவதுமாக மறந்த நிலையிலேயே இருந்தனர். ஆனால் 1963-ல் சம்சுதீன் பிரதமராக இருந்தபோது நடந்த ஒரு சம்பவம் பாகிஸ்தானிய ஆதரவாளர்களுக்குப் பெரும் நம்பிக்கையைக் கொடுத்தது.

ஸ்ரீநகரில் ஹஸரத்பால் என்று ஒரு முஸ்லிம் சமாதி இருக்கிறது. இதில் முகமது நபியினுடைய தலைமுடி ஒன்று பாதுகாக்கப்பட்டு வந்ததாக முஸ்லிம் மதவாதிகள் மக்களை நம்பவைத்து வந்தனர். 1963 டிசம்பர் கடைசி வாரத்தில் ஒரு நாள் இந்த ஹஸரத் பால் முடி காணாமல் போய் விட்டது. யார் எடுத்தார். எப்படி எடுத்தார் என்ற விவரங்கள் கடைசி வரை கண்டுபிடிக்கப்படவில்லை. ஆனால், இந்த முடியைக் காண வில்லை என்று சொன்னதும் எல்லா மசூதிகளிலுமுள்ள முல்லா மௌல்விகள் மக்களுக்கு மதவெறியை ஏற்றிவிட்டனர்.

காஷ்மீர் மாநிலம் முழுவதும் ஒரே பிரளயம் உண்டானது போன்ற நிலைமை. எங்கு பார்த்தாலும் ஊர்வலம், கடையடைப்பு, கோஷங்கள். இந்த போராட்டத்துக்கென்று மௌலானா மகமது மசூத் என்பவர் தலைமையில் ஒரு கமிட்டி அமைத்தனர். யாரை எதிர்த்துப் போராட்டம் என்று தெரியாமலேயே எல்லோரும் போராடினர். இந்தப் போராட்டம் பெரும்பாலும் அமைதியாகவே நடந்தது. இந்துக்களும் சீக்கியர்களும் கூடத் தங்களுடைய அனுதாபத்தைத் தெரிவிக்க ஊர்வலங்களில் கலந்துகொண்டனர்.

காஷ்மீர அரசுக்கு என்ன செய்வது என்று தெரியவில்லை. திருடனைப் பிடிக்க போலீசார் எடுத்துக்கொண்ட முயற்சிகள் வெறிபிடித்துக் கூச்சலிட்ட முஸ்லிம்களால் தடைபட்டது. புராதனக் கலைசெல்வங் களைப் பாதுகாக்கும் உரிமை இந்தியாவுக்குக் கிடையாது என்று 370-வது சட்டத்தில் சலுகை பெற்ற காஷ்மீரிகளுக்கு இந்த முடியைக்

கண்டுபிடிப்பதற்காக மட்டும் டெல்லியிலிருந்து உயர் அதிகாரிகள் பறந்தனர். கடைசியில் அந்த முடி தானாகவே திரும்பி வந்து சேர்ந்தது! இப்போதும் அதை யார் திருப்பிக்கொண்டுவந்து வைத்தார்கள் என்பது யாருக்கும் தெரியவில்லை என்று மௌல்விகள் கையை விரித்துவிட்டார்கள். போராட்டம் அடங்கியது. ஆனால், இந்தப் போராட்டத்தின் மூலம் பாகிஸ்தானிய தீவிரவாதிகளின் கை மறுபடியும் மேலோங்கும் நிலை ஏற்பட்டது.

முஸ்லிம்கள் மத்தியில் மதவெறியையும் பாகிஸ்தானுடன் சேர்வது தான் ஒவ்வொரு முஸ்லிமுடைய கடைமை என்று உணர்த்துவதற்கும் இந்த முடி போராட்டம் பெருமளவு உதவியது. இந்த முடி போராட்டம் பாகிஸ்தானிய ஆதரவாளர்களால் வேண்டுமென்றே உருவாக்கப்பட்டது என்று நினைப்பதற்குப் பலமான ஆதாரங்கள் இருந்தன. என்னதான் காஷ்மீரிகள் இந்தியாவுடன் சேர்ந்திருந்தாலும் அடிப்படையில் அவர்கள் வெறிபிடித்த முஸ்லிம்கள்தான் என்பதையும் முஸ்லிம் மதத்துக்குத்தான் முக்கியத்துவம் கொடுப்பார்கள் என்பதையும் பாகிஸ்தானி ஆதரவாளர்கள் திட்டவட்டமாகத் தெரிந்துகொண்டனர்.

ஆனால், வேதனை என்னவென்றால் முஸ்லிம்கள் என்றைக்கும் முஸ்லிம்களாகத்தான் நடப்பார்கள் என்பதையும் நாட்டை விட மதத்தையும் தாருல் இஸ்லாமாகிய பாகிஸ்தானையும்தான் முக்கிய மாக நினைப்பார்கள் என்பதையும் அறிந்துகொள்ள இந்திய அரசு தவறிவிட்டது. அன்றைக்கென்ன, இன்றுகூடதான் நமது மத்திய அரசு அதே பல்லவியைப் பாடிக்கொண்டிருக்கிறது.

இந்தப் போராட்டத்தின் பின்னால் பாகிஸ்தானிய ஆதரவாளர்கள் பதுங்கியிருக்கிறார்கள் என்பதும் அவர்களது கை வலுவடையும் வாய்ப்பு உள்ளது என்பதும் புரிந்தது. மத்திய அரசு அவலை நினைத்து உரலை இடிப்பதுபோல சம்சுதீனை மாற்றி ஜி.எம்.சாதிக் என்பவரை முதல்வராக்க ஆலோசனை கூறியது. இந்த சாதிக் கடைசியில் நிலைமையைச் சமாளிக்கவேண்டுமானால் ஷேக் அப்துல்லா இருந்தால்தான் முடியும் என்று சொல்லி *1964*-ல் அவரை விடுதலை செய்தார். இதில் வேடிக்கை என்னவென்றால் தேசத் துரோகக் குற்றம் சாட்டி *1953*-ல் ஜெயிலில் அடைக்கப்பட்ட ஷேக் அப்துல்லா மீது அன்று போட்ட கேஸ் இன்னமும் நடந்து கொண்டிருந்தது. விட்டு வைத்தால் அந்த கேஸ் இன்னும் பல நூற்றாண்டுகளுக்கு வேண்டு மானாலும் நடக்கும். இதுதான் நம் நாட்டில் நீதி கிடைக்கும் முறை. விடுதலையான பிறகு ஷேக் அப்துல்லா பழைய தீவிரவாதத்தைக் குறைத்துக்கொண்டார். ஆனாலும் பாகிஸ்தானுடன் பேச்சுவார்த்தை நடத்துவேன் என்று சொல்லி அங்கே போனார். இந்த நேரத்தில் *27* மே *1964*-ல் ஜவாஹர்லால் நேரு காலமானார்.

7. அகதியே உன் பெயர் இந்துவா?

'இந்தியாவுடன் நாங்கள் எத்தனை போர்கள் வேண்டுமானாலும் நடத்துவோம். வெற்றி பெறும்வரை போரிட்டே தீருவோம். இது எங்களுடைய மாற்ற முடியாத குறிக்கோள். இந்தியாவை நாங்கள் அடிமைப்படுத்தியே தீரவேண்டும்.

இந்துக்கள் ஒரு தனியான தேசியமாக, கலாசாரம் உடையவர்களாக வாழும் உரிமையற்றவர்கள். குறைந்தபட்சம் எங்களுக்கு (முஸ்லிம் களுக்கு) இணையானவர்களாக இந்துக்களால் வாழ முடியுமென்பதை எங்களால் நினைத்துக்கூடப் பார்க்க முடியாது.'

இப்படிச் சொன்னவர் ஒரு அறிவுஜீவியான பாகிஸ்தானிய முஸ்லிம் வரலாற்று ஆசிரியர்.

இந்துக்களும் முஸ்லிம்களும் சேர்ந்து வாழவே முடியாது வழிபாட்டு முறையிலும் கலாசாரத்திலும் பழக்க வழக்கங்களிலும் இருவருமே எதிரானவர்கள். ஆகையால் எங்களுக்கு பாகிஸ்தானைப் பிரித்து தந்தே தீரவேண்டுமென்றார் முகமது அலி ஜின்னா. ஜின்னாவிடமிருந்தும் மேலே சொன்ன சரித்திராசிரியரிடமிருந்தும் எந்த வகையிலும் மாறுபட்டவரில்லை காஷ்மீரத்தின் ஷேக் அப்துல்லா.

பிரஜா பரிஷத் 1952-ல் சுட்டிக் காட்டிய ஷேக் அப்துல்லாவின் இந்து விரோத தேசிய விரோதப் போக்குகள் அனைத்தும் தெரிந்த பிறகும் நேருவின் மத்திய அரசு ஷேக் அப்துல்லாவைத் தட்டிக்கொடுத்து வளர்த்தது. காஷ்மீரத்தில் இயற்கையாக அங்கு கிடைக்கும் தண்ணீரையும் கொஞ்சம் கம்பளி, ஆப்பிள் தவிர அன்றாட வாழ்க்கைக்கு தேவையான அனைத்துப் பொருட்களையும் இந்தியாவே கொடுத்தது. ஆண்டுக்கு ஒருமுறை காஷ்மீரத்துக்கு வரும் உல்லாசப் பயணிகளை வைத்துத்தான் அங்குள்ள பெரும்பான்மை மக்களின் வாழ்க்கை நடந்தாகவேண்டும்.

எந்த வகையில் பார்த்தாலும் இந்தியாவுக்கு ஒரு பாரமாகவும் நஷ்ட மாகவும் இருந்து வந்த ஷேக் அப்துல்லா, இந்தியாவின் செலவில் முஸ்லிம் அடிப்படைவாதத்தையும் பாகிஸ்தானிய ஆதரவாளர்களையும்

தட்டிக்கொடுத்து வளர்த்து வந்தார். இந்தியாவை எப்போதுமே ஒரு கெடுபிடி நிலையில் வைத்து பயமுறுத்துவதற்காகவும் சரியாகச் சொல்வதனால் பிளாக்மெயில் செய்வதற்காக பாகிஸ்தானிய ஆதரவாளர்களை வளர்த்துவந்தார்.

ஷேக் அப்துல்லாவின் கொள்கையைக் கிஞ்சித்தும் கைவிடாமல் அவருக்குப் பின்னால் வந்த பக்ஷிகுலாம் முகமது, ஜி.எம்.சாதிக் சம்சுதின், பரூக் அப்துல்லா, எம்.ஜி.ஷா ஆகிய அனைவரும் கடைப் பிடித்தனர். மதச்சார்பற்ற தன்மையைப் பேசிக்கொண்டே முஸ்லிம் களை வளர்த்தனர். அங்குள்ள இந்துக்களை உயிரோடு வதைத்தனர். இந்துக்களிடமிருந்த சொத்துக்களையும், கோவில் பராமரிப்புக்காக கொடுக்கப்பட்ட சொத்துக்களையும் நஷ்ட ஈடு இல்லாமலேயே பறிமுதல் செய்தார் ஷேக் அப்துல்லா. முழுக்க முழுக்க மத்திய அரசின் பணத்தில் கட்டப்பட்ட சர்வ கலாசாலைகளில் இந்துக் களுக்குப் படிக்கும் உரிமை 50 சதத்திலிருந்து 40 சதவீதமாக ஜி.எம். சாதிக்கால் குறைக்கப்பட்டது. ஆசிரியர்களாகப் பணியாற்றிய இந்துக்களின் உத்தியோக உயர்வு நிரந்தரமாக பக்ஷி குலாம் முகமதுவால் நிறுத்திவைக்கப்பட்டது. ஜூனியராக இருந்த முஸ்லிம் ஆசிரியர்கள் மேலதிகாரிகளாகப் பதவி உயர்த்தப்பட்டனர்.

தங்களுடைய பதவி உயர்வு நிறுத்தி வைக்கப்பட்டது தவறு என்று காஷ்மீரப் பள்ளிக்கூடங்களில் வேலை பார்த்த இந்து ஆசிரியர்கள் தொடுத்த வழக்கில் 1971-ல் அவர்களுக்கு சாதகமாகத் தீர்ப்பாகியது. ஆனால், அந்தத் தீர்ப்பை 1974 வரையிலும் நடைமுறைப்படுத்தாமல் இழுத்தடித்து காஷ்மீர அரசு. காங்கிரஸின் செல்லப் பிள்ளையாக இருந்த மீர் காசிம் என்பவர் காஷ்மீர வருவாய்த்துறை அமைச்சராக இருந்தபோது இந்துக்களிடமிருந்து உச்சவரம்புக்குட்பட்ட சொத்து களையும் நஷ்டஈடு இல்லாமலேயே பிடுங்குவதற்குச் சட்டம் கொண்டுவந்து அமல்படுத்தினார். இதனால் காஷ்மீர பாகிஸ்தானி குடிகளிடமிருந்தும் முஸ்லிம்களிடமிருந்தும் மட்டும் எடுத்துக் கொள்ளப்பட்ட நிலத்துக்கு அதிகப்படியாக நஷ்டஈடு கொடுக்க வகை செய்தது.

இதில் வேதனை என்னவென்றால் இந்தியாவில் மற்ற மாநிலங்களில் வாழ்ந்த இந்துக்கள், காஷ்மீர் இந்துக்களின் மீது கட்டவிழ்த்துவிடப் பட்ட இந்த அராஜகத்தைக் கண்டுகொள்ளவேயில்லை.

1947-ல் பாகிஸ்தானின் சியால்கோட் பகுதியிலிருந்து ஏராளமான இந்து மக்கள் தங்கள் சொத்து சுகம், உற்றார் உறவினர் அனைத்தையும் இழந்து ஜம்முவுக்கு ஓடிவந்தனர். அதேபோல 1965லும் 1971லும் நடந்த இந்தியா பாகிஸ்தான் போரின் போதும் கொடுமைக்குள்ளாக்

கப்பட்ட ஏராளமான இந்துக்கள் இந்திய மாநிலமான ஜம்மு காஷ்மீரத்துக்குள் துரத்தப்பட்டனர். இப்படி அநாதையாக்கப்பட்ட இந்துக்கள் ஜம்முவில் மட்டும் இரண்டரை லட்சம் பேர் இருந்தனர். ஒவ்வொரு தடவையும் முஸ்லிம்கள் பிரச்னைகளைக் கிளப்பும் போதும் பாதிக்கப்பட்ட இந்துக்கள் மட்டுமே ஊரை விட்டு, நாட்டை விட்டு, சொத்தை விட்டு, சுகத்தை விட்டு அகதிகளாக வெளியேறினர். ஆனால், 1965லும் 1971லும் நடந்த போர்களின்போது ஒரு முஸ்லிம் கூட இந்தியாவை விட்டு பாகிஸ்தானுக்கு அகதியாகச் செல்ல வில்லை!

ஜம்முவுக்குள் வந்த அகதிகள் பாகிஸ்தான் எல்லையோரங்களில் குடியமர்ந்தனர். இவர்கள் அங்கு கட்டாந்தரையாகக் கிடந்த பூமியைத் தங்களுக்கு சொந்தமில்லாதிருந்தபோதும் உழுது பயிரிட்டனர். அவ்வப்போது பாகிஸ்தானியர்களின் துப்பாக்கி குண்டுகளுக்கு இரையாயினர். விளைந்து கிடக்கும் பயிரை பாகிஸ்தானியர்கள் அறுத்துச் சென்றது போக மீதிதான் அவர்களுக்குக் கிடைக்கும். இவர்களுக்குக் கிடைத்த வேலை வெறும் கூலி வேலைதான்.

அரசாங்க வேலைகள் எதுவும் பெறுவதற்கு அரசியல் சட்டம் 370 குறுக்கே நின்றது. சொந்தமாகப் பூமி வாங்க முடியாது; உயர் படிப்பும் படிக்க முடியாது. நாடாளுமன்றத் தேர்தலில் மட்டும் இவர்கள் ஓட்டுப் போடலாம். சட்டசபைக்கோ பஞ்சாயத்துக்கோ ஓட்டுப் போடும் உரிமை இவர்களுக்குக் கிடையாது. இந்த உரிமைகள் இன்று வரையிலும் இவர்களுக்குக் கொடுக்கப்படவில்லை. இவர்கள் ஒரு தொழில் ஆரம்பிக்கமுடியாது. பஸ், கார், லாரி வாங்க முடியாது. இந்த அநியாயங்களை எதிர்த்து இந்த பாவப்பட்ட இந்து அகதிகள் உச்ச நீதிமன்றத்தில் மனு செய்தனர். அது 20 பிப்ரவரி 1987-ல் மனுவைப் பரிசீலித்து அவர்களது கோரிக்கை அனைத்தும் நியாயமான தென்று ஏற்றுக்கொண்டது. ஆனால், அரசியல் சட்டம் 370ன் மூலம் காஷ்மீர அரசுக்குக் கொடுக்கப்பட்ட தனிச் சலுகையினால் உச்ச நீதிமன்றம் மேற்கொண்டு எதுவும் செய்ய முடியாதென்று கையை விரித்துவிட்டது.

8. தேசவிரோதிகளைக் குடியேற்றும் சட்டம்

இந்து அகதிகள் அநியாயமாக காஷ்மீர அரசால் பல்லாண்டு காலம் வஞ்சிக்கப்பட்டு வருவதைச் சுட்டிக் காட்டிய உச்ச நீதிமன்றம் அவர்களுக்காக இரக்கப்பட்டுச் சில பரிந்துரைகளைச் செய்தது. ஜம்மு காஷ்மீர மாநில அரசு தனது அரசியல் சட்டத்தில் தேவையான திருத்தங்களைச் செய்து இந்த இந்து அகதிகளுக்குக் குடியுரிமை வழங்கவேண்டும் என்று ஆலோசனை கூறியது. ஆனால் உச்ச நீதிமன்றத்தின் இந்த ஆலோசனையை ஜம்மு காஷ்மீர் அரசு இன்று வரையிலும் செயல்படுத்தவில்லை. மத்திய அரசுக்கும்கூட உச்ச நீதிமன்றம் ஒரு வேண்டுகோள் விடுத்தது. இந்த இந்து அகதிகளின் கலாசார, பொருளாதார மேல் படிப்பு உரிமைகளை உறுதி செய்யும் வகையில் இந்திய அரசியல் சட்டத்தில் தேவையான சிறு மாறுதல் களைச் செய்யவேண்டுமென்று உச்ச நீதிமன்றம் ஆலோசனை கூறியது. ஆனால், கட்டிய பெண்டாட்டிக்கு ஜீவனாம்சம் கொடுக்க மாட்டேன் என்று சொன்ன முஸ்லிம்களுக்கு ஆதரவாக அரசியல் சட்டத்தை அவசர அவசரமாகத் திருத்திய ராஜீவ் காந்திகூட ஜம்மு காஷ்மீர இந்து அகதிகளையோ உச்ச நீதிமன்றத்தின் பரிந்துரை களையோ கொஞ்சமும் கண்டுகொள்ளவில்லை.

சொந்த நாட்டிலேயே இந்துக்கள் அடிப்படை உரிமைகள்கூட இல்லாமல் 67 ஆண்டுகளாக வாழ்ந்து வரும் கொடுமை உலகில் வேறெங்கும் கிடையாது. இந்த இந்து அகதிகளுக்கு நாடாளுமன்ற உறுப்பினர்களைத் (எம்.பிகளைத்) தேர்ந்தெடுக்கும் உரிமை மட்டும் கொடுக்கப்பட்டிருந்தது. இதனால் எம்.பி தேர்தல் நடக்கும் போதெல்லாம் மத்தியில் ஆண்ட காங்கிரஸ் தலைவர்கள் இந்த அகதிகளுக்கு வாக்குறுதிகளை அள்ளிக்கொடுக்கத் தவறுவதில்லை.

1979 ஆண்டுவாக்கில் நடந்த நாடாளுமன்றத் தேர்தலில் பிரசாரம் செய்ய வந்த இந்திராகாந்தி இந்த இந்து அகதிகளுக்கு ஏதாவது செய்ய வேண்டியது அவசியம் என்று பேசினார். ஆனால், அந்தப் பேச்சு வெறும் பேச்சாகவே நின்று போயிற்று. 1980லும் பின்னால் 1984லும் நடந்த தேர்தல்களில் பிரசாரம் செய்த காங்கிரஸார் இந்த இந்து அகதிகளின் ஓட்டுக்களைப் பெறுவதற்காக அவர்களுக்கு எல்லா

உரிமைகளையும் பெற்றுத் தருவதாக வாக்குறுதி அளித்தனர். ஆனாலும் ஒவ்வொரு தேர்தலிலும் காங்கிரஸ் கட்சி மிகப் பெரும் பான்மை ஆதரவோடு மத்தியில் ஆட்சி அமைத்தபோதும் அரசியல் சட்டம் 370 திருத்தப்படவோ இந்து அகதிகளுக்கு நல்வாழ்வு அளிக்கவோ முன்வரவில்லை.

இந்துக்கள் இந்து நாட்டிலேயே இன்றுவரையிலும் (2015) அகதிகளாக இருந்து வருவது தொடர்கதையாகிக் கொண்டிருக்கிறது. இந்துக்கள் இப்படி காலம் காலமாக அகதிகளாக அல்லாடிக் கொண்டிருக்கும்போது ஷேக் அப்துல்லா வேறொரு காரியம் செய்தார். எல்லாவிதங்களிலும் ஜம்மு காஷ்மீர மாநிலத்தில் இந்துக்களின் ஓட்டுக்களைக் குறைத்து முஸ்லிம்களின் எண்ணிக்கையைக் கூட்டவேண்டும் என்பதே ஷேக் அப்துல்லாவின் திட்டம். இதற்காக ஷேக் அப்துல்லா செய்த காரியம் இந்திய ஒருமைப்பாட்டின் அடிப்படையையே ஆட்டம் காண வைத்தது. ஜம்மு காஷ்மீர் ரீ-செட்டில்மெண்ட் பில் என்று ஒரு சட்டம் கொண்டுவந்து காஷ்மீர் சட்டசபையில் நிறைவேற்றினார்.

இந்த சட்டத்தின்படி 1947-ல் தானாக விரும்பி பாகிஸ்தானுக்குச் சென்று குடியேறி இன்று பெரும் செல்வந்தர்களாகவும் பெரும் பதவிகளிலும் இருக்கும் முன்னாளைய காஷ்மீர் முஸ்லிம்கள் காஷ்மீருக்குள் மீண்டும் வரலாம். அப்படி அவர்கள் வந்தால் அவர்கள் 1947-ல் விட்டுச் சென்ற அத்தனை சொத்துக்களும் திருப்பிக் கொடுக் கப்படுவதோடு மட்டுமல்லாமல் குடியுரிமை உட்பட எல்லாவிதமான உரிமைகளும் வழங்கப்படும்.

அதாவது இந்த நாடே கதி, வேறு புகலிடம் இந்த உலகில் வேறெங்கும் இல்லை என்று 40 ஆண்டுகளுக்கு முன்னால் இந்தியாவுக்கு வந்து ஜம்முவில் குடியேறிய இந்துக்களுக்குக் கொடுக் கப்படாத உரிமைகள் அனைத்தும் தானாக விரும்பி பாகிஸ்தானுக்குச் சென்ற முஸ்லிம்களைத் திருப்பி அழைத்து வந்து கொடுக்க முன்வந்தார் ஷேக் அப்துல்லா. ஆனால் இந்த சட்டம் இந்திய குடியரசு தலைவர் ஒப்புதல் பெறும் முன்னால் ஷேக் அப்துல்லா காலமானார்.

ஷேக் அப்துல்லாவுக்குப் பிறகு அவரது மகன் பரூக் அப்துல்லா இந்திரா காந்தியால் ஜம்மு காஷ்மீர முதல்வராக்கப்பட்டார். மத்திய அரசில் நேருவுக்குப் பின் அவரது மகள் இந்திரா பிரதமர். அதே போல் காஷ்மீரில் ஷேக் அப்துல்லாவுக்கு அப்புறம் அவரது மகன் பரூக் அப்துல்லா. ஜனநாயகம் மன்னராட்சி போலப் பரம்பரை ஆட்சிக்காரர் களிடம் கைகட்டி வாய் பொத்தி ஒதுங்கி நின்றது.

பரூக் அப்துல்லா ஆட்சிக் கட்டிலில் ஏறியதும் அப்பா விட்டுச் சென்ற ரீ-செட்டில்மென்ட் சட்டத்தைப் பூர்த்திசெய்யும் வேலையில்

இறங்கினார். இந்நேரம் ஆர்.எஸ்.எஸ். இந்த அத்துமீறிய காஷ்மீர் சட்டத்தை பலமாக எதிர்த்தது. ஜனசங்கத்தைச் சார்ந்தவர்களும் பின்னாளய பாரதிய ஜனதாக் கட்சியினரும் பெரும் எதிர்ப்புகளைத் தெரிவித்தனர். பாகிஸ்தானுக்குச் சென்றவர்கள் மட்டுமல்லாமல் அவர்களது வாரிசுகளும்கூட காஷ்மீரத்துக்கு வந்து குடியேறலாம் என்று இந்த சட்டம் வகை செய்ததால் இச்சட்டம் இந்தியாவின் பாதுகாப்புக்கே பெரும் ஆபத்தாக முடியும் என்று ஆர்.எஸ்.எஸ் சுட்டிக்காட்டியது.

கடும் எதிர்ப்பு தோன்றியதால் இந்திய ஜனாதிபதி இந்த காஷ்மீர சட்டத்துக்கு அனுமதி வழங்குவதற்கு பதிலாக உச்ச நீதிமன்றத்தின் கருத்தைக் கேட்டறிவதற்காக நீதிபதிகளிடம் அந்த மசோதாவை அனுப்பிவைத்தார். இந்தச் சட்டம் நிறைவேறுவதில் இப்படி தடங்கல் ஏற்பட்டதால் பரூக் அப்துல்லாவின் பிடிவாதம் அதிகரித்தது. இந்திய ஜனாதிபதி சம்மதம் தெரிவிக்காவிட்டாலும்கூட அதே சட்டம் இன்னொருமுறை காஷ்மீர சட்டசபையில் நிறைவேற்றப்படுமானால் ஜனாதிபதியின் ஒப்புதல் இல்லாமலேயே சட்டமாகிவிடும். இதுதான் அரசியல் சட்ட ஷரத்து 370 செய்யும் மாயம்.

இந்த வாய்ப்பை பரூக் விட்டுவைப்பாரா?

நாடு முழுவதும் ஒட்டுமொத்தமாக எதிர்த்தபோதிலும் பரூக் அப்துல்லா இந்த மசோதவை காஷ்மீர சட்டசபையில் நிறைவேற்றிச் சட்டமாக்கினார். 1982-ல் சட்டமாக்கப்பட்ட இந்த மசோதாவை எதிர்த்து இந்து அகதிகளுக்கு இழைக்கப்படும் கொடுமைகளுக்குப் பரிகாரம் தேடியும், அகதிகளின் சார்பாக ஸ்ரீ பகன்-எல்-மலோத்ரா என்பவர் உச்ச நீதிமன்றத்தில் வழக்கு தொடர்ந்தார்.

இந்த வழக்கின் நியாயத்தை உணர்ந்த உச்ச நீதிமன்றத்தின் நீதிபதிகளான ஸ்ரீ ரெட்டியும் ஸ்ரீ நடராஜனும் இந்த சட்டம் நியாயமானதல்ல என்ற வகையில் கருத்து மட்டும் தெரிவித்தனர். அவர்களால் அரசியல் சட்டம் 370 வழங்கும் தனிச் சலுகைகளையும் மீறி ஜம்மு காஷ்மீர் சட்டசபை நிறைவேற்றிய இந்த சட்டத்தை எதிர்த்து தீர்ப்பு எதுவும் கொடுக்க முடியவில்லை. ஆயினும் அந்த சட்டத்தை ஜனாதிபதி உச்ச நீதிமன்றத்தின் சில நீதிபதிகளின் அபிப்ராயத்துக்கு விட்டுவிட்டதால் பரூக் அப்துல்லா இந்தச் சட்டத்தை நடைமுறைப்படுத்துவதைத் தற்காலிகமாகக் கிடப்பில் போட்டுவைத்தார்.

நிலைமை இப்படி இருந்தபோதிலும் இந்தச் சட்டத்தின் அடிப்படையிலும் ஏன், எந்தச் சட்டத்தின் துணையில்லாமலும் ஏராளமான பாகிஸ்தானிய ஒற்றர்களும் வன்முறையாளர்களும் தொடர்ந்து காஷ்மீரத்துக்குள் வந்து குடியேறத் துவங்கினர். ஜி.எம்.ஷா, பரூக் அப்துல்லா ஆகியோரின் அரசு இந்த ஊடுருவல்காரர்களுக்கு ஓட்டுரிமையும் அளித்தது!

9. ஆபரேஷன் டோபாக்

இஸ்லாத்தை நிலைநாட்டுவதே நமது நோக்கம்;
குர்ஆன்தான் நமது அரசியல் சட்டம்.
ஜிஹாத் (மத வெறிப்போர்)தான் நமது பாதை.
வெற்றி பெறும்வரை போர்.
கடவுள் (அல்லா) உயர்ந்தவர்
அல்லா ஹூ அக்பர்
எச்சரிக்கை, இந்தியா பக்கத்தில் இருக்கிறது.

-இது என்ன என்றுதானே கேட்கிறீர்கள்? இதுதான் பாகிஸ்தானிய முஸ்லிம்களை அதன் முதல்வராயிருந்த ஜியாவுல் ஹக் இந்தியாவை வெறுப்பதற்காகத் தயாரித்தவிதம்.

ஜியாவுல் ஹக் காஷ்மீரத்தை எப்படியாவது தன்னுடைய காலத்தில் பாகிஸ்தானுடன் சேர்த்துவிட வேண்டுமென்று முயற்சி செய்தார். முன்னால் இந்தியாவுடன் நடந்த மூன்று போர்களினாலும் ஏற்பட்ட எண்ணங்கள், எதிரொலிகள் அனுபவங்களைக் கணக்கில் வைத்துக் கொண்டு புதிதாக ஒரு திட்டம் வகுத்தார். இத்திட்டத்தின் பெயர் ஆபரேஷன் டோபாக். இந்தத் திட்டத்தை வகுத்த ஜியாவுல் ஹக்கினால் அதைச் செயல்படுத்த முடியவில்லை. அதற்குள்ளாக அவர் விமானம் வெடித்து இறந்துபோனார்.

ஜியாவுல்ஹக் போனால் என்ன? பாகிஸ்தானில் அவர் போன்ற ஆட்களுக்கா பஞ்சம். அவருடனிருந்தவர்களும் பின்னால் பிரதமரான பெனாசிர் பூட்டோவும் சேர்ந்து அந்த ஆபரேஷன் டோபாக் திட்டத்தை வெற்றிகரமாகச் செயல்படுத்த முன்வந்தனர்.

அந்தத் திட்டம்தான் என்ன?

ஹிஸ்பே இஸ்லாம் என்ற மிக ரகசிய வெளியீட்டில் இந்தத் திட்டத்தின் எல்லா விவரங்களும் இருக்கின்றன. இந்தப் புத்தகம் ஜமாய்தே இஸ்லாமி என்ற முஸ்லிம் தீவிரவாத அமைப்பினால் காஷ்மீரில் ஊடுருவிய தீவிரவாதிகளுக்கு அன்பளிப்பாக வெளியிடப்பட்டது. இந்த ஜமாய்தே இஸ்லாமி என்ற முஸ்லிம் தீவிரவாத இயக்கம்

பாகிஸ்தானிலும் இந்தியா முழுவதிலும் இருக்கிறது. இந்த இயக்கம் தான் காஷ்மீரை பாகிஸ்தானுடன் எப்படியும் இணைத்தே தீருவோம் என்று வன்முறை போராட்டங்களில் இறங்கியிருக்கிறது. இதற்கு டெல்லி ஜமாய்தே இஸ்லாமி தலைவரிடமிருந்து வெளிப்படையாகவும் இந்தியாவின் மற்ற பகுதிகளிலிருந்தும் ஆதரவு கிடைக்கிறது. காஷ்மீரிலுள்ள இந்த அமைப்புக்கு பாகிஸ்தானிலிருந்து உத்தரவுகளும் ஏராளமான ஆயுதங்களும் பணமும் வந்து கொட்டுகிறது.

1987-ல் சட்டசபை தேர்தலின்போது காங்கிரஸூம் பரூக் அப்துல்லாவின் நேஷனல் கான்ஃபரன்ஸூம் கூட்டுச் சேர்ந்தபோது ஜமாய்தே இஸ்லாமி, முஸ்லிம் ஒற்றுமை முன்னணி என்ற பெயரில் போட்டியிட்டது. காஷ்மீரை பாகிஸ்தானுடன் இணைக்க வேண்டுமென்று ஆரம்பத்திலிருந்தே வெளிப்படையாகச் சொல்லி வரும் முஸ்லிம் தீவிரவாத அமைப்பை இத்தனை நாளும் வளர விட்டுவிட்டு காஷ்மீரில் நிலைமை எல்லை மீறிப் போய்க் கொண்டிருக்கும்போது இந்திய அரசு அதை தடை செய்திருக்கிறது.

தடை செய்யப்பட்ட ஜமாய்தே இஸ்லாமியின் தலைவர்களான ஹக்கீம் குலாம் நபி, குலாம் காதர் செய்யது ஹூசேன் கிலானி குலாம் அகமது தர் ஆகியோர் இன்னும் 13 பேரும் போலீசாரால் 18-4-1990 அன்று கைது செய்யப்பட்டனர். இந்த ஜமாய்தே இஸ்லாமி வெளியிட்டுள்ள ரகசிய புத்தகத்தின் முக்கிய உண்மைகள் 8.7.1987 இந்தியன் எக்ஸ்பிரஸ் பத்திரிகையில் வெளியாகியிருக்கின்றன. இதே விபரம் தி வீக் பத்திரிகை (29.4.1990) யில் 38ம் பக்கத்தில் வெளியாகி யிருக்கிறது.

ஆபரேஷன் டோபாக் திட்டம்

சாதாரண ஊடுருவல் (பக்கம் 8)

1. காஷ்மீரத்தில் முஸ்லிம் யுனைட்டெட் பிரண்ட் சட்டத்துக்கு உட்பட்டே செயல்பட்டு அரசாங்கத்தின் கேந்திர ஸ்தானங்களைப் பிடிப்பதில் முயன்று கொண்டிருக்கிறது. மிகச் சாதாரண நிலையில் ஊடுருவுகிற நாம் (பாகிஸ்தானிகள்) சத்தம் போடாமல் அந்தக் கட்சியின் வேலையில் பங்கெடுத்துக்கொண்டு அரசாங்கத்தை வெளியே தெரியாமல் செயலிழக்கச் செய்யவேண்டும்.

2. இந்தத் திட்டத்தின் ரகசியப் பெயர் ஆபரேசன் டோபாக். நம்மவர்கள் காஷ்மீர அரசின் வங்கி, போக்குவரத்து, தபால், தந்தி போன்ற அனைத்துத் துறைகளிலும் ஊடுருவி வேலைக்கமர வேண்டும். அதன் பிறகு அந்தத் துறைகளைச் செயலிழக்கச் செய்வதற்குண்டான எல்லா வற்றையும் செய்யவேண்டும்.

மக்கள் மத்தியிலும் விவசாயிகள் மத்தியிலும் இந்திய எதிர்ப்பு உணர்வைக் கொஞ்சம் கொஞ்சமாக உருவாக்கவேண்டும். இது இவர்களை அரசாங் கத்துக்கு எதிராகப் போராடத் தூண்டிவிடுவதற்கு எளிதாக இருக்கும். இப்படி ஊடுருவிய பிறகு ஆயுதம் கொண்டும் ஆயுதம் இல்லாமலும் அரசாங்கத்தின் உள்ளேயிருந்தும் வெளியேயிருந்தும் சிறு சிறு கலவரங் களை உண்டாக்கவேண்டும். ஆனால், எக்காரணம் கொண்டும் இக்கல வரங்கள் முதல் கட்டத்தில் மாநில அரசைக் கவிழ்த்து அதனால் மத்திய (டெல்லி) அரசு ஆட்சி வருவதற்கு வழிவகுத்துவிடக்கூடாது.

பக்கம் - 9

காஷ்மீர இளைஞர்களுக்கு ஆயுதங்களைக் கையாள்வதில் பயிற்சி கொடுத்து இந்திய எல்லைக் காவல் படையையும் காஷ்மீர போலீசையும் எதிர்த்துப் போராடும் தகுதியை உண்டாக்கவேண்டும்.

இப்படிப் பயிற்சி கொடுக்கப்பட்ட இளைஞர்கள் காஷ்மீருக்கும் ஜம்முவுக்கும் உள்ள தகவல் தொடர்புகளைத் துண்டிக்க வேண்டும். காஷ்மீர்-லடாக் தொடர்புகளையும் இதுபோலத் துண்டிக்கவேண்டும். கார்கில், ஸோஜிலா, கர்தூங்லா போன்ற ராணுவ முக்கியத்துவம் வாய்ந்த பகுதிகளுக்குப் போகும் சாலைகளைத் துண்டிப்பதற்கு அதிக முக்கியத்துவம் கொடுக்கவேண்டும். இவை அனைத்துமே மிகமிக ரகசியமாக எவ்வித சந்தேகமும் நம்மீது வருவதற்கு முன்னால் செய்து முடிக்கவேண்டும்.

சீக்கிய தீவிரவாதிகளின் உதவியுடன் ஜம்மு பகுதியில் பெரும் கலவரத்தை உண்டுபண்ணவேண்டும். இதனால் அரசின் கவனம் முழுவதும் ஜம்மு கலவரத்தை அடக்குவதிலேயே இருக்கும். இந்த சந்தர்ப்பம் காஷ்மீரில் நாம் தடையின்றி இயங்க நல்ல வாய்ப்பைக் கொடுக்கும். இந்து சீக்கியக் கலவரங்களினால் இந்துப் பெரும்பான்மை அரசாங்கத்தின் மீது நம்பிக்கை இழக்கும். இந்திய போலீஸோ ராணுவமோ அதிகமில்லாத இந்துப் பெரும்பான்மை இடங்களை நம் கட்டுப்பாட்டுக்குள் கொண்டுவர வேண்டும். இந்த வேலைக்கு முதன் முதலில் ஸ்ரீநகருக்குத் தெற்கே உள்ள அனந்தநாக்கைத் தெரிந்தெடுக்கலாம்.

சியாச்சின், ரஜௌரி, பூஞ்சி போன்ற இடங்களில் இந்திய ராணுவத்தை அசைய முடியாதபடி முடக்கிவிட்டு அவற்றின் மீது எல்லைக்கு உள்ளிருந்துகொண்டே தாக்குதலை அதிகப்படுத்தவேண்டும். இதனால் காஷ்மீரின் உள்நாட்டில் தயார் நிலையில் வைக்கப்பட்டி ருக்கும் ரிசர்வ் ராணுவத்தை எல்லைகளுக்குக் கொண்டுசெல்ல வேண்டிய நிர்பந்தம் உண்டாகும்.

இந்த சந்தர்ப்பத்தைப் பயன்படுத்திக்கொண்டு ஸ்ரீநகர், குப்வாரா, பட்டன், பண்டிபுரா, சோக்கிபல் போன்ற இடங்களிலிருக்கும் இந்திய ராணுவத்தின்

ஆயுதக் கிடங்குகளையும், டிப்போக்களையும் திடீரெனத் தாக்கவேண்டும். இந்தத் தாக்குதல் குறிப்பிட்ட நேரங்களில் தவறாமல் நடத்தவேண்டும். 1965-ல் நாம் நடத்திய ஆபரேஷன் ஜிப்ரால்டர் திட்டம் தோற்றுப்போனதால் நாம் கற்றுக்கொண்ட பாடங்களை வைத்துக்கொண்டு செயல்பட வேண்டும். ஆஃப்கான் முஜாகிதீன்களையும் இதற்குப் பயன்படுத்திக் கொள்ளலாம்.

ஓய்வு பெற்ற ராணுவ அதிகாரிகளைக்கொண்டு ஒரு தனிப்படை அமைக்கவேண்டும். இந்தப் படை காஷ்மீருக்குள்ளேயிருந்து கொண்டு திடீரெனத் தாக்கி விமானத்தளங்கள், வானொலி நிலையங்கள் முதலியவற்றை அழிக்கவேண்டும். பானிஹால் கணவாய் குகையை உடைத்தெறிந்து ஜம்மு ஸ்ரீநகர் சாலை வழிப்பாதையைத் தடை செய்யவேண்டும். நம் இறுதி இலக்கு காஷ்மீரில் இஸ்லாமிய அரசை ஸ்தாபிப்பது. நம்மிடமிருக்கும் நேரம் மிகக் குறைவு. இந்தியாவில் தேர்தல் நடப்பதற்கு முன்னாலும், இலங்கையிலிருந்து இந்திய ராணுவம் (ஐகஓஊ) திரும்புவதற்கு முன்னாலும் செயல்பட வேண்டும்.

அல்லாவின் அருளால் நம்மிடம் ஏராளமான ஆயுதங்கள் கைவசம் உள்ளன. இவை நமது காஷ்மீர முஸ்லிம் சகோதரர்களை அடிமைத்தளையிலிருந்து விடுவிக்க உதவும். சீனா இந்திய ராணுவத்தின் கவனத்தை வட எல்லையில் இழுப்பதன் மூலம் நமக்கு உதவி செய்யும்.

ஒரு எச்சரிக்கை : இந்தியாவை நாம் நேரடிப் போரில் வெற்றி பெற முடியாது.

ஒரு வேண்டுகோள் : ஆகஸ்ட் 17ம் தேதியை காஷ்மீரத்தில் நமது இனிய ஜியா உல் ஹக்கின் நினைவு நாளாகவும் ஆகஸ்டு 15ம் தேதியை கறுப்பு நாளாகவும் கொண்டாடுவோம்.

இதுதான் ஆபரேஷன் டோபாக்கின் சுருக்கம்.

10. மூலகாரணம் மதரஸாக்கள்

ஜியா உல் ஹக் வகுத்த இந்த ஆபரேஷன் டோபாக் திட்டத்துக்கு முன்னோடியாகப் பல ஆண்டுகளுக்கு முன்னாலேயே காஷ்மீர மக்களை மதவெறிப்போரில் ஈடுபட வைக்கும் வேலை நடந்து வருகிறது. காஷ்மீரில் ஆட்சி மொழி உருதுதான். இந்தியாவின் தேசிய மொழி என்று சொல்லும் இந்தி அங்கு செல்லுபடியாகாது.

ஜமாய்தே இஸ்லாமி இயக்கம் பல ஆண்டுகளாகவே காஷ்மீரில் 200க்கும் அதிகமான மதரஸா இஸ்லாமி பள்ளிக்கூடங்களை நடத்திக் கொண்டு வருகிறது (இந்த மதரஸாக்கள் இன்று வரையிலும் இந்திய அல்லது காஷ்மீர அரசால் தடை செய்யப்படவில்லை).

சாதுவான சூஃபி முஸ்லிம்களாக இருந்த காஷ்மீரிகளை வெறிபிடித்த பாகிஸ்தான் சன்னி முஸ்லிம்களாக்கும் வேலை இந்த மதரஸாக்களில் தொடர்ந்து நடந்துவந்தன. இங்கு இஸ்லாத்தின் அடிப்படைவாதம் சொல்லிக் கொடுக்கப்பட்டது. காஷ்மீரம் முஸ்லிம்களின் பூமி. பாகிஸ்தானின் பகுதி. இதை அல்லாவின் விரோதிகளான (காஃபிர்கள்) இந்துக்கள் அடிமைப்படுத்தி வைத்திருக்கிறார்கள். முஸ்லிம்கள் இந்து ஆக்கிரமிப்பிலிருந்து விடுபட்டுத் தாய்நாடான பாகிஸ்தானோடு இணையவேண்டும். இந்தியா நமது எதிரி.

இதுதான் காஷ்மீரில் இந்த மதரஸாக்களில் நடத்தப்படும் ஆரம்பப் பாடம். உலகில் அல்லாவை நம்புகிறவர்கள் மட்டுமே இருக்க முடியும். அல்லாவை கடவுள் என ஏற்று முஸ்லிமாக மதம் மாறாத வர்கள் கடவுளின் எதிரிகள். அல்லாவின் எதிரிகளை முஸ்லிமாக மதம் மாற்றவேண்டும் அல்லது அவர்களைக் கொல்ல வேண்டும். (குர்ஆன் - சுரா 9. ஆயத்து 5)

இவை போன்ற உபதேசங்கள் முஸ்லிம்களின் வேத நூலான குரானில் ஏராளமாக இருக்கின்றன. இவைதான் இஸ்லாத்தின் அடிப்படை வாதம். இதைத்தான் காஷ்மீரின் மதரஸா பள்ளிக்கூடங்களில் எல்லா பிள்ளைகளுக்கும் ஆரம்பப் பாடமாகச் சொல்லிக் கொடுக்கிறார்கள்.

காஷ்மீரின் தினசரி பொருளாதாரமே இந்தியா உபரியாகக் கொடுக்கும் பணத்தில்தான் நடந்துவருகிறது. இதுவரை இப்படி லட்சம் கோடி

ரூபாய்க்கு மேல் காஷ்மீர மாநிலத்துக்கு நிதி உதவியாகக் கொடுக்கப் பட்டிருக்கிறது. பள்ளிக்கூடம் நடத்துவது இந்தியப் பணம், வாத்தி யாருக்கு சம்பளம் கொடுப்பது இந்தியப் பணம், பாட புத்தகம் அச்சடிப்பது இந்திய பணம், ஆனால் சொல்லிக் கொடுக்கும் பாடம் மட்டும் பாகிஸ்தானி பாடம்!

இந்த முஸ்லிம் தீவிரவாதிகள் நடத்தும் பள்ளிக்கூடங்களை மூடிவிடு வேன் எனவும் அலுவலகங்களில் உள்ள பாக். உளவாளிகளைக் கடலில் தள்ளிவிடுவேனென்றும் பரூக் அப்துல்லா பல தடவைகள் சொல்லிவிட்டார். இந்த மதரஸாக்கள்தான் முஸ்லிம் தீவிரவாதிகளை வளர்க்கும் கேந்திரங்களாக விளங்குகின்றன என்று பரூக் அப்துல்லாவே சொல்லிவிட்ட பிறகும் அந்த தேச விரோத மதரஸாக்களை இன்று வரையிலும் யாரும் தடை செய்யவில்லை.

இந்த மதரஸாக்கள்தான் காஷ்மீரில் இன்றைய பிரச்னையில் முக்கிய பங்கு வகிக்கின்றன என்று பிரஂஃண்ட்லைன் பத்திரிகை கூறுகிறது. இன்று இந்தியா டுடே முதற்கொண்டு எல்லா பத்திரிகைகளுமே இந்த மதரஸாக்கள்தான் பிரச்னையின் ஆணிவேர் என்பதை அறிந்து கொண்டு எழுதுகின்றன. திட்டமிட்ட வகையில் சிறுவயதிலேயே சிறுவர்களிடம் இந்திய வெறுப்பை வளர்த்து விட்டுவிட்டதால் அது இன்று பற்றி எரிகிறது.

இதே மதரஸா பள்ளிக்கூடங்கள் இந்தியாவின் மற்ற மாநிலங்களிலும் நடத்தப்படுகின்றன என்பதை இப்போதாவது நாம் கவனத்தில் கொள்ளவேண்டும். ஏகதேசம் கிறிஸ்தவர்கள் நடத்துகிற பள்ளிக் கூடங்களும், இந்துக்களை வெறுப்பதற்கும் இந்திய கலாசாரத்தை அழிப்பதற்காகவுமே நடத்தப்படுகின்றன என்பதையும் நாம் இப்போதே புரிந்துகொண்டு செயல்பட்டால் காஷ்மீர் போன்று மற்ற மாநிலங்கள் ஆக்கப்படாமல் தடுக்கலாம். துப்பாக்கிகள் களவு போன பிறகு ஆயுதக் கிடங்கைப் பூட்டுவதில் பலனிருக்காது.

ஆபரேஷன் டோபாக் திட்டத்தின்படி காஷ்மீரத்தின் மதரஸாக்களில் உருவான முஸ்லிம் இளைஞர்கள் ஏராளமாக ஆயுதப் பயிற்சி கொடுக் கப்பட்டனர். பாகிஸ்தானிலிருந்து ஊடுருவிய தீவிரவாதிகள் ஒவ்வொரு முஸ்லிம் வீடுகளுக்கும் சென்றனர். ஏற்கெனவே முஸ்லிம் அடிப் படைவாதத்தில் கல்வி கற்ற காஷ்மீர் முஸ்லிம் இளைஞர்கள் மிக எளிதாக ஊடுருவல்காரர்களால் கவரப்பட்டனர். காஷ்மீரை பாகிஸ்தானுடன் சேர்க்கும் பணியில் வீட்டுக்கு ஒருவர் வரவேண்டு மென்று கொடுக்கப்பட்ட வேண்டுகோள் அமோக வரவேற்பைப் பெற்றது.

இப்படி தீவிரவாதத்தில் இறங்க முன்வந்த இளைஞர்கள் பாகிஸ்தான் ஆக்கிரமிப்பு பகுதியிலும் பாகிஸ்தானிலுமுள்ள 63 பயங்கரவாதி

பயிற்சி நிலையங்களுக்கு அழைத்துச் செல்லப்பட்டனர். அங்கு அவர்களுக்கு ஏ.கே.47 லைட் மெஷின்கன் (எல்.எம்.ஜி.) ஸ்டென்கன் போன்ற தானியங்கி துப்பாக்கிகளில் தீவிர பயிற்சி கொடுக்கப் பட்டது. அதோடு இந்த ஆயுதங்களுக்குத் தேவையான தோட்டாக் களும் வெடிகுண்டுகளும் அவர்களுக்கு இலவசமாகக் கொடுக்கப் பட்டன.

காஷ்மீர இளைஞர்கள் பயங்கரவாதத்தில் பயிற்சி பெற்று இந்தியாவுக்குள் நுழையும்போது கூடவே ஏராளமான பாகிஸ்தானிய முஸ்லிம்களும் உள்ளே வருகின்றனர். இவை போக பரூக் அப்துல்லா அரசின் கையாலாகாத்தனத்தினாலும் அவருடைய அரசின் மந்திரிகள் அதிகாரிகளின் உடந்தையாலும் காஷ்மீருக்குள்ளேயே பல இடங்களில் பயங்கரவாதிகள் பயிற்சி பெறுகின்றனர்.

காஷ்மீருக்குள் ஊடுருவிய முஸ்லிம் பயங்கரவாதிகளுக்கு மேலும் மேலும் ஆயுதங்களைத் தடையில்லாமல் கொடுப்பதற்காக பாகிஸ்தானின் ஆக்கிரமிப்பில் இருக்கும் காஷ்மீரப் பகுதியில் உள்ள பாக் ராணுவத்துக்கு ஏராளமான உபரி ஆயுதங்கள் கொடுத்து வைக்கப் பட்டுள்ளன. இந்த ஆயுதங்களில் பெரும்பாலானவை ஆப்கானிஸ் தானத்திலுள்ள ரஷ்ய ஆக்கிரமிப்பை எதிர்த்து கொரில்லா போர் நடத்துவதற்காக பாகிஸ்தானுக்கு அமெரிக்காவால் கொடுக்கப்பட்ட மிக நவீன ஆயுதங்கள்!

இந்த ஆயுதங்கள் மட்டுமின்றி ஆப்கானிஸ்தானில் ரஷ்யாவை எதிர்த்துப் போராடுவதற்காகத் தயார் செய்யப்பட்ட முஜாகிதீன் முஸ்லிம் தீவிரவாதிகளில் பலரும் காஷ்மீருக்குள் ஆயுதங்களுடன் அனுப்பப்பட்டனர். இன்னொரு அதிநவீன யுக்தியையும் பாகிஸ்தான் கையாண்டது. பஞ்சாபில் சீக்கியர்களைத் தனி நாடு கேட்டுப் போராடச் செய்து அவர்களுக்கும் நவீன ஆயுதங்களைக் கொடுத்து பஞ்சாபில் பெரும் பிரச்னையை உருவாக்கியது பாகிஸ்தான்.

இந்திய அரசின் கோபம் சீக்கியர்கள் மீது மேலும் பெருகட்டும், சீக்கியர்களின் மீது அடக்கு முறை அதிகமாகட்டும் என்ற எண்ணத்தில் முஸ்லிம்களுக்கு சீக்கியர்களைப் போலவே வேடம் போட்டு உளவாளிகளாக காஷ்மீருக்குள் அனுப்பியது பாகிஸ்தான் அரசு. இப்படி சீக்கிய வேடமிட்டு வந்த முஸ்லிம் உளவாளி ஒருவன் போலீ சாரால் கைது செய்யப்பட்டான். அவனிடமிருந்தே இந்தச் சதி திட்டம் பற்றிய அனைத்துத் தகவல்களும் கிடைத்தன.

11. அவமானமே வாழ்வாக

காஷ்மீரத்தில் பாக். தீவிரவாதிகள் பல ஆண்டுகளாகச் செயல்பட்டு வந்திருக்கின்றனர். மத்திய அரசும் மாநில அரசும் அதைக் கண்டு கொள்ளாமல் விட்டதால்தான் இன்று காஷ்மீர் பிரச்னை, இவ்வளவு பயங்கர நிலையை அடைந்திருக்கிறது என்று இந்தியா டுடே பத்திரிகை (இந்தியா டுடே ஏப்ரல் 21-மே 5 1990) எழுதியது. ஆனால், 1985ம் ஆண்டிலேயே ஆர்கனைசரில் (29.9.1985) ஒரு செய்தி வந்தது. அப்போது அங்கு கவர்னராக இருந்த ஜக்மோகன் அவசரமாக டெல்லிக்குப் பறந்துவந்தார். பாகிஸ்தான் காஷ்மீரைப் பிடிப்பதற்குப் போட்டிருக்கும் திட்டத்தில் பல முக்கிய தடயங்களை பிரதமராக இருந்த ராஜீவ் காந்தியிடம் காட்டினார்.

ஆப்கானிஸ்தான் முஜாகிதீன்களில் ஏராளமானவர்கள் காஷ்மீர எல்லைக்கு அனுப்பப்பட்டிருக்கின்றனர். காஷ்மீரிலுள்ள ஜமாய்தே இஸ்லாமி மற்றும் ஜமாய்தே துலாபாவினர் (இளைஞர் அணியினர்) பாகிஸ்தானிலுள்ள முஜாகிதீன்களுக்கு எல்லா உதவிகளையும் செய்கின்றனர். இந்த இயக்கங்களில் தலைவர்களாக மௌல்வி பரூக், அப்துல்கானி லோன் போன்றவர்கள் முஜாகிதீன்களுக்கு பெரும் ஆதரவு கொடுக்கின்றனர். காஷ்மீரையும் பாகிஸ்தான் ஆக்கிரமித் திருக்கும் காஷ்மீரப் பகுதியையும் இணைத்து படம் போட்டு இஸ்லாமி பீப்பிள்ஸ் ரிபப்ளிக் ஆஃப் காஷ்மீர் என்று காட்டும் ஆயிரம் போஸ்டர்களை காஷ்மீரத்துக்குள் ஊடுருவல்காரர்கள் விநியோகிக் கின்றனர் என்பன போன்ற பல தகவல்களை கவர்னர் இந்திய பிரதமரிடம் நேரடியாகச் சொன்னார். இந்த போஸ்டர்களும் பிரதமர் ராஜீவ் காந்திக்குக் காட்டப்பட்டன. ஜி.எம்.ஷாவின் மாநில அரசு செயலற்று போய்விட்டது. பாகிஸ்தான் ஊடுருவல்காரர்களின் ஆதிக்கம் அதிகமாகிவிட்டது. பாகிஸ்தானின் சுதந்தர தினமான ஆகஸ்ட் 14ம் தேதி 1985-ல் ஸ்ரீநகரில் கொண்டாடப்பட்டது. பாகிஸ்தானின் கொடி ஸ்ரீநகரில் 40 இடங்களில் பறக்கவிடப்பட்டன. அரசு அலுவலகங்களில் மின்விளக்கு அலங்காரங்கள் செய்யப்பட்டன.

நிலைமையின் தீவிரத்தை உணர்ந்த கவர்னர் ஜக்மோகன் மாநில அரசை உடனே கலைத்து கவர்னர் ஆட்சி கொண்டு வந்தால்தான்

ஏராளமாக உள்ளே புகுந்துவிட்ட பயங்கரவாதிகளைக் கைது செய்ய முடியுமென்று மத்திய அரசிடம் வலியுறுத்தினார். ஆர்கனைஸர் பத்திரிகையில் இவ்வளவு பதற்றமான செய்தி கொட்டை கொட்டை யாக 1985லேயே வந்த பிறகும் இந்தியாவின் மற்ற எந்தப் பத்திரிகையும் அதைக் கண்டுகொள்ளவில்லை.

கவர்னர் ஜக்மோகன் நிலைமையின் தீவிரத்தை நேரில் வந்து சொன்ன பிறகும்கூட அப்போது பிரதமராக இருந்த ராஜீவ் காந்தி எதுவும் செய்யவில்லை. பாகிஸ்தான் பிரசாரம் காஷ்மீரத்தில் கோலாகலமாகத் தொடர்ந்து நடத்தப்பட்டது. இதே ஆர்கனைஸர் பத்திரிகையில் இன்னொரு செய்தியும் வெளியாகியிருந்தது. காஷ்மீரில் இந்துக் கோவில் சொத்துக்கள் முஸ்லிம் சொத்துக்களாகக் காண்பிக்கப்பட்டு ஆவணங்கள் திருத்தப்படுகின்றன. கோவில்கள் சேதப்படுத்தப்பட்டு அசிங்கப்படுத்தப்படுகின்றன. கல்யாணத்துக்குக் கூடுகிற இந்துப் பெண்கள் முஸ்லிம்களால் கேலி செய்து அவமானப்படுத்தப் படுகின்றனர். இந்து வியாபாரிகள் தொடர்ந்து தொல்லை கொடுக்கப் பட்டு வியாபாரத்தைவிட்டு விரட்டியடிக்கப்படுகின்றனர்.

இந்தக் கொடுமைகளுக்கெல்லாம் எந்தக் காவல் நிலையத்திலும் நீதிமன்றத்திலும் பரிகாரம் எதுவுமில்லை. 'டிலாவார் மீர்' என்ற ஜி.எம்.ஷா அரசின் மந்திரி ஒருவர் இந்து பட்டதாரிகளுக்கு ஜம்மு காஷ்மீரில் வேலை கிடையாது; அவர்கள் வெளியேதான் வேலை தேடிக்கொள்ளவேண்டும் என்றார். இப்படிப் பத்திரிகைச் செய்தியே பகிரங்கமாகச் சொல்லுமானால் ரகசியப் போலீஸ் மூலமாக அரசாங் கத்துக்கு எவ்வளவு செய்திகள் கிடைத்திருக்கும். பின் ஏன் மத்திய மாநில அரசுகள் காஷ்மீரில் இந்துக்களைப் பாதுகாக்கவில்லை? ராஜீவ் காந்தி காஷ்மீரில் தீவிரவாதிகள் பாகிஸ்தான் கொடியேற்றிக் கொண்டாடியபோது என்ன செய்து கொண்டிருந்தார்? இந்திய நாட்டின் ஒருமைப்பாட்டை மத்திய மாநில அரசுகள் காத்த லட்சணம் இதுதான்.

1986-ல் அனந்தநாக் பகுதியில் பெரும் மதக்கலவரம் நடந்தது. மதக்கலவரம் என்றால் இந்துக்களும் முஸ்லிம்களும் மோதிக் கொள்வது என்று அர்த்தம் இல்லை. முஸ்லிம்கள் இந்துக்களைக் கொள்ளையடிப்பதற்குத்தான் காஷ்மீரில் மதக்கலவரம் என்று பெயர். அந்தக் கலவரத்தில் மட்டும் 9 கோவில்கள் முழுவதுமாக இடித்துத் தரைமட்டமாக்கப்பட்டன. 31 கோவில்கள் மோசமாகச் சேதப்படுத் தப்பட்டன. 30 இந்து வீடுகள் எரித்துச் சாம்பலாக்கப்பட்டன. 481 வீடுகளும் 40 கடைகளும் முஸ்லிம் இளைஞர்களால் முழுவதும் கொள்ளையடிக்கப்பட்டன. இன்னும் ஏராளமான இந்து வீடுகள் பல கிராமங்களில் கல்லெறிக்குள்ளாயின. இந்துக்கள் பிடித்துவைத்து

ஈவிரக்கமின்றி அடிக்கப்பட்டனர். இந்துக்களுடைய ஆடு மாடுகளைக் கூட முஸ்லிம்களின் கோபம் விட்டுவைக்கவில்லை. 3000 இந்துக் குடும்பங்கள் மாநிலத்தை விட்டு வெளியேறினர்.

சோப்பூரில் வாழ்ந்த 400 இந்துக் குடும்பங்கள் டெல்லிக்கு குடிபெயர் வதற்குத் தயாராகினர். ஸ்ரீநகரில் டீக்கடைக்காரன்கூட, இந்தியாவின் அதிகாரம் பானிஹால் கணவாய்க்குத் தெற்கேதான் என்று ஆணவத்துடன் சொன்னான். பாகிஸ்தான் பிரதமர் ஜுனேஜா ஜெனரல் ஜியாவுல் ஹக் ஆகியோரின் வெறியூட்டும் பேச்சுகள் அடங்கிய பல ஆயிரம் கேசட்டுகள் காஷ்மீர் பள்ளத்தாக்கில் வீடுகளிலும் பொது இடங்களிலும் போட்டுக் கேட்கப்பட்டன.

இந்தியா காஷ்மீர்களின் எதிரி என்று சொல்லும் கேசட்டுகள் போட்டுக் கேட்கப்பட்டபோது காஷ்மீர முதலமைச்சர் ஜி.எம்.ஷாவும் பிரதமர் ராஜீவ் காந்தியும், காஷ்மீர போலீசாரும் என்ன செய்துகொண்டிருந் தார்கள்? தூக்கு மேடை ஏறிச் செக்கிழுத்து சுதந்தரம் வாங்கிக் கொடுத்த பல ஆயிரம் தேச பக்தர்களே... நீங்கள் இவர்களை மன்னிப் பீர்களா?

12. செய்ய வேண்டியதை விட்டுவிட்டு

எந்த நாட்டின் மக்களையும் அவர்களது விருப்பத்துக்கும் எண்ணங்களுக்கும் புறம்பாக நெடுங்காலம் பிடித்து வைத்திருக்க முடியாது. ராணுவ அடக்கு முறை மூலம், ஒரே மத மக்களான கிழக்கு பாகிஸ்தானிகளை அன்றைய பாகிஸ்தான் அரசால் பிடித்து வைத்திருக்க முடியவில்லை. பயங்கரமாக அடக்கப்பட்டு கொடுமைக்குள்ளாகியிருக்கும் திபெத் மக்களையும் சீனா அதிக நாள் அடக்கி வைத்திருக்கமுடியாது. ஆனால், காஷ்மீரப் பிரச்னை முற்றிலும் மாறுபட்டது.

இந்திய ராணுவம் காஷ்மீர மக்களைக் காப்பாற்றுவதற்காக அவர்களின் வேண்டுகோளின் பேரிலேயே அங்கு சென்றது. பாகிஸ்தானுடன் சேரமாட்டோம். இந்தியாவுடன்தான் சேருவோம் என்று சொல்லித்தான் காஷ்மீர முஸ்லிம்கள் இந்தியாவோடு இணைந்தார்கள். பின் ஏன் இன்று மட்டும் காஷ்மீரத்தில் பிரச்னை உருவாகியிருக்கிறது?

இந்தியாவுடன் விரும்பி இணைந்துவிட்ட காஷ்மீர முஸ்லிம்களை இந்தியாவுடன் இரண்டறக் கலந்துவிட கடந்த 68 ஆண்டு கால இந்திய அரசு எதையும் செய்யவில்லை. காஷ்மீரில் என்ன இந்தியாவின் மற்ற மாநிலங்களிலும்கூட தேசபக்தி என்றால் என்ன விலை என்று கேட்கும் நிலைதானே உருவாகியிருக்கிறது.

இந்திய அரசு ஏராளமான பணத்தைக் கொண்டுபோய் காஷ்மீரில் கொட்டியது உண்மைதான். ஆனால், காஷ்மீரி முஸ்லிம்களின் மனத்தைத் தன் பக்கம் இழுக்க பாகிஸ்தான் செய்த சதியை முறியடிக்கத் தவறிவிட்டது இந்திய அரசு. நாம் நடத்தியது நல்லாட்சியாக இருந்திருந்தால் அனைத்து மாநில மக்களும் இந்திய ஒருமைப்பாட்டில் பெருமையுடன் அல்லவா இருக்கவேண்டும். ஆனால், பஞ்சாபும் அஸ்ஸாமும் பிரிந்து போகும் எண்ணத்தை வளர்த்துக்கொள்ள வேண்டிய அவசியம் என்ன? வட கிழக்கு மாநிலங்கள் சிலவற்றில் இன்றும் பிரச்னைகள் தொடர்கின்றனவே. இன்று தமிழகத்தில்கூட பிரிவினைவாதிகள் அங்கொன்றும் இங்கொன்றுமாகத் தலைதூக்கக் காரணம் என்ன?

நம் அரசு வெறுமனே ஜடமாக இந்த நாட்டை ஆண்டதே தவிர உயிருள்ள உணர்வுள்ள தேச பக்தியுள்ள ஒரு நல்ல அரசாகச் செயல்பட

வில்லை. இந்த நாட்டை ஆண்டவர்கள் இந்திய நாட்டை ஒரு தாயாகப் பார்த்து அன்பு செலுத்தாதன் விளைவுதான் இது. தேசத் துரோகிகளுக்கும் கள்ளக் கடத்தல்காரர்களுக்கும் அந்நிய நாட்டு அடிவருடிகளுக்கும் மதமாற்ற பாதிரிகளுக்கும் இஸ்லாமியத் தீவிரவாதி களுக்கும் பாதுகாப்பு கொடுத்ததன் விளைவுதான் இன்றைய நிலை. இந்நாட்டு மக்கள் இந்நாட்டின் தேசிய கீதத்தையே பாட மறுத்தாலும் அவர்களுக்குப் பாதுகாப்பு கிடைக்கிறது. மொழியின் பெயராலும் மதத்தின் பெயராலும் இந்த நாட்டின் ஒருமைப்பாட்டு உணர்வைச் சிதைத்து சின்னாபின்னப்படுத்தினாலும் அவர்களுக்கு அரசாங்கம் முழு பாதுகாப்புக் கொடுக்கிறது. ஏன்... இப்படிப்பட்டவர்களுக்கு மட்டும்தான் நல்ல பாதுகாப்பு கிடைக்கிறது.

வந்தே மாதரம் என்றும் பாரத மாதா வாழ்க என்றும் ஆர்.எஸ்.எஸ். சொன்னால் மத்திய மாநில அரசுகள் அவர்களை எதிரியாகப் பார்க்கின்றன. தேசபக்தியை வளர்க்காமல் தேசத்தின் ஒற்றுமையைக் கட்டிக் காப்பது எப்படி? இந்திய மக்களின் உள்ளங்களில் பாரத மாதா பூஜிக்கப்படும் தெய்வமாக அமரவேண்டுமென்ற கருத்தில் இந்த நாட்டை ஆண்டவர்கள் எதையாவது செய்திருக்கிறார்களா?

உலகின் குருவாக அமையும் தகுதி இந்தியாவுக்குத்தான் உண்டு என்ற எண்ணம் நமது குழந்தைகளின் மனதில் விதைக்கப்படவில்லை. எனது நாடு உயர்ந்தது, என் மக்கள் உயர்ந்தவர்கள், என் முன்னோர்கள் உயர்ந்தவர்கள், எனது கலாசாரம், பாரம்பரியம் உயர்ந்தது என்ற எண்ணங்களை நம் மக்களின் மனத்தில் பதியவைக்கத் தவறிவிட்டன நமது அரசாங்கங்கள். ஒரு அரசு செய்ய வேண்டிய அந்தப் புனிதப் பணியைச் செய்துவரும் ஒரே ஒரு இயக்கம் ஆர்.எஸ்.எஸ்.தான்.

இந்திய நாட்டில் தேசபக்தியையும், ஒற்றுமையையும் உருவாக்கு வதற்காக 1925 ல் விஜய தசமி நன்னாளில் நாகபுரியில் வைத்து மிக எளிமையாக உருவாக்கப்பட்டது தான் ராஷ்டிரீய சுயம்சேவக் சங்கம் (ஆர்.எஸ்.எஸ்.) என்ற அமைப்பு. இதை நிறுவியவர் டாக்டர். கேசவ பலிராம் ஹெட்கேவார். இவர் எம்.பி.பி.எஸ். பட்டப்படிப்பு முடித்த டாக்டர். கல்கத்தாவில் இவரது படிப்பு முடிந்ததும் பல சிறப்புகளுடன் தேர்ச்சி பெற்ற இவரை பர்மாவிலிருந்த அன்றைய ஆங்கிலேய கவர்னர் அங்கே வேலை தருவதாக அழைப்பு விடுத்தார். அன்றைய நாளில் ஏராளமான சம்பளமும் பல்வேறு வசதிகளும் அதிகாரமும் தரக்கூடிய அந்த வேலையைப் பெற்றுக்கொள்ள டாக்டர்ஜி மறுத்து விட்டார். இத்தனைக்கும் நாக்பூரில் அவரது குடும்பம் மிகச் சாதரண ஒரு ஏழைக் குடும்பம்தான். மாறாக இந்திய நாட்டுக்கே வைத்தியம்

செய்து நாட்டை இறுகப் பிடித்திருக்கும் அறியாமையையும் மக்கள் மத்தியிலிருந்த பய உணர்வையும் விரட்டியடிக்கும் மருந்து ஒன்றைக் கண்டுபிடித்தார். அதுதான் இன்று நாடெங்கிலும் பரவியுள்ள ஆர்.எஸ்.எஸ். ஷாகாக்கள் (கிளைகள்).

வெறுமனே அமைப்பை ஆரம்பித்துவிட்டு மேடைதோறும் பிரசாரம் செய்வதற்கு டாக்டர்ஜி சென்றுவிடவில்லை. மாறாக முதலில் தான் ஒருவராகவே களத்தில் நின்று கிராமங்களிலுள்ள இளைஞர்களை ஒன்று சேர்த்து உடல் வலுவை ஊட்டுவதற்காக விளையாட்டுப் பயிற்சி களையும் மனதைப் பக்குவப்படுத்துவதற்காக தேசப் பெருமிதத்தையும் தேசத்தைப் பீடித்திருக்கும் அவலங்களை நீக்கும் வழிகளையும் போதித்தார். இதன் பலனாக 1940-ல் அவர் காலமாவதற்கு முன்பாகவே இந்தியாவின் மூலை முடுக்குகளிலெல்லாம் சங்கம் பரவியது. தேசபக்தி, தியாக உணர்வு, உழைப்பு இவை மூன்றை மட்டுமே அவர் தனது தொண்டர்களுக்குப் பரிசாக விட்டுச்சென்றார். அன்று முதல் இன்று வரையிலும் சங்கத்தின் தொண்டர்களாக இருக்கும் சுயம் சேவகர்கள் சுய ஆசைகளையும் வாழ்க்கை இன்பங்களையும் துறந்து காவி கட்டாத சன்னியாசிகளாக உழைத்துவருகின்றனர்.

இன்றிருக்கும் சாதிப்பாகுபாடுகள் உண்மையான இந்து மதத்தில் கிடையாது. இந்து மதத்தின் மூலக்கொள்கைகளின் ஆணிவேரான பிரம்ம சூத்திரம், உபநிடதங்கள், பகவத் கீதை எனப்படும் பிரஸ்தானத் ரயத்தில் (முக்கிய மூன்று நூல்கள்) எங்குமே இன்றிருக்கிற சாதிப் பாகுபாடுகள் சொல்லப்படவில்லை. அதுமட்டுமல்லாமல், பிறப்பின் அடிப்படையிலான சாதிப் பாகுபாடுகள் தோன்ற ஆரம்பித்த காலகட்டத்தில் உருவான பகவத் கீதைகூட ஒவ்வொரு மனிதரும் தனது குணங்கள் மற்றும் செயல்பாடுகள் போன்ற தனித்தன்மையைப் பொறுத்தே சமூக முக்கியத்துவத்தைப் (வர்ணத்தைப்) பெறுகிறார்; பிறப்பின் அடிப்படையில் அல்ல என்று விளக்குகிறது.

இந்தத் தனித்தன்மை இந்தியாவில் மட்டுமல்லாமல் உலகிலுள்ள அனைத்து மனிதர்களுக்கும் ஜீவராசிகளுக்கும் உண்டு. இவை ஒரு மனிதனுடைய வாழ்நாளில் அவனுடைய குணங்களுக்கேற்ப மாறிவிடும். இப்படிப்பட்ட அறிவுபூர்வமான சிந்தனைகள் தவறாகப் பயன்படுத்தப்பட்டு காலப்போக்கில் இன்றிருக்கிற பல்வேறு சாதிகளாகவும் ஏற்றதாழ்வுகளாகவும் பரவிவிட்டன.

சாதிப் பிளவுகளால் நமது நாடு அடைந்திருக்கிற மிகப் பெரிய பாதிப்பை உணர்ந்த டாக்டர்ஜி அதைப் போக்குவதற்கு மிக எளிமை யான வழிமுறைகளைக் கடைபிடித்தார். அன்று பிரிவினைக்கும் வெறுப்புக்கும் காரணங்களாக இருந்த சமுதாயச் செயல்பாடுகளை

யெல்லாம் பேச்சளவில் இல்லாமல் செயலளவில் மாற்றிக் காட்டினார். ஆர்.எஸ்.எஸ் தொண்டர்கள் ஒருவர் சாதியை இன்னொருவர் கேட்பதில்லை. ஆயிரக்கணக்கான தொண்டர்கள் பயிற்சி முகாம்களில் அனைவரும் ஒன்றாகவே விளையாடுவர், ஒன்றாகவே நீராடுவர், சமையல் செய்வதும் உண்பதும் ஒன்றாகவே நடக்கும். ஒன்றாகவே பாரதமாதாவுக்கு வணக்கம் செலுத்துவர்.

இது போன்ற சங்க முகாம் ஒன்றை 25-12-1934- ல் தனது வார்தா ஸேவாக்ரம் ஆசிரமத்தின் எதிரில் காந்திஜி பார்வையிட வந்தார். அப்பொழுது அவர் முகாமை முழுமையாகப் பார்வையிட்ட பிறகு ஆச்சரியத்தோடு சொன்னவை: ''இவ்வளவு கட்டுப்பாடோடும் எந்தப் பாகுபாடுமில்லாமலும் இத்தனை இளைஞர்கள்(1500) ஒன்றாகச் செயல்படுவது எனக்கு மிகுந்த மகிழ்ச்சியை அளிக்கிறது''. அதன் பிறகு அனைத்து சங்க இளைஞர்களோடும் சங்கத்தின் பாணியில் பாரத மாதாவுக்கு வணக்கம் செலுத்தினார்.

சாதிப் பிரிவினையும் தீண்டாமையும் இந்தியாவில் இருந்த, இருக்கிற சாபக்கேடுகள். இவற்றை வேரும் வேரடி மண்ணுமில்லாமல் ஒழித்துக்கட்டுவதற்கு இன்று ஆத்மார்த்தமாகக் களத்தில் நின்று செயல்பட்டுக் கொண்டிருப்பது ஆர்.எஸ்.எஸ். அமைப்பு ஒன்றுதான் என்று உறுதியாகச் சொல்லமுடியும். ஆனால், அப்படி அர்ப்பண உணர்வோடு செயல்படும் ஆர்.எஸ்.எஸ்.ஸைத் தடை செய்ய வேண்டும் என்று நாட்டைக் கூறுபோட்டு விற்றுவரும் அரசியல் கட்சிகள் பேசிவருகின்றன. அது சரி... தேசத் துரோகிகளின் ஆட்சியில் தேச பக்தனுக்குச் சிறைதானே கிடைக்கும்.

இன்னும் ஆழ்ந்து சிந்தித்தால் நமது அரசு கடந்த 68 ஆண்டுகளாக இந்த நாட்டில் தேச பக்தர்களை அடக்கியும் பிரிவினைவாதிகளையும் தேசத் துரோகிகளையும் வளர்த்தும் வந்திருக்கிறது என்பது புரியும். ஆட்சி யாளர்களின் இந்த மடத்தனமான போக்குதான் இன்று காஷ்மீரத்தில் பூகம்பமாக வெடித்திருக்கிறது.

காஷ்மீரை ஆண்ட ஷேக் அப்துல்லா, ஜி.எம்.ஷா, பரூக் அப்துல்லா போன்றோர் அங்கு தேச பக்தியை வளர்த்தார்களா இல்லையா என்பதைப் புரிந்துகொள்ள இன்று அங்கு நடக்கும் சம்பவங்களே போதும். ஆனால், அவர்கள் நிச்சயமாக தேசத் துரோகிகளையும் பாகிஸ்தான் ஆதரவாளர்களையும் ஆதரித்தார்கள் என்பதற்கு ஏராள மான சான்றுகள் உள்ளன.

13. இங்கிருந்தே உதவி போனால்

1971-ல் பாகிஸ்தான் இந்தியாவிடம் போரில் படுதோல்வியடைந்தது. கிழக்கு பாகிஸ்தானையும் இழந்தது. எந்த ஒரு நாடும் தனக்கு ஏற்பட்ட தோல்விக்குப் பழி வாங்கவே முயற்சி செய்யும். இதற்கு இந்தியா மட்டும் விதிவிலக்கு. 1962-ல் படு கேவலமான முறையில் சீனாவிடம் தோல்வி கண்டு சுமார் அறுபதாயிரம் சதுர கிலோமீட்டர் பரப்பளவு பூமியை இழந்தது. இன்றுவரையிலும் அந்த பூமியை மீட்க வேண்டும் என்றோ தோல்வியின் அவமானத்தைத் துடைக்க வேண்டும் என்றோ நாம் முயற்சி செய்யவில்லை.

நம்மைப்போலவே பாகிஸ்தானும் சும்மா இருக்கும் என்று எதிர் பார்ப்பது மடத்தனம். எல்லாவகையிலும் இந்தியாவுக்குத் தொல்லை கொடுக்கவேண்டும் என்று கங்கணம் கட்டிக்கொண்டிருக்கும் பாகிஸ்தானை நாம் எப்படியெல்லாம் கண்காணித்திருக்கவேண்டும். அதோடு எல்லையிலுள்ள நம் இந்திய மாநிலங்களை நாம் எப்படிப் பராமரித்திருக்கவேண்டும். பஞ்சாபையும் காஷ்மீரையும் நாம் எக்காரணம் கொண்டும் பாகிஸ்தானின் வலையில் விழாத வகையில் பாதுகாத்திருக்கவேண்டாமா? ஒரு சின்னஞ் சிறுவனுக்குத் தெரிந் திருக்கும் இந்த நியாயம்கூட மத்தியில் பல காலம் ஆண்ட நேரு பரம்பரையினருக்குத் தெரியாமல் போய்விட்டதே!

ஒரு பாகிஸ்தானிய சிந்தனையாளர் சொல்லுகிறார்: இந்துக்கள் மகா மகா பயங்கரமானவர்கள். எம்மதமும் சம்மதம் என்று சொல்லியே எல்லா மதங்களையும் ஜீரணம் செய்துவிடும் சக்தி படைத்தது இந்து மதம். பாகிஸ்தான் பிரிந்திருக்காவிட்டால் இந்நேரம் இந்தியாவில் இஸ்லாம் மதமே இருந்திருக்காது. 1971-ல் கிழக்கு பாகிஸ்தானைத் துண்டாடிய இந்தியாவைப் பழிவாங்கியே தீருவோம். அதற்கு ஒரே வழி இந்தியாவின் போர்க்கரமான சீக்கியர்களை எங்கள் வசப் படுத்துவதுதான். சீக்கியர்களை கலகம் செய்ய இறக்கிவிட்டு விட்டால் பிறகு காஷ்மீரைக் கவர்வது மிகவும் சுலபம்.

பாகிஸ்தானியக் குடிமகன் ஒருவரே இப்படித் திட்டம் போட்டால் அந்த அரசாங்கம் எப்படியெல்லாம் திட்டம் போட்டிருக்கும்.

ஜம்மு காஷ்மீர் பயங்கரவாதிகள் சட்டம் -1985ல் கொண்டு வரப் பட்டது. இந்தச் சட்டத்தின் கீழ் சுமார் முன்னூறு வழக்குகள் (செப்டம்பர் 1987 வரை) பல்வேறு நீதிமன்றங்களில் காவலர்களால் தொடரப்பட்டன. ஆனால், இவற்றில் ஒரு வழக்குகூட வெற்றி பெறவில்லை. காவலர்கள் சரியானபடி சாட்சியங்களின் மூலம் நிரூபிக்காததாலேயே இந்த வழக்குகள் தோல்வியடைந்தன. முடிவு? கைது செய்யப்பட்ட ஆயிரக்கணக்கான பாகிஸ்தானிய ஊடுருவல் காரர்களும் பயங்கரவாதிகளும் வேறுவழியின்றி விடுவிக்கப்பட்டனர். பயங்கரவாதச் சட்டத்தில் நிரூபிக்க முடியாததால் சிலரை மக்கள் பாதுகாப்புச் சட்டத்தின் கீழ் மீண்டும் கைது செய்தனர். ஆனால், அதன் கீழ் பெரிய தண்டனை எதுவும் கொடுத்துவிடமுடியாது.

காவல்துறையினர் என்ன செய்வார்கள்? அரசாங்கத்தின் எண்ணப் படி அவர்கள் செயல்படுவார்கள். காவலர்கள் பயங்கரவாதிகளைக் கைது செய்தால் உடனே மேலிடத்து உத்தரவு வரும். சட்டத்தின் இண்டு இடுக்குகள் ஆராயப்படும். தப்பித்துக்கொள்ளும் வாய்ப்பு இருக்கும்வகையில் வழக்கு ஜோடிக்கப்பட்டு விடுவிக்கப்படுவான். இதில் விடுவிக்கப்படுகிறவன் தேசத் துரோகி, பாகிஸ்தான் உளவாளி என்பது தெரிந்தே ஜி.எம்.ஷா மற்றும் பரூக் அப்துல்லா வின் அரசுகள் செயல்பட்டதால் வந்த வினைதான் இன்றைய நிலை.

ஜம்முவில் ஆர்.எஸ்.புரா என்றொரு பகுதி. இதன் வழியாக பாகிஸ்தான் சாலை போகிறது. தேஸ்ராஸ் என்பவனும் அவனது கூட்டாளிகளும் போதைப்பொருள் கடத்தியபோது இங்கு கைது செய்யப்பட்டனர். இவர்களைக் கைது செய்ததன் மூலம் பெரிய கடத்தல் குழுவை மடக்கிவிட்டதாகக் காவலர்கள் கூறினர். ஆனால், விசாரணையில் பல முக்கிய அரசியல்வாதிகள் இதில் சம்பந்தப் பட்டிருப்பது தெரியவந்தது. எனவே, கடும் தண்டனை கொடுக்கும் சட்டங்களின் கீழ் வழக்குப் பதியாமல் வெறுமனே மக்கள் பாதுகாப்புச் சட்டத்தின் கீழ் கைது செய்யப்பட்டனர்.

பின்னர் ஆர்.எஸ்.புராவில் இடைத்தேர்தல் வந்தது. இதில் அன்றைய பிரதேச காங்கிரஸ் தலைவர் முஃப்தி முகமது சையது போட்டி யிட்டார். தேஸ்ராஸும் அவனது கள்ளக்கடத்தல் கோஷ்டிகளும் விடுதலை செய்யப்பட்டனர். காங்கிரஸின் முஃப்தி முகமது சையதுக் காக கடத்தல் கோஷ்டியினர் கடுமையாகத் தேர்தலில் உழைத்தனர்!

'எனிமி ஏஜென்ட் ஆர்டினன்ஸ் சட்டம்' என்பதன் கீழ் சுமார் 150 வழக்குகள் பதிவு செய்திருந்தாலும் ஒன்றுகூட வெற்றி பெறவில்லை. இப்படியாக பாகிஸ்தான் தன் பயங்கர வேலைகளை எளிதாகச் செய்து முடிக்க, தேசத் துரோக அரசியல்வாதிகளே காஷ்மீரிலிருந்து உதவி புரிந்தனர்.

14. தேசத் துரோகத்தின் உச்சகட்டம்

இந்திரா காந்தி 1986-ல் பரூக் அப்துல்லாவின் அரசைக் கவிழ்த்துவிட்டு குலாம் முகமது ஷாவின் (ஜி.எம்.ஷாவின்) கட்சியோடு கூட்டு சேர்த்து காஷ்மீரில் ஆட்சி அமைத்தார். ஜி.எம்.ஷா காஷ்மீர் முதல்வரானார். இவர் வேறு யாருமில்லை. ஷேக் அப்துல்லாவின் மகளை மணந்தவர். பரூக் அப்துல்லாவின் மைத்துனர். இந்த ஜி.எம்.ஷா ஆரம்பத்திலிருந்தே ஒரு பாகிஸ்தான் ஆதரவாளர் என்பது அத்தனை பேருக்கும் தெரிந்த விஷயம். அரசியல் விளையாட்டில் காங்கிரஸ் ஒரு இடத்தைப் பிடிக்க வேண்டும் என்பதற்காகவும், காங்கிரஸை மதிக்காத பரூக் அப்துல்லாவுக்கு பாடம் கற்பிக்கவேண்டும் என்பதற்காகவும் பாகிஸ்தானிய ஏஜென்டான ஜி.எம்.ஷாவை இந்திராகாந்தி காஷ்மீரத்தின் முதல்வராக்கினார்!

ஜி.எம்.ஷா காஷ்மீரை ஆண்ட குறுகிய காலத்தில்தான் பாகிஸ்தானியர் ஏராளமாக காஷ்மீரத்தில் ஊடுருவினர். பாகிஸ்தானோடு சேர வேண்டுமென்று பிரசாரம் செய்து வந்த ஜமாய்தே இஸ்லாமியினருக்குப் பெருமளவில் அரசு வேலைகள் கொடுக்கப்பட்டன. இன்ஜினியரிங், மெடிக்கல் கல்லூரிகளில் ஏராளமான இடங்கள் வழங்கப்பட்டன. காஷ்மீரில் வாழ்ந்த தேச பக்தர்களுக்கு எல்லாவிதமான வாய்ப்புகளும் மறுக்கப்பட்டன. அவர்கள் பெரும் பீதியுடன் வாழும் நிலை உண்டானது. மாநில அரசின் இந்த அராஜகப் போக்கை மத்தியில் ஆண்ட காங்கிரஸ் கட்சி கண்டுகொள்ளவில்லை. இதன்பிறகு பரூக் அப்துல்லா வழிக்குவந்துவிட்டதால் காங்கிரஸ் கட்சி நேஷனல் கான்ஃபரன்ஸோடு கூட்டுச் சேர்ந்தது. ஜி.எம்.ஷா அரசு முடிவடைந்தது. ஆட்சி போனதும் ஜி.எம்.ஷா அவாமி நேஷனல் கான்ஃபிரன்ஸ் கட்சியை ஆரம்பித்தார். இந்தக் கட்சியின் உச்சகட்ட கோஷம் என்ன தெரியுமா? காஷ்மீரை பாகிஸ்தானாக்குவோம்! எப்படியிருக்கிறது? காஷ்மீரை பாகிஸ்தானாக்குவோம் என்று கோஷமிடும் ஒருவரிடம் காஷ்மீர ஆட்சியையே நம் காங்கிரஸ் கட்சி கொடுத்தது. காஷ்மீரில் பிரச்னை வராமல் என்ன செய்யும்?

1987-ல் காஷ்மீரில் சட்டசபை தேர்தல் நடந்தது. அதில் பரூக் அப்துல்லாவின் நேஷனல் கான்ஃபரன்ஸும் மத்தியில் ஆண்ட காங்கிரஸ் கட்சியும் சேர்ந்து போட்டியிட்டன. எதிரணியில் ஜமாய்தே

இஸ்லாமியின் ஆதரவாளர்கள் எல்லோரும் சேர்ந்து முஸ்லிம் ஒற்றுமை முன்னணி என்ற பெயரில் போட்டியிட்டனர். இந்த நேரத்தில் ராஜீவ் காந்தி காஷ்மீர காங்கிரஸ் தலைவராயிருந்த முஃப்தி முகமது சையதை தலைமை பதவியிலிருந்து நீக்கி மத்தியில் சுற்றுலா அமைச்சராக நியமித்தார். இதனால் காஷ்மீரத் தேர்தலில், தான் எதையும் செய்ய முடியாமல் போனதால் ரகசியமாக முஃப்தி முகமது சையது காங்கிரஸ் கட்சிக்கு எதிராகச் செயல்பட்டார். முதன்முதலாகத் தலையெடுத்திருந்த தேசவிரோதக் கூட்டணியான முஸ்லிம் ஒற்றுமை முன்னணிக்கு முஃப்தி முகமது சையதின் ஆதரவு போய்ச் சேர்ந்தது.

தன்னுடைய நெருங்கிய சகாவான குலாம் நபிசம்ஜீ என்பவரை முஸ்லிம் முன்னணியின் தலைவரான காஜி நாஜாரிடம் அனுப்பி டிக்கட் கேட்கச் சொன்னார் முஃப்தி முகமது சையது. அப்துல் ஹமீது என்னும் காங்கிரஸ் உறுப்பினரை முஸ்லிம் ஒற்றுமை முன்னணியின் சார்பில் போட்டியிட டிக்கட் வாங்கிக் கொடுத்தார். தன்னுடைய காங்கிரஸ் ஆதரவாளர்களை எல்லாம் முஸ்லிம் ஒற்றுமை முன்னணிக்காக வேலை செய்யச் சொல்லி மறைமுகமாக முஃப்தி ஆதரவு கொடுத்தார்.

பாகிஸ்தானுக்கு வெளிப்படையாகவே ஆதரவு கொடுக்கும் ஜமாய்தே இஸ்லாமி வேட்பாளர்களுக்கு முஃப்தியின் காங்கிரஸ் தொண்டர்கள் ஆதரவு கொடுத்தது மக்கள் மத்தியில் பீதியை உண்டாக்கியது. காங்கிரஸுக்கு உள்ளிருந்தே நடத்தப்பட்ட துரோகச் செயல் ராஜீவ் காந்தியின் கவனத்துக்குப் பல உண்மையான காங்கிரஸ் காரர்களால் கொண்டுவரப்பட்டது. ஆனாலும் அவர் எந்த நடவடிக் கையும் எடுக்கவில்லை. 1987 தேர்தலில் பரூக்கின் நேஷனல் கான்ஃப ரன்ஸும் ராஜீவின் காங்கிரஸும் சேர்ந்த கூட்டணி ஜெயித்தாலும் தேர்தல் நேர்மையாக நடத்தப்படவில்லை என்ற எண்ணம் எல்லோர் மனதிலும் உண்டானது. எப்படியாவது ஆட்சியைப் பிடித்தே தீரவேண்டுமென்ற வெறியில் பரூக் அப்துல்லா எல்லா வகையிலும் அதிகாரத்தைத் தவறாகப் பயன்படுத்தினார் என்னும் எண்ணம் சாதாரண காஷ்மீரிகள் மனதிலும் வேரூன்றியது.

தோல்வியடைந்த ஜமாய்தே இஸ்லாமி, மக்களின் இந்த சந்தேகத்தைச் சரியாகப் பயன்படுத்தியது. பார்த்தீர்களா... இந்திய அரசாங்கத்திடம் நாம் ஜனநாயகத்தை எதிர்பார்க்கவே முடியாது. நியாயமான நமது கோரிக்கைகளை இந்திய அரசு ஒருநாளும் நிறைவேற்றாது என்ற வெறுப்புப் பிரசாரத்தை முடுக்கிவிட்டது. இந்திய அராஜகத்திலிருந்து விடுபட ஒரே வழி பாகிஸ்தானோடு சேர்வதுதான். நமது பாதுகாப் பாளர்கள் முஸ்லிம் பாகிஸ்தானே தவிர இந்து இந்தியா அல்ல என்ற பிரசாரம் மக்கள் மத்தியில் நன்றாக எடுபட்டது.

இந்த நேரத்தில் காஷ்மீரத்தில் பாகிஸ்தானின் சதித்திட்டமும் உச்ச கட்டத்தை அடைந்தது. பாகிஸ்தானில் பயிற்சி கொடுக்கப்பட்ட ஏராளமான காஷ்மீரி இளைஞர்கள் காஷ்மீரின் உள்ளே புகுந்தனர். மீண்டும் ராஜீவின் ஆதரவோடு முதலமைச்சராகி விட்ட பரூக் அப்துல்லாவுக்கு அவருடைய ஆசை நிறைவேறிவிட்டதால் ஆட்சிப் பொறுப்பை அதிகாரிகளிடம் கொடுத்துவிட்டு அவர் ஆனந்தமாக கோல்ஃப் விளையாட லண்டன் போய்விட்டார். எஞ்சிய நேரங்களில் லண்டனுக்கும் ஐரோப்பாவுக்கும் சுற்றுப் பயணம் செய்தார். லஞ்சமும் முஸ்லிம் மத வெறியும் காஷ்மீரத்தில் உச்சகட்டத்தை அடைந்தன. முஸ்லிம்களின் அடாவடித்தனம் அரசாங்கத்தால் கண்டு கொள்ளாமல் விடப்பட்டது.

இந்தியா ஒழிக... பாகிஸ்தான் வாழ்க... என்று கோஷமிட்ட பாகிஸ்தானிய ஆதரவாளர்களின் செயலை பரூக் அப்துல்லா நியாயப் படுத்தினார். அது அவர்களது ஜனநாயக உரிமை என்றார். சட்டத்துக்குப் பயப்படும் சாதாரண மக்கள் அரசாங்கத்திடமிருந்து தங்களுக்குப் பாதுகாப்பு இல்லை என்று தெரிந்துகொண்ட பிறகு வேறுவழியின்றி முஸ்லிம் தீவிரவாதிகளுக்கு அடங்கிப் போகத் தொடங்கினர். கொஞ்சநஞ்சம் மீதியிருந்த இந்துக்களையும் காஷ்மீரில் இருந்து துரத்துவதற்கு பாகிஸ்தானிய ஆதரவாளர்கள் திட்ட மிட்டனர்.

1987, 1988, 1989 ஆண்டுகளில் பகிரங்கமாகவே பாகிஸ்தானிய ஆதரவுப் பிரசாரம் காஷ்மீரில் முடுக்கி விடப்பட்டது. அனந்த நாக்கிலும், ஜம்முவிலும் முஸ்லிம் வெறிக் கும்பல் திட்டமிட்டு இந்துக்களைத் தாக்கினர். ஸ்ரீநகரில் இந்துக்களும் இந்தியாவை நேசிக்கும் முஸ்லிம்களும் வாழ முடியாத நிலை உருவானது. பாகிஸ்தான் தேசியக்கொடி ஆகஸ்டு 14-ம் தேதி ஸ்ரீநகர் நகரமெங்கும் ஏற்றப்பட்டன. இந்திய தேசியக்கொடிகள் பட்டப்பகலில் எரிக்கப் பட்டன. பரூக் அப்துல்லாவின் அரசு இந்த முஸ்லிம் பாகிஸ்தான் ஆதரவாளர்களுக்கு எதிராக சுட்டு விரலைக்கூட அசைக்கவில்லை.

15. சிங்கத்தின் இடத்தில் சிறு நரி

1989 ஜனவரியிலிருந்தே மிக நவீன ஆயுதங்களைப் பயங்கரவாதிகள் பயன்படுத்த ஆரம்பித்திருந்தனர். பாகிஸ்தானிய ஆதரவு தீவிரவாதிகள் தங்களுடைய திட்டமிட்ட நடவடிக்கைகளின் மூலம் நல்ல முறையில் பாகிஸ்தானிய ராணுவத்தினால் பயிற்சி கொடுக்கப்பட்டவர்கள் என்பதை நிரூபித்தனர். முஸ்லிம்களின் உணர்ச்சிகளைத் தூண்டிவிடும் வாய்ப்புள்ள எந்த சந்தர்ப்பத்தையும் இந்தத் தீவிரவாதிகள் நழுவவிட வில்லை.

சல்மான் ருஷ்டி என்ற பூர்விக காஷ்மீரி முஸ்லிம் லண்டனில் குடியிருந்த படி ஒரு புத்தகம் எழுதினார். அதற்கு ‘சாட்டானிக் வெர்சஸ்’ (சாத்தானின் கவிதைகள்) என்று பெயர். இந்தப் புத்தகம் முகமது நபியைக் கேவலப் படுத்துகிறது என்று உலகமெங்கும் முஸ்லிம்கள் மத்தியில் எதிர்ப்பு உண்டானது. இந்தப் புத்தகத்தில் என்ன எழுதியிருக்கிறது என்று படித்துப் பார்க்காமலேயே இந்திய ராஜீவ் அரசு அதைத் தடை செய்தது. இந்திய அரசு மற்ற முஸ்லிம் நாடுகள் நடவடிக்கை எதுவும் எடுப்பதற்கு முன்னாலேயே இந்தப் புத்தகத்தைத் தடை செய்த பிறகும்கூட காஷ்மீரில் பெரும் கலவரம் உண்டானது.

ஊர்வலங்களும் ஆர்ப்பாட்டங்களும் நடத்தப்பட்டன. இந்துக்களின் கோவில்களும் வீடுகளும் அடித்து நொறுக்கப்பட்டன. உலகத்தில் முஸ்லிம்களுக்கு என்ன நடந்தாலும் அதனால் காஷ்மீரி முஸ்லிம் களுக்கு உண்டாகும் கோபம் இந்துக்களை அடித்து நொறுக்குவதில் தான் போய் முடியும்!

மக்பூல் பட் என்பவன் இந்திய விமானத்தை பாகிஸ்தானுக்குக் கடத்தியவன். இந்திய அரசு இவனைக் கைது செய்து விசாரணை செய்து நான்கு ஆண்டுகளுக்குப் பிறகு தூக்கிலிட்டது. இந்தியாவுக்கு எதிராகச் செயல்பட்டதாலேயே காஷ்மீரத் தீவிரவாதிகளுக்கு இவன் ஒரு தலைவனாகிவிட்டான். இந்த மக்பூல் பட்டின் நினைவு நாள் விழா கோலாகலமாகக் கொண்டாடப்பட்டது. பாகிஸ்தானிய ஆதரவாளர்கள் இந்திய எதிரிகளுக்கு விழா எடுத்தபோதெல்லாம் இந்திய ஆதரவாளர்கள் ஒன்று ஒளிந்து வாழவேண்டியிருந்தது அல்லது அவர்களது ஊர்வலத்தில் சேர்ந்துகொள்ள வேண்டியிருந்தது.

பரூக் அப்துல்லாவின் அரசு இந்திய விரோதிகள் நடத்தும் எந்த ஊர்வலத்தையும் போலீசார் கலைக்கவேண்டாமென்று உத்தர விட்டது. 1989 ஏப்ரல் மே மாதங்களில் பாகிஸ்தான் ஆதரவு இயக்கங்கள் ஒருங்கிணைந்து ஒரு புதிய கோஷத்தை எழுப்பின. அது இந்தியர்களே... காஷ்மீரை விட்டு வெளியேறுங்கள் என்ற கோஷம். இந்தக் கோஷத்தைக் கேட்ட பிறகும்கூட மத்தியில் ஆண்ட ராஜீவ் அரசும் காஷ்மீரை ஆண்ட பரூக் அப்துல்லா அரசும் கடுமையான நடவடிக்கை எதுவும் எடுக்கவில்லை.

கடைசியில் 1989 நவம்பர் 22, 24 தேதிகளில் நடந்த நாடாளுமன்றத் தேர்தலை பாகிஸ்தான் ஆதரவாளர்கள் புறக்கணித்தனர். யாரையும் ஓட்டுப் போட அனுமதிக்கவில்லை. இதன் விளைவு. காஷ்மீரில் நாடாளுமன்றத் தேர்தலில் மொத்தம் இரண்டே இரண்டு சதவிகித ஓட்டுகள்தான் பதிவாயின! இந்த ஆபத்தான நிலைக்குப் பின்னும் எல்லோரும் மந்திரி சபையைப் பிடிப்பதில் கவனம் செலுத்தினார்களே தவிர காஷ்மீரைப்பற்றி யாரும் கவலைப்படவில்லை.

காஷ்மீரில் தீவிரவாதிகளின் வளர்ச்சியை நாம் எளிதாகப் புரிந்து கொள்வதற்கு சில புள்ளி விவரங்கள் பயன்படும்.

ஆண்டு	கலகங்கள்	குண்டு வெடித்தல்	ஆயுதத் தாக்குதல்
1988	*351*	*412*	*17*
1989	*1771*	*280*	*112*
1989	*1198*	*280*	*84*

(ஆகஸ்ட் முதல் டிசம்பர் வரை மட்டும்)

இவற்றில் 60% குண்டு வெடிப்புகளும் 83% பயங்கரக் கலகங்களும் ஸ்ரீ நகரில் மட்டுமே நடந்தன. இந்தப் பயங்கரவாத நிகழ்ச்சிகளுக் கெல்லாம் பின்னாலிருந்து ஊக்கப்படுத்துவது பாகிஸ்தான் என்பதற்கு முக்கியமான தடயங்கள் கிடைத்திருக்கின்றன. அந்த இரண்டு ஆண்டுகளில் கைது செய்யப்பட்டவர்களில் 92 பேர் பாகிஸ்தானில் பயிற்சி பெற்றவர்கள். அதோடு 70 கலாஷ்னிக்கோவ் ரைஃபில், 158 மேக்ஸைன்கள், 200 கிலோ வெடி மருந்துகள், 60 எறி வெடி குண்டுகள், 75 பெரிய குண்டுகள் கைப்பற்றப்பட்டன. இவற்றில் பெரும்பாலானவை பாகிஸ்தானிலிருந்து காஷ்மீரத்துக்குள் கடத்தப் பட்டபோது பிடிக்கப்பட்டவை. (இந்த விபரங்கள் டிசம்பர் 1989-க்கு முன்வரை உள்ளவை)

1989 நவம்பர் நாடாளுமன்றத் தேர்தலில் காஷ்மீர மக்களின் மீதுள்ள தீவிரவாதிகளின் பிடிப்பு வெட்ட வெளிச்சமாகத் தெரியவந்தது. அப்போதே நமது மத்திய அரசு நாட்டுப்பற்றுடன் விழித்துக்கொண்டிருக்குமானால் இன்று காஷ்மீரில் உருவாகியிருக்கும் பிரச்னையை முளையிலேயே கிள்ளியிருக்க முடியும். ஒரு மாநிலம் முழுமையிலுமுள்ள மக்களில் வெறும் 2% மட்டுமே ஓட்டளித்திருக்கிறார்கள் என்ற உண்மை பாரதிய ஜனதா கட்சி, ஆர்.எஸ்.எஸ். போன்ற தேச பக்தி இயக்கங்களை மட்டுமே பலமாகக் கவலை கொள்ள வைத்தது. நாட்டை ஆண்ட காங்கிரஸ் கட்சியையோ, ஆளப்போகும் ஜனதா தளத்தையோ, வேறு எந்த மாநிலக் கட்சிகளையோ இந்த உண்மை சிறிதும் பாதிக்கவில்லை.

இன்னும் சொல்லப்போனால் நாட்டின் மற்ற பாகங்களிலுள்ள பிரிவினைவாதிகள், காஷ்மீர தீவிரவாதிகள் உண்டாக்கியிருக்கும் நிலைமையைப் புரிந்துகொண்டு மகிழ்ச்சியடைந்தனர்.

நாட்டின் மத்தியில் ஆண்ட காங்கிரஸ் ஆட்சி முடிவடைந்து ஜனதா தள கட்சியின் சிறுபான்மை ஆட்சி துவங்கியது. எந்தக் கட்சிக்கும் நாடாளுமன்றத்தில் அறுதிப் பெரும்பான்மை கிடைக்கவில்லை. காங்கிரஸ் மற்ற கட்சிகளைவிட அதிக இடங்களில் வெற்றி பெற்றிருந்தாலும் அதன் ஆதரவு கட்சிகளையெல்லாம் சேர்த்த பிறகும் மொத்தத்தில் பாதி இடங்கள்கூட அதற்குக் கிடைக்கவில்லை. இந்நிலையில் பாரதிய ஜனதாவும் கம்யூனிஸ்டுகளும் தங்களது பொது எதிரியான காங்கிரஸ் கட்சி ஆட்சிக்கு வரக்கூடாதென்று நினைத்ததால் ஜனதா தளத்துக்கு நிபந்தனையற்ற ஆதரவு கொடுத்தன.

ஜனதா தளம் மத்தியில் ஆட்சி அமைத்தது.

வி.பி.சிங். பிரதமரானார். இவர் டெல்லி முஸ்லிம் இமாமுக்குக் கொடுத்த வாக்குறுதியின் அடிப்படையில் ஒரு முஸ்லிமை மத்திய உள்துறை அமைச்சராக்க விரும்பினார். காஷ்மீரின் பிரதேச காங்கிரஸ் தலைவராகவும் மத்தியில் ராஜீவின் ஆட்சியில் சுற்றுலா அமைச்சராகவும் இருந்த முஃப்தி முகமது சையது இப்போது ஜனதா தளத்தில் சேர்ந்து தலைவராகி இருந்தார். வி.பி.சிங், இந்த முஃப்தி முகமது சையதை உள்துறை அமைச்சராக்கினார்!

நாட்டுக்காக எதையும் தியாகம் செய்ய சித்தமாக இருந்த இரும்பு மனிதர் படேல் வகித்த பதவியை முப்பது ஆண்டுகளாக காஷ்மீரில் மக்களால் தோற்கடிக்கப்பட்ட முஃப்தி முகமது சையது வகிக்க துவங்கினார். இந்நிலையில் காஷ்மீரத் தீவிரவாதிகள் மத்திய ஜனதாதள அரசைச் சோதித்துப் பார்க்க விரும்பினர்.

16. சரணாகதி படலம்

ரஜௌரி மாவட்டத்திலுள்ள சுந்தர்பானி பகுதியிலிருந்து போலீசார் 8 பாகிஸ்தான் பயங்கரவாதிகளை 6-12-89 அன்று கைது செய்தனர். இந்த பயங்கரவாதிகளில் ஒருவன் முகமது அக்ரம். இவன் ஜம்மு காஷ்மீர் போலீஸ் படையில் ஒரு பெரிய அதிகாரி. இந்த முகமது அக்ரம் போலீசாரிடம் கொடுத்த வாக்குமூலத்தில் இன்னும் தன்னைப் போன்ற பல போலீஸ் அதிகாரிகள் பாகிஸ்தானில் பயிற்சி பெற்று காஷ்மீரில் தீவிரவாதிகளாக இருக்கிறார்கள் என்ற உண்மையை ஒப்புக்கொண்டான்.

கைது செய்யப்பட்ட இந்த எட்டு பயங்கரவாதிகளால் கொலை செய்யப்பட்டவர்கள் குறைந்தபட்சம் பதினோரு பேர். இவர்கள் போட்ட குண்டு வெடிப்புகளால் ஏற்பட்ட நஷ்டம் ரூபாய் 5 கோடிக்கு மேல். இவனைப் போன்று காஷ்மீர அரசிடம் சம்பளம் வாங்கி பாகிஸ்தானில் பயிற்சி பெற்று தேசத்துரோகச் செயல்களில் ஈடுபட ஏராளமானோர் தயாராகி நின்றனர். காஷ்மீரத்தின் நாடித் துடிப்பைப் பிடித்து பார்க்கும் நிகழ்ச்சி ஒன்று இந்த நேரத்தில் நடந்தது.

பாகிஸ்தானில் பயிற்சி பெற்ற ஜே.கே.எல்.எப். என்ற ஜம்மு, காஷ்மீர விடுதலை முன்னணி அமைப்பினர் மிக புத்திசாலித்தனமான ஒரு தாக்குதலை நடத்தினர். இந்த ஜே.கே.எல்.எஃப். அமைப்பின் தலைவன் அமானுல்லாகான். அவன் லண்டனில் உள்ள இந்திய தூதுவர் அலுவலகத்தின் உயர் அதிகாரியைக் கொலை செய்வதற்குத் திட்டம் தீட்டியதற்காகக் கைது செய்யப்பட்டவன். பின்னால் இந்திய அரசின் வேண்டுகோளின்படி லண்டனிலிருந்து வெளியேற்றப் பட்டவன். இந்த அமானுல்லாகான் பாகிஸ்தானில் தங்கியிருந்து கொண்டு காஷ்மீரின் பயங்கரவாதிகளுக்கு உத்தரவு கொடுத்துக் கொண்டிருந்தான். உண்மையில் பாகிஸ்தான் அரசின் திட்டங்களை தான் இந்த அமானுல்லாகானின் மூலமாக அந்த அமைப்பு செயல் படுத்திக் கொண்டிருந்தது.

மத்திய அரசின் உள்துறை அமைச்சரின் கடைசி மகள் ரூபியா சையது. இந்தப் பெண் டாக்டர் பட்டம் பெற்றபின் காஷ்மீரில் ஒரு

ஆஸ்பத்திரியில் பயிற்சி டாக்டராகப் பணியாற்றினார். 8.12.1989ம் தேதி இந்த ரூபியா சையது வேலை முடித்து விட்டு ஒரு மினி பஸ்ஸில் ஏறி வீட்டுக்குப் புறப்பட்டுப்போனார்.

இந்த பஸ்ஸிலிருந்த ஜே.கே.எல்.எஃப். தீவிரவாதிகள் நௌகாம் என்ற இடத்தில் வைத்து பஸ்ஸை நிறுத்தினர். டிரைவரைத் துப்பாக்கி முனையில் மிரட்டி ரூபியா சையதை ஒரு காரில் கடத்திச் சென்றனர். சையதுவின் மகள் கடத்தப்பட்ட சில மணி நேரங்களுக்குள்ளாக அவளைக் கடத்திச் சென்றது நாங்கள்தான் என்று ஜே.கே.எல்.எஃப். அமைப்பினர் உறுதிப்படுத்தினர்.

டாக்டர் ரூபியா சையதை விடுதலை செய்ய வேண்டுமானால் காஷ்மீரச் சிறைகளில் அடைபட்டுக் கிடக்கும் பல தீவிரவாதிகளை விடுதலை செய்ய வேண்டுமென்று கோரினர். ஏராளமான கொலை களையும், கொள்ளை குண்டு வெடிப்பு சம்பவங்களையும் செய்த, பாகிஸ்தானில் பயிற்சி பெற்ற பயங்கர தீவிரவாதிகளான ஷபீர்ஷா, ஹமீது ஷேக், குலாம் நாபிபட், அப்துல் அகட்வாசா, நூர் முகம்து சல்வால், முகமது அல்டாப் என்ற ஆறு பயங்கரவாதிகளை உடனடி யாக விடுதலை செய்யக் கோரினர். மாநிலத்தின் முதலமைச்சர் ஊரில் இல்லாத நேரத்தில் ஸ்ரீநகரில் அதிகாரிகள் என்ன செய்வதென்று தெரியாமல் தவித்தனர். செய்தி கேள்விப்பட்ட பரூக் அப்துல்லா அமெரிக்காவிலிருந்து புறப்பட்டு வந்து லண்டனில் இருந்து அறிவிப்பு கொடுத்தார். காக்கவேண்டிய காலத்தில் கடமையாற்றத் தவறி விட்டு இப்போது லண்டனில் இருந்தபடி ரூபியாவை எப்படியும் உயிருடன் மீட்டே தீருவோம் என்று அறிக்கைவிட்டார்.

இதற்கிடையில் டில்லியில் மத்திய உள்துறை அமைச்சகத்தில் வேலை வெகு துரிதமாக நடந்தது. மத்திய அமைச்சர்களான அருண் நேருவும், ஆரிப் முகமது கானும் உள் துறை அமைச்சரான முஃப்தி முகமது சையதுடன் ஆலோசனை நடத்தினர். முஃப்தி பிரதமர் வி.பி.சிங்கைச் சந்தித்து தன் மகளைக் காப்பாற்ற எல்லா நடவடிக்கைகளும் எடுக்கப் படவேண்டும் என்றார். மத்திய உள்துறை அமைச்சகத்தின் கேபினட் செக்ரட்டரி டி.என்.சேஷனும் உள்துறை செயலாளர் கல்யாண கிருஷ்ணனும் விடிய விடிய ஆலோசனை நடத்தினர். இந்த ஆலோசனைகளில் அமைச்சர்கள் அருண் நேருவும் ஆரிப் முகமது கானும் சேர்ந்துகொண்டனர்.

கடைசியாக முஃப்தி முகமது பத்திரிகையாளர்களிடம் பேசுகையில் ரூபியாவைக் காப்பாற்றுவது ஜம்மு காஷ்மீர மாநில அரசின் கடமைதான் என்றார். எந்த ஒரு அமைச்சரோ அதிகாரியோ கடத்தல் காரர்களைப் பிடிப்போம் அவர்களைக் கடுமையாகத் தண்டிப்போம்

என்று சொல்லவில்லை. அனைவரும் ரூபியாவை விடுவிப்போம் என்றும் அதற்கு என்ன வேண்டுமானாலும் செய்வோம் என்றுமே அறிக்கைவிட்டனர்.

ஆட்சியாளர்களிடம் நிலவிய இந்தக் குழப்பத்தைச் சரியாகப் பயன்படுத்திக்கொண்டு பயங்கரவாதிகள் இன்னொரு அதிரடி அறிக்கை விட்டனர். அது, டிசம்பர் 11-ம் தேதிக்குள் அவர்கள் கேட்டுக்கொண்ட பயங்கரவாதிகள் அனைவரையும் எந்தவித நிபந்தனையும் இன்றி விடுவிக்கவில்லை என்றால் ரூபியா சையதைக் கொன்றுவிடுவோம் என்று அந்த அறிக்கை மிரட்டியது.

இதைப் பார்த்ததும் ஏற்கெனவே கலங்கிப் போயிருந்த மத்திய மாநில அரசுகள் மேலும் தவித்தன. தீவிரவாதிகளை விடுதலை செய்வதற் கான வழிமுறைகளை ஆராய்வதற்காகக் கடத்தல்காரர்களோடு பேச்சு வார்த்தை நடத்த முயன்றனர். அவர்களோடு தொடர்புகொண்ட முதல் சந்தர்ப்பத்திலேயே ரூபியாவைக் கொன்றுவிடாதீர்கள். பயங்கரவாதிகளை விடுதலை செய்துவிடுகிறோம் என்று சரணாகதி அடைந்தனர்.

17. இந்திய நாட்டையே விலை பேசிய தந்தை

காஷ்மீர முதலமைச்சர் பரூக் லண்டனிலிருந்து வந்து சேர்ந்தார். பரூக் அப்துல்லா வந்ததும் பிரச்னை மறுபடியும் சூடு பிடித்தது. பரூக் பயங்கரவாதிகளை விடுதலை செய்ய சம்மதித்தாலும் தீவிரவாதிகள் கேட்டுக்கொண்ட அனைவரையும் விடுதலை செய்ய மறுத்தார். இந்திரா காங்கிரஸோடு கூட்டணி அமைத்து காஷ்மீரில் ஆட்சி நடத்தும் அவர் எப்படி ஜனதா தள அரசின் செயல்களில் முழுவதுமாக ஒத்துப்போக முடியும்? ராஜீவ் கோபித்துக் கொண்டால் என்னாவது? கூட்டணி கலைந்தால் முதல்வர் பதவி போய்விடுமே.

தலைமைச் செயலாளர் திரு.மூசாராசா கடத்தல்காரத் தீவிரவாதி களிடம் எங்களுக்கு இரங்குங்கள் என்ற வகையில் பாமரத்தனமாக ஒரு வேண்டுகோள் விடுத்தார். ரூபியாவை விடுதலை செய்யச் சொல்லித் தீவிரவாதிகளிடம் கேட்டுக்கொள்ளும்படி இந்திய அரசு பாகிஸ்தானுக்கு வேண்டுகோள் விடுத்தது. இந்தியாவுக்குக் கொஞ்சநஞ்சம் தன்மானம் எஞ்சி இருந்திருக்குமானால் அது இத்தோடு காலியானது.

டில்லியிலுள்ள முஸ்லிம் தலைவர்கள் ரூபியாவைக் கடத்திச் சென்றது இஸ்லாத்துக்குப் புறம்பானது என்று அறிக்கைவிட்டார்களே தவிர அந்தச் செயலைச் செய்த முஸ்லிம் தீவிரவாதிகளுக்கோ பாக். ஆதரவாளர்களுக்கோ எந்தவித எச்சரிக்கையும் விடுக்கவில்லை. ரூபியாவை கடத்திய ஜே.கே.எல்.எப் தலைவரான அமானுல்லாகான் பாகிஸ்தானின் ராவல்பிண்டியிலிருந்து அறிக்கைவிட்டான்.

'நான் ரூபியாவைச் சில நாட்களுக்குக் கொல்லவேண்டாம் என்று சொல்லியிருக்கிறேன். அதற்குள்ளாக நாங்கள் கேட்கும் தீவிர வாதிகள் விடுதலை செய்யப்படவேண்டும். எங்கள் கோரிக்கை நிறை வேற்றப்படவில்லையானால் ரூபியா கொல்லப்பட்டால் அந்த பொறுப்பை (?) இந்தியாவே ஏற்க வேண்டும்' என்றான்.

நாளுக்கு நாள் மணிக்கு மணி பரபரப்பு அதிகரித்துக்கொண்டே போனது. மத்திய அமைச்சர்கள் ஆரிப் முகமது கானும், அருண் நேருவும் காஷ்மீருக்குப் பறந்தனர். இவர்கள் கொடுத்த நெருக்குதலால் மாபெரும் இந்திய அரசு கேவலம் சில கடத்தல்காரர்களின் காலில் விழுந்து சரணாகதியடைந்தது.

பாகம் 4

காஷ்மீர் இந்தியாவுக்கே சொந்தம்

பாரத மாதாவின் நெற்றித் திலகம் : காஷ்மீர்

பாகிஸ்தான் ஏன் ஒவ்வொரு முறையும் காஷ்மீரில் வாக்கெடுப்பு நடத்த வேண்டுமென்று கோருகிறது? ஐக்கிய நாட்டு சபையிலும் அல்லது வேறு எந்த உலக நாடுகள் சந்திக்கும் இடங்களிலும் பாகிஸ்தான் விடாமல் காஷ்மீர் பிரச்னையைக் கிளப்பி வருகிறதே. அது ஏன்? பாகிஸ்தான் தனது உரிமையை காஷ்மீரத்தில் நிலை நாட்ட அங்கு வாக்கெடுப்பு நடத்தக் கோரும்போது இந்தியா ஏன் மறுக்க வேண்டும்? உலக அளவில் இந்தியாவுக்கு இருக்கும் மிகப் பெரிய பிரச்னை காஷ்மீர்தான். இந்தப் பிரச்னையில் நமது நிலைமை என்ன என்பதை நாம் அறிந்து வைத்திருப்பது மிகவும் அவசியம்.

காலம் சென்ற தமிழக எம்.எல்.ஏ. ஒருவர் சொன்னது இது: ‘காஷ்மீரை நாமதான் ஸார் வம்பாகப் பிடித்து வைத்திருக்கிறோம். அதை கொடுத்துத் தொலைத்தால்தான் ஸார் பிரச்னை தீரும்’.

ஒரு எம்.எல்.ஏவே இப்படிப்பட்ட பொன்மொழிகளை உதிர்த்தால் நாம் எங்கே போய் முட்டிக்கொள்வது?

படித்த முஸ்லிம்களிலும் படிக்காதவர்களிலும் எனக்குத் தெரிந்த அனைவருமே காஷ்மீரைப் பாகிஸ்தானுக்குக் கொடுத்து விடவேண்டு மென்ற கருத்தையே கொண்டிருக்கின்றனர். இப்போது எல்லா பத்திரிகைகளிலும் காஷ்மீரைப் பற்றிய செய்தி தினமும் வருகிறது. பயங்கரவாதமும் பிரிவினைவாதமும் தலை தூக்கி நிற்கிறது. தீவிரவாதிகளுக்கு பயந்து சாதாரண காஷ்மீரி முஸ்லிம் பிரிவினை வாதத்துக்கு உடந்தையாகிறான்.

ஷேக் அப்துல்லாவின் நேஷனல் காண்ஃபிரன்ஸ் கட்சியில் காஷ்மீரின் ஏகதேசம் 90% முஸ்லிம்களும் இருந்தனர். காஷ்மீரை பாகிஸ்தானின்

ஆக்கிரமிப்பிலிருந்து காப்பாற்றி இந்தியாவோடு சேர்த்துக்கொள்ள வேண்டுமென்று கேட்டவர்கள் இந்த ஷேக் அப்துல்லாவும் அவரது கட்சியும்தான். அன்று அதிகாரத்திலிருந்த மன்னர் அதற்கான வெறும் கையெழுத்து போட்டவர் மட்டுமே. முஸ்லிம் கான்ஃபிரன்ஸ் என்ற கட்சியிலிருந்த சுமார் 10% காஷ்மீரிகள்தான் 1947-ல் காஷ்மீர் பாகிஸ்தானுடன் சேரவேண்டுமென்று கோரியவர்கள்.

இன்று நிலைமை வேறாகத் தோற்றமளிக்கிறது. இந்தியாவோடு இணைய வேண்டுமென்று கோரிய பெரும்பான்மை முஸ்லிம்கள் இன்று மனம் மாறக் காரணம் என்ன? உண்மையில் அவர்கள் மனம் மாறிவிட்டார்களா? காஷ்மீரி முஸ்லிம்கள் ஏகதேசம் எல்லோருமே சூஃபி வகுப்பைச் சேர்ந்தவர்கள். பாகிஸ்தானிலுள்ள சன்னிகளைப் போலவோ அல்லது ஈரானிலுள்ள ஷியாக்களைப் போலவோ அங்கங்கே இருக்கும் அகமதியாக்களைப் போலவோ சூஃபி முஸ்லிம்கள் மதவெறி பிடித்தவர்கள் அல்ல. முகமதி நபிக்கு பிறகு இஸ்லாம் மதத்தை வளர்த்த பல சிந்தனையாளர்கள் இந்து மற்றும் புத்தமத கோட்பாடு களை உள்ளடக்கி ஒரு புதிய சித்தாந்தத்தை உருவாக்கினர். இதற்குத் தான் சூஃபியிஸம் என்று பெயர். இந்த சூஃபி கொள்கைகள் குரானில் சொல்லப்படவில்லை. ஆதலால் ஷியா, சன்னி முஸ்லிம்கள் இதை ஏற்றுக்கொள்வதில்லை.

அகமதியா என்ற பெயரில் புதிதாக உருவாகியிருக்கும் முஸ்லிம் பிரிவினரை பாகிஸ்தானில் முஸ்லிம் அல்லாதவர்கள் பட்டியலில் சேர்த்துவிட்டார்கள். இதுபோலவே இந்த காஷ்மீரி சூஃபி முஸ்லிம் களும் பாகிஸ்தானுடன் இணைந்தால் அவர்களும் அகமதியாக் களைப் போல தீண்டத்தகாதவர்களாக ஆக்கப்பட அதிக நாள் ஆகாது. 1947-ல் ஷேக் அப்துல்லாவும் சூஃபி முஸ்லிம்களும் காஷ்மீரை இந்தியாவுடன் இணைத்ததற்கு காரணம், அவர்களுக்குள்ளே இழையோடிய புத்த இந்து சித்தாந்த அம்சங்கள்தான்.

பின் ஏன் இன்று அவர்கள் பாகிஸ்தானுடன் சேர விரும்புகிறார்கள்? உண்மையில் இன்றும் 90% காஷ்மீரிகள் பிரிவினைவாதம் கோர வில்லை. பாகிஸ்தானிலிருந்து ஊடுருவிய சன்னி முஸ்லிம்களும், வேலையில்லாத திண்டாட்டத்தினால் மூளைச் சலவை செய்யப்பட்ட சில காஷ்மீர இளைஞர்களும்தான் ஆயுதம் தாங்கிய வன்முறை வாதிகளாகியிருக்கிறார்கள். இவர்கள் தங்கள் வன்முறைகளால் சாதாரண மக்களை மிரட்டி திசை திருப்பிக்கொண்டிருக்கிறார்கள்.

காஷ்மீரைப் பெற நினைத்த பாகிஸ்தான் 1947 செப்டம்பரில் அதன்மீது படையெடுத்தது. மறுபடியும் 1965-ல் ஏராளமான ஆயுதம் தாங்கிய ஊடுருவக்காரர்களை காஷ்மீருக்குள் அனுப்பியது. ஆனால், இதே காஷ்மீர மக்கள் 1965-ல் பாகிஸ்தானின் ஊடுருவல்காரர்களைப் பிடித்து

இந்திய ராணுவத்திடம் ஒப்படைத்தார்கள். 1971லும்கூட பாகிஸ்தான் காஷ்மீருக்குள் படைகளை அனுப்பியது. ராணுவ பலத்தின் மூலம் காஷ்மீரைப் பிடிக்க முயன்ற பாகிஸ்தான் இந்தியாவிடம் பலத்த அடி வாங்கியது.

ராணுவ மோதல்கள் மூலம் காஷ்மீரைப் பெற முடியாதென்று உணர்ந்து கொண்ட பாகிஸ்தான் மாற்று வழிகளை ஆராய்ந்தது. நமது மத்திய அரசும் மாநில அரசும் கடந்த 40 ஆண்டுகாலமாக நடந்து கொண்ட முறை பாகிஸ்தான் மாற்றுத்திட்டங்களை வகுத்துக் கொள்வதற்கு வாய்ப்பாக அமைந்தது. தாங்களாகவே இந்தியாவுடன் விரும்பி இணைந்து கொண்ட காஷ்மீர மக்களை நாம் நம்மோடு முழுமையாக இணைத்துக் கொள்ளவில்லை.

அரசியல் சட்டத்தின் 370-வது ஷரத்துப்படி காஷ்மீரத்துக்கு தனிச் சலுகைகள் வழங்கியதன் மூலம் அவர்கள் நம்மிடமிருந்து வேறான வர்கள் என்னும் நிலையை உருவாக்கிப் புண்ணியம் கட்டிக் கொண்டார் ஜவாஹர்லால் நேரு. மத்திய அரசு கொடுக்கும் அபரிமித மான பணத்தை காஷ்மீர் மாநிலத்தை ஆண்ட ஷேக் அப்துல்லாவும், அவரது மகனும், மருமகனும் சரியான வழியில் பயன்படுத்தத் தவறிய தால் காஷ்மீரில் லஞ்சமும் வேலையில்லா திண்டாட்டமும் இளைஞர்கள் மத்தியில் அதிருப்தியும் உண்டாயின.

இந்த நிலையில்தான் பாகிஸ்தான் உள்ளே புகுந்து குட்டையைக் குழப்பியது. பாகிஸ்தானிய ராணுவத்துக்குப் பதிலாக, அதிருப்தி யடைந்திருந்த காஷ்மீர் இளைஞர்களையே பிடித்துக் கொண்டுபோய் தீவிரவாதத்துக்குப் பயிற்சி கொடுத்துப் பின் ஏராளமான ஆயுதங்களும் பணமும் கொடுத்து காஷ்மீருக்குள் திருப்பி அனுப்பியது. இந்த தீவிரவாதிகள் கொஞ்சம் கொஞ்சமாக பாகிஸ்தான் கொடியை ஏற்றுவது, இந்திய தேசியக் கொடியை எரிப்பது போன்ற நடவடிக்கை களில் ஈடுபட்டபோது காஷ்மீர முதல்வர் பரூக் அப்துல்லா சும்மா யிருந்துவிட்டார். நிலைமை இன்று முற்றிப்போய் பிரச்னையின் பரிமாணம் பெரிதாகிவிட்டதால் பெரும் போர் ஏற்படும் அபாயம் ஏற்பட்டிருக்கிறது.

இந்நிலையில் நாம் காஷ்மீர் பிரச்னையின் அடித்தளத்தைப் புரிந்து கொள்வது மிக முக்கியம். நமது நேரு அவர்கள் காஷ்மீரப் பிரச்னையை ஐக்கிய நாட்டு சபைக்கு எடுத்துச் சென்றதன் விளைவையும், உலக அரங்கில் பாகிஸ்தானுடன் சேர்ந்துகொண்டு அமெரிக்கா, பிரிட்டன் போன்ற நாடுகள் இந்தியாவுக்குச் செய்த அநியாயத்தையும், நமது அரசின் மைனாரிட்டி பாதுகாப்பு கொள்கையினால் நமது நாட்டுக்கு உண்டான இழப்பையும், இந்தியாவின் பக்கமிருக்கும் நியாயத்தையும் பார்ப்போம்.

1. யாரைத்தான் நம்புவதோ?

1947 அக்டோபர் 28ஆம் தேதி இந்திய முதல் கவர்னர் ஜெனரலாயிருந்த மௌண்ட்பேட்டன் பாகிஸ்தானிய அதிபரை லாகூரில் சந்தித்தார். முகமது அலி ஜின்னாவுக்குப் பயங்கர கோபம். இந்திய அரசு காஷ்மீருக்குப் படைகளை அனுப்புவது பற்றி எனக்கு எந்தத் தகவலுமே கொடுக்கவில்லை என்று சீறினார். அப்படி இல்லையே, 25ஆம் தேதி அரசின் முடிவு தெரிந்தவுடன் காஷ்மீருக்குத் துருப்புகளை அனுப்பும் செய்தியை பாகிஸ்தானிய முதல்வர் லியாகத் அலிகானுக்கு ஜவாஹர்லால் நேரு தந்தி மூலம் தெரியப்படுத்தினார் என்றார் மௌண்ட்பேட்டன்.

'காஷ்மீரை இந்தியாவுடன் இணைத்துக்கொண்டது வன்முறை யினாலும் துரோகத்தாலும்தான். இந்த இணைப்பை நான் ஏற்றுக் கொள்ளவே முடியாது' என்றார் ஜின்னா.

முழுப் பூசணிக்காயை சோற்றுக்குள் மறைக்க முயன்ற ஜின்னாவுக்குப் பொறுமையாக பதில் சொன்னார் மௌண்ட்பேட்டன்:

'காஷ்மீர் இந்தியாவுடன் இணைந்ததில் வன்முறைச் சம்பவங்கள் நடந்ததெனவோ உண்மைதான். ஆனால் வன்முறையை நடத்தியது இந்திய ராணுவம் இல்லை. அநாகரிகக் கொடுமைகளை காஷ்மீரி பாமர மக்கள் மீது கட்டவிழ்த்துவிட்டது பதான் பழங்குடிகள்தான். அவர்களை காஷ்மீருக்குள் நுழையவிட்டது பாகிஸ்தான் அரசுதான்' என்றார்.

உடனே ஜின்னா 'நீங்கள் இப்படிச் சொல்வது குறுகிய மனப்பான்மை' என்றார்.

'இதோ பாருங்கள் ஜின்னா, இந்தியப் படைகள் பெரும் எண்ணிக் கையில் காஷ்மீருக்குள் சென்றுகொண்டிருக்கின்றன. இன்னும் சில தினங்களில் இந்த எண்ணிக்கை பன்மடங்காக அதிகரிக்கும். பதான் பழங்குடிகள் ஸ்ரீநகருக்குள் நுழைந்துவிடுவார்கள். காஷ்மீர் உங்கள் வசமாகிவிடுமென்று மனப்பால் குடிப்பதற்கு இனி வாய்ப்பேது மில்லை' என்றார். மௌண்ட்பேட்டன் சொன்ன வார்த்தைகளி

லிருந்த உண்மையைப் புரிந்துகொண்ட ஜின்னா அடுத்தபடியாகத் தன் எண்ணத்தை வெளியிட்டார்.

'அப்படியானால் உடனடியாக இருதரப்பிலும் படைகளை ஒரே நேரத்தில் வாபஸ் பெற்றுவிடலாம்'.

'அது எப்படி முடியும்? பதான் பழங்குடிகள் தானாகவே காஷ்மீரிலுள்ள முஸ்லிம் சகோதரர்கள் கொடுமைப்படுத்தப்படுவதைக் கண்டு பொறுக்காமல் அவர்களைக் காப்பாற்றுவதற்காக அங்கு சென்றிருக் கிறார்கள். அவர்களுக்கும் பாகிஸ்தானிய அரசுக்கும் எந்தச் சம்பந்தமு மில்லை. நாங்கள் சொல்வதை அவர்கள் கேட்பதில்லை. அவர்கள் காஷ்மீருக்குள் நுழைவதை எங்களால் தடுக்க முடியாது, என்றெல்லாம் நீங்கள்தானே சொன்னீர்கள். இப்போது மட்டும் அந்த காட்டுமிராண்டி பதான்களை வாபஸ் பெறுவதாக எப்படிச் சொல்கிறீர்கள்?'

'அது... அது வந்து நீங்கள் இந்திய துருப்புகளை வாபஸ் பெறுவதாக இருந்தால் நானும் பழங்குடிகளை வாபஸ் பெற்றுவிடுகிறேன்.

இதன் பொருள் என்ன..? வாயைக் கொடுத்து மாட்டிக்கொண்டார் ஜின்னா. ஆனால், காஷ்மீருக்குள் பழங்குடிகளை அனுப்பி படுகொலை களையும் பஞ்சமா பாதகங்களையும் நடத்தியது, தான்தான் என்ற உண்மையை அப்பட்டமாக இந்திய கவர்னர் ஜெனரல் மௌண்ட் பேட்டனிடம் ஜின்னா நேரடியாக ஒப்புக்கொண்ட பிறகும் இந்த கவர்னர் ஜெனரலோ அவருடைய பிரிட்டிஷ் அரசோ பாகிஸ்தானைக் கண்டிக்க முடியவில்லை.

மாறாக, பாகிஸ்தானுக்கு காஷ்மீர மாநிலம் கிடைக்கச் செய்வதற்கு வேறு வழிகள் ஏதாவது இருக்கிறதா என்று ஆராய்ந்தார். காஷ்மீரில் வாக்கெடுப்பு நடத்தினால் ஷேக் அப்துல்லா அதிகாரத்திலிருக்கும் இந்த நேரத்தில் 80 சதம் முஸ்லிம்கள் வாழும் இந்த மாநிலம் பாகிஸ்தானுக்குக் கொடுக்கப்படுவது எளிது என்ற முடிவுக்கு வந்த மௌண்ட்பேட்டன் அங்கு வாக்கெடுப்பு நடத்த வேண்டுமென்றும் இப்போது இந்தியாவோடு காஷ்மீர் இணைக்கப்பட்டது தற்காலிக மானதுதான் என்றும் சொல்ல ஆரம்பித்தார். 1947ம் ஆண்டின் டிசம்பர் மாதம் கடுங்குளிரில் எதிரிகளிடமும் கொடிய குளிர்காலப் பனியிடமும் கடும் போர் புரிந்து கொண்டிருந்த நமது வீரர்களுக்குத் தெரியாமல் டெல்லியில் நேருவின் அரசு வேறொரு திட்டத்தை வகுத்துக்கொண்டிருந்தது.

போருக்கென்று வந்துவிட்ட எதிரியைப் போர்க்களத்திலேயே முறியடிப்பது மட்டுமே பிரச்னைக்கு முற்றுப்புள்ளி வைக்கமுடியும்.

இந்த அடிப்படை நியாயத்தை உணர்ந்து கொள்ளாததாலோ உணர்ந் திருந்தும் பிரச்னையை முடித்து வைத்த பெருமை இந்திய ராணு வத்துக்குப் போய்விடக்கூடாது, அது அரசியல்வாதியாகிய தனக்கே கிடைக்கவேண்டும் என்கிற தணியாத ஆசையினாலோ என்னவோ இந்தியப் பிரதமர் நேரு பாகிஸ்தானுடன் சமாதானமாகப் போய்விடும் முயற்சியில் முழுமூச்சுடன் இறங்கினார்.

பிரிட்டிஷ் அரசாங்கத்தின் பாரமௌண்டஸி கொள்கையின் அடிப் படையில் ஆங்கில அரசுக்குப் பின்னால் சுதந்தரம் பெற்றுவிட்ட அத்தனை சின்னச் சின்ன நாடுகளையும் அந்நியத் தாக்குதலிலிருந்து பாதுகாக்கும் பொறுப்பு இந்தியாவுக்கு இருந்தது. இந்திய யூனியனுடன் இணையாமல் காஷ்மீரம் தனி நாடாக இருந்திருந்தால் கூட அதன் பாதுகாப்புக்கு பொறுப்பு ஏற்கவேண்டிய சுதந்தர இந்திய அரசு காஷ்மீரம் இந்தியாவுடன் சட்டப்படி இணைந்துவிட்ட பிறகு அதை பதானிய வெறியர்களின் தாக்குதல்களிலிருந்து பாதுகாக்காமல் எப்படி ஒதுங்கியிருக்க முடியும்?

எந்தக் கடமையுமே சட்டப்படி இல்லாமல் இருந்தாலும்கூட, எங்களை கொல்கிறார்கள், காப்பாற்றுங்கள் என்று காஷ்மீர மகாராஜாவும் காஷ்மீர முதன் மந்திரியும் பெரும்பான்மை முஸ்லிம் களின் ஒரே தலைவரான ஷேக் அப்துல்லாவும் உதவி வேண்டிக் கதறும்போது எந்த நாடுதான் சும்மா இருக்கமுடியும்? இந்த நிலையில் காஷ்மீர மக்களை வெறித்தனமாகத் தாக்கி படுகொலை செய்யும் பாகிஸ்தானிய பதான்களிடமிருந்து காப்பாற்றுவது இந்தியாவின் முழுமுதல் கடமையானது.

பாகிஸ்தானுக்கோ எக்கச்சக்கமான வயிற்றெரிச்சல். கைக்கெட்டிய காஷ்மீரம் கை தவறிப்போய்விட்டதே என்று. யாரைக் கொன்றும், என்ன செய்தும் காஷ்மீரைக் கைப்பற்றியே ஆகவேண்டும் என்று துடித்த பாகிஸ்தானுக்கு இப்போது காஷ்மீரம் இந்தியாவுடன் இணைந்து விட்டதையும் இந்தியத் துருப்புகள் பதான்களை ஓட ஓட விரட்டிக் கொண்டிருப்பதையும் பார்க்கப் பார்க்க அடி வயிறு பற்றி எரிந்தது.

2. கையாலாகாதவனுக்குக் கிடைத்த சாக்கு!

இந்நிலையில் பாகிஸ்தான் அரசு பதான் ஆக்கிரமிப்பாளர்களுக்கு ஆதரவு கொடுப்பதை நிறுத்தவோ அவர்களைத் திருப்பி அழைத்துக் கொள்வதோ காஷ்மீரத்தை தங்களிடமிருந்து ஒரேயடியாகப் பிரித்து விடும் என்பதை முகமது அலி ஜின்னா உணர்ந்துகொண்டார். எக்காரணங்கொண்டும் பிரச்னை முடித்துவிடக்கூடாதே, எப்படியாவது இழுத்தடிக்கப்பட வேண்டுமே என்ற கவலையில் ஆழ்ந்தார்.

இந்த நேரம் பார்த்து ராணுவத் தீர்வில் நம்பிக்கையில்லாமல் பேச்சு வார்த்தையில் இறங்கிய இந்தியாவின் முயற்சி பாகிஸ்தானுக்கு கும்பிடப்போன தெய்வம் குறுக்கே வந்ததுபோல இருந்தது. இந்த வேகத்தில் இந்திய ராணுவம் செயல்படுமானால் இன்னும் இரண்டு மாதங்களில் காஷ்மீர் பாகிஸ்தானிகளின் கனவுகளிலிருந்தும்கூட விடுவிக்கப்பட்டுவிடும் என்றிருந்த நிலை மாறிப் பேச்சுவார்த்தை என்று வந்ததும் பாகிஸ்தானின் மகிழ்ச்சிக்கு எல்லையில்லாமல் போயிற்று. ஜின்னா உற்சாக மிகுதியில் சிரிக்கத் தொடங்கினார். இன்றுவரையும் அந்த வெறிச்சிரிப்பு நீடிக்கிறது. இதன் பெருமை அத்தனையும் நமது முதல் பிரதமர் நேரு அவர்களையே சாரும்.

முஸ்லிம் லீகின் நடவடிக்கைகள் முஸ்லிம்களிடையே மதவெறியை மட்டுமே வளர்த்திருந்தது; அதன் பலனாக 'நேரடி நடவடிக்கை' என்ற பெயரில் கல்கத்தாவில் பத்தாயிரம் இந்துக்கள் கொன்று குவிக்கப் பட்டிருந்தனர். இந்தியாவையே இரு கூறுகளாக வெட்டிப் பிளந்திருந்தனர்; பாகிஸ்தானில் வாழ்ந்த எண்பது லட்சம் இந்துக் களைக் கொள்ளையடித்து, கொலை செய்து கற்பழித்து கொடுமை புரிந்தனர். இத்தனையும் கண்டும் கேட்டும் அனுபவித்த பிறகும் பாகிஸ்தானிய முஸ்லிம் அரசை சமாதானப் பேச்சு மூலம் சரிசெய்து விடமுடியுமென்று நேரு எதை வைத்து முடிவு செய்தாரென்பதைத் தான் யாராலும் புரிந்துகொள்ள முடியவில்லை.

இந்தியாவின் தலையெழுத்தை முடிவு செய்த அந்த சம்பவங்கள் வேகமாக நடந்தேறின.

இந்தியப் பிரதமரும் பாகிஸ்தானிய பிரதமர் லியாகத் அலிகானும் 29.10.1947-ல் சந்தித்து காஷ்மீர் பற்றிப் பேச்சுவார்த்தை நடத்துவ

தென்று முடிவானது. ஆனால், நேருவுக்கு உடல் நலமில்லாமல் போனதால் லாகூரில் 1-11-1947-ல் முகமது அலி ஜின்னா பாகிஸ்தான் ஜனாதிபதியாகவும் மௌண்ட்பேட்டன் இந்திய கவர்னர் ஜெனரலாகவும் சந்தித்துப் பேசினர். இந்த சந்திப்பின்போதுதான் இனி எப்படியும் ஸ்ரீநகரைக் கைப்பற்றுவது முடியாத காரியமென்பதைப் புரிந்துகொண்டார் ஜின்னா. இந்தியப் படைகளையும் பதான் ஆக்கிரமிப்பாளர்களையும் இருநாடுகளும் ஒரே நேரத்தில் விலக்கிக் கொள்ள வேண்டும்; காஷ்மீர மக்களிடையே மௌண்ட்பேட்டன் தலைமையில் வாக்கெடுப்பு நடத்தவேண்டும் என்று ஆலோசனை கூறினார். மாறாக மௌண்ட்பேட்டன் காஷ்மீர மக்களின் கருத்தை அறிய ஐக்கிய நாட்டு சபையின் தலைமையில் வாக்கெடுப்பு நடத்தலாமென்று ஆலோசனை கூறினார்.

நவம்பர் 1ஆம் தேதி இந்த முதல் பேச்சுவார்த்தை ஆரம்பிப்பதற்கு முன்னால் அதாவது அக்டோபர் 30ஆம் தேதி பாகிஸ்தான் ஒரு அறிக்கை வெளியிட்டது. இந்தியா பயமுறுத்தியும் ஏமாற்றியும் காஷ்மீரத்தை இணைத்துக் கொண்டதாகவும் காஷ்மீரத்திலிருந்து பாகிஸ்தானைத் தாக்குவதாகவும் அந்த அறிக்கையில் கூறியது. நாளை சமாதானம் என்று முடிவு செய்த பின் இன்று சகட்டுமேனிக்கு இந்தியாவைக் குற்றம்சாட்டிய பாகிஸ்தான் எந்த அளவுக்கு சமாதானப் பேச்சில் நம்பிக்கை வைத்துள்ளது என்பதை நேருவைத் தவிர அனைவரும் புரிந்துகொண்டனர்.

இந்தியாவோடு சட்டபூர்வமாக காஷ்மீர் இணைந்தபிறகும் அப்பட்டமாக அதன்மீது ஆக்கிரமிப்பு நடத்தும் பாகிஸ்தானோடு பேச்சுவார்த்தை நடத்துவதை சர்தார் பட்டேலும் வேறு சில மத்திய அமைச்சர்களும் விரும்பவில்லை. பாகிஸ்தானின் குற்றச்சாட்டுக்குப் பதிலளித்து நவம்பர் 2ம் தேதி நேரு ரேடியோவில் பேசினார்.

'பாகிஸ்தான் எங்களைத் தாக்குகிறது. காஷ்மீரத்தை இந்தியாவோடு இணைத்துக்கொண்டு எங்களைக் காப்பாற்றுங்கள் என்று கேட்டுக் கொண்ட காஷ்மீர மன்னரின் வேண்டுகோளின் அடிப்படையில்தான் இந்தியப் படைகள் காஷ்மீருக்குள் சென்றன. அதுவும் காஷ்மீரத்தில் முழு அமைதி திரும்பியதும் அம்மாநில மக்களின் விருப்பப்படியே ஓட்டெடுப்பு நடத்தி அவர்கள் யாருடன் சேர விரும்பினாலும் அனுமதிக்கப்படும் என்கிற அடிப்படையில்தான் இந்தியா செயல்படுகிறது. இந்த ஒப்பந்தத்தை முடித்துவைக்க இந்தியா ஒருநாளும் பின்வாங்காது'. இது நேருவின் ரேடியோ உரை.

மறுநாள் இந்திய பிரதமர் நேரு தனது முடிவை ஒரு தந்தி மூலம் பாகிஸ்தானுக்கு அனுப்பினார். 'பாகிஸ்தான் விரும்பினால்

காஷ்மீரில் மட்டுமல்ல, இன்னும் முடிவாகாமலிருக்கும் மற்ற ராஜ்யங்களில் கூட (ஹைதராபாத், ஜுனாகட் முதலியன) முழு அமைதி நிலவ வைத்து ஐக்கிய நாட்டு சபை மூலமாக மக்களிடம் ஓட்டெடுப்பு நடத்தலாம். அதனால் வரும் முடிவை இரு நாடுகளுமே ஏற்றுக் கொள்ளலாம். காஷ்மீரில் முழு அளவில் அமைதி நிலவ பாகிஸ்தானிய ஆக்கிரமிப்பாளர்கள் அனைவரும் வெளியேறட்டும். இந்தியாவும் தனது படைகளை அதன் பிறகு விலக்கிக்கொள்ளும்.' இதுதான் தந்தி.

நேருவின் இந்த அழைப்பை பாகிஸ்தான் ஏற்றுக்கொள்ளவில்லை. காஷ்மீரில் முழு அமைதி நிலவ வேண்டுமானால் ஆக்கிரமிப் பாளர்கள் வெளியேறவேண்டும். சட்டம் ஒழுங்கைப் பராமரிக்க ஷேக் அப்துல்லாவின் அரசும், அதற்குத் துணையாகச் சிறிய இந்திய ராணுவமும் அங்கு இருக்கும். இந்தச் சூழ்நிலையில் ஐக்கிய நாட்டு சபையின் மேற்பார்வையில் ஓட்டெடுப்பு நடந்தால் தனக்கு சாதகமாக இருக்காதென்று கருதிய பாகிஸ்தான் அதை ஏற்றுக்கொள்ளவில்லை.

அது மட்டுமல்ல. மற்ற ராஜ்யங்களில்கூட இதே மாதிரி செய்யத் தயார் என்கிறார் நேரு. ஹைதராபாத்திலும், ஜுனாகட்டிலும் 90 சதமானம் பேர் இந்துக்கள். முகமது அலி ஜின்னாவே நேரடியாக இருந்து வாக்கெடுப்பு நடத்தினாலும் அது பாகிஸ்தானுக்கு சாதகமாக இராது. தனக்கு சாதகமாக முடியாத எந்த சமாதானத்துக்கும் வரவிரும்பாத ஜின்னாவுக்கு நேரு நவம்பர்4-ம் தேதி இன்னொரு நினைவூட்டு தந்தி கொடுத்தார். எரிச்சலடைந்த ஜின்னா, பாகிஸ்தான் பிரதம மந்திரி லியாகத் அலிகானை விட்டு நவம்பர் 4-ம் தேதி லாகூரிலிருந்து ரேடியோவில் பேசச் சொன்னார்.

3. அருமை நேரு ஆற்றிய தொண்டு

ஐக்கிய நாட்டு சபை மூலம் பிரச்னைக்குள்ளான எல்லா ராஜ்யங்களிலும் வாக்கெடுப்பு நடத்தலாமென்று நேரு சம்மதித்ததை பாகிஸ்தான் பிரதமர் ஏற்றுக்கொள்ளவில்லை. 1947ம் ஆண்டு நவம்பர் மாதம் 4ஆம் தேதி லாகூர் ரேடியோவில் பேசினார் லியாகத் அலிகான்.

காஷ்மீரத்தில் இந்திய அரசு முஸ்லிம்கள் அத்தனை பேரையும் திட்டமிட்டுக் கொலை செய்யப்போகிறது. இந்தியாவின் மற்ற பாகங்களிலெல்லாம் உள்ள முஸ்லிம்களையெல்லாம் கொலை செய்துவிட்டதுபோல காஷ்மீரிலும் செய்ய முயல்கிறது. முஸ்லிம்கள் அனைவரையும் கொன்றுவிட்ட பிறகு வாக்கெடுப்பு நடத்த இந்தியா தயார் என்கிறது. வாக்காளர்கள் அனைவரையும் துரத்திவிட்ட பிறகு அல்லது கொன்றொழித்த பிறகு ஓட்டெடுப்பு நடத்தி என்ன பயன்?

இதுதான் லியாகத் அலிகானின் ரேடியோ பேச்சு.

அதாவது, இந்தியாவில் உள்ள முஸ்லிம்களையெல்லாம் இந்திய அரசு கொன்றுவருவதைப்போல காஷ்மீரிலும் கொல்லப் பார்க்கிறது என்பது அவரது பேச்சு. இந்திய அரசு அப்படி முஸ்லிம்களைக் கொன்றதால் தானோ என்னவோ இன்று இந்தியாவில் முஸ்லிம்கள் 7 கோடியிலிருந்து 14 கோடியாகப் பெருகியுள்ளனர். காஷ்மீரத்தில் 80 சதவீதம் இருந்த முஸ்லிம்கள் இன்று 95 சதவீதமாக உயர்ந்திருக்கிறார்கள்.

லியாகத் அலிகானின் நவம்பர் 4ம் தேதி பேச்சை தந்தியாக இந்தியாவுக்கு அனுப்பியது பாகிஸ்தான். அதில் ஜின்னா முதலில் சொன்னபடி, 1.காஷ்மீரிலிருந்து உடனடியாக இந்திய துருப்புகள் வெளியேற வேண்டும்; 2. கவர்னர் ஜெனரல் தலைமையில் காஷ்மீரில் வாக்கெடுப்பு நடத்தவேண்டுமென்று வற்புறுத்தியது.

இதை இந்தியா ஏற்றுக்கொள்ளவில்லை. ஒவ்வொரு சமாதானப் பேச்சின் போதும் பாகிஸ்தானிய அரசின் பொய்கள் அதிகரிப்பதும், முஸ்லிம்கள் அழிக்கப்படுகிறார்கள் என்று கூக்குரல் எழுப்புவதும் அசிங்கமாக இருந்ததால் இந்திய அரசு பிரச்னையை ஐக்கிய நாட்டு சபைக்கு எடுத்துச் செல்ல முடிவு செய்தது.

‘ஏற்கெனவே பதான் வெறியர்களும் விடுப்புப் பெற்றுக் கொண்ட பாகிஸ்தானின் ராணுவ வீரர்களும் காஷ்மீரில் கால் பதித்துவிட்டிருக் கின்றனர். இந்தியப் படை வெளியேறினால் அவர்கள் மேலும் பல பகுதிகளில் ஊடுருவி நிலைபெற்றுவிடக்கூடும். எனவே, ஆக்கிரமிப் பாளர்கள் அனைவரும் காஷ்மீரில் இருந்து முற்றாக வெளியேறாமல் இந்திய ராணுவம் வெளியேறாது’ என்று இந்தியத் தரப்பில் முடிவெடுக்கப்பட்டது.

காஷ்மீரின் முஸ்லிம்களின் ஒட்டுமொத்தத் தலைவராகவும் அவர்களது முடிசூடா மன்னராகவும் விளங்கிய ஷேக் அப்துல்லாவை இந்தியாவின் அடிவருடி என்று வர்ணித்தார் லியாகத் அலிகான். காஷ்மீரி முஸ்லிம்களை அழிப்பதற்காகவே வந்தவர்தான் இந்த ஷேக் அப்துல்லா என்றார். ஒருவேளை ஷேக் அப்துல்லா முஸ்லிம்களை அழிக்க நினைத்ததால் தானோ என்னவோ அவரும் அவரது மகனும் மருமகனும் பேரனும் மாற்றி மாற்றி காஷ்மீரத்தில் முதல்வர்களாக அரசாட்சி செய்ய அங்குள்ள முஸ்லிம்கள் அனுமதிக்கிறார்கள் போலும். காஷ்மீரின் (ஜம்மு தவிர) இந்து ஜனத்தொகை பல லட்சங்களிலிருந்து இன்று எழுபத்தையாயிரமாக மாறியது கூட ஷேக் அப்துல்லா முஸ்லிம்களை அழிக்க நினைத்ததால்தானோ.

22-12-1947ம் தேதி ஐக்கிய நாட்டு சபையின் பாதுகாப்பு கவுன்சிலுக்குக் கொடுக்கப்போகும் புகார் நகல் ஒன்றை பாகிஸ்தானுக்கு அனுப்பியது இந்திய அரசு. 26-12-1947 அன்றுவரை பதில் ஏதும் வராததால் ஒரு நினைவூட்டுக் கடிதம் அனுப்பியது. 30-12-1947-ல் இந்தியக் குற்றச் சாட்டுகள் அனைத்தையும் மறுத்தும் அப்பட்டமான பொய்களையும் அபாண்டமான பழிகளையும் சுமத்தி பதில் அனுப்பியது பாகிஸ்தான் அரசு. கடைசியாக 31-12-1947ம் ஆண்டு இந்தியா தனது புகாரை ஐக்கிய நாட்டு சபை பாதுகாப்பு கவுன்சிலில் சமர்ப்பிக்க முடிவு செய்தது.

நூற்றாண்டு கால சுதந்தர போராட்டத்துக்குப் பிறகு 1947ம் ஆண்டு இந்தியா சுதந்தரம் பெற்றது. தனது எண்ணற்ற மைந்தர்களைத் தூக்கு மேடைக்கு அனுப்பிப் பலி கொடுத்த பின் இந்த சுதந்தரத்தை பாரத மாதா பெற்றாள். தன் உடம்பையே வெட்டிப் பிளந்து பாகிஸ்தானை உருவாக்கிவிட்ட நிலையில் சுதந்தரம் பெற்ற இந்தியா, கிடைத்ததை வைத்து நிம்மதி அடைய நினைத்தது. ஆனால், சுதந்தரம் கிடைத்த அதே 1947ஆம் ஆண்டு முடிவடைவதற்கு முன்னால் அந்த ஆண்டின் கடைசி நாளான டிசம்பர் 31ஆம் தேதி இந்தியாவும் பாகிஸ்தானும் ஐக்கிய நாட்டு சபையின் படியேறின!

இந்திய மக்களின் ஒற்றுமையைச் சிதைப்பதையே உயிர்மூச்சாகக் கொண்டு செயலாற்றிய ஆங்கிலேய கிறிஸ்தவ அரசு, இந்துக்களும்

முஸ்லிம்களும் தங்களுக்குள் அடித்துக்கொள்வதைப் பார்த்து மனநிறைவுடன் சிரித்தது. நமது அன்புக்குரிய பிரதமர் ஜவாஹர்லால் நேரு ராணுவ நடவடிக்கை மூலம் தீர்த்திருக்கவேண்டிய ஒரு எளிய பிரச்னையை ஐக்கிய நாட்டு சபையை அணுகியதன் மூலம் இந்தியாவின் நிரந்தரத் தலைவலியாக்கிவைத்தார். நமது ராணுவம் பாகிஸ்தானிகளை ஓட ஓட விரட்டிக்கொண்டிருக்கும் இந்த நேரத்தில் எந்த நியாயவாதத்துக்கும் கட்டுப்படாத பாகிஸ்தானி முஸ்லிம் அரசிடம் நியாயம் எதிர்பார்த்து இந்தியாவின் முன்னேற்றத்தைச் சிறிதும் சிந்திக்காமல் அடகுவைத்தார் நமது நேரு.

1948-ஆம் ஆண்டு ஜனவரி 1ம் தேதியன்று இந்தியாவின் பிரதிநிதியான ஸ்ரீ பி.பி. பிள்ளை கையெழுத்திட்ட புகார் கடிதம் ஐக்கிய நாட்டு சபையின் பாதுகாப்பு கவுன்சில் தலைவருக்கு அனுப்பப்பட்டது.

4. ஐக்கிய நாட்டு சபையில் இந்தியா கொடுத்த புகார்

1. இந்தியாவுடன் சட்டபூர்வமாக இணைந்துவிட்ட ஜம்மு காஷ்மீர் மாநிலத்தின் மீது பாகிஸ்தானிய ஆக்கிரமிப்பாளர்கள் தாக்குதல் தொடுத்துள்ளனர். பாகிஸ்தான் அரசு இந்த ஆக்கிரமிப்பாளர் களுக்கு எல்லாவிதமான உதவியையும் செய்துவருகிறது. இந்த ஆபத்தான நிலையில் இந்தியா ராணுவ நடவடிக்கை எடுக்க வேண்டிய நிர்பந்தத்துக்கு ஆட்பட்டுவிட்டது.

   பாகிஸ்தான் அரசு ஆக்கிரமிப்பாளர்களுக்கு உதவுவதை உடனடியாக நிறுத்தவேண்டும் என்று பாதுகாப்பு கவுன்சில் ஆணையிட வேண்டும். பாகிஸ்தான் அவர்களுக்கு உதவுவதை நிறுத்தத் தவறினால் ஆக்கிரமிப்பாளர்களின் புகலிடமும் மறை விடமுமான பாகிஸ்தானையே இந்தியா தாக்கவேண்டிய நிர்ப்பந்தம் ஏற்படுமென்று அஞ்சுவதால் இந்த மிக முக்கிய விஷயம் உடனடியாகக் கவனிக்கப்பட வேண்டுமென்று இந்திய அரசு கேட்டுக்கொள்கிறது.

2. 1947-48 செப்டம்பர் மத்தியில் ஜம்மு காஷ்மீரிலுள்ள பாகிஸ்தான் எல்லை முழுவதும் ஆயுதம் தாங்கிய பாகிஸ்தான் ஆக்கிரமிப் பாளர்கள் தாக்குவதாக செய்தி வந்தது. அவர்கள் அந்த மாநிலத்தின் பல பகுதிகளைப் பிடித்தனர்.

   அக்டோபர் 26 தேதி இரண்டாயிரத்துக்கும் அதிகமான ஆக்கிரமிப் பாளர்கள் எல்லையைத் தாண்டி வந்து முஸாஃபராபாத் நகரைக் கொள்ளையடித்து மக்களைக் கொன்று குவித்துவிட்டு ஜீலம் நதிப் பள்ளத்தாக்கு வழியாக ஸ்ரீநகர் நோக்கி முன்னேறுவதாகச் செய்தி வந்தது. வழி நெடுகிலுமுள்ள கிராமங்களை அழித்து மக்களைக் கொன்று குவித்து முன்னேறிய ஆக்கிரமிப்பாளர்களை ஊரியில் வைத்து காஷ்மீர் மாநிலத்தின் சிறிய படை தடுத்து நிறுத்தியது. இதை முறியடித்த ஆக்கிரமிப்பாளர்கள் ஊரியைச் சுட்டெரித்து விட்டு காஷ்மீருக்கு மின்சாரம் சப்ளை செய்த மஹுரா மின் நிலையத்தை நாசப்படுத்தினர்.

3. அக்டோபர் 26-ம் தேதி பாரமுல்லா நகருக்குள் புகுந்துவிட்ட பாகிஸ்தான் ஆக்கிரமிப்பாளர்கள் அங்குள்ள ஏராளமான இந்துக்களையும் முஸ்லிம்களையும் கொன்று குவித்தனர். பார முல்லாவுக்கும் ஸ்ரீநகருக்கும் இடையில் இந்த ஆக்கிரமிப் பாளர்களைத் தடுத்து நிறுத்த வேறெந்தவித சக்தியும் இல்லாத நிலையில் ஸ்ரீநகரில் வாழ்ந்த பல லட்சம் மக்கள் பாது காப்பின்றித் தவித்தனர். அதோடு பாகிஸ்தானிலிருந்து தப்பி வந்திருந்த ஏராளமான இந்து சீக்கிய அகதிகளும் ஸ்ரீநகரில் குவிந்திருந்தனர். ஆக்கிரமிப்பாளர்கள் ஸ்ரீநகருக்குள் நுழைவார் களேயானால் இந்த அகதிகள் அனைவரும் படுகொலை செய்யப்படுவது நிச்சயம்.

4. ஜம்மு காஷ்மீர் நகரில் ஆயுதம் தாங்கிய பாகிஸ்தானிய ஆக்கிரமிப்பாளர்கள் புகுந்துவிட்ட உடனே அந்த ராஜ்யத்தை இந்தியாவுடன் இணைத்துக்கொள்ள வேண்டுகோள் வந்தது.

5. சம்பவங்கள் மிக வேகமாக நடந்தன. அக்டோபர் 26ம் தேதி ஜம்மு காஷ்மீர் மகாராஜா ஹரிசிங் இந்தியாவின் உதவி கேட்டு வேண்டு கோள் விடுத்தார். அம்மாநிலத்தை இந்தியாவுடன் இணைத்துக் கொள்வதற்கும் அனுமதி கொடுத்தார். அதே நேரத்தில் காஷ்மீரத்தில் ஷேக் அப்துல்லாவின் தலைமையில் இருந்த மிகப் பெரும்பான்மை முஸ்லிம்களின் இயக்கமான நேஷனல் கான் ஃபரன்ஸ் கட்சியிடமிருந்தும் ராணுவ உதவி கேட்டும் இந்தியாவுடன் இணைந்துகொள்ள அனுமதி கேட்டும் வேண்டுகோள் வந்தது. ஆக அம்மாநில மன்னரிடமிருந்து மட்டுமல்லாமல் பெரும்பான்மை முஸ்லிம் மக்களிடமிருந்தும் உதவி கேட்டு வேண்டுகோள் வந்தது.

6. மிக பயங்கரமான ஆபத்தில் மாட்டிக்கொண்ட ஜம்மு காஷ்மீர மக்களைக் காப்பாற்றுவதற்கு இந்தியா அவசரமான முடிவெடுக்க வேண்டியிருந்தது. ஆனாலும்கூட அம்மாநில மக்களின் ஆபத்தைப் பயன்படுத்திக்கொண்டு அதை இந்தியாவுடன் இணைத்துக் கொண்டார்கள் என்ற குற்றச்சாட்டு வரக்கூடாது என்பதற்காக முழு அமைதி திரும்பியதற்கு பிறகு ஜனநாயக முறையில் சர்வதேச அமைப்புகளின் மேற்பார்வையில் அம்மாநில மக்களின் விருப்பத்தை ஓட்டெடுப்பு மூலம் முடிவு செய்ய இந்தியா உறுதியளித்தது.

7. இந்நிலையில் இந்தியா ராணுவ உதவியளிக்க கீழ்கண்ட காரணங் களினால் முன்வந்தது.

1. பக்கத்து நட்பு நாட்டை (ஜம்மு காஷ்மீரை) ஆயுதபலத்தின் மூலம் வெளி சக்திகள் நிர்பந்தப்படுத்துவதை இந்தியா அனுமதிக்க முடியாது.

2. ஜம்மு காஷ்மீர் மாநிலம் இந்தியாவுடன் இணைந்ததும் அந்த மாநிலத்தின் பாதுகாப்பு இந்தியாவின் பொறுப்பாகிவிட்டது.

8. தக்க தருணத்தில் இந்திய ராணுவம் தலையிட்டதால் ஸ்ரீநகர் காப்பாற்றப்பட்டது. கிட்டத்தட்ட 19,000 பாகிஸ்தானிய ஆக்கிரமிப்பாளர்கள் துரத்தியடிக்கப்பட்டனர். இன்று ஊரிவரை பின்னுக்குத் தள்ளப்பட்டு அங்கே இந்திய ராணுவத்தை எதிர்த்து நிற்கின்றனர். ஜம்முவிலும் சுமார் 15,000 ஆக்கிரமிப்பாளர்கள் கொலை, கொள்ளையிலும், பெண்களை கடத்திச் செல்வதிலும் தொடர்ந்து ஈடுபட்டிருக்கின்றனர். இங்கே கொள்ளையடிக்கப் படுகிற பொருட்கள் பதான் மலைவாசிகளுக்கு விநியோகிக்கப் பட்டு ஆக்கிரமிப்பாளர்கள் ஊக்குவிக்கப்படுகின்றனர். மேலும் ஒரு லட்சம் ஆக்கிரமிப்பாளர்கள் ஜம்மு காஷ்மீர் எல்லையில் குவிக்கப்பட்டுள்ளனர். அவர்களுக்கு பாகிஸ்தானிய ராணுவத்தால் உணவும் உடையும் அளிக்கப்பட்டு ராணுவப் பயிற்சியும் கொடுக்கப்படுகிறது.

9. இந்த ஆக்கிரமிப்பாளர்கள் பாகிஸ்தானின் வடமேற்கு எல்லைப் புற மாகாணங்களிலிருந்து திரட்டப்பட்டு பல நூறு மைல்கள் பாகிஸ்தானுக்குள்ளேயே பிரயாணம் செய்து காஷ்மீர் எல்லைக்குக் கொண்டுவரப்பட்டுள்ளனர். மாநிலத்தின் தென்மேற்குப் பகுதியில் பாகிஸ்தானிய நிலப்பகுதியிலிருந்துதான் ஆக்கிரமிப் பாளர்கள் தாக்குதலைத் தொடங்கினர். ஆக்கிரமிப்பாளர்களைக் கொண்டுவந்து குவிப்பதும் பாகிஸ்தானிலிருந்து தாக்குதலை நடத்துவதும் தொடர்ந்து நடந்துகொண்டிருக்கிறது. இவர்களில் பதான் மலைவாசிகளோடு பாகிஸ்தானியர்களும் நிறைய பேர் உள்ளனர். இவர்கள் நவீன ஆயுதங்களான எந்திரத் துப்பாக்கி, மார்ட்டர் பீரங்கி, வயர்லஸ் செட்டுகள், புதை வெடிக்குண்டுகள் முதலியவற்றை பயன்படுத்துகின்றனர். சரியான பயிற்சி பெற்ற படைவீரர்களாக அவர்கள் போரிடுகின்றனர். இவர்களுக்கு ஆயுதங்களும் உணவும் பாகிஸ்தானிலிருந்து வழங்கப்படுகின்றன.

10. இந்த விபரங்களெல்லாம் கீழ்கண்ட உண்மைகளைச் சுட்டிக் காட்டுகின்றன.

அ. அவர்கள் (ஆக்கிரமிப்பாளர்கள்) பாகிஸ்தான் வழியாகப் பயணம் செய்ய அனுமதிக்கப்பட்டுள்ளனர்.

ஆ. பாகிஸ்தானிய நிலப்பரப்பைத் தளமாகக்கொண்டு காஷ்மீரைத் தாக்க அனுமதிக்கப்பட்டுள்ளனர்.

இ. இவர்களில் பலபேர் பாகிஸ்தானிகள்.

உ. அவர்கள் ராணுவத் தளவாடங்களையும் போக்குவரத்து வசதிகளையும் பெட்ரோலையும் பாகிஸ்தானிடமிருந்து பெறுகின்றனர்.

ஊ. பாகிஸ்தானிய ராணுவ அதிகாரிகள் இவர்களுக்குப் பயிற்சி கொடுத்து உதவுகின்றனர்.

(டிசம்பர் 22-ம் தேதி இவ்விவரங்களைச் சொல்லி, ஆக்கிரமிப்பாளர்களுக்கு உதவியளிக்கவேண்டாம் என்று கேட்டுக்கொண்ட இந்தியாவுக்கு இன்றுவரை பாகிஸ்தானிடமிருந்து பதில் வரவில்லை.)

11. இதனால் பாகிஸ்தான் இந்தியா மீது பலாத்காரத் தாக்குதல் நடத்துகிறதென்பது உண்மையாகிறது.

12. என்ன முயன்றும் பாகிஸ்தான் ஆக்கிரமிப்பாளர்களுக்கு உதவியளிப்பதை நிறுத்தாததால் காஷ்மீரில் ராணுவ நடவடிக்கை எடுப்பதைத் தவிர இந்தியாவுக்கு வேறு வழியில்லாமல் போயிற்று.

13. ஆக்கிரமிப்பாளர்களைத் துரத்தியடிக்கும் முயற்சியில் அவர்களது செயல்படுதளமான பாகிஸ்தானுக்குள்ளேயே இந்திய ராணுவம் செல்லவேண்டிய நிர்ப்பந்தம் ஏற்படும். அப்படிச் செல்லும்போது அது இந்திய பாகிஸ்தான் போராக மாறிவிட வாய்ப்பிருக்கிறது. இந்நிலை வராமல் தடுக்க பாதுகாப்பு கவுன்சில் சட்டம் 35-ன் படி கீழ்கண்ட கோரிக்கைகளை இந்தியா முன்வைக்கிறது.

அ. ஆக்கிரமிப்பாளர்களுக்கு உதவுவதை நிறுத்தும்படி பாகிஸ்தானிடம் பாதுகாப்பு சபை சொல்லவேண்டும்.

ஆ. வேறு எந்த பாகிஸ்தான் குடிமகனும் ஆக்கிரமிப்பாளர்களோடு சேராமல் பாகிஸ்தான் அரசு தடுக்கவேண்டும்.

இ. படையெடுப்பாளர்களுக்கு,

1. பாகிஸ்தான் நிலப்பரப்பை பயன்படுத்த அனுமதிக்கக் கூடாது.
2. அவர்களுக்கு ராணுவ தளவாட சப்ளை செய்யக்கூடாது.
3. போரை நீடிக்க வகைசெய்யும் எந்த உதவியும் செய்யக் கூடாது.

14. வேகமாக மோசமடைந்து வரும் நிலமையைச் சமாளிக்க ஜம்மு காஷ்மீரில் சுய பாதுகாப்புக்காக எந்தவிதமான ராணுவ நடவடிக் கையும் எடுப்பதற்கு இந்தியா தயங்காது.

15. இந்தியா பாகிஸ்தானோடு நட்புடன் வாழ விரும்புகிறது. அமைதியை நாடுகிறது. இரு நாடுகளுக்காக மட்டுமல்லாமல் உலக நன்மைக்காகவும் அமைதி நிலைநாட்டப்படும் என்ற நம்பிக்கையில்தான் இந்தியா பாதுகாப்பு சபையை நாடியிருக்கிறது.

16. இந்தப் புகாரின் நகல் பாகிஸ்தானுக்கு அனுப்பப்படுகிறது.

தங்கள் கீழ்ப்படிதலுள்ள

பி.பி.பிள்ளை

(ஐக்கிய நாடுகளின் இந்தியப் பிரதிநிதி)

5. ஐக்கிய நாட்டு சபையில் அண்டப் புளுகு

இந்திய ராணுவம் பாகிஸ்தானியர்களை காஷ்மீர மாநிலத்தின் ஒவ்வொரு அங்குல நிலத்திலிருந்தும் துரத்துவதற்கு முயன்று வெற்றி மேல் வெற்றி பெற்றுக்கொண்டிருந்தபோது உலகின் மறு மூலையி லிருந்த ஐக்கிய நாட்டு சபையில் இந்திய ராணுவத்தின் வெற்றிகளைச் சிதறடிக்கும் வேலை துரிதமாக நடந்துகொண்டிருந்தது. காஷ்மீரப் பிரச்னையை ஐக்கிய நாட்டு சபைக்கு எடுத்துச் சென்ற நேரு, கொள்கை அடிப்படையில் ஒரு மாபெரும் தவறைச் செய்தார்.

பாகிஸ்தானின் உண்மையான நோக்கத்தையும் முஸ்லிம்கள் இந்தியாவுக்கு புரிந்த அராஜகத்தையும் நேருவின் அரசு ஐக்கிய நாட்டு பிரதிநிதிகளின் கவனத்துக்குக் கொண்டு வரத் தவறிவிட்டது. காஷ்மீர மாநிலத்தில் சக ராணுவ வீரர்களையே முஸாஃபராபாத் நகரில் நள்ளிரவில் கழுத்தை வெட்டிக் கொன்ற பூஞ்ச் முஸ்லிம்களின் செயலை யாருக்கும் தெரியாமல் மூடி மறைத்தது இந்திய அரசு.

பதான் முஸ்லிம்கள் முஸாஃபராபாத்திலும் ஊரியிலும் பாரமுல்லாவிலும் புரிந்த மனித நாகரிகமற்ற கொடுமைகளையும் கூட ஐக்கிய நாட்டு சபையில் சொல்லவில்லை. இந்தியா ஐக்கிய நாட்டு சபைக்கு அனுப்பிய புகாரில் ஜின்னாவின் நேரடி நடவடிக்கை பற்றியோ கல்கத்தாவில் மூன்றே நாளில் ஐயாயிரம் இந்துக்கள் முஸ்லிம் வெறியர்களால் கொலை செய்யப்பட்டது பற்றியோ ஒரு குறிப்பும் கொடுக்கவில்லை.

ஐக்கிய நாட்டு சபையில் இந்தியா சார்பில் வாதாடிய திரு. கோபால சுவாமி ஐயங்கார்கூட பாகிஸ்தானிலுள்ள லட்சக்கணக்கான இந்துக்கள் படுகொலை செய்யப்பட்டு, மானபங்கப்படுத்தப்பட்டு, கொள்ளையடிக்கப்பட்டு அநாதைகளாகக் காட்டு மிருகங்களிலும் கேவலமாகத் துரத்தப்பட்ட விவரம் எதையும் சொல்லவில்லை.

இப்படி அப்பட்டமான உண்மைகளை மூடி மறைத்ததற்கு நேருவின் அரசாங்கம் நினைத்துக்கொண்ட காரணம் இதுதான்: முஸ்லிம்கள் புரிந்த அராஜகத்தை வெளிச்சம் போட்டுக்காட்டினால் அது இந்தியாவில் இன்னும் இருந்து கொண்டிருக்கும் முஸ்லிம்களைப்

பாதித்துவிடும். அதாவது, முஸ்லிம்களின் மீது இந்துக்களுக்குக் கோபம் வந்து அதனால் முஸ்லிம்களுக்கு ஆபத்து வந்துவிடும்.

நாடு துண்டாடப்பட்ட பிறகும் காஷ்மீரத்தில் இந்துக்கள் தாங்க முடியாத கொடுமைகளுக்குள்ளான பிறகும்கூட முஸ்லிம்களின் அராஜகச் செயலை உலக மக்களுக்கு எடுத்துச் சொல்ல இந்திய அரசு தவறிவிட்டது. முஸ்லிம்களுக்கு ஆபத்து வந்துவிடுமோ என்கிற கற்பனையான சந்தேகத்தினால் உண்மையை மூடி மறைத்து ஐக்கிய நாட்டு சபைக்கு மிகக் குறைந்த தகவலை மட்டுமே கொடுத்ததால் காஷ்மீர் பிரச்னையில் நமது நாடு பெரும் இழப்புக்குள்ளாகிறது.

முஸ்லிம்களைப் பாதுகாக்கவேண்டும் (அவர்களுக்கு இந்துக்களால் ஆபத்து வரும் என்பது வெறும் கற்பனை பயம்தான்) என்னும் ஒரே குறிக்கோளோடு செயல்பட்ட நமது அரசு அதனால் இந்துக்களுக்கு இழைக்கப்பட்ட கொடுமைகளையோ ஐக்கிய நாட்டு சபையில் இந்திய நாட்டுக்கு ஏற்பட்ட அவமானத்தையோ பெரிதாகக் கருதவில்லை. ராணுவ நடவடிக்கையினால் காஷ்மீர் பிரச்னையை இந்தியா முடிவுக்குக் கொண்டுவர நினைத்திருந்தால் இந்தியா ஐக்கிய நாட்டு சபைக்கு வரவேண்டிய அவசியமே இருந்திருக்காது; பாகிஸ்தானோடு சமாதான சகவாழ்வை விரும்புவதால்தான் இப்பிரச்னைக்கு ஐ.நா.சபையின் மூலம் முடிவுகாண முயற்சிக்கிறதென்றும் இந்தியா வாதாடியது.

சத்தியத்தை மறைப்பதும் பொய்யைச் சொல்வதற்கு சமமே என்பதை அறிந்திருந்தும்கூட நமது அரசு முஸ்லிம்கள் புரிந்த அராஜகத்தை உலகின் கண்களிலிருந்து மறைத்தது. ஆனால், பாகிஸ்தான் அரசின் நடவடிக்கைகளோ நேர் எதிராகவும் கலப்படமற்ற பொய்யை அஸ்திவாரமாகவும் புளுகுகளைத் தூண்களாகவும் அநீதியை மேல் கூரையாகவும் கொண்டு கட்டப்பட்ட கட்டடமாக இருந்தது.

முஸ்லிம் மதத்தின் பேரால் ஒன்று சேர்ந்ததையும், மதத்தின் பேரால் பாகிஸ்தான் கோரியதையும், மதத்தின் பேரால் காஷ்மீர் மீது படையெடுத்ததையும் இந்தியா சுட்டிக்காட்டத் தவறியதை பாகிஸ்தான் முழுமையாகப் பயன்படுத்திக்கொண்டது.

மிகமிக அவசரமென்றும் காஷ்மீரில் பாகிஸ்தான் படையெடுத்திருப்பதை உடனடியாக நிறுத்தவேண்டுமென்றும் 1948-ஆம் ஆண்டு ஜனவரி 1ம் தேதி கொடுத்த புகாரை 6ம் தேதி விவாதத்துக்கு எடுத்துக் கொண்ட ஐ.நா.பாதுகாப்பு கமிஷன் இந்தியாவின் எதிர்ப்பையும் மீறி பாகிஸ்தானின் வேண்டுகோளுக்கிணங்கி விவாதத்தை ஜனவரி 15ம் தேதிக்குத் தள்ளிப்போட்டது. இந்தியாவின் புகாருக்கு பதிலளிக்க

ஜனவரி 17ம் தேதி பாகிஸ்தானின் வெளியுறவு அமைச்சர் ஸபருல்லா கான் பேசினார். ஒரே மூச்சாகத் தொடர்ந்து 5 மணி 25 நிமிட நேரம் பேசி பாகிஸ்தான் தரப்பில் ஐக்கிய நாட்டு சபைக்குக் கொடுத்த பதில் இதுதான்:

1. காஷ்மீருக்குள் நுழைந்த பதான் பழங்குடிகளைத் தடுத்து நிறுத்து வதற்கு பாகிஸ்தான் போர்க்கால அடிப்படையில் நடவடிக்கை எடுத்திருக்கிறது.

2. பழங்குடிகள் பாகிஸ்தானி நிலங்களைப் பயன்படுத்துவதற்கு அனுமதிக்கப்படவில்லை.

3. பாகிஸ்தான் பழங்குடிகளுக்கு ராணுவ உதவியோ ஆயுதங்களோ கொடுக்கப்படவில்லை.

இந்தியாவின் குற்றச்சாட்டுகளை இப்படி அபாண்டமாகப் பொய் சொல்லி மறுத்த பாகிஸ்தான் மறுபடி இந்தியா மீது பழி சொல்ல ஆரம்பித்தது.

அதாவது, இந்தியா-பாகிஸ்தானை முழுமனதோடு என்றுமே ஏற்றுக் கொண்டதில்லை. ஜூன் 1947லிருந்து பாகிஸ்தானை அழிக்கும் முயற்சியில் இந்தியா ஈடுபட்டுள்ளது. முன்னமேயே திட்டமிடப் பட்டு முஸ்லிம்களைக் கொலை செய்து அழித்துவரும் செயல் இந்தியாவில் இன்னும் நடந்து வருகின்றது. குறிப்பாக கிழக்கு பஞ்சாப், டெல்லி, அஜ்மீர், கபூர்தலா, பரித்கோட், பட்டியாலா, பரத்பூர், குவாலியர் முதலான இடங்களில் இந்தியாவில் வாழ்கிற முஸ்லிம்களின் சுதந்தரமும், பாதுகாப்பும், மதமும், கலாசாரமும், மொழியும் பயங்கர ஆபத்துக்குள்ளாகியிருக்கின்றன.

பாகிஸ்தானோடு சேர முயன்ற ஜுனாகட், மனாவதார் போன்ற நாடுகளை இந்திய ராணுவம் தடுத்து நிறுத்தி அங்கு வாழும் முஸ்லிம்களுக்கு ஏராளமான சேதங்களை உண்டாக்கியது.

ஜம்மு காஷ்மீர் மாநிலத்தை அராஜகத்தின் மூலம் ஏமாற்றி அதையும் இந்தியாவோடு இணைத்துக் கொண்டதோடு மட்டுமல்லாமல் அங்கு வாழும் முஸ்லிம்களின் மீது திட்டமிட்ட கொலை, கொள்ளை, அராஜகம் முதலியவற்றை இந்திய அரசு கட்டவிழ்த்துவிட்டது.

பாகிஸ்தான் நிலத்தில் இந்திய விமானப்படை பலமுறை அத்துமீறிப் பறந்துள்ளது.

இந்தியா-பாகிஸ்தான் பிரிவினையின்போது ஏற்றுக்கொள்ளப்பட்ட ஒப்பந்தத்தை மீறி பாகிஸ்தானுக்கு கொடுக்கவேண்டிய 55 கோடி ரூபாயை இந்தியா கொடுக்க மறுத்தது.

பாகிஸ்தானை ராணுவத்தைக் கொண்டு தாக்குவதாக இந்தியா பயமுறுத்தியது. பாகிஸ்தானை அழித்துவிடுவதே இந்தியாவின் நோக்கம்.

இந்தக் கருத்துகளைச் சொல்லுகிறபோது ஸபருல்லாகான் ஐ.நா. பாதுகாப்பு சபை பிரதிநிதிகளின் அனுதாபத்தைப் பெறும் வகையில் பேசினார். சிறிய நாடான பாகிஸ்தானையும், மைனாரிட்டி மக்களான முஸ்லிம்களையும் பூண்டோடு அழிக்க இந்தியா திட்டமிட்டுள்ளது; காஷ்மீரில் முஸ்லிம்கள் படுகொலை செய்யப்பட்டதால்தான் அவர்கள் புரட்சியில் இறங்கியிருக்கிறார்கள். இந்திய ராணுவத்திட மிருந்து காஷ்மீர முஸ்லிம்களைப் பாதுகாக்க இந்திய ராணுவத்தை உடனே வெளியேற்ற வேண்டுமென்று வேண்டுகோள் விடுத்தார்.

எல்லாவற்றுக்கும் மேலாக பாகிஸ்தானின் தரப்பில் சொல்லப்பட்ட ஒரு கருத்து ஐ.நா.சபையில் வெகுவாக எடுபட்டது. அது மகாத்மா காந்தி பற்றியது.

6. இந்தியாவின் மானம் கப்பலேறியது

பாதிக்கப்பட்ட இந்தியா சொல்லியிருக்க வேண்டிய அத்தனை குற்றச்சாட்டுகளையும் பாகிஸ்தான் தனக்கு நேர்ந்ததாகச் சொன்னது. மதசார்பற்ற தன்மை என்கிற பெயரில் இந்துக்களைவிடவும் அதிக மாக சலுகைகளை அனுபவித்துக் கொண்டிருக்கும் இந்திய முஸ்லிம் களின் உயிருக்கு ஆபத்து என்றும், காஷ்மீர முஸ்லிம்களை இந்துக்கள் படுகொலை செய்கிறார்களென்றும் அபாண்டமான பொய்யை நாகூசாமல் பேசிய ஸபருல்லாகான் ஏராளமான பாகிஸ்தானி பத்திரிகைச் செய்திகளை ஆதாரமாகக் காட்டினார்.

ஒவ்வொரு முறையும் இஸ்லாத்துக்கு ஆபத்து என்றும் முஸ்லிம் களுக்கு ஆபத்து என்றும் சொல்லி படிப்பறிவு அற்ற முஸ்லிம் மக்களின் வெறித்தனத்தைத் துண்டிவிட்டு இந்துக்களை காலம் காலமாக முஸ்லிம் தலைவர்கள் படுகொலை புரிந்தபோதும் இந்திய காங்கிரஸ் தலைவர்கள் இந்துகளின் மத்தியில் பாதுகாப்பு உணர்வைக் கூட உருவாக்கவில்லை. மாறாக முஸ்லிம்களின் கொலைவெறியை மூடி மறைத்தே வந்திருக்கிறார்கள் என்பதே மிகக் கேவலமான உண்மை.

ஸபருல்லாகான் இந்தியாவில் முஸ்லிம்கள் படுகொலை செய்யப்படு கிறார்களென்பதற்கு சுட்டிக்காட்டிய ஓர் ஆதாரம் அப்போது மகாத்மா காந்தி டெல்லியில் நடத்திக்கொண்டிருந்த உண்ணாவிரதப் போராட்ட மாகும்.

பானிப்பட்டிலிருந்து இருபதாயிரம் முஸ்லிம்கள் பாகிஸ்தானுக்கு குடிபெயர்ந்து போகப்போகிறார்களென்பதைக் கேள்விப்பட்டு அவர்களை அவ்விதம் போகவிடாமல் தடுத்து நிறுத்தி இந்தியாவி லேயே தங்கியிருக்க இந்தியத் தலைவர்கள் ஏற்பாடு செய்ய வேண்டு மென்பது மகாத்மா காந்தியின் உண்ணாவிரதக் கோரிக்கைகளுள் ஒன்று.

மகாத்மா காந்தி மீண்டும் மீண்டும் இந்துக்களிடம் மட்டுமே அமைதி காக்கும்படியும், முஸ்லிம்களை பாகிஸ்தானுக்கு போகாமல் தடுக்கும் படியும் விடுத்த வேண்டுகோளைப் பயன்படுத்திகொண்ட ஸபருல்லா

கான், 'இதோ பார்த்தீர்களா மகாத்மா காந்தியே முஸ்லிம்கள் கொல்லப் படும் உண்மைகளை ஒத்துக்கொள்கிறார்' என்று ஐ.நா.சபையில் சுட்டிக்காட்டினார். அதே நேரத்தில் நூற்றாண்டுகளாகத் தங்களோடு வாழ்ந்திருந்த மேற்கு பஞ்சாப் சீக்கியர்களையும், இந்துக்களையும் முஸ்லிம் வெறியர்கள் பாகிஸ்தான் ராணுவத்தின் உதவியுடன் சுட்டுப் பொசுக்கிக் கொண்டிருந்த உண்மைகளைச் சொல்வதற்குக்கூட இந்திய பிரதிநிதி கோபாலசுவாமி ஐயங்காருக்கு நமது அரசு அனுமதி யளித்திருக்கவில்லை.

சுதந்தரம் கிடைத்த ஒரு மாதத்துக்குள்ளாகவே காஷ்மீர் மீது பாகிஸ்தான் படையெடுத்துவிட்டதால் கொடுக்கப்படவேண்டிய 55 கோடி ரூபாயை இந்திய அரசு நிறுத்தி வைத்திருந்தது. இந்த பணம் இப்போது கொடுக்கப்பட்டால் இதை பாகிஸ்தான் அரசு காஷ்மீர் படையெடுப்புக்குத்தான் பயன்படுத்தும் என்பதைத் திட்டவட்டமாக உணர்ந்திருந்ததால்தான் நிறுத்தி வைக்கப்பட்டது. ஆனால், மகாத்மா காந்தி தனது உண்ணாவிரதக் கோரிக்கைகளில் ஒன்றாக, இந்தப் பணம் உடனடியாக பாகிஸ்தானுக்கு பட்டுவாடா செய்யப்படவேண்டு மென்று வலியுறுத்தினார்!

நம் மீது படையெடுக்கிறவனுக்கு நாமே பணம் கொடுத்து உதவுகிற கேவலத்தை ஜீரணிக்க முடியாமலும், மகாத்மா காந்தியின் உண்ணா விரதத்துக்கு ஈடுகொடுக்க முடியாமலும் இந்திய அரசு தத்தளித்துக் கொண்டிருந்தபோதுதான் ஸபருல்லாகான் காந்தியின் உண்ணாவிரதக் கோரிக்கையைச் சுட்டிக்காட்டி ஐ.நா.சபையில் ஆதாயம் தேடினார்.

முஸ்லிம்கள் காலி செய்துவிட்டுப் போயிருந்த இடங்களில் இருந்த பல மசூதிகளில் பாகிஸ்தானிலிருந்து துரத்தப்பட்ட இந்து அகதிகள் தங்கியிருந்ததை முஸ்லிம்கள் (நேருவின் நண்பரான அமைச்சர் அபுல்கலாம் ஆஸாத்) மகாத்மா காந்தியிடம் சுட்டிக்காட்டினார்கள். பாகிஸ்தான் முழுவதிலும் பலகோடி ரூபாய் பெறுமான இந்து ஆலயங்களும், இந்துக்களின் வீடுகளும், சொத்துக்களும் முஸ்லிம் களால் ஆக்கிரமிக்கப்பட்டுக் கொண்டிருப்பதைச் சற்றும் கண்டு கொள்ளாத மகாத்மா காந்தி டில்லி மசூதிகளில் அடைக்கலம் தேடி ஒண்டிக்கொண்டிருந்த லட்சக்கணக்கான இந்து அகதிகளை உடனடி யாக வெளியேற்ற வேண்டுமென்பதையும் உண்ணாவிரதக் கோரிக்கைகளில் ஒன்றாக விடுத்திருந்தார்.

இதையும் ஸபருல்லாகான் பாகிஸ்தானுக்கு சாதகமாகப் பயன்படுத்திக் கொண்டு, 'பார்த்தீர்களா டெல்லியில் மசூதிகளைக்கூட இந்துக்கள் ஆக்கிரமித்துக்கொண்டார்கள்' என்று கூக்குரல் எழுப்பினார்.

ஸபருல்லாகானின் அபாண்டமான பொய்களும் சாமர்த்தியமான விவாதங்களும் ஐ.நா.சபையின் பிரதிநிதிகள் பலருக்கு உண்மையாக தோன்றியிருந்தாலும்கூட இங்கிலாந்து நாட்டின் பிரதிநிதிகளுக்கு ஸபருல்லாகான் சொன்னவை அத்தனையும் பொய் என்பது தெரிந்து தான் இருந்தது. ஆரம்பத்திலிருந்தே பாகிஸ்தான் பிரிவினைக்கு உடந்தையாக இருந்து காஷ்மீரை பாகிஸ்தானிடம் சேர்த்துவிட வேண்டுமென்ற முயற்சியிலும் ஈடுபட்டுத் தோல்விகண்டிருந்த பிரிட்டிஷ் அரசின் பிரதிநிதி, ஸபருல்லாகானின் பொய்யுரைகள் அத்தனையையும் கேட்டுவிட்டுப் பேசாமல் இருந்துவிட்டார். அவர் நினைத்திருந்தால் பாகிஸ்தானின் பொய்களை அம்பலப்படுத்தி இந்தியாவுக்கு ஆதரவு தேடியிருக்க முடியும். ஆனால், அந்த ஆங்கிலேய கிறிஸ்தவர்கள் இந்தியாவையும் இந்துக்களையும் ஏமாற்றிக் கெடுப்பதிலேயே கண்ணும் கருத்துமாக இருந்தனர்.

ஸபருல்லாகான் தனது முடிவுரையில் இந்திய கவர்னர் ஜெனரலான மௌண்ட்பேட்டனும் பாகிஸ்தானிய கவர்னர் ஜெனரலான ஜின்னாவும் சேர்ந்த கூட்டுப்பராமரிப்பில் காஷ்மீரை விடவேண்டும்; முஸ்லிம்கள் வாழும் பகுதிகளில் பாகிஸ்தானிய துருப்புகளையும், இந்துக்கள் வாழும் பகுதிகளில் இந்தியத் துருப்புகளையும் நிறுத்த வேண்டுமென்று வேண்டுகோள் விடுத்தார்.

ஆக்கிரமிப்பாளர்களை வெளியேற்ற வேண்டுமென்று இந்தியா ஐ.நா.சபையைக் கேட்கப் போக காஷ்மீர மக்களின் பாதுகாப்புக்காகப் போன இந்தியத் துருப்புகளையே வெளியேற்ற வேண்டுமென்று பாகிஸ்தான் கோரிக்கை வெளியிட்டது.

ஜனவரி 6-ஆம் தேதியன்றே மேற்கொண்டு எந்த நடவடிக்கைகளிலும் ஈடுபடவேண்டாமென்று ஐ.நா.சபை இருநாடுகளுக்கும் வேண்டு கோள் விடுத்திருந்தது. இதை இருநாடுகளும் ஏற்றுக்கொண்டன. ஜனவரி 20ஆம் தேதியன்று பாதுகாப்பு கவுன்சில் ஒரு தீர்மானம் நிறைவேற்றியது. அதில் மூன்று உறுப்பினர்களைக் கொண்ட ஒரு கமிஷன் அமைக்கப்பட்டது. பாகிஸ்தான் தேர்ந்தெடுக்கும் ஒரு உறுப்பினரும், இந்தியா தேர்ந்தெடுக்கும் ஒரு உறுப்பினரும், அந்த இருவரும் சேர்ந்து தேர்ந்தெடுக்கும் மூன்றாமவரும் கமிஷனில் இருப்பார்கள். இந்த மூவர் குழு உடனடியாக விரைந்து சென்று காஷ்மீரில் போர்நிறுத்தத்தை ஏற்படுத்தி இருதரப்பினரையும் சமாதானப்படுத்த முயற்சி செய்ய வேண்டும்.

பாதுகாப்பு கவுன்சிலின் இந்த ஒப்பந்தத்தை இந்தியாவும் பாகிஸ்தானும் ஏற்றுக்கொண்டன. ஆனால் அன்றைய (ஜனவரி 20) பாதுகாப்பு கவுன்சில் நடவடிக்கைகள் முடிவடைவதற்கு முன்னரே

ஸபருல்லாகான் பாதுகாப்பு கவுன்சில் தலைவருக்கு ஒரு கடிதம் எழுதினார். அதில் ஜுனாகாட் சமஸ்தானம் சம்பந்தமாக பாதுகாப்பு கவுன்சில் உடனடியாக விவாதிக்க வேண்டுமென்றும். தவறினால் பாகிஸ்தான் இந்தியா மீது படையெடுக்க வேண்டிய நிர்ப்பந்தம் ஏற்படும் என்றும் மிரட்டினார்.

காஷ்மீரில் ஏற்கெனவே போர் நடந்து கொண்டிருக்கிறது. ஜுனா காட்டில் போர் தொடங்கிவிடும் அபாயம் இருக்கிறது. ஆகையால், காஷ்மீருக்காக அமைக்கப்பட்ட மூவர்குழு ஜுனாகாட் பிரச்னையையும் சேர்த்து விசாரிக்க வேண்டுமென்னும் பாகிஸ்தானின் இந்த திடீர் திருப்பத்தை இந்தியா பலமாக ஆட்சேபித்தது. காஷ்மீரில் அப்பட்ட மான ஆக்கிரமிப்பில் ஈடுபட்டிருக்கும் பாகிஸ்தானைத் தடுத்து நிறுத்த வேண்டுமென்பதற்காகத்தான் இந்தியா ஐக்கிய நாட்டு சபையில் புகார் கொண்டு வந்தது. பாகிஸ்தான் கொண்டு வருகிற எல்லா பிரச்னை களையும் விவாதித்துக் கொண்டிருப்பதற்கு நேரமில்லை. ஜுனாகாட் பிரச்னையை எக்காரணம் கொண்டும் இந்த தீர்மானத்துக்குள்ளேயே நுழைப்பதற்கு அனுமதிக்க முடியாதென்றும் காஷ்மீரப் பிரச்னைக்குத் தான் முழு முதல் முக்கியத்துவம் கொடுக்கவேண்டுமென்றும் கோபால்சாமி ஐயங்கார் வாதிட்டார்.

7. கேட்டது ஒண்ணு கெடச்சது வேறொண்ணு

இந்தத் தடவை மட்டும் ஆங்கிலேயப் பிரதிநிதியாக இருந்த நோயல் பெக்கர் என்பவர் இந்திய வாதத்தின் நியாயத்தை உணர்ந்து காஷ்மீர் பிரச்னைக்குத்தான் முதல் முக்கியத்துவம் கொடுக்கவேண்டுமென்று ஒரு திருத்தத் தீர்மானம் கொண்டுவந்தார். இந்தியாவுக்கு சாதகமான இந்தத் தீர்மானத்தை சிரியா, அர்ஜென்டினா, கொலம்பியா முதலிய நாடுகள் பாகிஸ்தானுக்குத் துணைநின்று எதிர்த்தன. இந்தியாவுக்கு எதிரான இந்த அணியில் ரஷ்ய பிரதிநிதியான ஹென்றி குரோமி கோவும் சேர்ந்துகொண்டார். உலக நாடுகள் பலவற்றின் இந்த இந்திய எதிர்ப்புக் கொள்கை, இந்திய அரசின் பலவீனத்தைச் சுட்டிக் காட்டுவதாக இருந்தது.

பாகிஸ்தானுக்கு பெரும்பான்மை சேர்ந்துவிட்டதால் பிரிட்டன் தனது திருத்தத்தை வாபஸ் பெற்றுக்கொண்டது. இந்தியாவின் எதிர்ப்பையும் மீறி காஷ்மீர் பிரச்னையோடு ஜுனாகாட் பிரச்னையும் இணைந்து ஜனவரி 20 தீர்மானம் நிறைவேற்றப்பட்டது.

ஆக, ராணுவத்தின் மூலம் மிக எளிதாக பாகிஸ்தானியர்களைத் துரத்தியடித்து எந்தப் பிரச்னையும் இல்லாமல் காஷ்மீரத்தை இந்தியாவுடன் முழுமையாக இணைத்துக்கொள்ளும் வாய்ப்பை அநியாயமாக இழந்தது. அது மட்டுமல்லாமல் உலக நாடுகளின் மத்தியில் இந்தியாவைப்பற்றிய எல்லாவித அவதூறுகளையும் பாகிஸ்தான் பரப்புவதற்கு ஐக்கிய நாட்டு சபையை ஒரு கேந்திரமாகப் பயன்படுத்த நாம் கொடுத்த புகார் உதவியது. வெறும் காஷ்மீர் பிரச்னையாக ஆரம்பித்ததை இந்த ஜனவரி 20 தீர்மானம் இந்தியா பாகிஸ்தான் பிரச்னையாக மாற்றியது. அந்த காஷ்மீரப் பிரச்னையை இன்றுவரையிலும் (68 ஆண்டுகளாக) இழுத்தடித்துக்கொண்டும் இருக்கிறது.

ஐ.நா.சபையில் வாதங்களும் பிரதிவாதங்களும் தொடர்ந்து நடக்க ஆரம்பித்தன. இந்தியாவில் நடந்திருந்த அத்தனை விஷயங்களையும் முழுவதுமாகத் தெரிந்திருந்த ஆங்கிலேயப் பிரதிநிதி இந்தியாவுக்கு சாதகமில்லாமல் பாதகமுமில்லாமல் பேசினார். அமெரிக்கா,

பிரெஞ்சு, சிரியா, அர்ஜென்டினா போன்ற நாடுகளின் பிரதிநிதிகள் முழுக்க முழுக்க பாகிஸ்தானை ஆதரித்தனர்.

காஷ்மீர் மன்னர் அந்த மாநிலத்தை இந்தியாவுடன் இணைத்ததை அமெரிக்கா ஏற்க மறுத்தது. காஷ்மீரில் வாக்கெடுப்பு நடத்தி அங்குள்ள மக்களின் எண்ணப்படிதான் அது பாகிஸ்தானுடனோ இந்தியாவுடனோ இணையவேண்டும் என்று வலியுறுத்தியது. காஷ்மீர மக்கள் பொது ஓட்டெடுப்பின் மூலம் ஒரு முடிவுக்கு வந்தபின்புதான் பதான் பழங்குடிகள் அங்கிருந்து வெளியேறவேண்டு மென்று அது கோரியது. அமெரிக்காவின் கூட்டத்தில் சேர்ந்த ஒட்டுண்ணி நாடுகளான அர்ஜென்டினா, ஃபிரான்ஸ், கனடா, பிரிட்டன் போன்றவையும் அமெரிக்க இசைக்கு ஏற்பவே நாட்டியமாடின.

எந்தக் கொலைகாரக் கும்பலை காஷ்மீரிலிருந்து வெளியேற்ற வேண்டும் என்ற கோரிக்கையோடு இந்தியா ஐ.நா.சபைக்குச் சென்றதோ அது நிறைவேறாதபடிக்கு முழுமையாக முட்டுக்கட்டை போட்டது அமெரிக்கா. உலக நாடுகள் பாகிஸ்தானுக்கு ஆதரவாகவும் இந்தியாவுக்கு எதிராகவும் செயல்படுவதைப் பார்த்து நேரு 'நான் என் தவற்றை உணர்கிறேன். இந்தியாவின் கோரிக்கையைச் சரியான கோணத்தில் புரிந்து கொள்வதற்குக்கூட முயலாமல் முக்கியத்துவம் இல்லாத வேறு பல பிரச்னைகளை உலக நாடுகள் பேசியுள்ளன என்றார்'.

கடைசியாக ஐ.நா.சபையின் விவாதங்கள் மூன்று முக்கிய கருத்துகள் மீது மிகத் தீவிரமாக நடைபெற்றன. அவை :

1. காஷ்மீரத்தில் இப்போது இருந்துகொண்டிருக்கும் இடைக்கால ஷேக் அப்துல்லா அரசை மாற்றி பாகிஸ்தான் ஏற்றுக்கொள்ளும் வகையில் ஐ.நா.சபையின் துணையுடன் வேறு அரசை நிறுவுவது.

2. இந்தியத் துருப்புகளை வெளியேறச் சொல்வதா வேண்டாமா.

3. பாகிஸ்தானின் பதான் முஸ்லிம்களை வெளியேற்றுவதா வேண்டாமா என காஷ்மீர மக்களிடம் வாக்கெடுப்பு நடத்துவது.

ஆக்கிரமிப்பு நடத்திய பதான் முஸ்லிம்களுக்கு பாகிஸ்தான் உதவி செய்வதை நிறுத்த வேண்டும் என்ற இந்தியாவின் கோரிக்கையை கிடப்பில் போட்டுவிட்ட ஐ.நா.சபை இந்தியாவுடன் சட்டப்படி இணைந்துவிட்ட காஷ்மீரத்தில் மறுபடியும் வாக்கெடுப்பு நடத்த வேண்டுமென்ற முடிவுக்கு வந்தது.

ஆக்கிரமிப்பாளர்களை அகற்றவேண்டுமென்று வேண்டுகோள் விடுத்த இந்தியாவையே ஆக்கிரமிப்பாளனாக்கி முகத்தில் கரி பூசியது

ஐ.நா.சபை! முஸ்லிம் ஆக்கிரமிப்பாளர்களுக்கு பாகிஸ்தான் உதவி செய்வதை ஐ.நா. சபை தடுத்து நிறுத்தவேண்டுமென்ற இந்தியாவின் எளிய வேண்டுகோளை ஏற்றுக்கொள்வதற்கு பதிலாக காஷ்மீர் யாருக்குச் சொந்தம் என்று முடிவு செய்வதற்கு ஐ.நா.சபை துடித்தது.

கடைசியாக ஏப்ரல் 17 - 1948 அன்று ஒரு மசோதா கொண்டு வரப்பட்டது. இதன்படி:

1. காஷ்மீரில் இந்தியாவும் பாகிஸ்தானும் ஐ.நா.கமிஷனுடன் இணைந்து சமாதானத்தைக் கொண்டு வரவேண்டும்.

2. பாகிஸ்தான் அரசு பதான் பழங்குடிகளையும் பாகிஸ்தானி களையும் வாபஸ் பெறவேண்டும். காஷ்மீருக்குள் புதிதாக நுழை வதைத் தடுக்கவேண்டும். இவர்களுக்கு பாகிஸ்தான் அரசு உதவி செய்வதை நிறுத்தவேண்டும்.

3. போர் நிறுத்தம் ஏற்றுக்கொள்ளப்பட்டதும் பதான் பழங்குடிகளை வாபஸ் பெறவேண்டும். அதன்பிறகு கமிஷன் ஒத்துழைப்போடு இந்திய ராணுவத்தைப் படிப்படியாகக் குறைத்துக் கொள்ள வேண்டும்.

தீர்மானத்தின் இரண்டாவது ஷரத்து ஐ.நா.சபையினால் நியமிக்கப் பட்ட வாக்கெடுப்பு அதிகாரிக்கு இந்தியா எல்லா உதவிகளையும் செய்ய வேண்டும்.

மூன்றாவது ஷரத்துப்படி இந்தியாவின் பிரதிநிதி ஒருவரும் பாகிஸ்தானின் பிரதிநிதி ஒருவரும் கமிஷனில் சேர்த்துக்கொள்ளப்படுவர். இந்தத் தீர்மானத்தை ஐக்கிய நாட்டு பாதுகாப்பு சபை ஏப்ரல் 21-1948 அன்று நிறைவேற்றியது.

இதை இந்தியாவும் பாகிஸ்தானும் ஒருமித்து நிராகரித்தனர்.

நிராகரிப்புக்கு இந்தியா சொன்ன காரணங்கள், இந்தியாவின் வேண்டு கோளை நிறைவேற்றுவதற்கு இந்தத் தீர்மானம் அதிக முக்கியத்துவம் கொடுக்கவில்லை. பாகிஸ்தான் என்ன செய்யவேண்டும் என்பதை அறுதியிட்டுச் சொல்லவில்லை.

இந்தத் தீர்மானம் காஷ்மீர் ஏற்கெனவே இந்தியாவுடன் இணைந்து விட்டது என்பதைக் கணக்கிலெடுத்துக் கொள்ளவில்லை. காஷ்மீர் மீது அத்துமீறிப் படையெடுத்ததற்கு பாகிஸ்தானை மட்டும் குற்றம் சாட்டுவதற்குப் பதிலாக இந்தியாவையும் குற்றவாளி ஆக்கியது. பிரிட்டிஷ் அரசின் பாரமௌண்டாஸி கொள்கை விலக்கிக் கொள்ளப் பட்ட பிறகு காஷ்மீரின் பாதுகாப்புக்கு இந்தியாவே முழுப்பொறுப்பு என்பதைக் கணக்கிலெடுத்துக் கொள்ளவில்லை.

இத்தீர்மானத்தை நிராகரித்துப் பேசிய திரு. கோபால்சாமி ஐயங்கார் காஷ்மீர் மக்கள் வாக்கெடுப்பின் மூலம் பாகிஸ்தானுடன் சேர்கிறோம் என்று முடிவு செய்கிற நிமிடம் வரையிலும் காஷ்மீர் இந்தியாவின் பிரிக்க முடியாத ஒரு பகுதிதான். இதனால் வாக்கெடுப்பு நடத்துகிற போதோ அதற்கு முன்னாலோ பாகிஸ்தானின் அரசையோ பழங்குடி களையோ காஷ்மீருக்குள் இருப்பதை அனுமதிக்கமுடியாது என்று திட்டவட்டமாக அறிவித்துவிட்டார்.

இதே தீர்மானத்தை நிராகரித்த ஸபருல்லாகான் ஒரு திருத்தம் கொண்டு வர முயற்சி செய்தார். அதன்படி பாகிஸ்தானின் ராணுவம் காஷ்மீரில் பயன்படுத்தப்படவேண்டும். இந்திய துருப்புகளின் முன்னேற்றம் தடுத்து நிறுத்தப்பட வேண்டும். முஸ்லிம் பெரும்பான்மையாக இருக்கும் பகுதிகளில் முஸ்லிம் ராணுவமும், இந்துக்கள் பெரும் பான்மையாக இருக்கும் பகுதிகளில் இந்திய ராணுவமும் நிறுத்தப்பட வேண்டும்.

அப்படியாக இந்தத் தீர்மானத்தை இரு நாடுகளும் நிராகரித்துவிட்ட பிறகு ஐ.நா.சபை தன்னிச்சையாக ஜூன் 3ம் தேதி புதிதாக ஒரு ஷரத்தைச் சேர்த்துத் தீர்மானத்தை நிறைவேற்றியது. இந்த ஷரத்தின் படி ஐ.நா.கமிஷன் ஜுனாகட் பிரச்னையையும் விசாரிக்கலாம் என்று அனுமதித்தது.

1948 ஜனவரி 1ம் தேதி கொடுக்கப்பட்ட இந்தியாவின் அவசர வேண்டு கோளின்படி பாகிஸ்தானிய அரசு பதான் பழங்குடிகளுக்கு உதவி செய்வதை நிறுத்தவேண்டும் என்று ஆணையிடத் தவறிவிட்ட ஐ.நா.சபை விவாதங்களை ஜூன் மாதம் வரை இழுத்தடித்தது இரண்டு அரசுகளுமே ஏற்றுக்கொள்ளாத ஒரு தீர்மானத்தை நிறைவேற்றியது.

தீர்மானத்தை ஏற்றுக்கொள்ளாதபோதும் ஐநா கமிஷன் இந்தியாவுக்கு வரும்போது அதை மகிழ்ச்சியுடன் வரவேற்போம் என்று இந்தியா அறிவித்தது. பாகிஸ்தானும் ஐநா சபையை வரவேற்பதாகச் சொன்னது. அதன்படி ஜூலை 7ம் தேதி ஐ.நா.கமிஷன் முதலில் பாகிஸ்தான் வந்து சேர்ந்தது. இதில் இந்தியா நியமித்த செக்கோஸ்லோவேகிய பிரதிநிதியும் (ஜோசப் கோர்பரும்) பாகிஸ்தான் நியமித்த அர்ஜென்டீனா பிரிதிநிதி (ரிக்கார்டோர் ஜெ.ஸிரி) ஐ.நா.சபை நியமித்த பெல்ஜியம், கம்போடியா மற்றும் அமெரிக்க பிரதிநிதிகளும் (வரிசைப்படி எக்பர்ட் கிராபே, அஃப்ரோடா வொஸானோ, ஜே.கிளார் ஹடில்) இருந்தனர். இந்த கமிஷன் பாகிஸ்தானில் காலடியெடுத்து வைத்ததும் பயங்கர உண்மை ஒன்று வெளியானது.

8. கெட்டிக்காரன் புளுகு எட்டு நாளைக்கு

ஐ.நா.வின் குழு பாகிஸ்தானில் இறங்கியதுமே அந்நாட்டின் வெளியுறவு அமைச்சர் ஸபருல்லாகான் அவர்களிடம் ஒரு தகவலைத் தெரிவித்தார். பாகிஸ்தானிய ராணுவத்தின் மூன்று பிரிகேட் பிரிவுகள் கடந்த மே மாதம் ஆரம்பம் முதலே காஷ்மீருக்குள் அனுப்பப்பட்டு விட்டன என்பதே அந்தத் தகவல். ஏப்ரல் 21ம் தேதி ஐ.நா.சபை தீர்மானம் நிறைவேற்றியபோதும் ஜுன் மாதம் 3ம் தேதி கடைசி தீர்மானம் நிறைவேற்றியபோதும் கூட காஷ்மீருக்குள் பாகிஸ்தான் ராணுவம் இருப்பதை அந்நாட்டு வெளியுறவு அமைச்சர் ஐ.நா.சபைக்குத் தெரியப்படுத்தவில்லை.

காஷ்மீரில் இந்துக்களால் கொடுமைக்குள்ளாயிருக்கும் முஸ்லிம் சகோதரர்களைக் காப்பாற்றுவதற்காகவே பதான் பழங்குடிகள் அங்கு சென்றிருக்கிறார்கள்; அப்படிச் செல்லும் பழங்குடிகளையும் பாகிஸ்தான் அரசு தடுத்து நிறுத்தவே முயற்சி செய்தது; பாகிஸ்தான் ராணுவம் கிஞ்சித்தும் காஷ்மீருக்குள் நுழையவில்லை என்றெல்லாம் இதுநாள் வரையிலும் அண்டப் புளுகுகளை ஐ.நா.சபையில் அள்ளிவீசிக் கொண்டிருந்த பாகிஸ்தான் இன்று ஐ.நா.சபையின் பிரதிநிதிகள் நேரடியாக ஸ்தலத்துக்கே வந்துவிட்டபோது உண்மையை மறைக்கமுடியாமல் அதன் ராணுவம் காஷ்மீருக்குள் அனுப்பப் பட்டிருக்கும் உண்மையை ஒத்துக்கொண்டது.

இந்த ஒரே ஒரு உண்மையை வைத்துக்கொண்டேகூட இந்தியா கொடுத்த புகாரில் இருந்த நியாயத்தை ஐ.நா.சபை புரிந்து கொண்டிருக்கமுடியும். பாகிஸ்தான் காஷ்மீரில் ஆக்கிரமிப்பை நடத்தியிருக்கிறது என்பதையும் அப்படி அது நடத்திய ஆக்கிரமிப்பை ஐ.நா.வுக்குத் தெரியாமல் பொய் சொல்லி மறைத்திருக்கிறதென் பதையும் மட்டுமே கணக்கிலெடுத்துக் கொண்டாலும் கூட பாகிஸ்தானைக் கண்டித்து அதன் துருப்புகளை காஷ்மீரிலிருந்து வெளியேற்றும்படி ஐ.நா.சபை உத்தரவிடமுடியும்.

1948-ல் ஜனவரி 1ம் தேதி இந்தியா கொடுத்த புகாரை விவாதிக்க முதன்முதலில் கூடிய ஐ.நா.சபை ஜனவரி 6ம் தேதி, மேற்கொண்டு போரை விரிவுபடுத்தக்கூடாது என்றும் ராணுவங்களை நகர்த்தக்

கூடாது என்றும் அப்படியே நகர்த்தினாலும் அவற்றை உடனுக்குடன் ஐ.நா.வுக்குத் தெரியப்படுத்தவேண்டும் என்றும் இரு நாடுகளுக்கும் உத்தரவிட்டிருந்தது. இந்த உத்தரவை பாகிஸ்தான் அரசு முழுமனதாக ஏற்றுக்கொண்டிருந்த பிறகும் கூட மே மாதம் மூன்று பிரிகேட் ராணுவத்தை காஷ்மீருக்குள் அனுப்பிய தகவலை பாகிஸ்தான் ஐ.நா.சபைக்குத் தெரியப்படுத்தவில்லை. இப்படி அக்கிரமமான முறையில் உலக சபையை ஏமாற்றிய பாகிஸ்தானை அது நேரடியாக நிரூபிக்கப்பட்ட பிறகும் கூட ஐ.நா.சபையோ ஐக்கிய நாட்டு கமிஷனோ கண்டிப்பதற்கு முன்வரவில்லை. இதற்கு ஐ.நா.சபை முழுக்க முழுக்க அமெரிக்காவின் கைப்பாவையாகிவிட்டதும் பாகிஸ்தான் அரசு அமெரிக்காவின் அடிவருடியாகிவிட்டதுமேதான் காரணம்.

பாகிஸ்தான் அரசு தனது ராணுவத்தை காஷ்மீரத்துக்குள் அனுப்பியதற்கு சில நொண்டிச் சாக்குகளைச் சொல்லியது. இந்தியா பாகிஸ்தானைத் தாக்குவதைத் தடுக்கவும், இந்தியா பதான் பழங்குடிகளோடு கூட்டுச் சேர்வதைத் தடுக்கவும் ஆஸாத் காஷ்மீர் துருப்புகளை ஊக்கப் படுத்தவுமே காஷ்மீருக்குள் பாகிஸ்தான் ராணுவத்தை அனுப்பிய தாகக் கூறியது. சிறுபிள்ளைத்தனமான இந்த நொண்டிச் சாக்குக ளெல்லாம் அப்பட்டமான பொய்கள் என்பது கொஞ்சம் ஆராய்ந்தாலே தெரிந்துவிடும். தனது நாடு தாக்கப்படும் என்று கற்பனை செய்துகொண்டு தனது நாட்டின் எல்லைப் பாதுகாப்புக்காக அங்கேயே ராணுவத்தை நிறுத்தி வைப்பதுதான் உலக நியதி. ஆனால், பாகிஸ்தான் அரசு பாகிஸ்தானைப் பாதுகாக்கவேண்டும் என்று சொல்லிக்கொண்டு பக்கத்து நாடான காஷ்மீருக்குள் ராணுவத்தை அனுப்பியது ஐ.நா.சபையின் கொள்கைப்படி ஏற்றுக்கொள்ளக்கூடியதல்ல.

இந்தியாவும் பதான் பழங்குடிகளும் கூட்டுச் சேர்ந்துவிடுவார் களென்று பாகிஸ்தான் பயந்ததாம். பாகிஸ்தானின் இந்த ஒரு பொய்யே அதன் நியாயமற்ற தன்மையைப் புரிந்துகொள்ள போது மானதாகும். அதாவது காஷ்மீருக்குள் முஸ்லிம் தோழர்கள் இந்துக்களால் கொலை செய்யப்படுகிறார்களென்று சொல்லி அவர் களைப் பாதுகாப்பதற்காக அங்கே வந்த பதான் பழங்குடிகள் இந்துக்களின் இந்திய ராணுவத்தோடு எப்படிக் கூட்டுச் சேரமுடியும்? அப்படியே கூட்டுச்சேருவது உண்மையாக இருந்தால் காஷ்மீர முஸ்லிம்களைப் பாதுகாப்பதற்காகத்தான் பதான் பழங்குடிகள் வந்தார்களென்பது பொய்தானே?

ஆஸாத் காஷ்மீர் வீரர்களுக்குத் துணையாக பாகிஸ்தான் ராணுவம் உள்ளே அனுப்பப்பட்டது என்று சொல்வதையும் ஏற்கமுடியாது. இந்து மகாராஜாவான ஹரிசிங்கை அங்குள்ள முஸ்லிம்கள் (ஆஸாத்

காஷ்மீர்) எதிர்த்துப் போராடியது உண்மையாகவே இருந்திருந்தாலும் கூட இந்தியாவின் பாதுகாப்புக்குட்பட்ட காஷ்மீரத்துக்குள் ராணுவத்தை அனுப்ப பாகிஸ்தானுக்கு எந்த உரிமையும் கிடையாது.

இப்படி அப்பட்டமான பொய்களைச் சொல்லிவிட்டு அவற்றுக்குச் சப்பைக்கட்டாக மடத்தனமான பதில்களை பாகிஸ்தான் சொல்லிய போதும்கூட ஐ.நா.கமிஷன் பாகிஸ்தானைக் கண்டிக்க முன்வரவில்லை. பாகிஸ்தானின் விசாரணையை முடித்துக்கொண்டு ஐ.நா.கமிஷன் பாகிஸ்தானை வெளிப்படையாக எதுவும் கண்டிக்காமலேயே டெல்லி நோக்கிப் புறப்பட்டது.

ஐ.நா.கமிஷன் டெல்லிக்கு வந்ததுமே இந்திய வெளியுறவுத்துறை செகரெட்டரி ஜெனரல் ஸர் கிர்ஜா சங்கர் பாஜ்பாய் இந்தியாவின் நிலையை விளக்கினார்: பாகிஸ்தான் பொய் சொல்லிய விஷயத்தை உலகுக்கு வெளிப்படுத்தவேண்டும். காஷ்மீருக்குள் ராணுவத்தை அனுப்பியதன் மூலம் இந்தியா மீது பிரகடனப்படுத்தப்படாத போரில் பாகிஸ்தான் ஈடுபட்டிருக்கிறதென்பது உறுதியாகிறது. ஆகவே, இந்நிலையில் ஐ.நா.சபையின் முக்கிய கடமை பாகிஸ்தானிடம் சண்டையை நிறுத்தச்சொல்வதும் அதன் துருப்புகளை வெளியேற்று வதும் பதான் பழங்குடிகளுக்கு உதவி செய்வதைத் தடுப்பதும் ஆகும்.

இந்திய பிரதமர் நேரு பாகிஸ்தானை நேரடியாகக் குற்றம்சாட்டும்படி ஐ.நா.கமிஷனிடம் கோரினார். இந்த விஷயத்தில் மூடி மறைப்பு எதுவும் கூடாதென்றும், அதன் ராணுவத்தை உடனே வெளியேற்ற ஐ.நா.சபை முடிவெடுக்க வேண்டுமென்றும் வலியுறுத்தினார்.

கிரிஜா சங்கர் பாஜ்பாய் அவர்கள் கமிஷனுக்கு பதில் அளித்தார். பாகிஸ்தான் வாளின் மூலம் ஒருதலைப்பட்சமாக ஜம்மு காஷ்மீர் பிரச்னையை முடிவுக்குக் கொண்டுவர முயற்சிக்கிற பட்சத்தில் காஷ்மீரில் வாக்கெடுப்பு நடத்தப்படவேண்டுமென்னும் ஐ.நா.வின் வேண்டுகோளை இந்தியா கண்டிப்பாக ஏற்றுக்கொள்ள முடியாது. ராணுவ பலத்தின் மூலம் காஷ்மீரை அடைய முயற்சி செய்து அது முடியாமல்போன பிறகும் தனது ஆசையை ஐ.நா.சபையின் மூலம் நிறைவேற்றிக்கொள்ள பாகிஸ்தான் முயற்சிப்பதை இந்தியா ஒருபோதும் ஏற்றுக்கொள்ளாது. காஷ்மீரில் முழு அமைதி திரும்பிய பிறகு அங்குள்ள மக்கள் எந்த நாட்டுடன் இணைய விரும்பினாலும் அதற்கு இந்தியா குறுக்கே நிற்காது. ஆனால், அதுவரையிலும் காஷ்மீர் விஷயத்தில் பாகிஸ்தான் எந்த முறையிலும் தலையிடுவதை இந்தியா விரும்பவில்லை என்று சங்கர் தெளிவுபடுத்தினார். பிரச்னையின் ஆழத்தை ஒருவாறு புரிந்துகொண்ட ஐ.நா.கமிஷன் ஒரு முடிவுக்கு வந்து 1948 ஆகஸ்ட் 13 அன்று புதிய 3 அம்சத் தீர்மானம் ஒன்றைத் தயார் செய்தது.

9. நீங்களுமா நேரு அவர்களே!

கழுதை தேய்ந்து கட்டெறும்பானது என்ற பழமொழியைப் போல இந்தியா ஐ.நா.வுக்கு விடுத்த வேண்டுகோள் எல்லோர் மனதிலு மிருந்தும் மறந்துபோய் பாகிஸ்தானின் வேண்டுகோளான காஷ்மீரில் வாக்கெடுப்பு நடத்துவது மட்டுமே நிலைத்து நின்றது. நாளாக ஆக பாகிஸ்தான் செய்ய வேண்டுமென்று சொல்லப்பட்ட காரியங்கள் எதுவுமே செய்யப்படாமலிருக்கும்போதே காஷ்மீரில் வாக்கெடுப்பு நடத்துவதற்கு இந்தியாவை ஒத்துக்கொள்ளச் செய்வதில் மட்டுமே ஐ.நா.சபை ஆர்வம் காட்டியது.

ஐ.நா.சபைக்குழு பாகிஸ்தானிய ராணுவம் காஷ்மீருக்குள்ளிருப் பதைப் புரிந்துகொண்ட பிறகு அந்நாட்டை வெளிப்படையாகக் கண்டிக்காமல் போனாலும்கூட அந்த விவரத்தை ரகசியக் குறிப்பொன்றின் மூலம் ஐ.நா.சபைக்குத் தெரிவித்தது. இந்தக் குழு தனது மூன்றம்சத் தீர்மானத்தில் முதல் அம்சமான போர் நிறுத்தத்தை இரு நாடுகளையும் ஏற்றுக்கொள்ளச் செய்து வெற்றி கண்டது. 1ம் தேதி ஜனவரி 1949 அன்று நள்ளிரவுக்கு ஒரு நிமிடம் முன்னால் போர் நிறுத்தம் அமலுக்கு வந்தது. ஐ.நா.சபை காஷ்மீரப் பிரச்னையில் கடந்த 68 ஆண்டுகளாக சாதித்த ஒரே காரியம் இது ஒன்றுதான். இந்த ஒரு சாதனையும் கூட இந்தியாவுக்குப் பெரும் நஷ்டத்தையே உண்டாக்கியது. காஷ்மீரத்தில் மூன்றில் ஒரு பகுதியை பாகிஸ்தான் இன்னும் தன் கைவசம் வைத்துக்கொண்டிருக்கும்போதே போர் நிறுத்தத்துக்கு நேரு ஒத்துக்கொண்டுவிட்டார். அதுவே இன்றுவரை அந்தப் பகுதிகளை பாகிஸ்தான் தனது ஆக்கிரமிப்புக்குள் வைத்துக் கொள்வதற்கு வழி அமைத்துக் கொடுத்துவிட்டது.

இந்தப் போர்நிறுத்தம்கூட ஐ.நா.சபையினாலோ ஐ.நா.கமிஷனாலோ கொண்டுவரப்பட்டது என்று சொல்ல முடியாது. இந்தப் போர் நிறுத்தத்துக்குப் பின்னணியில் வேலை செய்தது முழுக்க முழுக்க பிரிட்டிஷ் அரசே. இதில் பிரிட்டிஷ் அரசு ஆர்வம் காட்டியதன் காரணத்தை நாம் புரிந்துகொள்ளவேண்டும். அப்போதுதான் அந்நாடு பாரதத்துக்கு இழைத்துள்ள கொடுமையும் ஜவாஹர்லால் நேரு இந்த நாட்டுக்குத் தேடித் தந்த பழியும் நமக்குப் புரியும்.

ஆரம்பத்தில் படுவேகமாக பதான் பழங்குடிகளை விரட்டியடித்த இந்திய ராணுவத்தின் வேகம் வரவரக் குறையலாயிற்று. காஷ்மீரப் பகுதிகள் கொஞ்சங் கொஞ்சமாக பாகிஸ்தானின் பிடியிலிருந்து விடுபட விடுபட காஷ்மீரின் அனைத்துப் பகுதிகளும் பறிபோய் விடக்கூடாதே என்னும் பயத்தில் பாகிஸ்தான் தனது ராணுவத்தை அதிக அளவில் காஷ்மீருக்குள் செலுத்தியது. ஆரம்பத்தில் பதான் பழங்குடிகளுக்கும் இந்திய ராணுவத்துக்கும் இடையில் நடந்த போர் இப்போது இரண்டு நாடுகளின் ராணுவத்தினர் மத்தியில் நடக்கும் போராக மாறியது. சர்தார் வல்லபபாய் படேல் காஷ்மீரத்துக்குள் செலுத்தப்பட்ட இந்திய ராணுவத்தின் அளவை சிறிது சிறிதாகப் பெருக்கியது மட்டுமல்லாமல் அங்கு செல்லும் சாலை வழிப்பாதை களையும் மிக வேகமாகச் செப்பனிட உத்தரவிட்டார்.

காஷ்மீருக்குள் முதன் முதலில் செயல்பட ஆரம்பித்த ஒரே ஒரு 161-வது இந்திய பிரிகேட் படிப்படியாக வளர்க்கப்பட்டு இரண்டு டிவிஷன் களாக்கப்பட்டது. ஜம்முவைத் தலைநகராகக் கொண்ட ஒரு டிவிஷனுக்கு ஜெனரல் குல்வந்த்சிங் தலைமை தாங்கினார். ஸ்ரீநகரைத் தலைநகராகக்கொண்ட இன்னொரு டிவிஷனுக்கு ஜெனரல் திம்மையா தலைமை தாங்கினார். திறமை வாய்ந்த இரண்டு இந்திய ஜெனரல்களின் தலைமையில் இயங்கிய இந்திய ராணுவம் காஷ்மீரத்திலிருந்து பாகிஸ்தானிகளை வேரும் வேரடி மண்ணு மில்லாமல் துரத்தியடிக்கும் பணியில் ஈடுபட்டது.

ஊரியிலிருந்து முன்னேறிய பிரிகேடியர் ஸென்னின் படை முஸாஃ பராபாத்தை மிக அருகில் நெருங்கியது. பிரிகேடியர் ஹர்பக்ஸ் சிங்கின் தலைமையில் நகர்ந்த இன்னொரு ராணுவம் பயங்கர மலைக் காடுகளில் முன்னேறி முஸாஃபராபாத்திலிருந்து முப்பது மைல்கள் தூரமே உள்ள தித்துவாலைக் கைப்பற்றியது.

மேஜர் ஜெனரல் குலவந்த்சிங்கின் இடத்தில் புதிதாக நியமிக்கப்பட்ட மேஜர் ஜெனரல் ஆத்மாசிங்கினுடைய பிரிகேட் கமாண்டரான பிரிகேடியர் எதுநாத்சிங், பாகிஸ்தானிகளின் பயங்கர எதிர்ப்புகளை முறியடித்தபடி நௌஷேராவிலிருந்து பூஞ்ச் நோக்கி கடும் வேகத்தில் முன்னேறினார். பூஞ்ச் நகருக்குள் ஒரு வருட காலமாக பாகிஸ்தானி களால் முழுவதுமாக முற்றுகையிடப்பட்ட நிலையில் இருந்த 20,000 பொதுமக்களையும் காப்பாற்றினார். பிரிகேடியர் எதுநாத்சிங்கின் வருகையை எதிர்நோக்கி பூஞ்சில் தாக்குப் பிடித்து நின்று கொண்டிருந்தார் பிரிகேடியர் ப்ரீதம்சிங்.

பரந்து விரிந்து கிடந்த காஷ்மீரத்தின் வட பகுதிகளான கில்ஜித், ஸ்கார்டு, கார்கில் போன்ற இடங்களை ஆக்கிரமித்துக்கொண்ட

பாகிஸ்தானின் துருப்புகள் மேலும் லடாக் நோக்கி முன்னேறியபோது வெறும் 30 பேர்களை மட்டுமே கொண்ட இந்திய ராணுவம் 17,000 அடி உயரமுள்ள ஸோஜிலா கணவாயை வெறும் கால்நடையாகவே கடந்து சென்று லடாக்கைக் காப்பாற்றியது.

இந்திய ராணுவத்தின் மேற்கு கமாண்டின் பெரும் தளபதியாக இருந்த ஜெனரல் கரியப்பாவின் செயல் வேகமும் இரும்பு மனிதர் சர்தார் வல்லபபாய் பட்டேலின் உத்வேகமூட்டும் முயற்சியும் இணைந்து செயல்பட்டதால் பாகிஸ்தானிய ராணுவம் படுவேகமாகத் தங்கள் இருப்பிடங்களைக் காலி செய்து கொண்டு ஓடத் துவங்கியது. காஷ்மீரத்தின் மூன்றில் ஒரு பகுதி இன்னும் மீட்கப்பட வேண்டிய இந்தத் தருணத்தில் இந்திய ராணுவம் முழு மூச்சாகப் போதிய சக்தியுடனும் செயல்பட ஆரம்பித்தவுடன் பிரிட்டிஷ் அரசு விழித்துக் கொண்டது. இனி மேலும் ஒரு மாதகாலம் தாமதித்தாலும் பாகிஸ்தானிய ராணுவம் காஷ்மீரத்திலிருந்து பூண்டோடு அழிக்கப்பட்டுவிடும். பாகிஸ்தானின் கொட்டமும் ஒட்டுமொத்தமாக அடங்கிவிடும்.

இந்த நிலையை பிரிட்டிஷ் அரசு சற்றும் எதிர்பார்க்கவில்லை. இந்தியா பாகிஸ்தானிடையே நிரந்தரமாக ஏதாவதொரு சச்சரவு இருந்துகொண்டேயிருக்கவேண்டும். பாகிஸ்தான் அமெரிக்க வல்லரசின் சண்டைக்கோழியாக இந்தியாவை முன்னேறவிடாமல் எப்போதுமே முடக்கிக்கொண்டிருக்கவேண்டும் என்பதுதான் பிரிட்டிஷாரின் ஆசை. எனவே, காஷ்மீரத்தில் இந்திய ராணுவம் வெற்றி பெற்று அங்குள்ள பிரச்னை முடிந்துபோவதை பிரிட்டிஷ் அரசு அடியோடு விரும்பவில்லை. இதனால் இந்திய ராணுவத்தின் தலைமைத் தளபதியாக இருந்துகொண்டிருந்த ஜெனரல் புச்சர் என்ற ஆங்கிலேயர் நேருவை அணுகினார். இனிமேலும் சண்டையைத் தொடர்ந்தால் இந்திய ராணுவம் பாகிஸ்தானின் எல்லைக்குள் புகவேண்டியிருக்குமென்றும் அது பிரச்னையைப் பெரிதாக்குமென்றும் நேருவிடம் கூறினார்.

பாகிஸ்தானிய ராணுவம் இத்தனை நாளும் இந்திய எல்லையான காஷ்மீரத்துக்குள்ளிருந்தபோது ஏற்படாத பிரச்னை, ஆக்கிரமிப்பாளர்களான பாகிஸ்தானைத் துரத்தியடிப்பதற்காக மட்டுமே பாகிஸ்தானுக்குள் இந்திய ராணுவம் புகும்போது மட்டும் எப்படி ஏற்பட்டுவிடும்? அதுவும் இந்தியா இந்தியாவின் அங்கமான காஷ்மீரத்துக்குள் இருக்கும் பாகிஸ்தானுடைய ராணுவத்தைத்தான் விரட்டப்போகிறது. பாகிஸ்தானுக்குள் நுழைய வேண்டிய தேவையே ஏற்படாது.

பாகிஸ்தானிகளை இந்திய மண்ணில் இருந்து ஒரேயடியாகத் துரத்தி அடித்துவிடும்போது ஐ.நா. சபையின் உதவியில்லாமலேயே எல்லா

பிரச்னைகளும் முற்றுப்பெற்றுவிடுமல்லவா என்று சிந்திக்கத் தவறிய நமது பிரதமர் நேரு எதிரியின் தந்திரத்தைப் புரிந்துகொண்டோ புரியாமலோ போர் நிறுத்தத்துக்கு ஒப்புக்கொண்டுவிட்டார். இன்னும் மூன்றே வாரங்கள் அவகாசம் மட்டும் கொடுங்கள். பாகிஸ்தானின் துருப்புகள் அத்தனையும் துரத்திக் காட்டுகிறோம் என்று மன்றாடிய ஜெனரல் கரியப்பாவின் வேண்டுகோளை நேரு நிராகரித்துவிட்டார்.

வெண்ணெய் திரண்டு வரும்போது தாளியை உடைத்ததுபோலப் போர் நிறுத்தத்துக்கு ஒப்புக்கொண்டு இன்றளவும் காஷ்மீர் பிரச்னை மூலம் பல போர்களையும், பல கோடி ரூபாய் நஷ்டத்தையும் இந்தியாவுக்கு உண்டாக்கிவிட்டனர் நம் நாட்டை ஆண்டவர்கள்.

10. பாரத மாதாவின் பல கோடி கரங்கள்

ஐ.நா. கமிஷன் 13 - ஆகஸ்ட், மூன்றம்சத் தீர்மானத்தின் இரண்டாவது ஷரத்து ராணுவம் வெளியேற்றம் பற்றியது.

இதில் பாகிஸ்தான் தனது துருப்புகளை விலக்கிக்கொள்ள வேண்டும்; பதான் பழங்குடிகளையும் பாகிஸ்தானி குடிகளையும் வெளியேற்றம் செய்ய வேண்டும்; இப்படி பாகிஸ்தானிய துருப்புகளை வெளி யேற்றியபின் அந்த இடத்தை (ஆஸாத் காஷ்மீர் என்று அழைக் கப்படும் பகுதியை) அங்குள்ள மக்களைக் கொண்டே ஐ.நா.கமிஷனின் மேற்பார்வையுடனும் ஆளவேண்டுமென்று கூறப்பட்டது.

இதே ஷரத்தில் பதான் பழங்குடிகளும், பாகிஸ்தானி தனி நபர்களும் பாகிஸ்தானிய ரெகுலர் ராணுவமும் வெறியேறிய பிறகே இந்தியா தனது ராணுவத்தின் பெரும்பகுதியை வாபஸ் பெறவேண்டுமென்று வலியுறுத்தப்பட்டது.

தீர்மானத்தின் மூன்றாவது ஷரத்துப்படி இந்தியாவும் பாகிஸ்தானும் ஐ.நா.கமிஷனுடன் கூட்டாக இணைந்து சம்மதித்து காஷ்மீரில் வாக்கெடுப்பு நடத்தவேண்டும். இந்தத் தீர்மானத்தைச் சில திருத்தங் களுடன் ஏற்றுக்கொண்டதாக நேரு ஆகஸ்ட் 20ம் தேதி தெரிவித்தார். கமிஷன் இந்தியாவுக்குக் கொடுத்த திருத்த விளக்கங்களின் அடிப் படையில் இந்தியா தீர்மானத்தை ஏற்றுக்கொண்டது. திருத்தங்கள் தீர்மானத்திலிருந்து பிரிக்கப்படுமானால் இந்தியா தீர்மானத்தை ஏற்றுக் கொள்ளாதென்றும் திட்டவட்டமாக அறிவித்தது.

திருத்தங்கள் இவைதான்.

1. ஜம்மு காஷ்மீரின் அரசின் உரிமையில் யாரும் தலையிடக்கூடாது.

2. பாகிஸ்தான் ஆக்கிரமித்துள்ள பகுதியான ஆஸாத் காஷ்மீர் அரசை ஐ.நா.கமிஷன் அங்கீகரிக்கக்கூடாது.

3. பாகிஸ்தானுடைய ஆக்கிரமிப்பிலுள்ள பகுதியை அது தன்னோடு இணைத்துக் கொள்ள முயற்சி செய்யக்கூடாது.

4. ஜம்மு காஷ்மீர மாநிலத்தின் முழுப் பாதுகாப்புப் பொறுப்பு இந்தியாவையே சார்ந்தது. வாக்கெடுப்பு நடத்துவதில் பாகிஸ்தானுக்கு எந்தப் பொறுப்பும் இருக்கக்கூடாது.

5. வடபகுதியான ஸ்கார்டு, கார்கில், கில்ஜித் போன்ற இடங்கள் தற்போதைய பாகிஸ்தானிய பொறுப்பிலிருந்து ஜம்மு காஷ்மீர் அரசின் பொறுப்புக்கு வரவேண்டும்.

இந்த ஆகஸ்ட் 13 தீர்மானத்தைத் திருத்தங்களுடன் இந்தியா மட்டும் ஆமோதித்தது. பாகிஸ்தான் இரண்டாவது மூன்றாவது ஷரத்துக்களை முழுமையாக நிராகரித்துவிட்டது. தீர்மானத்தை நிராகரிப்பதற்கு பாகிஸ்தான் கூறிய பல காரணங்களுள் ஒன்று: காஷ்மீர் மாநிலத்திலிருந்து சீக்கிய மற்றும் ஆர்.எஸ்.எஸ். தொண்டர்களை வெளியேற்றச் சொல்லித் தீர்மானங்கள் வலியுறுத்தவில்லை என்பது.

பாகிஸ்தானை சம்மதிக்க வைக்க முடியாத ஐ.நா.கமிஷன் தோல்வியுடன் ஜெனிவா திரும்பிச் சென்றது. மீண்டும் ஐ.நா. கூடியபோது (11.12.1948) பாகிஸ்தானைச் சரிக்கட்ட ஆகஸ்ட் 13 தீர்மானத்தில் சில மாறுதல்களைக் கொண்டுவந்தது.

இந்த 11 டிசம்பர் 1948 தீர்மானம் காஷ்மீரில் வாக்கெடுப்பு நடத்தப்பட வேண்டும் என்றும், இந்த வாக்கெடுப்பு ஆகஸ்ட்-13 தீர்மானத்தில் சொன்னபடி முதலில் பாகிஸ்தானிய பழங்குடிகள், மக்கள் மற்றும் ராணுவம் வாபஸான பிறகும், அதன் பிறகு இந்திய துருப்புகளில் பெரும்பகுதி வாபஸான பிறகும் நடத்தப்பட வேண்டுமென்றும் வாக்கெடுப்பு நடத்த நடுநிலையாளர்கள் ஒருவரை ஐ.நா. தேர்ந்தெடுக்க வேண்டுமென்றும் கூறியது. இந்தத் தீர்மானங்களை இரு நாடுகளுமே ஏற்றுக்கொள்ளவேண்டுமென்று ஐ.நா. கேட்டுக்கொண்டது.

ஐ.நா.வின் இந்த வேண்டுகோளை இரு நாடுகளுமே ஏற்றுக்கொண்டன. இருந்தபோதிலும்கூட இன்று வரையிலும் ஐ.நா.சபை கோரியபடி வாக்கெடுப்பு நடத்தப்படவில்லை. ஏன்? யார் பொறுப்பு? பதான் பழங்குடிகளை வெளியேற்றுவதுபற்றி ஆலோசனைதான் கூறமுடியுமே ஒழிய அவர்களை ஆஸாத் காஷ்மீர் அரசின் அனுமதியின்றி வெளியேற்ற முடியாதென்று மறுத்துவிட்டது. காஷ்மீரத்துக்குள்ளே இருக்கும் பாகிஸ்தானிய துருப்புகளை வாபஸ் செய்வதற்கு முன்னால் ஆஸாத் காஷ்மீர் ராணுவம் ஒன்றை உருவாக்க வேண்டுமென்று வலியுறுத்தி அதன்படி 32 பட்டாலியன் ஆஸாத் காஷ்மீரப் படையை பாகிஸ்தான் உருவாக்கியது.

இந்த இரண்டு செயல்களுமே ஆகஸ்ட் 13 தீர்மானத்தின் இரண்டாவது ஷரத்தை முழுக்க முழுக்க செல்லாக் காசாக்கிவிட்டன.

முதலில் பாகிஸ்தானிய பழங்குடிகளும் பாகிஸ்தானிய ராணுவமும் வெளியேறிய பிறகுதான் இந்திய ராணுவம் வெளியேறும் என்று கமிஷனின் தீர்மானம் ஷரத்து 2 சொல்வதால், அவை இரண்டும் நடக்காதபோது தீர்மானத்தின் மூன்றாவது ஷரத்தான வாக்கெடுப்பு நடத்துவது முடியாத காரியமாகிவிட்டது. ஆக, முழுக்க முழுக்க காஷ்மீரில் வாக்கெடுப்பு நடத்துவதற்கு முட்டுக்கட்டையாக இருப்பது பாகிஸ்தானேயன்றி இந்தியா அல்ல.

ஆனால், உலக நாடுகளும் ஐ.நா.சபையும் ஆகஸ்ட் 13 தீர்மானப்படி பாகிஸ்தான் தனது துருப்புகளை விலக்கிக்கொள்ள மறுத்துவிட்டதை முழுக்க மறந்துவிட்டு இந்தியா காஷ்மீரத்தில் வாக்கெடுப்புக்குச் சம்மதிக்கவில்லை என்ற கூச்சலை இன்றுவரையும் பலமாக எழுப்பி வருகின்றன. ஆனால், இந்தியா அதன் பிறகு காஷ்மீரத்துக்குள் ஜனநாயக முறைப்படிப் பல வாக்கெடுப்புகளை நடத்திவிட்டது. கோடிக்கணக்கான ரூபாய்களை அதன் முன்னேற்றத் துக்காகச் செலவிட்டுவிட்டது. இன்றுவரையிலும் பாகிஸ்தான் ஆக்கிரமிப்பில் இயங்கி வரும் ஆஸாத் காஷ்மீர் பகுதியில் பாகிஸ்தான் எந்த வாக்கெடுப்பையும் நடத்தவில்லை. மாறாக காஷ்மீர் மாநிலத்துக்குள் ஏராளமான ஊடுருவல்காரர்களை அனுப்பி அங்குள்ள முஸ்லிம்களின் மனதில் மதவெறியைத் தூண்டி வருகிறது.

இந்த காஷ்மீர மாநிலத்துக்காக இந்திய ராணுவம் கொட்டிய ரத்தம் கொஞ்சமல்ல. கொட்டும் பனியிலும் கொடிய குளிரிலும் பணியாற்றும் பல்லாயிரக்கணக்கான இந்திய வீரர்களின் உழைப்பு வீண் போகக்கூடாது. கன்னியாகுமரியிலிருக்கும் இந்தியனுக்கும் காஷ்மீர் புனிதமானது. அதுபோல காஷ்மீரிலிருக்கும் இந்தியனுக்கும் கன்னியாகுமரி புனிதமானது.

இந்தியாவின் வளர்ச்சியைத் தடுக்க பிரிட்டன் ஏவி விட்ட பூதம்தான் காஷ்மீரப் பிரச்னை. ஆனால் அன்னை பாரத தேவியின் கையில் உள்ள சூலமும் வாளும் இந்த பூதத்தைக் கண்டதுண்டமாக வெட்டியெறியும் நாள் அதிக தூரத்தில் இல்லை. அன்னை பாரத தேவியின் கைகள் பல கோடி இந்து இளைஞர்களால் பலப்படுத்தப்படும்போது உலகின் எந்த சக்தியாலும் பாரத தேவியின் உக்கிரத்தைத் தாங்க முடியாமல் போய்விடும். காஷ்மீரின் மீதுள்ள நமது உரிமையும், அந்த பிரச்னையின் மீது நம் பக்கம் இருக்கும் நியாயமும் நமக்குப் புரிந்து விடும்போது அன்னிய ஆக்கிரமிப்பாளர்களின் கை தானாகவே வலுவிழந்துவிடும்.

11. இன்று நடப்பது என்ன?

இந்தியாவின் பிரிக்க முடியாத பகுதி ஜம்மு காஷ்மீர மாநிலம். மற்ற 559 சின்ன பெரிய மாநிலங்கள் இந்தியாவுடன் எப்படி இணைந்ததோ அதைப்போலவே காஷ்மீரமும் இந்தியாவோடு இணைந்தது. இன்னும் சொல்லப் போனால் காஷ்மீரம் பாகிஸ்தானின் ஆக்கிரமிப்பி லிருந்து தன்னைக் காப்பாற்றிக் கொள்ள அங்குள்ள அரசராலும் மக்கள் தலைவர்களாலும் தானாகவே விரும்பி இணைந்ததாகும். ஐக்கிய நாட்டு சபையிலும் கூட அங்குள்ளவர்கள் பாகிஸ்தானின் அனுதாபி களாக இருந்தபோதும், இந்தியாவின் உரிமையை அவர்களால் மறுக்க முடியவில்லை.

காஷ்மீரில் நிலைமை சுமூகமான பிறகும் பாகிஸ்தானிய ஆக்கிரமிப் பாளர்கள் முழுவதுமாக வெளியேற்றிய பிறகும் வாக்கெடுப்பு நடத்தி மக்களின் கருத்தை அறியவேண்டுமென்று ஐ.நா.செய்த முடிவை செல்லாக் காசாக்கியது பாகிஸ்தான்தான்.

அன்றே ஐ.நா.வின் இந்தத் தீர்மானத்துக்கு உடன்பட்டு ஆக்கிரமிப் பாளர்களை வெளியேற்றி ஐ.நா. மேற்பார்வையில் ஜம்மு காஷ்மீர் மாநிலத்தில் வாக்கெடுப்பு நடத்த பாகிஸ்தான் உடன்பட்டிருக்கு மாயின் சர்வ நிச்சயமாக அங்குள்ள மக்கள் இந்தியாவுடன் நீடித்திருப் பதையே விரும்பியிருப்பார்கள். இதை இந்தியா காஷ்மீரத்தின் 1951-ல் நடத்திய முதல் வாக்கெடுப்பு நிரூபித்தது. இந்த வாக்கெடுப்பில் இந்தியாவுடன் இணைந்ததை ஆதரித்த ஷேக் அப்துல்லாவின் கட்சியான நேஷனல் கான்ஃபிரன்ஸ் ஏகதேசம் எல்லா இடங்களிலும் பெருவாரியாக வெற்றி பெற்றது. பாகிஸ்தானுடன் இணைவதை ஆதரித்த முஸ்லிம் கான்ஃபிரன்ஸ் கட்சி ஒரு இடத்தில்கூட வெற்றி பெறவில்லை.

இந்த வாக்கெடுப்பு காஷ்மீர மக்களின் உள்ளக்கிடக்கையை தெள்ளத் தெளிவாகக் காட்டிவிட்டது. காஷ்மீரத்தை பாகிஸ்தானிய ஆக்கிர மிப்பிலிருந்து விடுவிப்பதற்காக ரத்தம் சிந்திய இந்திய வீரர்கள் பல்லாயிரம் பேர். கடும்பனியிலும், நடுங்கும் குளிரிலும் போராடிய சென்னை, பெங்கால், மைசூர் மாநிலப் போர் வீரர்களுக்கும்

காஷ்மீரில் உரிமையுண்டு. அவர்கள் அங்கு சிந்திய ரத்தம் அவர்களது உரிமையை எத்தனை ஆயிரம் ஆண்டுகளானாலும் நிலைநாட்டி நிற்கும்.

அன்று முதல் இன்று வரையிலும் இந்திய அரசு ஜம்மு காஷ்மீரத்தில் கோடிக்கணக்கில் கொட்டிச் செலவு செய்த ரூபாய்க்குக் கணக்கே கிடையாது. இந்தியாவின் மற்ற பல மாநிலங்கள் இன்றுகூட அடையாத முன்னேற்றங்களை காஷ்மீர் அடையும் வண்ணம் மத்திய அரசு திட்டங்களை நிறைவேற்றிப் பணம் செலவு செய்திருக்கிறது. டெல்லியில் பதினைந்து ரூபாய்க்கு விற்கும் பொருள் காஷ்மீரில் வெறும் ஐந்து ரூபாய்க்குக் கிடைக்கும். இந்த அளவுக்கு மத்திய அரசின் பணம் ஜம்மு காஷ்மீர மக்களுக்காகச் செலவிடப்படுகிறது.

1951 பொது வாக்கெடுப்புக்குப் பிறகு பல தேர்தல்கள் ஜம்மு காஷ்மீரத்தில் நடந்துவிட்டன. ஆனால் எந்தத் தேர்தலிலும் பாகிஸ்தானோடு சேர வேண்டுமென்று பிரசாரம் செய்து வரும் முஸ்லிம் கான்ஃபிரன்ஸ் கட்சியோ புதிதாகத் தோன்றிய முஸ்லிம் ஒன்றுமை முன்னணி என்ற கட்சியோ வெற்றிபெறவில்லை. கடந்த 68 ஆண்டு காலமாக இந்தியாவோடு பிரிக்க முடியாதபடி இணைக் கப்பட்ட ஒரு மாநிலத்தில் இனிமேல் பாகிஸ்தானுடன் சேருகிறாயா என்று கேட்டு வாக்கெடுப்பு நடத்தவேண்டுமென்று சொல்லுவது சுய புத்தியும் சித்த சுவாதீனமும் உள்ள யாராலும் ஏற்றுக்கொள்ள முடியாது.

கடந்த ஆண்டுகளில் காஷ்மீரை ஆக்கிரமிக்க பாகிஸ்தான் பல வழிகளில் முயன்றது. 1947-ல் பதான் பழங்குடிகள் மூலமான ஆக்கிர மிப்புக்குப் பிறகு ஏராளமான ராணுவ வீரர்களைச் சாதாரண உடையில் ஆயுதங்களுடன் காஷ்மீரத்துக்குள் அனுப்பியது. ஆனால், இவர்களை காஷ்மீரிகளே பிடித்து போலீஸாரிடம் கொடுத்தனர்.

பின்னால் நடைபெற்ற இந்தியா பாகிஸ்தான் போரில் பாகிஸ்தான் படுதோல்வி கண்டது. மீண்டும் 1971-ல் வாலாட்டியபோது இந்திய ராணுவம் காஷ்மீரத்தை தீரத்துடன் நின்று போராடிப் பாதுகாத்தது.

இந்தப் போர் முடிந்து பாகிஸ்தான் தோற்றதும், சிம்லாவில் கூடிய இந்தியா பாகிஸ்தான் பிரதமர்கள் இனிமேல் இரு நாட்டு பிரச்னை களையும், சமாதானமாகவே பேசித் தீர்ப்பது என்று முடிவு செய்தனர். இதற்கு சிம்லா ஒப்பந்தம் என்று பெயர்.

கெரில்லா தாக்குதலினாலோ நேரடிப் போரினாலோ வெற்றிபெற முடியாத பாகிஸ்தான் காஷ்மீரை இந்தியாவிடமிருந்து பிரிப்பதற்கு முழுக்க முழுக்க முஸ்லிம் மதத்தை இன்று பயன்படுத்துகிறது. காஷ்மீரில் பிரசாரம் செய்யும் பாகிஸ்தானிய ஊடுருவல்காரர்கள் சொல்லும் கோஷங்களைப் பாருங்கள்:

இஸ்லாமே நமது குறிக்கோள்.

குர்ரானே நமது அரசியல் சட்டம்.

மதப்போரே நமது பாதை.

வெற்றி பெறும்வரை போர்.

அல்லா மகத்தானவர்.

காஷ்மீர மக்கள் பெரும்பான்மையானவர்கள் முஸ்லிம்கள் என்பதைக் கணக்கில் எடுத்துக் கொண்டு பாகிஸ்தான் அவர்கள் மத்தியில் மதவெறியைத் தூண்டிவிடுகிறது. முஸ்லிம்கள் மத்தியில் மதவெறியைத் தூண்டிவிடுவது முஸ்லிம் தலைவர்களுக்கு என்றுமே கஷ்டமாக இருந்ததில்லை. காஷ்மீர் முஸ்லிம்களை அல்லாவுக்கு விரோதமான இந்துக்கள் கொடுமைக்கு உள்ளாக்குகிறார்கள் என்று பிரசாரம் செய்து முஸ்லிம் உலகமெங்கும் பாகிஸ்தான் மதவெறியைக் கிளப்புகிறது. பாகிஸ்தானுக்கு ஆதரவாகச் செயல்படும் ஜமாய்தே இஸ்லாமி இயக்கம் காஷ்மீரில் 200-க்கும் அதிகமான முஸ்லிம் மதரஸா பள்ளிக் கூடங்களை நடத்துகிறது. இந்தப் பள்ளிக் கூடங்களில் பல ஆண்டு களாகவே முஸ்லிம் மதவெறியும் இந்திய வெறுப்பும் போதிக்கப் படுகின்றன. பள்ளிக்கூடம் நடத்துவது இந்தியப் பணத்தில்; ஆனால் அங்கு போதிக்கப்படுவதோ இந்திய வெறுப்புப் பாடம். இதை நமது மத்திய அரசு இன்று வரை கண்டுகொள்ளவே இல்லை.

தானாக இந்தியாவுடன் இணைந்த காஷ்மீரத்தை இந்தியாவுடன் இரண்டறக் கலந்துவிடாமல் அரசியல் சட்டம் 370-வது ஷரத்துத் தடை செய்கிறது. இதன் மூலம் கிடைக்கும் தனிச் சலுகைகள் ஜம்மு காஷ்மீர அரசை ஒரு தனியான ஆட்சியாகவே காட்ட உதவுகின்றன. மத்திய அரசு நேரடியாக ஜம்மு காஷ்மீரில் செயல்படுவதைப் பல வழிகளில் இந்த அரசியல் சட்ட 370-வது ஷரத்து தடைசெய்கிறது.

பாகிஸ்தானின் திட்டமிட்ட பிரசாரமும் இந்திய அரசின் மெத்தனப் போக்கும், ஜம்மு காஷ்மீர அரசின் ஐந்தாம் படை வேலைகளும், ஏராளமாக ஊடுருவிவிட்ட பாகிஸ்தானிய வன்முறைவாதிகளுமாகச் சேர்ந்து காஷ்மீரத்தை ஒரு கொலைக்களமாக ஆக்கிவிட்டனர்.

இந்திய நாய்களே வெளியேறுங்கள் என்று கோஷமிடுகிறார்கள். அங்குள்ள இந்துக்கள் துரத்தப்படுகிறார்கள். கொள்ளையடிக்கப் பட்டுக் கொலை செய்யப்படுகிறார்கள். இந்திய அதிகாரிகள் கொல்லப்படுகிறார்கள். மதவெறியினால் திசை திருப்பிவிடப்பட்ட காஷ்மீரிகளைச் சரி செய்யவேண்டும். பாக் ஊடுருவல்காரர்களைப் பூண்டோடு அழிக்கவேண்டும்.

விரும்புகிறவர்கள் யாராயினும் பாகிஸ்தானுக்கும் சென்று கொள்ளட்டும். காஷ்மீர் இந்தியாவுடனேயே இருக்கும். இனியும் ஒரு போர் வருமானால் பாகிஸ்தான் என்று ஒரு நாடு இருந்ததாக நமது பிள்ளைகள் சரித்திரத்தில் மட்டுமே படிக்கவேண்டும்.

பாகிஸ்தானிய ஆதரவாளர்கள் இந்தியாவில் எங்கிருந்தாலும் அவர்கள் வேரும் வேரடி மண்ணுமின்றி அழிக்கப்படவேண்டும்.

காஷ்மீர் இந்தியாவுக்கே சொந்தம்.

இந்தியாவுக்கு மட்டுமே சொந்தம்.

வாழ்க இந்தியா... வளர்க அதன் புகழ்!

www.ingramcontent.com/pod-product-compliance
Lightning Source LLC
LaVergne TN
LVHW060547051026
849519LV00002B/319